INSIGHT PUBLICA®

INSIGHT PUBLICA®

Nadakkavu, Kozhikode, Kerala
Tel:0495–4020666
www.insightpublica.com
e-mail: insightpublica@gmail.com
Nammude Kalathe Oru Veerapurushan
M. Lermontov
(Malayalam)
First Insight Edition: March 2020

ISBN 978-93-89804-19-5
Published by
Insightinpublica Publishers Pvt. Ltd.
Printed at Repro India Limited, India

നമ്മുടെ കാലത്തെ ഒരു വീരപുരുഷൻ

എം. ലേർമൊന്തോവ്

INSIGHT PUBLICA

നമ്മുടെ കാലത്തെ ഒരു വീരപുരുഷൻ

എം. ലേർമൊന്തോവ്

ഏതു പുസ്തകത്തിന്റെയും ആദ്യത്തെയും അതേ സമയംതന്നെ അവസാനത്തെയും വാക്ക് പറയുന്നത് മുഖവുരയാണ്. ആ കൃതിയുടെ ഉദ്ദേശമെന്തെന്ന് വിശദീകരിക്കുകയോ വിമർശകരുടെ മുമ്പിൽ അതിന്റെ കർത്താവിനെ ന്യായീകരിക്കുകയോ ആണ് അത് ചെയ്യുന്നത്. എന്നാൽ സാധാരണ വായനക്കാർക്ക് പുസ്തകത്തിന്റെ ഗുണപാഠത്തിലോ ഗ്രന്ഥകർത്താവിനെപ്പറ്റി നേരെയുള്ള വിമർശനത്തിലോ യാതൊരു താൽപര്യവും ഇല്ലാത്തതിനാൽ അവർ മുഖവുര വായിക്കാറില്ല. അത് വാസ്തവത്തിൽ വലിയ കഷ്ടമാണ്, പ്രത്യേകിച്ചും നമ്മുടെ നാട്ടിൽ നമ്മുടെ പൊതുജനം ഇനിയും പക്വതയാർജിക്കാത്തവരും ശുദ്ധഗതിക്കാരുമായതിനാൽ ഒരു കഥയുടെ അവസാനം അതിന്റെ ഗുണപാഠം വെളിപ്പെടുത്തിയിട്ടില്ലെങ്കിൽ അവർക്ക് ആ കഥ മനസ്സിലാകുകയില്ല. അവർക്ക് ഫലിതമോ വ്യംഗ്യാർഥമോ മനസ്സിലാക്കാൻ കഴിവില്ല. ചുരുക്കിപ്പറഞ്ഞാൽ അവർ വേണ്ടവണ്ണം ശിക്ഷണം ലഭിച്ചവരല്ല. മാന്യസമുദായത്തിലും മാനിക്കപ്പെടുന്ന ഗ്രന്ഥങ്ങളിലും പ്രത്യക്ഷമായ പരിഹാസത്തിന് സ്ഥാനമില്ലെന്ന് അവർക്കറിയില്ല. പ്രശംസയുടെ മൂടുപടമണിഞ്ഞ് യഥാർഥവും അപ്രതിഹതവുമായ പ്രഹരമേൽപ്പിക്കാൻ കഴിവുള്ള മൂർച്ചയേറിയതും, അദൃശ്യമെങ്കിലും മാരകവുമായ ഒരായുധം സമകാലിക പ്രബുദ്ധത കണ്ടുപിടിച്ചിട്ടുണ്ടെന്നുള്ള വസ്തുതയും അവർക്ക് അജ്ഞാതമാണ്. ബദ്ധവൈരികളായ രണ്ടുരാജ്യങ്ങളുടെ നയതന്ത്രപ്രതിനിധികൾ പരസ്പരം സംസാരിക്കുന്നത് കേട്ടിട്ട് വ്യക്തിപരമായ പരസ്പരസൗഹാർദ്ദത്തിനുവേണ്ടി അവരിരുവരും അവരവരുടെ ഗവണ്മെന്റുകളെ വഞ്ചിക്കുകയാണെന്ന് ധരിച്ച ഒരു നാട്ടിൻപുറത്തുകാരനെപ്പോലെയാണ് നമ്മുടെ പൊതുജനം.

നിർഭാഗ്യവശാൽ ഈ പുസ്തകം ചില വായനക്കാർ മാത്രമല്ല ആനുകാലികങ്ങളും അതിന്റെ അക്ഷരാർഥത്തിലാണ് മനസ്സിലാക്കിയിരിക്കുന്നതെന്ന് ഈയിടെ തെളിഞ്ഞു. ഇതിലെ നായകനെപ്പോലെ സന്മാർഗനിഷ്ഠയില്ലാത്ത ഒരാളെ 'നമ്മുടെ കാലത്തെ വീരപുരുഷ'ന്റെ

മാതൃകയാക്കി ചിത്രീകരിച്ചിരിക്കുന്നതിൽ ചിലർക്ക് അടക്കാനാവാത്ത അമർഷമുണ്ട്. ഗ്രന്ഥകർത്താവ് തന്നെത്തന്നെയും തന്റെ പരിചയക്കാരെയുമാണ് ഇതിൽ ചിത്രീകരിച്ചിരിക്കുന്നതെന്ന് മറ്റൊരു കൂട്ടർ സൂചിപ്പിക്കുന്നു... സഹതാപാർഹമായ ഒരു പഴഞ്ചൻ ഫലിതം! മറ്റെല്ലാ കാര്യങ്ങളിലും റഷ്യ പുരോഗതി നേടിയാലും ഇത്തരം വിഡ്ഢിത്തങ്ങളിൽനിന്ന് മോചനം നേടാൻ അവൾ അശക്തയാണെന്ന് തോന്നുന്നു. കെട്ടഴിച്ചുവിട്ട ഭാവന സ്വൈരവിഹാരം നടത്തുന്ന ഒരു യക്ഷിക്കഥയ്ക്കുപോലും ഈ നാട്ടിൽ അപകീർത്തികരം എന്ന വിമർശനത്തിൽനിന്ന് രക്ഷപ്പെടാൻ കഴിയുമെന്ന് തോന്നുന്നില്ല.

'നമ്മുടെ കാലത്തെ ഒരു വീരപുരുഷൻ' ഒരു ഛായാ ചിത്രമാണ്. പക്ഷേ ഏതെങ്കിലും ഒരു പ്രത്യേക വ്യക്തിയുടെ ഛായാചിത്രമല്ല. നമ്മുടെ തലമുറയുടെയൊട്ടാകെ ദോഷങ്ങളിൽനിന്ന് മെനഞ്ഞെടുത്ത ഒരു ഛായാചിത്രമാണത്. ഒരു മനുഷ്യന് ഇത്രയേറെ ദുഷ്ടനാകാൻ സാദ്ധ്യമല്ലെന്ന് വീണ്ടും എന്നോട് പറയാനിടയുണ്ട്. പക്ഷേ, ഞാൻ ഒന്നു ചോദിക്കട്ടെ: ദുരന്തനാടകങ്ങളിലും റൊമാൻസുകളിലും കാണുന്ന എല്ലാത്തരം വില്ലന്മാരുടേയും അസ്തിത്വത്തിൽ വിശ്വസിക്കാൻ കഴിയുന്ന നിങ്ങൾക്ക് പെച്ചോറിൻ എന്നൊരാളുണ്ടെന്ന് എന്തുകൊണ്ട് വിശ്വസിച്ചുകൂടാ? പെച്ചോറിനെക്കാൾ കൂടുതൽ ഭീതിയും അറപ്പും ഉളവാക്കുന്ന പ്രരൂപങ്ങളെ ആരാധിക്കാൻ കഴിയുന്ന നിങ്ങൾ ഈ കഥാപാത്രം കേവലം മിഥ്യയാണെങ്കിൽപോലും ഇതിനോട് അൽപം ദയ കാട്ടാത്തതെന്ത്? നിങ്ങൾ ഇഷ്ടപ്പെടുന്നതിനെക്കാൾ കൂടുതൽ സത്യം ഈ കഥാപാത്രം ഉൾക്കൊള്ളുന്നുണ്ടെന്നുള്ളതല്ലേ അതിനു കാരണം?

സന്മാർഗബോധത്തിന് ഈ കഥാപാത്രം യാതൊന്നും സംഭാവനചെയ്യുന്നില്ല എന്നാണ് നിങ്ങൾ വാദിക്കുന്നത്. എന്നാൽ എന്റെ അഭിപ്രായം നേരെ മറിച്ചാണ്. വേണ്ടതിലേറെ മധുരപലഹാരങ്ങൾ തീറ്റി പൊതുജനങ്ങളുടെ വയറ് കേടുവരുത്തിയതു മതി. കയ്ക്കുന്ന പ്രതിവിധികളും എരിവുള്ള യാഥാർഥ്യങ്ങളുമാണ് ഇനി അവർക്കുവേണ്ടത്. എങ്കിലും മനുഷ്യരുടെ ദോഷങ്ങൾ മാറ്റിയെടുക്കാമെന്ന ഉന്നതമായ അഭിലാഷം വച്ചുപുലർത്താനുള്ള ഔദ്ധത്യം ഈ കൃതിയുടെ കർത്താവിന് എപ്പോഴെങ്കിലും ഉണ്ടായിരുന്നുവെന്ന് നിങ്ങൾ വിചാരിക്കരുത്. അത്തരം ഒരു അബദ്ധത്തിൽ ചെന്നുചാടാതെ ദൈവം രക്ഷിക്കട്ടെ! ആധുനിക മനുഷ്യനെ താൻ കാണുന്ന രൂപത്തിൽ - നിർഭാഗ്യവശാൽ അയാളും നിങ്ങളും സാധാരണ കണ്ടുമുട്ടുന്ന രൂപത്തിൽ - ചിത്രീകരിക്കാൻ അയാൾക്ക് ഇഷ്ടമാണെന്ന് മാത്രം ധരിച്ചാൽ മതി. രോഗനിർണയം ചെയ്യുന്നതുകൊണ്ടുമാത്രം അയാൾ തൃപ്തിപ്പെടുന്നു. അതെങ്ങിനെ ചികിത്സിച്ചു ഭേദപ്പെടുത്താമെന്ന് ദൈവത്തിനേ അറിയൂ.

ഉള്ളടക്കം

ഒന്നാം ഭാഗം

I ബേള 9

II മക്സീം മക്സീമിച്ച് 60

പെച്ചോറിന്റെ ഡയറി 74

തമാൻ 76

രണ്ടാം ഭാഗം **92**

പെച്ചോറിന്റെ ഡയറിയുടെ അവസാനം 92

II പ്രഭുകുമാരി മേരി 92

III വിധിവിഹിതവാദി 195

ഒന്നാം ഭാഗം

I

ബേള

ഞാൻ തിഫ്ലീസി[1]ൽ നിന്ന് തപാൽവണ്ടിവഴി സഞ്ചരിക്കയായിരുന്നു. വണ്ടിയിൽ സാമാനം എന്നു പറയാൻ ഒരു ചെറിയ പെട്ടിമാത്രമേ ഉണ്ടായിരുന്നുള്ളൂ. ജോർജ്ജിയയെപ്പറ്റിയുള്ള യാത്രക്കുറിപ്പുകൾകൊണ്ട് ആ പെട്ടിയുടെ പകുതി നിറഞ്ഞിരുന്നു. നിങ്ങളുടെ ഭാഗ്യം കൊണ്ട് അവയിൽ ഭൂരിഭാഗവും പിന്നീട് നഷ്ടപ്പെടുകയുണ്ടായി. എന്നാൽ എന്റെ ഭാഗ്യത്തിന് പെട്ടിയും അതിലുണ്ടായിരുന്ന മറ്റു സാധനങ്ങളും നഷ്ടപ്പെട്ടില്ല.

ഞാൻ കോയ്ഷവൂർ താഴ്‌വരയിലെത്തിയപ്പോഴേയ്ക്കും മഞ്ഞുകുടമണിഞ്ഞ ഒരു പർവ്വതനിരയ്ക്ക് പിന്നിൽ സൂര്യൻ മറഞ്ഞുകഴിഞ്ഞിരുന്നു. ഉറക്കെ പാട്ടുപാടിക്കൊണ്ടിരുന്ന വണ്ടിക്കാരൻ രാത്രിയാകുന്നതിനു മുമ്പ് കോയ്ഷവൂർ കുന്നിന്റെ മുകളിലെത്തണം എന്ന ഉദ്ദേശത്തോടെ കുതിരകളെ നിരന്തരം പ്രോത്സാഹിപ്പിച്ചുകൊണ്ടിരുന്നു. അതിമനോഹരമായിരുന്നു ആ താഴ്‌വര. ചുറ്റും അഗമ്യമായ പർവ്വതങ്ങൾ, തൂങ്ങിക്കിടക്കുന്ന ഐവിച്ചെടികളുടെ ചേലയും ചുറ്റി മരക്കൂട്ടങ്ങളുടെ മകുടവുമണിഞ്ഞ് നിൽക്കുന്ന ചെങ്കുത്തായ ചുവന്ന പാറക്കെട്ടുകൾ, തിളങ്ങുന്ന മഞ്ഞിന്റെ കിന്നരിത്തലപ്പാവണിഞ്ഞ് തലയുയർത്തി നിൽക്കുന്ന. മഞ്ഞനിറമാർന്ന കൊടുമുടികൾ, ജലപ്രവാഹങ്ങൾ അവയിൽ സൃഷ്ടിച്ച എണ്ണമറ്റ ചാലുകൾ; അങ്ങ് താഴെ അറഗ്വാനദി ഇരുൾനിറഞ്ഞ ഒരു ഇടുക്കിൽനിന്ന് ആർത്തിരമ്പി പുറത്തുകടക്കുന്ന പേരില്ലാത്ത ഒരരുവിയെ കെട്ടിപ്പുണർന്നിട്ട് ഒരു വെള്ളിനാടപോലെ വിദൂരതയിലേക്ക് നീണ്ട് കിടക്കുന്നു. അതിലെ ജലപ്പരപ്പ് ഒരു

1 ജോർജ്ജിയയുടെ തലസ്ഥാനമായ തിബ്ലീസ്സിയുടെ പഴയകാലത്തെ റഷ്യൻ പേര്

പാമ്പിന്റെ പുറംപോലെ മിന്നിത്തിളങ്ങുന്നു.

കൊയ്ഷേവൂർ മലയുടെ അടിവാരത്തിലെത്തിയപ്പോൾ ഞങ്ങൾ ഒരു ദുഖാനിന്റെ[2] മുമ്പിൽ കുതിരവണ്ടി നിർത്തി. അവിടെ ഇരുപതോളം ജോർജിയക്കാരും പർവ്വതാരോഹകരും ചേർന്ന് ശബ്ദായമാനമായ ഒരന്തരീക്ഷം സൃഷ്ടിച്ചിരുന്നു. അടുത്തൊരിടത്ത് ഒരു ഒട്ടകസംഘം താവളമടിച്ചിട്ടുണ്ട്. എന്റെ വണ്ടി മുകളിലെത്തിക്കാൻ കാളകളെ വേണ്ടിവരുമെന്ന് എനിക്ക് മനസ്സിലായി. ശരൽക്കാലമായിരുന്നതിനാൽ ഐസിന്റെ നേർത്ത ഒരു പാളി മണ്ണിനെ മൂടിയിരുന്നു. കയറ്റത്തിന് രണ്ടു വേഴ്സറ്റിൽ[3] കുറയാതെ ദൈർഘ്യമുണ്ടായിരുന്നതാനും.

ആറു കാളകളേയും അനേകം ഒസേറ്റയന്മാരെയും കൂലിക്കെടുക്കുകയല്ലാതെ മറ്റു പോംവഴി ഉണ്ടായിരുന്നില്ല. ഒസേറ്റിയന്മാരിലൊരാൾ എന്റെ പെട്ടി തോളിലേറ്റി. മറ്റുള്ളവർ കാളകളെ മുമ്പോട്ട് തള്ളിവിടാനുള്ള ശ്രമം ആരംഭിച്ചു. എന്നാൽ അവർ ഒച്ചയിടുകയല്ലാതെ മറ്റൊന്നും ചെയ്തില്ല എന്നതാണ് സത്യം.

എന്റെ പിന്നിൽ നാലുകാളകൾ വലിക്കുന്ന മറ്റൊരു വണ്ടി പ്രത്യക്ഷപ്പെട്ടു. ആ വണ്ടിയിൽ ഒരുപാട് സാമാനങ്ങൾ അടുക്കിയടുക്കി വച്ചിട്ടുണ്ടായിരുന്നെങ്കിലും കാളകൾ അത് അനായാസം വലിച്ചുകൊണ്ട് കയറുന്നതു കണ്ടപ്പോൾ എനിക്ക് അത്ഭുതം തോന്നി. വെള്ളി കൊത്തുപണികളുള്ള ഒരു കബർദീയൻ പൈപ്പു വലിച്ചുകൊണ്ട് വണ്ടിയുടെ ഉടമസ്ഥൻ പിന്നാലെ നടന്നിരുന്നു. നീണ്ട രോമമുള്ള ഒരു ചെർക്കീസ് തൊപ്പിയും പദവി സൂചിപ്പിക്കുന്ന ചിഹ്നമൊന്നുമില്ലാത്ത ഒരു പട്ടാളക്കോട്ടുമാണ് അയാൾ ധരിച്ചിരുന്നത്. അമ്പതിനോടടുത്ത പ്രായം. കോക്കസസ്സിലെ വെയിലുമായി ദീർഘകാലത്തെ പരിചയമുണ്ടെന്ന് അയാളുടെ ഇരുണ്ടനിറമുള്ള മുഖം വെളിപ്പെടുത്തി. അയാളുടെ അകാലനര ബാധിച്ച മേൽമീശ ആ ഉറച്ച കാൽവയ്പുകൾക്കും ആരോഗ്യവും ചുറുചുറുക്കുമാർന്ന രൂപത്തിനും തീരെ യോജിച്ചതായിരുന്നില്ല. ഞാൻ അയാളുടെ അടുത്തു ചെന്ന് അഭിവാദ്യം ചെയ്തു. അയാൾ പുകയുടെ ചുരുളുകൾ പുറത്തേക്ക് വിട്ടുകൊണ്ട് നിശ്ശബ്ദനായി പ്രത്യഭിവാദ്യം ചെയ്തു.

“നമ്മൾ സഹയാത്രികരാണ്, അല്ലേ?”

അയാൾ തല കുനിച്ചതല്ലാതെ ഒരക്ഷരം മിണ്ടിയില്ല.

“സ്താവ്റൊപൊലിലേയ്ക്കാണോ?”

“അതെ, സർ. ഞാൻ... സർക്കാർ വക സാമാനങ്ങൾ

2 കോക്കസിലെ മദ്യശാല

3 1 വേഴ്സ്റ്റ് = 1.0668 കി.മീ

കൊണ്ടുപോവുകയാണ്.”

“ഒരു സംശയം ചോദിക്കട്ടെ. താങ്കളുടെ ഭാരിച്ച വണ്ടി നാലു കാളകൾ നിഷ്പ്രയാസം വലിച്ചുകൊണ്ടുപോകുന്നു. അതേസമയം എന്റെ കാലിയായ വണ്ടി ആറുകാളകളും അവയെ സഹായിക്കുന്ന ഈ ഒസേറ്റിയന്മാരും ഒത്തുചേർന്നിട്ടും വളരെ പ്രയാസപ്പെട്ടാണ് മുമ്പോട്ട് പോകുന്നത്. അതിനു കാരണമെന്താണ്?”

അയാൾ അർഥഗർഭമായി പുഞ്ചിരിച്ചിട്ട് അളക്കുന്ന മട്ടിൽ എന്നെ ഒന്നു നോക്കി.

“താങ്കൾ കോക്കസെസ്സിൽ വന്നിട്ട് അധികം കാലമായില്ല, ഉവ്വോ?”

“ഒരു വർഷത്തോളമായി” ഞാൻ മറുപടി പറഞ്ഞു.

അയാൾ പിന്നെയും ചിരിച്ചു.

“ചോദിക്കാൻ കാരണമെന്താണ്?” ഞാൻ അന്വേഷിച്ചു.

“വെറുതെ ചോദിച്ചതാണ്. ഈ ഏഷ്യൻവംശജർ തനി തട്ടിപ്പുകാരാണ്! അവർ ഇങ്ങനെ ഒച്ചയിടുന്നതുകൊണ്ട് എന്തെങ്കിലും പ്രയോജനമുണ്ടെന്ന് താങ്കൾക്ക് തോന്നുന്നുണ്ടോ? അവർ എന്താണ് പറയുന്നതെന്ന് ആർക്കറിയാം! എന്നാൽ ആ കാളകൾക്ക് അത് ശരിക്കും മനസ്സിലാകും. താങ്കൾ ഇരുപതു കാളകളെ വണ്ടിയിൽ കെട്ടിയാലും അവർ സ്വന്തം ഭാഷയിൽ ഇങ്ങനെ ഒച്ചയിട്ടുതുടങ്ങിയാൽപ്പിന്നെ വണ്ടി അനങ്ങുകയില്ല... അവന്മാരെ വിശ്വസിച്ചുകൂടാ. പക്ഷേ എന്തു ചെയ്യാനാണ്? വഴിയാത്രക്കാരെ ഞെക്കിപ്പിഴിയാൻ അവർക്കിഷ്ടമാണ്. ഈ വഷളന്മാർ താങ്കളോട് കൈനീട്ടം ചോദിക്കുകയും ചെയ്യും, അല്ലെങ്കിൽ നോക്കിക്കോളൂ. എനിക്ക് ഇവരെ ശരിക്ക് മനസ്സിലായിട്ടുണ്ട്. എന്നെ ഇവർക്ക് പറ്റിക്കാൻ സാധ്യമല്ല!”

“താങ്കൾ ഇവിടെ ജോലിയായിട്ടു വളരെ നാളായോ?”

“ആയി. അലെക്സേയ് പെത്രോവിച്ച് [4] അതിർത്തിരേഖയിൽ വന്ന കാലം മുതൽ ഞാൻ ഇവിടെയാണ്”, നിവർന്ന്നിന്നുകൊണ്ട് അയാൾ മറുപടി പറഞ്ഞു. “അദ്ദേഹം വരുമ്പോൾ ഞാൻ ഒരു സബ് ലഫ്റ്റനന്റായിരുന്നു. അദ്ദേഹത്തിന്റെ കീഴിൽ എനിക്ക് രണ്ട് പ്രമോഷൻ കിട്ടി. മലനാട്ടുകാർക്കെതിരായി സേവനമനുഷ്ഠിച്ചതിനായിരുന്നു അത്.”

“ഇപ്പോഴോ?”

“ഇപ്പോൾ ഞാൻ മൂന്നാംനിര ബറ്റാലിയനിലാണ്. താങ്കളോ?”

ഞാൻ ആരാണെന്ന് അയാളോട് പറഞ്ഞു.

4 1816–1827 വരെ ജോർജിയയുടെ ഗവർണ്ണർ ജനറലായിരുന്ന അലെക്സേയ് പെത്രോവിച്ച് യെർമോലൊവ് (1777–1861)

അതോടെ സംഭാഷണം അവസാനിച്ചു. ഞങ്ങൾ നിശ്ശബ്ദരായി നടന്നു. മലമുകളിലെത്തിയപ്പോൾ അവിടെ മഞ്ഞുണ്ടായിരുന്നു. സൂര്യൻ അസ്തമിച്ചു. ഇടയ്ക്ക് അൽപം പോലും ഇടവേളയില്ലാതെ പകലിന് തൊട്ടുപിന്നിൽ രാത്രി എത്തി - തെക്കൻ നാടുകളിൽ അതാണ് പതിവ്. എന്നാൽ മഞ്ഞിന്റെ തിളക്കം കൊണ്ട് ഞങ്ങൾക്ക് വഴി കണ്ടുപിടിക്കാൻ പ്രയാസമുണ്ടായില്ല. പിന്നെയും കയറ്റമായിരുന്നു. എങ്കിലും അത് മുമ്പത്തെപ്പോലെ കുത്തനെയായിരുന്നില്ല. എന്റെ പെട്ടി വണ്ടിയിൽ വയ്ക്കാനും കാളകൾക്ക് പകരം കുതിരകളെ വണ്ടിയിൽ കെട്ടാനും കൽപന കൊടുത്തിട്ട് അടിയിലുള്ള താഴ്‌വര അവസാനമായി ഒരിക്കൽക്കൂടി കാണാൻ ഞാൻ തിരിഞ്ഞുനോക്കി. എന്നാൽ ഇടുക്കുകളിൽനിന്ന് തിരമാലകൾപോലെ ഉയർന്നുവന്ന മൂടൽമഞ്ഞ് താഴ്‌വരയെ നിശ്ശേഷം മൂടിയിരുന്നു. അതിന്റെ അഗാധതയിൽനിന്ന് യാതൊരു ശബ്ദവും കേൾക്കാനുണ്ടായിരുന്നില്ല. ഒസേറ്റിയന്മാർ ഉറക്കെ സംസാരിച്ചുകൊണ്ട് എന്റെ ചുറ്റുംകൂടി വോഡ്കയ്ക്ക് പണം ചോദിച്ചു. എന്നാൽ ക്യാപ്റ്റൻ അവരുടെ നേരെ ഭീഷണമായി ഗർജ്ജിക്കുന്നത് കേട്ട മാത്രയിൽ അവർ പിരിഞ്ഞുപോയി.

"അവർ എത്തരക്കാരാണെന്ന് കണ്ടില്ലേ!" അയാൾ പിറുപിറുത്തു. "ഒരു കഷ്ണം റൊട്ടി വേണം എന്നു പറയാൻ മാത്രം റഷ്യൻ അവർക്കറിയില്ല. പക്ഷേ, 'ഓഫീസർ, വോഡ്കയ്ക്ക് പണം തരൂ!' എന്നുപറയാൻ അവർ പഠിച്ചിട്ടുണ്ട്. ടാട്ടാറുകൾ അവരെക്കാൾ ഭേദമാണ്. മദ്യം തൊടുകയില്ലെന്ന മെച്ചമെങ്കിലും അവർക്കുണ്ട്..."

തപാൽ വണ്ടികളുടെ സ്റ്റേഷനിലെത്താൻ ഇനിയും ഒരു വേഴ്സ്റ്റ് സഞ്ചരിക്കണം. ചുറ്റുമുള്ള സർവ്വതും മൂകമായിരുന്നു. ഒരു കൊതുകിന്റെ മൂളൽകേട്ട് അതെങ്ങോട്ടാണ് പറന്നു പോകുന്നതെന്ന് മനസ്സിലാക്കാൻ പോന്ന നിശ്ശബ്ദത. ഇടത്തുവശത്ത് വാപൊളിച്ചുനിൽക്കുന്ന ഒരു ഇരുണ്ട ഇടുക്ക്. അതിനപ്പുറത്ത് ഞങ്ങൾ നിന്നിരുന്നിടത്തുനിന്ന് കുറേക്കൂടി മുമ്പിൽ മലയിടുക്കുകളാലും നീർച്ചാലുകളാലും ജര ബാധിച്ച നീലക്കൊടുമുടികൾ വെളുത്ത മഞ്ഞിന്റെ അട്ടികൾ ശിരസ്സിൽ വഹിച്ചുകൊണ്ട് പോക്കുവെയിലിന്റെ അവസാനത്തെ തിളക്കം ഇപ്പോഴും കാത്തു സൂക്ഷിച്ചിരുന്ന വിളറിയ ചക്രവാളത്തിനെതിരെ തലയുയർത്തി നിന്നിരുന്നു. ഇരുണ്ട ആകാശത്തിൽ നക്ഷത്രങ്ങൾ മിന്നിത്തിളങ്ങി. അത്ഭുതമെന്നു പറയട്ടെ, നമ്മുടെ വടക്കൻ പ്രദേശത്തുനിന്ന് നോക്കുമ്പോൾ കാണുന്നതിനെക്കാൾ വളരെ ഉയരത്തിലാണ് ഇവിടെ അവ കാണപ്പെടുന്നതെന്ന് തോന്നി. റോഡിന്റെ ഇരുവശങ്ങളിലും നഗ്നമായ കറുത്ത പാറകൾ നിലത്തുനിന്ന് മുകളിലേക്ക് ഉന്തിനിൽക്കുന്നത് കാണാമായിരുന്നു. അങ്ങിങ്ങായി ചില

കുറ്റിച്ചെടികൾ മഞ്ഞിൽനിന്ന് തലയുയർത്തി നിന്നിരുന്നു. ഒരൊറ്റ കരിയിലപോലും അനങ്ങിയിരുന്നില്ല. പ്രകൃതിയുടെ ഈ നിശ്ചല സുഷുപ്തിയ്ക്കിടയിൽ തപാൽ വണ്ടി വലിച്ച തളർന്ന കുതിരകൾ മുക്ര യിടുന്ന ശബ്ദവും റഷ്യൻ കുതിരവണ്ടികളുടെ പല താളത്തിലുള്ള മണിനാദവും കേൾക്കുന്നത് സുഖകരമായ ഒരനുഭവമായിരുന്നു.

"നാളെ നല്ല കാലാവസ്ഥയായിരിക്കുമെന്ന് തീർച്ചപ്പെടുത്താം", ഞാൻ അഭിപ്രായപ്പെട്ടു. എന്നാൽ ക്യാപ്റ്റൻ മറുപടിയൊന്നും പറഞ്ഞില്ല. പകരം അയാൾ ഞങ്ങളുടെ നേരെ മുമ്പിലായി ഉയർന്നു നിന്നിരുന്ന ഒരു പൊക്കമുള്ള മല ചൂണ്ടിക്കാണിച്ചു.

"എന്താണത്?" ഞാൻ ചോദിച്ചു.

"ഗുദ്-ഗറാ."

"അതുകൊണ്ടെന്താണ്?"

"അത് പുകയുതിർക്കുന്നത് കാണുന്നില്ലേ."

അതു ശരിയായിരുന്നു. ഗുദ്-ഗറായിൽനിന്ന് പുക ഉയരുന്നുണ്ടാ യിരുന്നു. അതിന്റെ ഓരങ്ങളിലൂടെ നേരിയ ധൂമപടലത്തിന്റെ വെളുത്ത മേഘശകലങ്ങൾ ഒഴുകിക്കൊണ്ടിരുന്നു. അതേ സമയം മലമുകളിൽ കാർമേഘം തങ്ങി നിന്നിരുന്നു. ഇരുണ്ട ആകാശത്തിന്റെ പശ്ചാത്ത ലത്തിൽപ്പോലും അത് ഒരു കറുത്തപാടുപോലെ കാണപ്പെട്ടു. അത്രയ്ക്കു കറുപ്പായിരുന്നു അതിന്.

തപാൽ വണ്ടികളുടെ സ്റ്റേഷനും അതിനുചുറ്റുമുള്ള കുടിലുകളുടെ മേൽക്കൂരയും കണ്ടുതുടങ്ങി. സ്വാഗതമോതുന്ന വിളക്കുകൾ ഞങ്ങളുടെ മുമ്പിൽ തെല്ലകലെയായി മിന്നിക്കൊണ്ടിരുന്നു. പെട്ടെന്ന് ഒരു തണുത്ത കാറ്റ് മലയിടുക്കിലൂടെ ചൂളം വിളിച്ചുകൊണ്ട് ചീറിപ്പാഞ്ഞുവ ന്നു. മഴ ചാറിത്തുടങ്ങി. ഒരു മേലങ്കിയെടുത്ത് തോളിലിടാൻ കഷ്ടിച്ച് എനിക്ക് സമയം കിട്ടി. അപ്പോഴേയ്ക്കും മഞ്ഞ് പെയ്തു തുടങ്ങി. ഞാൻ ബഹുമാനത്തോടെ ക്യാപ്റ്റന്റെ നേരെ നോക്കി.

"നമുക്ക് ഇന്ന് രാത്രി ഇവിടെ തങ്ങേണ്ടിവരുമെന്ന് തോന്നുന്നു." അയാൾ ഉൽക്കണ്ഠാകുലനായി പറഞ്ഞു. "ഇത്തരം ഹിമക്കാറ്റടിക്കു മ്പോൾ മല കടക്കാൻ സാധ്യമല്ല. ക്രെസ്തോവയുടെ മുകളിൽനി ന്ന് ഹിമാനികൾ പതിക്കുന്നത് കണ്ടോ?" ഒരു വണ്ടിക്കാരനോട് അയാൾ ചോദിച്ചു.

"ഇല്ല, യജമാനേ. എന്നാൽ താഴെ വീഴാൻ തയ്യാറായി ഒരു പാടെണ്ണം അവിടെ നിൽപുണ്ട്." ആ ഒസേറ്റിയൻ പറഞ്ഞു.

തപാൽ മന്ദിരത്തിൽ യാത്രക്കാർക്ക് താമസിക്കാൻ ഇടമി ല്ലായിരുന്നു. അതിനാൽ പുകപിടിച്ച ഒരു കുടിലാണ് ഞങ്ങൾക്ക്

താമസിക്കാൻ കിട്ടിയത്. ഞാൻ എന്റെ സഹയാത്രികനെ ചായ കുടിക്കാൻ ക്ഷണിച്ചു. എന്റെ കൈവശം ഒരു ഇരുമ്പു ചായപ്പാത്രം ഉണ്ടായിരുന്നു. കോക്കസസ്സിലെ യാത്രയ്ക്കിടയിൽ എനിക്ക് വളരെയേറെ ആശ്വാസം പകരാൻ കഴിഞ്ഞ ഒരു വസ്തുവായിരുന്നു അത്.

ആ കുടിൽ ഒരു പാറക്കെട്ടിന്റെ വശത്താണ് നിന്നിരുന്നത്. നനഞ്ഞ് വഴുക്കുന്ന മൂന്ന് പടവുകൾ ഞങ്ങളെ കുടിലിന്റെ വാതിൽക്കൽ എത്തിച്ചു. ഞാൻ തപ്പിത്തടഞ്ഞ് ഉള്ളിലേക്ക് കയറിയപ്പോൾ ഒരു പശുവിന്റെമേൽ ചെന്നുമുട്ടി. ഇവിടെയുള്ള ആളുകൾ മുൻവശത്തെ തളം ഒരു തൊഴുത്തായിട്ടാണ് ഉപയോഗിക്കുക. എങ്ങോട്ട് പോകണമെന്ന് എനിക്കറിയില്ലായിരുന്നു. ഒരിടത്ത് ചെമ്മരിയാട്ടുകളുടെ കരച്ചിൽ. മറ്റൊരിടത്ത് പട്ടിയുടെ മുറുമുറുക്കൽ. ഭാഗ്യവശാൽ ഇരുട്ടിലൂടെ അരിച്ചുകയറിയ ഒരു പ്രകാശം എന്നെ വാതിൽപോലെ തോന്നിച്ച ഒരു വിടവിനടുത്തേക്ക് നയിച്ചു. അതിവിചിത്രമായ ഒരു കാഴ്ചയായിരുന്നു ഞാൻ അവിടെ കണ്ടത്. പുകയേറ്റു കറുത്ത രണ്ടു തൂണുകളിൽ താങ്ങി നിർത്തിയ മേൽക്കൂരയോടുകൂടിയ ആ വിശാലമായ കുടിലിനുള്ളിൽ ആളുകൾ തിങ്ങിക്കൂടി ഇരുന്നിരുന്നു. കുടിലിന്റെ മധ്യത്തിലായി വെറും മണ്ണിൽ തീ കൂട്ടിയിട്ടുണ്ട്. അതിൽനിന്നുള്ള പുക മേൽക്കൂരയിലൂടെ അകത്തേക്ക് അടിച്ചുകയറുന്ന കാറ്റിന്റെ ശക്തികൊണ്ട് പുറത്തുകടക്കാൻ നിവൃത്തിയില്ലാതെ അവിടെത്തന്നെ തിങ്ങിനിന്നിരുന്നതിനാൽ കുറേ നേരത്തേക്ക് എനിക്ക് ചുറ്റുമുള്ളതൊന്നും തിരിച്ചറിയാൻ കഴിഞ്ഞില്ല. രണ്ടു വൃദ്ധകളും ഒരു പറ്റം കുട്ടികളും ഒരു മെല്ലിച്ച ജോർജിയക്കാരനും തീയുടെ ചുറ്റും ഇരിക്കുന്നുണ്ടായിരുന്നു. അവരെല്ലാം കീറിപ്പറിഞ്ഞ വസ്ത്രങ്ങളാണ് ധരിച്ചിരുന്നത്. തീയുടെ അടുത്ത് ചെന്നിരുന്ന് പൈപ്പു കത്തിക്കുകയല്ലാതെ ഞങ്ങൾക്ക് മറ്റുമാർഗമൊന്നും ഉണ്ടായിരുന്നില്ല. താമസിയാതെ ചായപ്പാത്രത്തിലെ വെള്ളം തിളയ്ക്കുന്ന സുഖകരമായ ശബ്ദവും കേട്ടുതുടങ്ങി.

"ദയനീയമായ ജീവികൾ". അത്ഭുതസ്തബ്ധരായിട്ടെന്നപോലെ മൗനമായി ഞങ്ങളെ തുറിച്ചുനോക്കിക്കൊണ്ടിരുന്നിരുന്ന വൃത്തിഹീനരായ ആതിഥേയരെ നോക്കി തലയാട്ടിക്കൊണ്ട് ഞാൻ ക്യാപ്റ്റനോട് പറഞ്ഞു.

"മന്ദബുദ്ധികളായ ജനങ്ങൾ", അയാൾ പറഞ്ഞു.

"അവർക്ക് ഒന്നും ചെയ്യാൻ കഴിവില്ല. ഒന്നും പഠിക്കാനും കഴിയുകയില്ല. നമ്മുടെ കബർദീയന്മാരും ചെചെൻ വർഗക്കാരും ധൂർത്തന്മാരും തട്ടിപ്പുകാരുമാണെങ്കിലും നല്ല യോദ്ധാക്കളാണ്. എന്നാൽ ഇവർക്ക്

ആയുധങ്ങളിൽപ്പോലും താൽപര്യമില്ല. ഇവരിൽ ഒരാൾക്കുപോലും ഒരു നല്ല കഠാരി ഉണ്ടായിരിക്കയില്ലെന്ന് ഞാൻ ഉറപ്പുപറയാം. അല്ലെങ്കിൽ ഒസേറ്റിയന്മാരിൽ നിന്ന് മറ്റെന്ത് പ്രതീക്ഷിക്കാനാണ്!"

"താങ്കൾ ചെച്നിയയിൽ വളരെക്കാലമുണ്ടായിരുന്നോ?"

"പത്തു വർഷം ഞാൻ അവിടെയായിരുന്നു. ഒരു കമ്പനിയോടൊപ്പം കാമെനി രാജപാതക്കടുത്തുള്ള ഒരു കോട്ടയ്ക്ക് കാവൽനിൽക്കുകയായിരുന്നു. താങ്കൾക്ക് ആ സ്ഥലം അറിയാമോ?"

"കേട്ടിട്ടുണ്ട്."

"അതെ അവിടെ ധാരാളം മുഠാളന്മാരുണ്ടായിരുന്നു. ഇപ്പോൾ ദൈവം സഹായിച്ച് അവിടെ താരതമ്യേന ശാന്തമാണ്. എന്നാൽ കൊത്തളം വിട്ട് നൂറു ചുവടുവയ്ക്കാൻ ഭയപ്പെടേണ്ട ഒരു കാലമുണ്ടായിരുന്നു. രോമാവൃതരായ ആ ചെകുത്താന്മാരിൽ ഒരാൾ ഒളിച്ചിരിക്കുന്നുണ്ടാവും. എപ്പോഴും ജാഗ്രത പാലിച്ചില്ലെങ്കിൽ കഴുത്തിൽ കുടുക്കുകയർ വന്നു വീഴുകയോ വെടിയുണ്ട തുളച്ചുകയറുകയോ ചെയ്യുമായിരുന്നു. അവർ ഭയങ്കര [illegible]മാണ്."

"താങ്കൾ പല സാഹസകൃത്യങ്ങളും നടത്തിയിട്ടുണ്ടാവും. ഇല്ലേ?" ജിജ്ഞാസയുടെ പ്രേരണയാൽ ഞാൻ ചോദിച്ചു.

"അതെ, ധാരാളമുണ്ടായിരുന്നു..."

അയാൾ മേൽമീശയുടെ ഇടത്തേ അറ്റം പിരിച്ചുകൊണ്ട് ചിന്താമഗ്നനായി തലകുനിച്ചിരുന്നു. അയാളിൽനിന്നും ഒരു കഥ കേൾക്കണമെന്ന് എനിക്ക് കലശലായ മോഹം തോന്നി. കാണുകയും കേൾക്കുകയും ചെയ്യുന്ന വസ്തുതകളെല്ലാം എഴുതിവയ്ക്കുന്ന ഒരു സഞ്ചാരിക്ക് അങ്ങനെ ഒരാഗ്രഹം തോന്നുന്നത് സ്വാഭാവികമാണല്ലോ. ഇതിനിടെ ചായ തിളച്ചു. ഞാൻ എന്റെ പെട്ടിയിൽനിന്ന് രണ്ടു ഗ്ലാസുകൾ പുറത്തെടുത്ത് ചായ പകർന്ന് അവയിലൊന്ന് ക്യാപ്റ്റന്റെ മുമ്പിൽ വച്ചു. അയാൾ ഒരു കവിൾ കുടിച്ചിട്ട് ആത്മഗതമെന്നോണം പറഞ്ഞു: "അതെ, ധാരാളമുണ്ടായിരുന്നു.!" ഈ ഉൽഘോഷം എനിക്ക് ആശയ്ക്കു വകനൽകി. കോക്കസസ്സിൽ ദീർഘകാലം താമസിച്ചിട്ടുള്ള ആളുകൾ പൊതുവെ സംസാരപ്രിയന്മാരാണെന്ന് എനിക്കറിയാമായിരുന്നു. എന്നാൽ അവർക്ക് അതിന് അവസരം കിട്ടാറില്ല. ഒരാളെ ഒരു സേനാവിഭാഗത്തോടൊപ്പം അഞ്ചുവർഷം തുടർച്ചയായി സേവനമനുഷ്ഠിക്കാൻ വല്ല ഓണംകേറാമൂലയിലേക്കും അയയ്ക്കുക പതിവായിരുന്നു. "ശുഭദിനം" എന്ന് പറഞ്ഞ് അഭിവാദ്യം ചെയ്യുന്ന ഒരാളെപ്പോലും അവിടെ കണ്ടുമുട്ടാറില്ല (സാർജന്റുമാരുടെ ശബ്ദകോശത്തിൽ അത്തരം അഭിവാദ്യം ഉൾപ്പെടുന്നില്ല). സംസാരിക്കാൻ

ഒരുപാട് വിഷയങ്ങൾ അവിടെയുണ്ട്. ചുറ്റുമുള്ള അപരിഷ്കൃതരായ വിചിത്രജനത, സദാ പതിയിരിക്കുന്ന അപകടങ്ങൾ, അസാധാരണമായ സാഹസ കൃത്യങ്ങൾ. അവയിൽ എത്രയോ തുച്ഛമായ ഒരംശം മാത്രമേ നമുക്ക് രേഖപ്പെടുത്താൻ കഴിയുന്നുള്ളൂ എന്നോർക്കുമ്പോൾ ഖേദം തോന്നിപ്പോകും.

"അൽപം റം കഴിക്കുന്നതിൽ വിരോധമുണ്ടോ?" ഞാൻ ചോദിച്ചു. "ഞാൻ തിഫ്‌ലീസിൽനിന്നും കുറച്ച് വെളുത്ത റം കൊണ്ടുവന്നിട്ടുണ്ട്. ഈ തണുപ്പത്ത് അത് സ്വൽപം കഴിച്ചാൽ ചൂടാകും."

"നന്ദി. ഞാൻ കഴിക്കുകയില്ല."

"അതെങ്ങിനെ?"

"അത് തൊടുകയില്ലെന്ന് ഞാൻ ശപഥം ചെയ്തു. ഒരിക്കൽ ഞാൻ സബ്‌ലഫ്റ്റനന്റായിരിക്കുമ്പോൾ ഞങ്ങൾ ഒരു മദിരോത്സവം നടത്തി. അതെങ്ങിനെയെന്ന് നിങ്ങൾക്കറിയാമല്ലോ. അന്ന് രാത്രി ഒരു അപകട സൂചന മുഴങ്ങി. ഞങ്ങൾ അണികൾക്കു മുമ്പിൽ ലക്കുകെട്ട നിലയിലാണ് പ്രത്യക്ഷപ്പെട്ടത്. അലെക്സേയ് പെത്രോവിച്ച് അതറിഞ്ഞപ്പോൾ ഞങ്ങൾക്ക് കണക്കിന് കിട്ടി. ദൈവമേ, അന്നത്തെ അദ്ദേഹത്തിന്റെ രോഷാകുലമായ മുഖം എനിക്ക് ഒരിക്കലും മറക്കാൻ കഴിയുകയില്ല! ഞങ്ങൾ കോർട്ട്മാർഷലിൽനിന്ന് കഷ്ടിച്ച് രക്ഷപ്പെട്ടെന്നേയുള്ളൂ. അതങ്ങിനെയാണ്. ഒരു വർഷം മുഴുവൻ ചിലപ്പോൾ മറ്റാരേയും കാണാതെ കഴിയേണ്ടിവരും. അപ്പോൾ കുടി തുടങ്ങിയാൽ ജീവിതം തുലഞ്ഞതുതന്നെ."

അതുകേട്ടപ്പോൾ ഇനി ഒന്നും പ്രതീക്ഷിക്കാനില്ലെന്ന് എനിക്ക് തോന്നി.

"ചെർക്കീസുകാരുടെ കാര്യം തന്നെ എടുക്കാം." അയാൾ തുടർന്നു. "ഒരു വിവാഹസദ്യയിലോ അടിയന്തിരത്തിലോ പങ്കെടുത്ത് മൂക്കറ്റം കുടിച്ചു കഴിഞ്ഞാൽ അവർ അടിപിടി ഉണ്ടാക്കും. ഒരിക്കൽ ഞാൻ നമ്മുടെ അധീനത്തിലുള്ള ഒരു പ്രഭുവിന്റെ അതിഥിയായിരുന്നിട്ടുപോലും കഷ്ടിച്ച് രക്ഷപ്പെട്ടെന്നേയുള്ളൂ."

"അതെങ്ങിനെ സംഭവിച്ചു?"

"അതു പറയാം" അയാൾ പൈപ്പിൽ പുകയില നിറച്ചു കത്തിച്ച് ഒരു വലി വലിച്ചിട്ട് കഥ പറയാനാരംഭിച്ചു. "ടെറെക്കിനപ്പുറമുള്ള ഒരു കോട്ട[5]യിൽ ഒരു സേനാവിഭാഗത്തോടൊപ്പം ഞാൻ സേവനമനുഷ്ഠിക്കുകയായിരുന്നു. - ഏകദേശം അഞ്ചുവർഷം മുമ്പാണത്.

5കോക്കസസ്സ് യുദ്ധകാലത്ത് പർവ്വതപ്രദേശത്തുനിന്നുള്ള ആക്രമണകാരികളിൽ നിന്ന് രക്ഷപ്പെടാൻ റഷ്യാക്കാർ ഉയർത്തിയിരുന്ന സംരക്ഷണനിര ടെറെക്ക് നദിയുടെയും കബാൻ നദിയുടെയും തീരങ്ങൾവരെ നീണ്ടുകിടന്നു.

ഒരു ശരൽക്കാലത്ത് ഞങ്ങൾക്കുള്ള ആഹാരസാധനങ്ങളുമായി ഒരു സംഘം വണ്ടികൾ അവിടെ എത്തി. ഉദ്ദേശം ഇരുപത്തഞ്ച് വയസ്സുവരുന്ന ഒരു ഓഫീസറും വണ്ടികളോടൊപ്പം വന്നിരുന്നു. അയാൾ ഔദ്യോഗിക യൂണിഫോറം അണിഞ്ഞ് എന്റെ മുമ്പിൽ ഹാജരായി. എന്നോടൊപ്പം മുന്നണിയിൽ സേവനമനുഷ്ഠിക്കാൻ തനിക്ക് കൽപന കിട്ടിയിട്ടുണ്ടെന്ന് എന്നെ അറിയിച്ചു. ചടച്ചു വിളറിയ അയാളുടെ രൂപവും മതിപ്പുളവാക്കുന്ന യൂണിഫോറവും കണ്ടപ്പോൾ അയാൾ പുതുതായി കോക്കസസ്സിൽ എത്തിയ ആളാണെന്ന് എനിക്ക് മനസ്സിലായി. 'നിങ്ങളെ റഷ്യയിൽനിന്ന് ഇങ്ങോട്ട് സ്ഥലം മാറ്റിയതാണോ?' ഞാൻ ചോദിച്ചു. 'അതേ, സർ' അയാൾ മറുപടി പറഞ്ഞു. ഞാൻ അയാളുടെ കൈ പിടിച്ചുകൊണ്ട് പറഞ്ഞു. 'നിങ്ങൾക്ക് സ്വാഗതം. നിങ്ങൾ വന്നതിൽ ഞാൻ അതിയായി സന്തോഷിക്കുന്നു. ഇവിടെ നിങ്ങൾക്ക് അൽപം മുഷിവു തോന്നാനിടയുണ്ട്... എങ്കിലും നമുക്ക് ഇരുവർക്കും ഇവിടെ സന്തോഷമായി ജീവിക്കാൻ കഴിയുമെന്ന് എനിക്കുറപ്പുണ്ട്. വിരോധമില്ലെങ്കിൽ എന്നെ മക്സീം മക്സീമിച്ച് എന്ന് സംബോധന ചെയ്താൽ മതി. മാത്രവുമല്ല ഇവിടെ യൂണിഫോറം ധരിച്ചു നടക്കേണ്ട ആവശ്യവുമില്ല. മിലിട്ടറി തൊപ്പി ധരിച്ചിരിക്കണമെന്നേയുള്ളൂ.' അയാൾക്ക് താമസ സ്ഥലം നൽകപ്പെട്ടു. അങ്ങനെ അയാൾ മുന്നണിയിൽ താമസമാക്കി."

"അയാളുടെ പേരെന്തായിരുന്നു?" ഞാൻ മക്സിം മക്സീമിച്ചിനോട് ചോദിച്ചു.

"ഗ്രിഗോറി അലക്സാണ്ട്രോവിച്ച് പെച്ചോറിൻ എന്നായിരുന്നു. ബഹുസമർത്ഥനായിരുന്ന ആ പയ്യനെന്ന് ഞാൻ ഉറപ്പിച്ചു പറയാം. എന്നാൽ അയാളുടെ സ്വഭാവം അൽപം വിചിത്രമായിരുന്നു. ഒരു ഉദാഹരണം പറയാം. ചിലപ്പോൾ അയാൾ മഴയും തണുപ്പും വകവയ്ക്കാതെ ഏതാനും ദിവസങ്ങൾ തുടർച്ചയായി വേട്ടയാടാൻ പോകും. അയാളുടെ സ്ഥാനത്ത് മറ്റാരാണെങ്കിലും തണുപ്പുകൊണ്ടും ക്ഷീണം കൊണ്ടും തളർന്നുപോകുമായിരുന്നു. പക്ഷേ, അയാൾക്ക് ഒരു കോട്ടവും പറ്റാറില്ല. എന്നാൽ ചിലപ്പോൾ മുറിയിലേക്ക് അൽപം തണുത്ത കാറ്റുകയറിയാൽ മതി, തനിക്ക് തണുപ്പടിച്ചെന്ന് അയാൾ പരാതിപ്പെടും. ഒരു ജനാല ശബ്ദത്തോടെ അടയുന്നത് കേട്ട് അയാൾ ഞെട്ടുകയും വിളറുകയും ചെയ്യാറുണ്ട്. എന്നാൽ ഒരിക്കൽ ഒരു കാട്ടുപന്നിയുടെ പിന്നാലെ അയാൾ ഒറ്റയ്ക്ക് പാഞ്ഞുചെല്ലുന്നത് ഞാൻ എന്റെ സ്വന്തം കണ്ണുകൾ കൊണ്ട് കണ്ടിട്ടുണ്ട്. ചിലപ്പോൾ വാ തുറക്കാതെ അയാൾ മണിക്കൂറുകളോളം ഇരിക്കും. എന്നാൽ ഇടയ്ക്ക് വല്ലപ്പോഴും അയാൾ കഥ പറയാനാരംഭിക്കും. അപ്പോൾ കേൾവിക്കാർ ചിരിച്ചു

ചിരിച്ച മണ്ണുകപ്പം... അതേ, അതിവിചിത്രനായ ഒരു മനുഷ്യനായിരുന്നു അയാൾ. അയാളുടെ കൈവശം വിലപിടിച്ച അനവധി സാധനങ്ങളുണ്ടായിരുന്നു. അയാൾ ഒരു ധനവാനായിരുന്നിരിക്കണം"

"അയാൾ എത്രകാലം താങ്കളോടൊപ്പം ഉണ്ടായിരുന്നു.?" ഞാൻ ചോദിച്ചു.

"ഏകദേശം ഒരു വർഷത്തോളം, പക്ഷേ, ആ ഒരു വർഷം ജീവിതത്തിലൊരിക്കലും ഞാൻ മറക്കുകയില്ല. അയാൾ എനിക്ക് എന്തൊക്കെ ബുദ്ധിമുട്ടുകളാണ് വരുത്തിവച്ചതെന്നോ! ദൈവം അയാൾക്ക് മാപ്പുകൊടുക്കട്ടെ! തികച്ചും വിചിത്രമായ സംഭവങ്ങളിൽ ചെന്ന് ചാടുക എന്നത് ചിലരുടെ തലവിധിയാണെന്ന് സമാധാനിക്കാം!"

"വിചിത്രമായ സംഭവങ്ങളോ?" ഞാൻ അയാൾക്ക് കുറെക്കൂടി ചായ പകർന്നുകൊടുക്കുന്നതിനിടയിൽ ആകാംക്ഷയോടെ ചോദിച്ചു.

"ഞാൻ ആ കഥ പറയാം. ഞങ്ങളുടെ കോട്ടയിൽനിന്ന് ഏകദേശം ആറ് വേഴ്സ്റ്റ് അകലെ നമ്മോട് അടുപ്പമുള്ള ഒരു പ്രഭു താമസിച്ചിരുന്നു. അയാളുടെ പതിനഞ്ച് വയസ്സ് പ്രായമുള്ള മകൻ നിത്യേന നമ്മുടെ കോട്ടയിൽ വരാറുണ്ടായിരുന്നു. ഒരു കാര്യത്തിനല്ലെങ്കിൽ മറ്റൊരു കാര്യത്തിന് അവർ അവിടെ വരാത്ത ദിവസമുണ്ടായിരുന്നില്ല. പെച്ചോറിനും ഞാനും ആ കുട്ടിയെ ലാളിച്ച വഷളാക്കിയിരുന്നുവെന്ന്കൂടി പറയട്ടെ. എല്ലാ കാര്യങ്ങളിലും സമർത്ഥനും അതിസാഹസികനുമായ ഒരു ബാലനായിരുന്നു അവൻ. കുതിരയെ കുതിച്ചോടിച്ച പോകുന്നതിനിടയിൽ കുതിരപ്പുറത്തിരുന്നുകൊണ്ടു തന്നെ നിലത്തുകിടക്കുന്ന ഒരു തൊപ്പി പൊക്കിയെടുക്കാൻ അവന്ന് കഴിയുമായിരുന്നു. ഉന്നം പിഴയ്ക്കാതെ വെടിവയ്ക്കാനും സമർത്ഥൻ. എന്നാൽ അവന് ഒരു ദോഷമുണ്ടായിരുന്നു. പണത്തോടുള്ള അത്യാർത്തിയായിരുന്നു അത്. പിതാവിന്റെ ആട്ടിൻ പറ്റത്തിലെ ഏറ്റവും നല്ല ആടിനെ മോഷ്ടിച്ചുകൊണ്ടുവരികയാണെങ്കിൽ അവന് ഒരു സ്വർണ്ണനാണയം കൊടുക്കാമെന്ന് തമാശയ്ക്കുവേണ്ടി ഒരിക്കൽ പെച്ചോറിൻ അവനോട് പറഞ്ഞു. എന്നിട്ടെന്തായെന്നോ? അന്നുരാത്രിതന്നെ അവൻ അതിനെ കൊമ്പിൽ പിടിച്ചുവലിച്ചിഴച്ച് ഞങ്ങളുടെ മുമ്പിൽ ഹാജരാക്കി. അവനെ കളിയാക്കാൻ ശ്രമിച്ചാൽ അവൻ പൊട്ടിത്തെറിക്കുകയും കഠാരയിൽ കൈവയ്ക്കുകയും ചെയ്യുമായിരുന്നു. 'അസമാത്, ഇത് ചീത്തയായേ കലാശിക്കൂ.' ഞാൻ അവനോട് പറയും. 'ഇത് നിന്റെ തലയ്ക്ക് 'യമാൻ'[6] ആയിരിക്കും!"

ഒരിക്കൽ പ്രഭു തന്നെ ഒരു കല്യാണത്തിന് ക്ഷണിക്കാനായി

6 യമാൻ = ചീത്ത (ലേർമൊന്തോവിന്റെ കുറിപ്പ്)

ഞങ്ങളുടെ കോട്ടയിൽ വന്നു. അയാളുടെ മൂത്ത മകളുടെ കല്യാണ മായിരുന്നു. ഞങ്ങൾ അയാളുടെ കുനാക്ക[7]കളായിരുന്നതിനാൽ അയാൾ ഒരു ടാട്ടാറായിരുന്നെങ്കിൽപ്പോലും പോകാതെ ഗത്യന്തര മുണ്ടായിരുന്നില്ല. അതിനാൽ ഞങ്ങൾ അങ്ങോട്ട് പുറപ്പെട്ടു. ഗ്രാമ ത്തിലെത്തിയപ്പോൾ കുരച്ചുചാടുന്ന ഒരു സംഘം പട്ടികൾ ഞങ്ങളെ എതിരേറ്റു. ഞങ്ങളെ കണ്ടയുടൻ സ്ത്രീകൾ ഒളിച്ചു. ഞങ്ങളുടെ കൺമു ന്നിൽ മിന്നി മറഞ്ഞ മുഖങ്ങളാകട്ടെ സുന്ദരമായിരുന്നെന്ന് പറഞ്ഞു കൂടാ. 'ചെർക്കീസ് സ്ത്രീകളെപ്പറ്റി എനിക്കുണ്ടായിരുന്ന സങ്കൽപം ഇതല്ല.' ഗ്രിഗോറി അലക്സാന്ദ്രോവിച്ച് എന്നോടു പറഞ്ഞു. 'അൽപം ക്ഷമിക്കൂ', ഞാൻ ഒരു പുഞ്ചിരിയോടെ മറുപടി പറഞ്ഞു. എനിക്ക് ചില പദ്ധതികളുണ്ടായിരുന്നു.

പ്രഭുവിന്റെ വീട് ആൾക്കാരെക്കൊണ്ട് നിറഞ്ഞിരുന്നു. കണ്ടുമുട്ടു ന്നവരെയൊക്കെ കല്യാണത്തിന് ക്ഷണിക്കുന്നത് ഏഷ്യാക്കാരുടെ പതിവാണെന്ന് അറിയാമല്ലോ. ആദരപൂരസ്സരം ഞങ്ങൾ സ്വീകരിക്ക പ്പെട്ടു, ഏറ്റവും നല്ല മുറിയിലാണ് ഞങ്ങളെ ഇരുത്തിയത്. എങ്കിലും ഞങ്ങളുടെ കുതിരകളെ അവർ എവിടെയാണ് കെട്ടിയിരിക്കുന്നതെ ന്ന ഉള്ളിൽ കടക്കുന്നതിനുമുമ്പ് ഞാൻ നോക്കിവച്ചു. അവിചാരിത മായി എന്തെങ്കിലും സംഭവിച്ചാൽ അതാവശ്യമാണല്ലോ."

"അവർ കല്യാണം ആഘോഷിക്കുന്നത് എങ്ങനെയാണ്?" ഞാൻ ക്യാപ്റ്റനോട് ചോദിച്ചു.

"സാധാരണപോലെ തന്നെ. ആദ്യമുള്ള കൊറാനിൽനിന്ന് എന്തോ വായിക്കും. പിന്നീട് നവദമ്പതികൾക്കും അവരുടെ ബന്ധു ക്കൾക്കും സമ്മാനങ്ങൾ നൽകപ്പെടും. അതുകഴിഞ്ഞ് തീറ്റയും കുടിയുമാണ്. ഒടുവിൽ കുതിരസ്സവാരിയിലുള്ള സാമർഥ്യപ്രകടനം തുടങ്ങും. കീറിപ്പറിഞ്ഞ വസ്ത്രങ്ങളണിഞ്ഞ ഒരു മനുഷ്യൻ ഒരു ചാവാലിക്കുതിരയുടെ പുറത്ത് മുമ്പിൽ സഞ്ചരിച്ച് വിദൂഷകനെ പ്പോലെ ആൾക്കാരെ രസിപ്പിക്കുന്നതും ഇവരുടെ ഒരു പതിവാണ്. അതു കഴിഞ്ഞ് നേരം ഇരുട്ടിത്തുടങ്ങുമ്പോൾ, നമ്മുടെ നൃത്തവിരുന്ന് പോലുള്ള ഒരു പരിപാടി ആരംഭിക്കും. ഏറ്റവും നല്ല മുറിയിലാണ് അത് നടത്തപ്പെടുക. നമ്മുടെ ബലലൈക്ക പോലിരിക്കുന്ന മൂന്ന് തന്ത്രികളുള്ള ഒരുതരം വീണയിൽ - അതിന്റെ പേരെന്താണെ ന്ന് ഓർക്കാൻ കഴിയുന്നില്ല. - ഒരു കിഴവൻ മുട്ടിക്കൊണ്ടിരിക്കും. യുവതികളും യുവാക്കന്മാരും രണ്ട് വരിയായിനിന്ന് മുഖത്തോടുമുഖം നോക്കി കൈകൊട്ടുകയും പാടുകയും ചെയ്യും. പിന്നീട് യുവതികളിൽ ഒരുവളും ഒരു യുവാവും മധ്യത്തിൽ വന്നുനിന്ന് ശ്ലോകങ്ങളിലൂടെ

7 കുനാങ് മിത്രം - ലേർമൊന്തോവിന്റെ കുറിപ്പ്

പരസ്പരം എന്തൊക്കെയോ പറഞ്ഞുതുടങ്ങും. മറ്റുള്ളവർ അതേറ്റുപാട്ടും. ഞാനും പെച്ചോറിനും വിശിഷ്ടാതിഥികൾക്കുള്ള സ്ഥാനത്താണിരുന്നിരുന്നത്. അൽപം കഴിഞ്ഞപ്പോൾ ആതിഥേയന്റെ ഇളയമകളായ ഒരു പതിനാറുകാരി പെച്ചോറിന്റെ മുമ്പിൽ വന്നു നിന്ന് പാടിത്തുടങ്ങി... അത് ഒരുതരം പ്രശംസയായിരുന്നെന്ന് പറയാം.

"എന്താണ് അവൾ പാടിയതെന്ന് ഓർമ്മയുണ്ടോ?"

"ഉണ്ട്. ഏതാണ്ട് ഇങ്ങനെയാണ്: 'ഞങ്ങളുടെ കുതിരപ്പടയാളികൾ വീരന്മാരാണ്. അവരുടെ പടച്ചട്ടകൾ വെള്ളികൊണ്ട് അലങ്കരിക്കപ്പെട്ടവയാണ്. എന്നാൽ റഷ്യൻ ഓഫീസർ വീരരിൽ വീരനാണ്. അദ്ദേഹത്തിന്റെ ബഹുമതി ചിഹ്നങ്ങൾ സ്വർണത്തിൽ തീർത്തവയാണ്. അദ്ദേഹം ഒരു പോപ്ലാർമരം പോലെയാണ്. എങ്കിലും അത് ഞങ്ങളുടെ തോട്ടത്തിൽ വളരുകയോ പൂവണിയുകയോ ഇല്ല.' പെച്ചോറിൻ എണീറ്റുനിന്ന് നെറ്റിയിലും ഹൃദയത്തിലും കൈ അമർത്തി അവളെ അഭിവാദ്യം ചെയ്തിട്ട് അവളോട് മറുപടി പറയാൻ എന്നോട് ആവശ്യപ്പെട്ടു. അവരുടെ ഭാഷ നല്ല വശമുണ്ടായിരുന്നതിനാൽ ഞാൻ അയാളുടെ മറുപടി പരിഭാഷപ്പെടുത്തിക്കൊടുത്തു.

അവൾ അവിടെനിന്ന് പോയപ്പോൾ ഞാൻ അയാളോട് സ്വകാര്യമായി ചോദിച്ചു. 'ശരി, അവളെപ്പറ്റി എന്താണഭിപ്രായം?' 'അതിസുന്ദരിയാണ്'. അയാൾ പറഞ്ഞു. 'എന്താണ് അവളുടെ പേര്?' 'ബേള', ഞാൻ ഉത്തരം കൊടുത്തു.

വാസ്തവത്തിൽ അവൾ അതിസുന്ദരിയായിരുന്നു. നല്ല ഉയരമുള്ള കൃശാംഗിയായ ഒരു പെൺകിടാവ്. അവളുടെ കരിമിഴികൾ ആത്മാവിലേക്ക് ചുഴിഞ്ഞിറങ്ങുന്നവയായിരുന്നു. പെച്ചോറിൻ ചിന്താഭരിതനായി അവളെത്തന്നെ നോക്കിയിരുന്നു. അവളാകട്ടെ ഇടയ്ക്കിടെ അയാളെ ഒളികണ്ണിട്ട് നോക്കുന്നുമുണ്ടായിരുന്നു. എന്നാൽ സുന്ദരിയായ ആ പ്രഭുകുമാരിയുടെ ആരാധകൻ പെച്ചോറിൻ മാത്രമായിരുന്നില്ല. മുറിയുടെ മറ്റൊരു കോണിൽനിന്ന് ജ്വലിക്കുന്ന അചഞ്ചലമായ രണ്ടു കണ്ണുകൾ അവളെത്തന്നെ തുറിച്ചുനോക്കിക്കൊണ്ടിരുന്നു. സൂക്ഷിച്ചുനോക്കിയപ്പോൾ അത് എന്റെ പഴയ പരിചയക്കാരനായ കാസ്ബിച്ച് ആണെന്ന് മനസ്സിലായി. നമ്മോട് അടുപ്പമുള്ള ആൾ എന്ന് അയാളെ ഒരിക്കലും വിശേഷിപ്പിക്കാനാവില്ലായിരുന്നെങ്കിലും നമുക്ക് എതിരായിരുന്നു അയാളെന്ന് കാണിക്കാൻ തെളിവുകളൊന്നും ഉണ്ടായിരുന്നില്ല. അയാളെപ്പറ്റി പല സംശയങ്ങളും ഉണ്ടായിരുന്നു. എന്നാൽ എന്തെങ്കിലും ദുഷ്ചെയ്തികളുടെ പേരിൽ ഒരിക്കൽപോലും അയാൾ പിടിക്കപ്പെട്ടിട്ടില്ല. ഇടയ്ക്ക് വല്ലപ്പോഴും കുറെ മുട്ടനാടുകളെ അയാൾ കോട്ടയിൽ കൊണ്ടുവന്ന് കുറഞ്ഞ

വിലയ്ക്ക് വിൽക്കാറുണ്ടായിരുന്നു. എന്നാൽ അയാളോട് വിലപേശാൻ സാധ്യമായിരുന്നില്ല. ചോദിക്കുന്ന വില കൊടുക്കണം. താൻ ചോദിക്കുന്ന വിലയിൽനിന്ന് ഒരു ചില്ലിക്കാശുപോലും കുറയ്ക്കാൻ അയാൾ ഒരിക്കലും തയ്യാറാവുകയില്ലായിരുന്നു. അയാൾ അബ്റെക്കു[8]കളുടെ കൂടെ കബാൻ പ്രദേശത്തിനപ്പുറത്തേക്ക് പോകാറുണ്ടെന്ന് പറഞ്ഞുകേട്ടിട്ടുണ്ട്. സത്യം പറഞ്ഞാൽ ഒരു കൊള്ളക്കാരന്റെ എല്ലാ ബാഹ്യലക്ഷണങ്ങളും അയാൾക്കുണ്ടായിരുന്നു. വിരിഞ്ഞ ചുമലുകളുള്ള, മെല്ലിച്ച് പൊക്കം കുറഞ്ഞ ഒരു മനുഷ്യനായിരുന്നു അയാൾ. അതി ബുദ്ധിമാൻ. അയാൾ ധരിച്ചിരുന്ന ജാക്കറ്റ് കീറിയതും കണ്ടംവച്ചതുമായിരുന്നെങ്കിലും അയാളുടെ ആയുധങ്ങൾ വെള്ളികെട്ടിയവയായിരുന്നു. കബർദാ പ്രദേശം മുഴുവൻ സുപ്രസിദ്ധമായ ഒരു കുതിരയായിരുന്നു അയാളുടേത്. അതിലും നല്ല ഒരു കുതിരയെപ്പറ്റി സങ്കൽപ്പിക്കാൻപോലും സാധ്യമല്ല. ചുറ്റുമുള്ള കുതിരയോട്ടക്കാർക്ക് അയാളോട് കടുത്ത അസൂയ തോന്നാൻ മതിയായ കാരണമുണ്ടായിരുന്നു. അവർ പലതവണ ആ കുതിരയെ മോഷ്ടിക്കാൻ ശ്രമിച്ചിട്ടുണ്ട്. പക്ഷേ, ഒരിക്കലും വിജയിച്ചിട്ടില്ല. കൺമുമ്പിൽ നിൽക്കുന്നതുപോലെ ആ കുതിരയെ ഇപ്പോഴും എനിക്ക് മനസ്സിൽ കാണാം. കരിപോലെ കറുത്ത നിറവും വലിച്ചുകെട്ടിയ വീണക്കമ്പിപോലുള്ള കാലുകളും ബേലയുടേതുപോലെതന്നെ ഭംഗിയുള്ള കണ്ണുകളും. നല്ല ശക്തിയുള്ള ഒരു കുതിരയായിരുന്നു അത്. തുടർച്ചയായി അമ്പത് വേഴ്സ്റ്റ് സഞ്ചരിക്കാൻ അതിന് കഴിഞ്ഞിരുന്നു. കുറ്റമറ്റ പരിശീലനം സിദ്ധിച്ചിരുന്ന ആ മൃഗം ഒരു പട്ടിയെപ്പോലെ യജമാനന്റെ പിന്നാലെ നടക്കുകയും അയാളുടെ ശബ്ദംപോലും തിരിച്ചറിയുകയും ചെയ്തിരുന്നു. കാസ്ബിച്ച് ആ കുതിരയെ ഒരിക്കലും കെട്ടിയിട്ടിരുന്നില്ല. കൊള്ളക്കാർക്കു പറ്റിയ ഒരു ഒന്നാന്തരം കുതിര!

ആ സായാഹ്നത്തിൽ കാസ്ബിച്ച് മുമ്പെന്നത്തെക്കാളും മ്ലാനവദനനായി കാണപ്പെട്ടു. അയാൾ ജാക്കറ്റിനടിയിൽ കവചം ധരിച്ചിരിക്കുന്നത് ഞാൻ ശ്രദ്ധിച്ചു. 'കവചം ധരിച്ചിരിക്കുന്നതിന്റെ പിന്നിൽ എന്തെങ്കിലും കാരണം കാണും.' ഞാൻ വിചാരിച്ചു. 'ഇയാൾ എന്തോ ഒന്ന് മനസ്സിൽ കണ്ടിട്ടുണ്ട്.'

മുറിയ്ക്കുള്ളിൽ വീർപ്പുമുട്ടൽ അനുഭവപ്പെട്ടതുകൊണ്ട് ഞാൻ മുറ്റത്തേയ്ക്കിറങ്ങി. നിശ മലകളെ ആവരണം ചെയ്തു കഴിഞ്ഞിരുന്നു. ഇടുക്കുകളിൽനിന്ന് മൂടൽമഞ്ഞ് ഉയർന്നു തുടങ്ങി. ഞങ്ങളുടെ കുതിരകളെ കെട്ടിയിരുന്ന കൊട്ടിലിലേക്ക് ചെന്ന് അവയ്ക്ക് തീറ്റ കൊടുത്തിട്ടുണ്ടോ

8 കോക്കസസ്സ് യുദ്ധകാലത്ത് പർവ്വതപ്രദേശത്തുനിന്നുള്ള ആക്രമണകാരികളിൽനിന്ന് രക്ഷപ്പെടാൻ റഷ്യാക്കാർ ഉയർത്തിയിരുന്ന സംരക്ഷണനിരടെറെക്ക് നദിയുടേയും കബാൻ നദിയുടേയും തീരങ്ങൾവരെ നീണ്ടുകിടന്നു.

എന്ന് പരിശോധിക്കാൻ ഞാൻ തീരുമാനിച്ചു. മാത്രവുമല്ല, എപ്പോഴും ജാഗ്രത പാലിക്കുന്നത് നല്ലതുമാണ്. കാരണം ഒരൊന്നാന്തരം കുതിരയായിരുന്നു എന്റേത്. കബർദീയന്മാർ അതിനെ വാത്സല്യത്തോടെ നോക്കിക്കൊണ്ട്, 'യക്ഷി ത്ഹെ, ചെക് യക്ഷി![9] എന്ന് പറയുന്നത് പലപ്പോഴും ഞാൻ കേട്ടിട്ടുണ്ട്.

ഞാൻ മതിലിനരികിലൂടെ സൂക്ഷിച്ച് നടന്നുതുടങ്ങി. പെട്ടെന്ന് രണ്ടുപേർ സംസാരിക്കുന്ന ശബ്ദം എന്റെ ചെവിയിലെത്തി. അവയിൽ ഒരാൾ ആരാണെന്ന് തൽക്ഷണം എനിക്കു മനസ്സിലായി. - അസമാത്. ഞങ്ങളുടെ ആതിഥേയന്റെ താന്തോന്നിയായ മകൻ. അപരൻ സാവധാനത്തിലും ശബ്ദം താഴ്ത്തിയുമാണ് സംസാരിച്ചിരുന്നത്. 'എന്താണ് അവരുടെ ഭാവം?' ഞാൻ അത്ഭുതപ്പെട്ടു. 'എന്റെ കുതിരയെ മോഷ്ടിക്കാൻ വട്ടം കൂട്ടുകയാണോ?' അവർ പറയുന്നത് മുഴുവൻ കേൾക്കണമെന്ന ഉദ്ദേശത്തോടെ ഞാൻ മതിലിന് മറഞ്ഞിരുന്ന് ചെവി കൂർപ്പിച്ചു. എന്നാൽ അതിയായ താൽപര്യം എന്നിലുളവാക്കിയ ആ സംഭാഷണം മുഴുവൻ എനിക്ക് കേൾക്കാൻ സാധ്യമായിരുന്നില്ല. വീട്ടിനുള്ളിൽനിന്നുള്ള പാട്ടും ബഹളവും ഇടയ്ക്കിടെ അതിനെ ഗ്രസിച്ചുകളഞ്ഞു.

'ഒന്നാന്തരം കുതിരയാണ് നിങ്ങളുടേത്. ഞാൻ എന്റെ വീട്ടിലെ ഗൃഹനാഥനും മുന്നൂറു പെൺകുതിരകളുടെ ഉടമസ്ഥനുമായിരുന്നെങ്കിൽ ഈ കുതിരയ്ക്കു പകരം അവയിൽ പകുതി തരാൻ ഞാൻ തയ്യാറായേനെ, കേട്ടോ, കാസ്ബിച്ച്!'

'അപ്പോൾ ഇതു കാസ്ബിച്ചാണ്'. ഞാൻ മനസ്സിൽ പറഞ്ഞു. അയാൾ കവചം ധരിച്ചിരുന്നകാര്യം എനിക്കോർമ്മവന്നു.

'ശരിയാണ്,' നിമിഷനേരത്തെ മൗനത്തിനുശേഷം കാസ്ബിച്ച് പറഞ്ഞു: 'കബർദാ മുഴുവൻ തെരഞ്ഞാലും ഇതുപോലൊരു കുതിരയെ കിട്ടുകയില്ല. ഒരിക്കൽ അബ്റെക്കുകളോടൊപ്പം ടെറെക്കിനപ്പുറത്തേക്ക് ഞാൻ പോയി. റഷ്യാക്കാരുടെ കുതിരകളെ മോഷ്ടിക്കാനാണ് പോയത്. എന്നാൽ ഞങ്ങൾക്ക് അന്ന് ഭാഗ്യമുണ്ടായിരുന്നില്ല. ഞങ്ങളുടെ സംഘം നാലുപാട്ടും ഓടി. എന്റെ പിന്നാലെ നാല് കൊസാക്കുകൾ പാഞ്ഞുവന്നു. ആ ഗ്യവ്വൂറുകൾ[10] എന്റെ നേരെ അട്ടഹസിക്കുന്ന ശബ്ദം ഞാൻ കേട്ടുതുടങ്ങി. എന്റെ മുമ്പിലാണെങ്കിൽ ഒരു ഘോരവനം. ഞാൻ അള്ളാഹുവിൽ വിശ്വാസമർപ്പിച്ചുകൊണ്ട് ജീനിപ്പുറത്ത് കമിഴ്ന്നുകിടന്നു. ജീവിതത്തിൽ ആദ്യമായി എന്റെ കുതിരയെ ഒരടികൊടുത്ത് അപമാനിച്ചു. ഒരു പക്ഷിയെപ്പോലെ അത്

9 നല്ലത്, വളരെ നല്ലത് - ലേർമൊന്തോവിന്റെ കുറിപ്പ്

10 മുസ്ലീങ്ങൾ അവിശ്വാസികളെ വിളിക്കുന്ന പരിഹാസനാമം- ലേർമൊന്തോവിന്റെ കുറിപ്പ്

മരക്കൊമ്പുകളുടെ ഇടയിലൂടെ പറന്നു. മുള്ളുകൾകൊണ്ട് എന്റെ വസ്ത്രങ്ങൾ കീറി, ഉണങ്ങിയ കമ്പുകൾ വന്നടിച്ച് എന്റെ മുഖം മുറിഞ്ഞു. കുതിര മരക്കുറ്റികൾ ചാടിക്കടന്ന്, കുറ്റിച്ചെടികൾ ചവിട്ടിമെതിച്ച് മുമ്പോട്ട് പോയ്ക്കൊണ്ടിരുന്നു. തുറസ്സായ ഏതെങ്കിലും സ്ഥലത്തുവച്ച് കുതിരപ്പുറത്തുനിന്ന് ചാടിയിറങ്ങി കാട്ടിൽ ഒളിച്ചിരിക്കുന്നതായിരുന്നു എനിക്ക് രക്ഷപ്പെടാനുള്ള ഉത്തമമാർഗം. എന്നാൽ കുതിരയെ പിരിഞ്ഞുപോകുന്ന കാര്യം ആലോചിക്കാൻപോലും ഞാൻ തയ്യാറില്ലായിരുന്നു. അതിനാൽ ഞാൻ കുതിരപ്പുറത്തുതന്നെ പിടിച്ചിരുന്നു. അള്ളാ എനിക്ക് പ്രതിഫലം തരികയും ചെയ്തു. തലയ്ക്കുമീതെ വെടിയുണ്ടകൾ ചീറിപ്പാഞ്ഞു. കൊസാക്കുകൾ കുതിരപ്പുറത്തുനിന്നിറങ്ങി എന്റെ പിന്നാലെ ഓടിവരുന്നതിന്റെ ശബ്ദം വ്യക്തമായി കേട്ടുതുടങ്ങി... പെട്ടെന്ന് ഒരു ആഴമുള്ള ഇടുക്കിന്റെ വക്കിൽ ഞാൻ എത്തി. എന്റെ കുതിര ഒരു നിമിഷം സംശയിച്ചുനിന്നിട്ട് ഒറ്റച്ചാട്ടം! എന്നാൽ മറുവശത്തെ ചെങ്കുത്തായ വക്കിൽനിന്ന് അതിന്റെ പിൻകാലുകൾ വഴുതിപ്പോയി. കുതിര മുൻകാലുകൾ മാത്രം നിലത്തുറപ്പിച്ച് പിടിച്ചുനിന്നു. ഞാൻ കടിഞ്ഞാണിൽനിന്ന് പിടി അയച്ച് ഇടുക്കിലേക്ക് ഊർന്നുവീണു. അത് കുതിരയെ രക്ഷപ്പെടുത്തി. മുകളിലേയ്ക്ക് കയറാൻ അതിനുകഴിഞ്ഞു. കൊസാക്കുകൾ ഇതെല്ലാം കണ്ടുകൊണ്ട് നിൽക്കയായിരുന്നു. എന്നാൽ അവരിലാരും എന്നെ പിടിക്കാൻ ഇടുക്കിലേക്ക് ഇറങ്ങിവന്നില്ല. വീഴ്ചയിൽ എന്റെ കഥ കഴിഞ്ഞുകാണുമെന്ന് അവർ വിചാരിച്ചിരിക്കാം. അവർ എന്റെ കുതിരയുടെ പിന്നാലെ പോവുകയാണെന്ന് എനിക്ക് മനസ്സിലായി. എന്റെ ഹൃദയം തകർന്നു. ഇടുക്കിലെ നിബിഡമായ പുല്ലിനിടയിലൂടെ ഞാൻ ഇഴഞ്ഞ് കാട് അവസാനിക്കുന്നിടത്തെത്തി. കാട്ടിനുള്ളിൽനിന്ന് ഏതാനും കൊസാക്കുകൾ കുതിരയോടിച്ച് പുറത്തുവരുന്നതും എന്റെ കരഗ്യേസ് അവരുടെ നേർക്ക് കുതിച്ചുപായുന്നതുമാണ് ഞാൻ അപ്പോൾ കണ്ടത്.

അട്ടഹാസത്തോടെ അവർ അവന്റെ നേർക്കടുത്തു. അവരിലൊരാൾ അവന്റെ കഴുത്തിൽ കയറിടുന്നതിൽ വിജയിച്ചെന്ന് ഒന്നുരണ്ടു തവണ എനിക്കുതോന്നി. വിറയലോടെ തല തിരിച്ച് ഞാൻ പ്രാർഥിച്ചുതുടങ്ങി. ഏതാനും നിമിഷങ്ങൾ കഴിഞ്ഞ് മുകളിലേക്ക് നോക്കിയപ്പോൾ വാൽ വീശിക്കൊണ്ട് എന്റെ കരഗ്യേസ് ഒരു കൊടുങ്കാറ്റുപോലെ സ്വതന്ത്രനായി പാഞ്ഞുപോകുന്നതു കണ്ടു. കൊസാക്കുകൾ ഓടിച്ചിരുന്ന കുതിരകൾ തളർന്ന് വളരെ പിന്നിലായിക്കഴിഞ്ഞു. ഇതെല്ലാം സത്യമാണെന്ന് ഞാൻ അള്ളായെ സാക്ഷിനിർത്തി ആണയിടാം. രാത്രി അതിക്രമിക്കുന്നതുവരെ ഞാൻ ആ ഇടുക്കിൽത്തന്നെ ഇരുന്നു. അപ്പോൾ എന്താണുണ്ടായതെന്ന് അറിയാമോ? ആ കുറ്റാക്കുറ്റിരുട്ടത്ത് ഇടുക്കിന്റെ വക്കിലൂടെ ഒരു കുതിര ഓടുന്ന ശബ്ദം

കേട്ടുതുടങ്ങി. ചീറ്റകയും ചിനയ്ക്കുകയും കുളമ്പ് നിലത്ത് അടിക്കുകയും ചെയ്തു. അതെന്റെ കരഗ്യോസാണെന്ന് തൽക്ഷണം ഞാൻ തിരിച്ചറിഞ്ഞു. അതെ, എന്റെ വിശ്വസ്ത സഖാവായ കരഗ്യോസ് തന്നെയായിരുന്നു അത്. പിന്നീട് ഞങ്ങൾ ഒരിക്കലും പിരിഞ്ഞിട്ടില്ല.'

ആ മനുഷ്യൻ കുതിരയുടെ മിനുസമുള്ള കഴുത്തിൽ വാത്സല്യപൂർവ്വം തട്ടുന്നതും അതിനെ ഓമനപ്പേരുകൾ വിളിക്കുന്നതും ഞാൻ കേട്ടു.

'എനിക്ക് ആയിരം പെൺകുതിരകളുണ്ടായിരുന്നെങ്കിൽ കരഗ്യോസിനെ കിട്ടാൻ വേണ്ടി ഞാൻ അവയെ മുഴുവൻ നിങ്ങൾക്ക് തരുമായിരുന്നു.' അസമാത് പറഞ്ഞു.

'ഇയോക്[11]. ഞാൻ വാങ്ങുകയില്ല' കാസ്ബിച്ച് ഉദാസീനനായി മറുപടി പറഞ്ഞു.

'കാസ്ബിച്ച്, നിങ്ങൾ ഒരു ധീരനായ മനുഷ്യനും നല്ല ജിഗീത്തുമാണ്.' അസമാത് അയാളെ പാട്ടിലാക്കാൻ ശ്രമം തുടങ്ങി. 'എന്റെ അച്ഛന് റഷ്യാക്കാരെ ഭയമാണ്. മലമുകളിലേക്ക് പോകാൻ അച്ഛൻ എന്നെ അനുവദിക്കയില്ല. നിങ്ങളുടെ കുതിരയെ എനിക്കു തരാമെങ്കിൽ ഞാൻ നിങ്ങൾ പറയുന്നതെന്തും അനുസരിക്കാം. അച്ഛന്റെ തോക്കോ, വാളോ മോഷ്ടിച്ചു തരാം. അച്ഛന്റെ വാൾ ഒരു അസ്സൽ ഗുർഡ[12]യാണ്. അതിന്റെ വായ്ത്തല കൈപ്പടത്തിൽ വച്ചാൽ ആഴത്തിലുള്ള മുറിവുണ്ടാകും. നിങ്ങൾ ധരിച്ചിരിക്കുന്ന കവചത്തിന് അതിനെ തടയാൻ കഴിയുകയില്ല.'

കാസ്ബിച്ച് മൗനം ഭജിച്ചു.

'ഞാൻ നിങ്ങളുടെ കുതിരയെ ആദ്യമായി കണ്ട ദിവസം എനിക്കോർമയുണ്ട്.' അസമാത് തുടർന്നു 'നാസാദ്വാരങ്ങൾ വിടർത്തി, കുളമ്പുകൾക്കിടയിൽ നിന്ന് തീപ്പൊരി പറത്തി നിങ്ങളെയും വഹിച്ചുകൊണ്ട് അവൻ പാഞ്ഞുവരികയായിരുന്നു. അതു കണ്ടപ്പോൾ എന്റെ ഉള്ളിൽ എന്തോ ഒന്നു സംഭവിച്ചു. എനിക്ക് യാതൊന്നിലും താൽപര്യമില്ലാതായിത്തീർന്നു. എന്റെ അച്ഛന്റെ ഏറ്റവും നല്ല കുതിരകളെ ഞാൻ വെറുത്തു. അവയുടെ പുറത്ത് സവാരിചെയ്യാൻ എനിക്ക് ലജ്ജതോന്നി. എന്റെ മനസ്സ് നീറിക്കൊണ്ടിരുന്നു. വായുവേഗത്തിൽ പായുന്ന കരഗ്യോസിന്റെ അന്തസ്സുറ്റ ഓട്ടവും, അമ്പുപോലെ നിവർന്ന മുതുകും സ്വപ്നം കണ്ടുകൊണ്ട് ദുഃഖിതനായി ഞാൻ അനേകം ദിവസങ്ങൾ ഒരു പാറപ്പുറത്തിരുന്ന് കഴിച്ചുകൂട്ടി. അതിന്റെ ജ്വലിക്കുന്ന കണ്ണുകൾ എന്തോ പറയാനെന്നപോലെ എന്റെ കണ്ണുകളിലേക്ക് തുറിച്ചുനോക്കിക്കൊണ്ടിരിക്കുന്നതായി എനിക്കു തോന്നി. നിങ്ങൾ

11 ഇയോക്=ഇല്ല -ലേർമൊന്തോവിന്റെ കുറിപ്പ്

12ഗുർഡ=ഒന്നാംതരം കൊത്തുപണികളുള്ള ഒരുതരം വാൾ

അവനെ എനിക്ക് വിലയ്ക്കു തന്നില്ലെങ്കിൽ ഞാൻ മരിച്ചുപോകും, കാസ്ബിച്ച്.' അസമാത് ഇടറിയ ശബ്ദത്തിൽ പറഞ്ഞു.

അവൻ തേങ്ങുന്നത് കേട്ടതായി തോന്നി. ഭയങ്കര വാശിക്കാരനായ ഒരു പയ്യനായിരുന്നു അസമാത്. മുമ്പൊരിക്കലും, ഒരു കൊച്ചുകുട്ടിയായിരുന്ന കാലത്തുപോലും അവൻ കരയുന്നത് ഞാൻ കണ്ടിട്ടില്ല.

അവന്റെ കണ്ണീരിന് മറുപടിയെന്നവണ്ണം ചിരിക്കുന്നതുപോലുള്ള ഒരു ശബ്ദം ഉയരുന്നത് ഞാൻ കേട്ടു.

'ഞാൻ പറയുന്നത് കേൾക്കൂ,' ദൃഢമായ ശബ്ദത്തിൽ അസമാത് തുടർന്നു 'എന്തു ചെയ്യാനും ഞാൻ തയ്യാറാണ്. നിങ്ങൾക്ക് ഇഷ്ടമാണെങ്കിൽ ഞാൻ എന്റെ സഹോദരിയെ മോഷ്ടിച്ച് കൊണ്ടുന്ന് നിങ്ങളെ ഏൽപ്പിക്കാം. അവൾ എത്ര നന്നായി ആടുകയും പാടുകയും ചെയ്യുമെന്നോ! തുർക്കിയിലെ ബാദുഷയ്ക്കുപോലും ഇത്ര നല്ല ഒരു ഭാര്യ ഉണ്ടായിരിക്കയില്ല. അവൾ സ്വർണനൂലുകൊണ്ട് തുന്നൽവേല ചെയ്യുന്നത് ഒന്നു കാണേണ്ടതാണ്.! നിങ്ങൾക്ക് അവളെ വേണമെങ്കിൽ മലയിടുക്കിലെ അരുവിക്കരയിൽ നാളെ രാത്രി കാത്തുനിന്നാൽ മതി. ഞാൻ അവളേയും കൂട്ടിക്കൊണ്ട് അടുത്ത ഗ്രാമത്തിലേക്ക് പോകാൻ ആ വഴി വരും. അപ്പോൾ അവളെ നിങ്ങൾക്ക് സ്വന്തമാക്കാം. ബേളയ്ക്കു നിങ്ങളുടെ കുതിരയുടെയത്ര വിലയില്ലേ?'

കാസ്ബിച്ച് വളരെ നേരം മൗനമായി നിന്നു. ഒടുവിൽ മറുപടി പറയുന്നതിനുപകരം അയാൾ ഒരു പഴയ പാട്ട് [13] മെല്ലെ പാടി:-

താരകൾ മിന്നുന്ന നീലമിഴികളു-
മാരും കൊതിക്കുന്ന മെയ്യുള്ള
കന്യകമാരെപ്പുണരും നിമിഷങ്ങൾ
സ്വർഗീയ നിർവൃതി ദായകങ്ങൾ,
എങ്കിലും പോരാളിക്കേറെപ്രിയങ്കരം
മിന്നൽപോൽപ്പായും കുതിരയല്ലോ?
പൊന്നുകൊടുക്കിൽ ലഭിച്ചിടും പെണ്ണിനെ,
പൊന്നിനെക്കാളും വിലയെൻ കുതിരയ്ക്ക്,
എൻസുഹൃത്താകുമിവനു തെല്ലും
വഞ്ചന കാട്ടാനറികയില്ല.

അസമാത്തിന്റെ അപേക്ഷ നിഷ്ഫലമായതേയുള്ളൂ. അവൻ കണ്ണുനീരും മുഖസ്തുതിയും അനുനയവാക്കുകളും പ്രയോഗിച്ചു നോക്കി. ഒടുവിൽ കാസ്ബിച്ചിന്റെ ക്ഷമ നശിച്ചു. അയാൾ അസമാത്തിനോടു

13 കാസ്ബിച്ച് പാടിയ പാട്ട് ഗദ്യരൂപത്തിലാണ് മക്സീം മക്സിമിച്ച് എന്നോട് പറഞ്ഞത്. അത് പദ്യമായെഴുതുന്നത് ക്ഷമിക്കണം. ആ ശീലം എന്റെ രണ്ടാം പ്രകൃതമാണ്-ലേർമൊന്തോവിന്റെ കുറിപ്പ്

പറഞ്ഞു:

'കുട്ടീ, നീ വേറെ വല്ല പണിയും നോക്ക്! നിനക്ക് കിറുക്കാണോ? എന്റെ കുതിരപ്പുറത്ത് നിന്നെപ്പോലുള്ള ഒരു കുട്ടിക്ക് സവാരിചെയ്യാൻ പറ്റുമെന്നാണോ നീ വിചാരിക്കുന്നത്? മൂന്ന് ചുവടു വയ്ക്കുന്നതിനു മുമ്പെ കുതിര നിന്നെ താഴെയിടും. വല്ല പാറയിലും ചെന്ന് വീണ് നിന്റെ തലമണ്ട പൊട്ടും.'

'ഞാനോ?' അസമാത് രോഷാകുലനായി അലറി. ആ ബാലന്റെ കഠാര കവചത്തിന് മീതെ മുട്ടുന്ന ശബ്ദം ഞാൻ കേട്ടു. കരുത്തുറ്റ ഒരു കൈ അവനെ പിന്നിലേക്ക് തള്ളിമാറ്റി. അവൻ മതിലിൽ ചെന്നിടിച്ചതിന്റെ ശക്തികൊണ്ട് അത് കുലുങ്ങി. 'ഇനി ബഹളം തുടങ്ങും.'ഞാൻ വിചാരിച്ചു. തൽക്ഷണം തന്നെ ഞാൻ ലായത്തിലേക്ക് പാഞ്ഞുകയറി ഞങ്ങളുടെ കുതിരകളെ അഴിച്ച് പിൻവശത്തെ മുറ്റത്തേക്കിറക്കി. കഷ്ടിച്ച് രണ്ടു മിനുട്ട് കഴിഞ്ഞപ്പോൾ വീട്ടിനുള്ളിൽനിന്നും ഭയങ്കര ബഹളം കേട്ടു തുടങ്ങി. സംഭവിച്ചത് ഇങ്ങനെയായിരുന്നു. കാസ്ബിച്ച് തന്നെ കൊല്ലാൻ ശ്രമിച്ചുവെന്ന് വിളിച്ചുപറഞ്ഞുകൊണ്ട് കീറിയ ജാക്കറ്റുമായി അസമാത് വീട്ടിനുള്ളിലേക്ക് ഓടിച്ചെന്നു. തൽക്ഷണം എല്ലാവരും ഓടി പുറത്തുവന്ന് തോക്കു കയ്യിലെടുത്തു. ബഹളം തുടങ്ങി. നിലവിളികളും അട്ടഹാസങ്ങളും മുഴങ്ങി. വെടി പൊട്ടുന്ന ശബ്ദം ഉയർന്നു. എന്നാൽ കാസ്ബിച്ച് അതിനകം തന്ന കുതിരപ്പുറത്ത് കയറിക്കഴിഞ്ഞിരുന്നു. അയാൾ ഒരു പമ്പരംപോലെ കറങ്ങിക്കൊണ്ട് വാൾ വീശി ജനക്കൂട്ടത്തെ തന്നിൽനിന്നു അകറ്റി നിർത്തി.

'ഇതിനിടയിൽ കുടുങ്ങുന്നത് കുഴപ്പമാണ്.' പെച്ചോറിന്റെ കൈയിൽ പിടിച്ചുവലിച്ചുകൊണ്ട് ഞാൻ പറഞ്ഞു. 'കഴിയുന്നതും വേഗം സ്ഥലം വിടുന്നതല്ലെ നല്ലത്?'

'നമുക്ക് ഇതെങ്ങിനെ തീരുമെന്ന് നോക്കിയിട്ടു പോകാം.'

'മോശമായേ ഇത് കലാശിക്കൂ. ഈ ഏഷ്യൻ വംശജർ എപ്പോഴും ഇങ്ങനെയാണ്. മൂക്കറ്റം കുടിച്ചുകഴിഞ്ഞാൽ പരസ്പരം വെട്ടും കുത്തും തുടങ്ങും.' ഞങ്ങൾ കുതിരപ്പുറത്തുകയറി താവളത്തിലേക്ക് മടങ്ങി'

'കാസ്ബിച്ചിന് എന്ത് സംഭവിച്ചു?' അക്ഷമനായി ഞാൻ ചോദിച്ചു.

"ഈ ആളുകൾക്ക് എന്തു പറ്റാനാണ്?" ചായ കുടിച്ചു തീർത്തുകൊണ്ട് ക്യാപ്റ്റൻ പറഞ്ഞു. "അയാൾ രക്ഷപ്പെട്ടു."

"മുറിവേറ്റതുപോലുമില്ലേ?"

"ദൈവത്തിനറിയാം. ഈ കള്ളപ്പരിഷ നല്ല ഉശിരുള്ളവരാണ്. ഇവന്മാരിൽ ചിലർ ഏറ്റുമുട്ടുന്നത് ഞാൻ കണ്ടിട്ടുണ്ട്. ബയണറ്റുകൊണ്ട്

ശരീരം മുഴുവൻ കീറിമുറിച്ചാലും വാലു വീശിക്കൊണ്ടിരിക്കും." അൽപ്പ നേരത്തെ നിശ്ശബ്ദതയ്ക്ക് ശേഷം നിലത്ത് ആഞ്ഞു ചവിട്ടിക്കൊണ്ട് ക്യാപ്റ്റൻ തുടർന്നു:

"ഒരിക്കലും സ്വയം മാപ്പുകൊടുക്കാൻ കഴിയാത്ത ഒരു തെറ്റ് ഞാൻ ചെയ്തിട്ടുണ്ട്. ഞങ്ങൾ കോട്ടയിലെത്തിക്കഴിഞ്ഞപ്പോൾ അന്ന് ഒളിച്ചുനിന്ന് കേട്ട കാര്യങ്ങളെല്ലാം ചെകുത്താന്റെ പ്രേരണയാൽ ഞാൻ പെച്ചോറിനോട് പറഞ്ഞു. അയാൾ അതു കേട്ടു ചിരിച്ചു. എങ്കിലും അപ്പോൾത്തന്നെ ആ കൗശലക്കാരൻ എന്തൊക്കെയോ പദ്ധതികൾ തയ്യാറാക്കിക്കഴിഞ്ഞു.

"അതെന്തായിരുന്നു, എനിക്ക് അറിയാൻ അതിയായ താൽപര്യമുണ്ട്."

"ശരി, അതു പറയാം. ഞാൻ കഥ തുടങ്ങിവച്ചസ്ഥിതിക്ക് മുഴുവനാക്കാതെ പറ്റില്ലല്ലോ.

മൂന്നാലു ദിവസം കഴിഞ്ഞ് അസമാത് കോട്ടയിൽ വന്നു. പതിവുപോലെ അവൻ പെച്ചോറിന്റെ അടുത്തും പോയി, അയാൾ അവനുവേണ്ടി സ്വാദുള്ള പലതും കരുതിവയ്ക്കാറുണ്ടായിരുന്നു. ഞാനും അവിടെ ഉണ്ടായിരുന്നു. സംസാരം കുതിരകളെക്കുറിച്ചായ ഉടൻ പെച്ചോറിൻ കാസ്ബിച്ചിന്റെ കുതിരയെ പ്രശംസിച്ചു തുടങ്ങി. ഒരു കരിമാനിന്റെ ചാരുതയും ഉശിരുമുള്ള ആ കുതിരയുടെ ഒപ്പം നിൽക്കാൻ കഴിവുള്ള മറ്റൊരു കുതിര ഭൂമുഖത്തില്ലെന്ന് പെച്ചോറിൻ തട്ടിവിട്ടു.

ടാട്ടാർ ബാലന്റെ കണ്ണുകൾ ജ്വലിച്ചു. എന്നാൽ പെച്ചോറിൻ അതു കണ്ടതായി ഭാവിച്ചില്ല. സംഭാഷണവിഷയം മാറ്റാൻ ഞാൻ ശ്രമിച്ചെങ്കിലും ഉടൻതന്നെ അയാൾ വീണ്ടും അത് കാസ്ബിച്ചിന്റെ കുതിരയിലേക്ക് തിരിച്ചുവിട്ടു. അസമാത് വരുമ്പോഴെല്ലാം ഇത് ആവർത്തിക്കപ്പെട്ടു. ഇങ്ങനെ ഏകദേശം മൂന്നാഴ്ച കഴിഞ്ഞു. അസമാത് കഥകളിലെ കാമുകന്മാരെപ്പോലെ വിളറി നിരുന്മേഷനായിത്തീർന്നത് ഞാൻ ശ്രദ്ധിച്ചു. എന്താണ് കാര്യം?

പിന്നീടാണ് ഞാൻ അതിന്റെ പിന്നിലുള്ള കഥ മുഴുവൻ അറിഞ്ഞത്. പെച്ചോറിൻ ആ ബാലനെ എരിവുകയറ്റി കുതിരയെപ്പറ്റിയുള്ള ചിന്തകൊണ്ട് ഉന്മാദത്തിന്റെ വക്കുവരെ എത്തിയ ഒരു മാനസികാവസ്ഥയിൽ എത്തിച്ചു. ഒടുവിൽ അയാൾ അവനോട് തുറന്നുപറഞ്ഞു:

'അസമാത്, നിനക്ക് ആ കുതിരയെ കൂടിയേ തീരൂ എന്ന് എനിക്കറിയാം. പക്ഷേ, ഒരാൾ സ്വന്തം തലയുടെ പിൻവശം കാണാൻ

ആഗ്രഹിക്കുന്നതുപോലെതന്നെ അസാധ്യമായ ഒരാഗ്രഹമാണത്. നിനക്ക് ആരെങ്കിലും അതിനെ സമ്മാനിച്ചാൽ നീ എന്ത് പകരം കൊടുക്കും?'

'എന്തു ചോദിക്കുന്നുവോ അതു കൊടുക്കാം' അസമാത് പറഞ്ഞു.

'എന്നാൽ ഞാൻ ആ കുതിരയെ നിനക്കു തരാം. പക്ഷേ, ഒരു വ്യവസ്ഥയുണ്ട്... അത് നിറവേറ്റാമെന്ന് ശപഥം ചെയ്യാൻ നീ തയ്യാറാണോ?'

'ഞാൻ ശപഥം ചെയ്യുന്നു. താങ്കളും ശപഥം ചെയ്യണം.!'

'ശരി, നിനക്ക് ആ കുതിരയെ തരാമെന്ന് ഞാൻ ശപഥം ചെയ്യുന്നു. പക്ഷേ, പകരം നിന്റെ സഹോദരി ബേളയെ നീ എനിക്കു തരണം. കരഗ്യോസ് അവളുടെ കലീം[14] ആയിരിക്കും. എന്താ സമ്മതിച്ചോ?

അസമാത് മൗനമായി നിന്നതേയുള്ളൂ.

സമ്മതമില്ല, അല്ലേ? ശരി, വേണ്ട. നീ ഒരു പുരുഷനാണെന്നാണ് ഞാൻ വിചാരിച്ചത്. പക്ഷേ, നീ ഇപ്പോഴും ഒരു കുട്ടിയാണെന്ന് തെളിഞ്ഞു. നിനക്ക് ജീനിപ്പുറത്ത് സവാരിചെയ്യാൻ ഇനിയും പ്രായമായിട്ടില്ല.'

അസമാത് പൊട്ടിത്തെറിച്ചു. 'എന്റെ അച്ഛന്റെ കാര്യമോ?' അവൻ ചോദിച്ചു.

'അച്ഛൻ എങ്ങും പോകാറില്ലേ?'

'അതു ശരിയാണ്, പലപ്പോഴും പോകാറുണ്ട്...'

'അപ്പോൾ സമ്മതിച്ചല്ലോ. ഇല്ലേ?'

'സമ്മതിച്ചു.' പ്രേതത്തെപ്പോലെ വിവർണനായ അസമാത് മന്ത്രിച്ചു. 'എപ്പോഴാണ്?'

'ഇനി കാസ്ബിച്ച് ഇവിടെ വരുമ്പോൾ. അയാൾ കുറേ ആടുകളേയും കൊണ്ട് താമസിയാതെ വരുമെന്ന് പറഞ്ഞിട്ടുണ്ട്. ബാക്കിക്കാര്യം ഞാനേറ്റു. പക്ഷേ, അസമാത്, നീ നിന്റെ ശപഥം നിറവേറ്റണം.!'

അങ്ങനെ അവർ ആ കാര്യം തീരുമാനിച്ചു. അതിനീചമായ ഒരു സംരംഭമായിരുന്നു അതെന്നുകൂടി പറയട്ടെ. പിന്നീട് ഞാൻ അത് പെച്ചോറിനോട് തുറന്ന് പറയുകയും ചെയ്തു. എന്നാൽ അപരിഷ്കൃതയായ ആ ചെർക്കീസ് പെണ്ണ് തന്നെപ്പോലെ യോഗ്യനായ ഒരു ഭർത്താവിനെ കിട്ടുന്നതിൽ സന്തോഷിക്കയേയുള്ളൂന്നും എല്ലാവരും തന്നെ അവളുടെ ഭർത്താവായി കണക്കാക്കുമെന്നുമായിരുന്നു

---

14 വധുവിനെ കിട്ടാൻ പുരുഷന്മാർ വധുവിന്റെ വീട്ടുകാർക്കു കൊടുക്കുന്ന സ്വത്ത്.

അയാളുടെ മറുപടി. കാസ്ബിച്ചാണെങ്കിൽ ശിക്ഷിക്കപ്പെടേണ്ട ഒരു കൊള്ളക്കാരനാണെന്നും അയാൾ അഭിപ്രായപ്പെട്ടു. എനിക്ക് അതിനെതിരായി ഒന്നും പറയാൻ കഴിയുമായിരുന്നില്ല. എന്നാൽ അതൊക്കെ പിന്നീട് നടന്ന കാര്യങ്ങളാണ്. അന്ന് ആ ഗൂഢാലോചനയെപ്പറ്റി എനിക്ക് ഒന്നും അറിയാൻപാടില്ലായിരുന്നു. ഒരു ദിവസം തേനും ആടുകളും വേണോ എന്ന് ചോദിക്കാൻ കാസ്ബിച്ച് വന്നു. പിറ്റേദിവസം കൊണ്ടുവരാൻ ഞാൻ അയാളോട് പറയുകയും ചെയ്തു.

'അസമാത്, നാളെ കരഗ്യോസ് എന്റെ കൈയിലാവും' പെച്ചോറിൻ പറഞ്ഞു.' ഇന്നു രാത്രി ബേളയെ ഇവിടെ എത്തിച്ചില്ലെങ്കിൽ നീ ഇനി ആ കുതിരയെ കാണുകയില്ല...'

'ശരി' എന്നു പറഞ്ഞിട്ട് അസമാത് ഗ്രാമത്തിലേക്ക് തിരിച്ചുപോയി.

അന്നു വൈകുന്നേരം പെച്ചോറിൻ ആയുധമണിഞ്ഞ് കുതിരപ്പുറത്തുകയറി കോട്ടയ്ക്കു വെളിയിലേക്ക് പോയി. അവർ എങ്ങനെ കാര്യം സാധിച്ചെന്ന് എനിക്കറിഞ്ഞുകൂടാ. പക്ഷേ അന്നുരാത്രി രണ്ടുപേരും കോട്ടയ്ക്കുള്ളിലേക്ക് തിരിച്ചുവന്നു. കൈകാലുകൾ കൂട്ടിക്കെട്ടി, മൂടുപടംകൊണ്ട് തല മൂടിയ ഒരു സ്ത്രീ അസമാത്തിന്റെ കുതിരപ്പുറത്ത് കുറുകെകിടക്കുന്നത് കാവൽക്കാരൻ കണ്ടു."

"കുതിരയുടെ കാര്യം എന്തായി?" ഞാൻ ക്യാപ്റ്റനോട് ചോദിച്ചു.

"ഒരു നിമിഷം ക്ഷമിക്കൂ, ഞാൻ പറയാം. പിറ്റേന്ന് രാവിലെ ഒരു ഡസൻ ആടുകളേയും കൊണ്ട് കാസ്ബിച്ച് വന്നുചേർന്നു. കുതിരയെ ഒരു വേലിയിൽ കെട്ടിയിട്ട് അയാൾ എന്റെ മുമ്പിലെത്തി. ഞാൻ ചായ കൊടുത്ത് അയാളെ സൽക്കരിച്ചു. കാരണം, അയാൾ ഒരു തട്ടിപ്പുകാരനായിരുന്നെങ്കിലും എന്റെ കനാക് ആയിരുന്നല്ലോ.

ഞങ്ങൾ പലതും സംസാരിച്ചുകൊണ്ടിരുന്നു. പെട്ടെന്ന് കാസ്ബിച്ച് ഞെട്ടുന്നത് ഞാൻ കണ്ടു. അയാളുടെ മുഖത്തെ മാംസപേശികൾ പിടഞ്ഞു. അയാൾ ജനലിനടുത്തേക്ക് ഓടി. എന്നാൽ ഭാഗ്യദോഷത്തിന് അത് പിൻവശത്തെ മുറ്റത്തേയ്ക്കാണ് തുറന്നിരുന്നത്.

'എന്തു പറ്റി?' ഞാൻ ചോദിച്ചു.

'എന്റെ കുതിര... കുതിര!' അടിമുടി വിറച്ചുകൊണ്ടയാൾ പറഞ്ഞു.

പറഞ്ഞത് ശരിയായിരുന്നു. കുതിരയുടെ കുളമ്പടി ശബ്ദം ഞാൻ കേട്ടു.

'വല്ല കൊസാക്കുകളും വന്നതാവാം...'

'അല്ല! ഉറുസ് യമൻ, യമൻ!'[15] എന്ന് വിളിച്ചുപറഞ്ഞുകൊണ്ട് രോഷാകുലനായ ഒരു പുള്ളിപ്പുലിയെപ്പോലെ അയാൾ പുറത്തേയ്ക്കോടി.

15 റഷ്യക്കാരൻ ചീത്തയാണ്, ചീത്ത - ലേർമൊന്തോവിന്റെ കുറിപ്പ്

രണ്ടു ചാട്ടത്തിന് അയാൾ മുൻവശത്തെ മുറ്റത്തെത്തിക്കഴിഞ്ഞു. കോട്ടവാതിൽക്കൽവച്ച് ഒരു കാവൽക്കാരൻ ആയുധം നീട്ടിപ്പിടിച്ച് അയാളുടെ വഴി തടഞ്ഞു. എന്നാൽ അയാൾ അതിന്റെ മീതെക്കൂടി ചാടി അപ്പുറം കടന്ന് റോഡിലൂടെ അതിശീഘ്രം ഓടിത്തുടങ്ങി. ദൂരെ ഒരിടത്ത് പൊടിപടലം ചുഴന്നുനടക്കുന്നത് കാണാമായിരുന്നു അസമാത് ഉശിരനായ കരഗ്യോസിനെ മുമ്പോട്ട് നയിക്കുകയായിരുന്നു. കാസ്ബിച്ച് ഓടിക്കൊണ്ടുതന്നെ തോക്ക് ഉറയിൽനിന്ന് പുറത്തെടുത്തു വെടിവെച്ചു. ഒരു നിമിഷം അയാൾ അനങ്ങാതെ നിന്നു. തനിക്ക് ഉന്നം പിഴച്ചെന്ന് അയാൾക്ക് മനസ്സിലായി. അയാൾ ഒരു നിലവിളിയോടെ തോക്ക് പാറപ്പുറത്തേക്ക് വലിച്ചെറിഞ്ഞ് ഛിന്നഭിന്നമാക്കിയിട്ട് നിലത്തുകിടന്നുരുണ്ടുകൊണ്ട് ഒരു പിഞ്ചുപൈതലിനെപ്പോലെ വാവിട്ട് കരഞ്ഞു...കോട്ടയിലുള്ളവരെല്ലാം അയാളുടെ ചുറ്റും കൂടി. എന്നാൽ അയാൾ ആരെയും കണ്ടില്ല. കുറേനേരം അവിടെ കൂടിനിന്നിട്ട് അവർ ഓരോരുത്തരായി തിരിച്ചുപോയി. ആടിന്റെ വില ഞാൻ അയാളുടെ അടുത്തു വച്ചു. എന്നാൽ അയാൾ അതു തൊട്ടില്ല. മണ്ണിൽ മുഖമമർത്തി ഒരു മൃതദേഹംപോലെ അയാൾ അവിടെകിടക്കുകയായിരുന്നു. അന്ന് പകലും രാത്രിയും ആ മനുഷ്യൻ അതേ കിടപ്പിൽ അവിടെത്തന്നെ കിടന്നെന്നു പറഞ്ഞാൽ ആരെങ്കിലും വിശ്വസിക്കുമോ? പിറ്റേദിവസം രാവിലെയാണ് അയാൾ എണീറ്റ് കോട്ടയ്ക്കുള്ളിൽ വന്ന് കുതിരയെ മോഷ്ടിച്ചത് ആരാണെന്ന് അന്വേഷിച്ചത്. അസമാത് കുതിരയെ അഴിക്കുന്നതും അതിന്റെ പുറത്ത് പാഞ്ഞുപോകുന്നതും കണ്ട ഒരു കാവൽക്കാരൻ അക്കാര്യം മറച്ചുവയ്ക്കാൻ ഉദ്യമിച്ചില്ല. അസമാത്തിന്റെ പേരുകേട്ടയുടനെ കാസ്ബിച്ചിന്റെ കണ്ണുകളിൽനിന്ന് തീ പാറി. അയാൾ അസമാത്തിന്റെ പിതാവിന്റെ ഗ്രമത്തിലേക്ക് പുറപ്പെട്ടു."

"അസമാത്തിന്റെ അച്ഛൻ എന്തു ചെയ്തു?"

"കാസ്ബിച്ചിന് അയാളെ കണ്ടുപിടിക്കാൻ കഴഞ്ഞില്ല. അയാൾ അഞ്ചാറുദിവസം കഴിഞ്ഞേ വരികയുള്ളൂവെന്ന് പറഞ്ഞിട്ട് എവിടെയോ പോയിരിക്കയായിരുന്നു. അല്ലെങ്കിൽ സഹോദരിയെ തട്ടിക്കൊണ്ടുപോരാൻ അസമാത്തിന് കഴിയുമായിരുന്നെന്ന് തോന്നുന്നുണ്ടോ?

പിതാവ് തിരിച്ചുവന്നപ്പോൾ മകനുമില്ല മകളുമില്ല. ആ പയ്യൻ ഒരു കൗശലക്കാരനായിരുന്നു. പിടിച്ചാൽ തല പോകുമെന്ന് തീർച്ചയുണ്ടായിരുന്നതിനാൽ അവൻ അപ്പഴേ സ്ഥലംവിട്ടു. പിന്നീട് ഇതേവരെ അവനെ ആരും കണ്ടിട്ടില്ല. അവൻ ഏതെങ്കിലും കൊള്ളസംഘത്തിൽ ചേർന്ന് തന്റെ തലതിരിഞ്ഞ ജീവിതം ടെറെക്കിനപ്പുറത്തോ

കബാൻ പ്രദേശത്തോ അവസാനിപ്പിച്ചിട്ടുണ്ടാവും, മറ്റെന്താവാനാണ്!

എനിക്കും കുറേ ബുദ്ധിമുട്ടേണ്ടിവന്നു എന്നു തുറന്നുപറയാം. പെൺകുട്ടി പെച്ചോറിന്റെ താമസസ്ഥലത്തുണ്ടെന്ന് അറിഞ്ഞയുടൻ ഞാൻ എന്റെ ഔദ്യോഗിക യൂണിഫോറവും ബഹുമതി ചിഹ്നങ്ങളും ധരിച്ച് വാളും തൂക്കിയിട്ട് അയാളെ കാണാൻ ചെന്നു.

അയാൾ ആദ്യത്തെ മുറിയിൽതന്നെ ഉണ്ടായിരുന്നു. ഒരു കൈ തലയ്ക്കടിയിൽവച്ച് മറുകയ്യിൽ കെട്ടുപോയ ഒരു പൈപ്പും പിടിച്ചു കൊണ്ട് അയാൾ കിടക്കയിൽ കിടക്കുകയായിരുന്നു. അടുത്ത മുറിയിലേക്കുള്ള വാതിൽ പൂട്ടിയിട്ടുണ്ടെന്നും താക്കോൽ പൂട്ടിൽനിന്ന് മാറ്റിയിട്ടുണ്ടെന്നുമുള്ള വസ്തുത ഉടൻതന്നെ ഞാൻ ശ്രദ്ധിച്ചു. ഞാൻ ചുമയ്ക്കുകയും വാതിൽപടിയിൽ ഉപ്പൂറ്റി മുട്ടിച്ച് ശബ്ദമുണ്ടാക്കുകയും ചെയ്തെങ്കിലും അയാൾ അത് കേട്ടഭാവം നടിച്ചില്ല.

'എൻസൈൻ!' കർക്കശസ്വരത്തിൽ ഞാൻ വിളിച്ചു. 'ഞാൻ നിങ്ങളെ കാണാൻ വന്നിരിക്കയാണെന്ന് മനസ്സിലായില്ലേ?'

'എന്താണ് വിശേഷം മക്സീം മക്സീമിച്ച്. പൈപ്പ് വലിക്കുന്നോ? എഴുന്നേൽക്കാതെ അയാൾ ചോദിച്ചു.

'ക്ഷമിക്കണം. ഞാൻ നിങ്ങൾക്ക് മക്സീം മക്സീമിച്ചല്ല, ഞാൻ നിങ്ങളുടെ ക്യാപ്റ്റനാണ്!'

'ഓ, എന്താണ് വ്യത്യാസം! കുറച്ചു ചായ കുടിക്കുന്നോ! എന്റെ മനസ്സിന് എന്തൊരു ഭാരമാണെന്ന് നിങ്ങൾ അറിഞ്ഞിരുന്നെങ്കിൽ !'

'ഞാൻ എല്ലാം അറിഞ്ഞു,' കട്ടിലിനടുത്തേയ്ക്ക് നടന്നുകൊണ്ട് ഞാൻ പറഞ്ഞു.

'അതു നന്നായി. ഇനിയും അക്കാര്യത്തെപ്പറ്റി പറയാൻ ഞാൻ ഇഷ്ടപ്പെടുന്നില്ല.'

'എൻസൈൻ! നിങ്ങൾ ഒരു കുറ്റകൃത്യം ചെയ്തു. ഞാനും അതിന് ഉത്തരം പറയേണ്ടിവരും...'

'ശരി, അതിനെന്താ? എപ്പോഴും എല്ലാം തുല്യമായി പങ്കിടുകയായിരുന്നല്ലോ നമ്മുടെ പതിവ് അല്ലേ?'

'കളി പറയാനുള്ള സമയമല്ല ഇത്. നിങ്ങൾ വാൾ എന്നെ ഏൽപിക്കാൻ തയ്യാറുണ്ടോ!'

'മീത്കാ, വാൾ!'

മീത്ക വാൾ കൊണ്ടുവന്ന് എന്നെ ഏൽപിച്ചു. അങ്ങനെ എന്റെ കടമ നിർവ്വഹിച്ചശേഷം ഞാൻ അയാളുടെ കട്ടിലിൽ ഇരുന്നുകൊണ്ട് പറഞ്ഞു.

'ഗ്രിഗോറി അലക്സാന്ദ്രോവിച്ച്, ഞാൻ പറയുന്നത് കേൾക്കൂ. നിങ്ങൾ ചെയ്തത് തെറ്റാണെന്ന് സ്വയം സമ്മതിക്കുന്നതാണ് നല്ലത്.'

'എന്താണ് തെറ്റ്?'

'ബേലയെ തട്ടിക്കൊണ്ടുവരാൻ ഏർപ്പാട് ചെയ്തത്. ആ അസമാത് ഒരു തെമ്മാടിയാണ്! നിങ്ങൾ തെറ്റ് സമ്മതിക്കൂ.'

'എന്തിനാണത്? അവളെ എനിക്ക് ഇഷ്ടമായി.

അതിന് എന്തു മറുപടി പറയണമെന്നറിയാതെ ഞാൻ കുഴങ്ങി. ആ പെൺകുട്ടിയുടെ അച്ഛൻ ആവശ്യപ്പെടുകയാണെങ്കിൽ അവളെ അയാൾക്ക് വിട്ടുകൊടുക്കണമെന്ന്, അൽപനേരത്തെ മൗനത്തിനു ശേഷം ഞാൻ അയാളോട് പറഞ്ഞു.

'അതെന്തിനാണെന്ന് എനിക്ക് മനസ്സിലാകുന്നില്ല!

'അവൾ ഇവിടെയുണ്ടെന്ന് അയാൾ അറിഞ്ഞാലോ?'

'എങ്ങനെ അറിയാനാണ്?'

വീണ്ടും എനിക്ക് ഉത്തരം മുട്ടി.

'മക്സീം മക്സീമിച്ച്,' പെച്ചോറിൻ എണീറ്റിരുന്നുകൊണ്ട് പറഞ്ഞു. 'നിങ്ങൾ ഒരു നല്ല മനുഷ്യനാണ്. നമ്മൾ ആ പെൺകുട്ടിയെ ആ കാടന് വിട്ടുകൊടുത്താൽ അയാൾ അവളെ കൊല്ലും. അല്ലെങ്കിൽ വിൽക്കും. ചെയ്തത് തിരിച്ചെടുക്കാൻ സാധ്യമല്ലല്ലോ. നിങ്ങൾ പറഞ്ഞതുപോലെ ചെയ്താൽ സംഗതി കൂടുതൽ വഷളാകും. നിങ്ങൾ എന്റെ വാൾ കൊണ്ടുപോയ്ക്കോളൂ, പക്ഷേ ഇവളെ ഇവിടെ നിർത്താൻ സമ്മതിക്കണം...

'അവളെ എനിക്കൊന്ന് കാണണം' ഞാൻ പറഞ്ഞു.

'അവൾ ആ വാതിലിനപ്പുറത്തുണ്ട്. ഞാൻ അവളെ കാണാൻ ശ്രമിച്ചിട്ട് ഫലമുണ്ടായില്ല. അവൾ ഷാളുകൊണ്ട് മൂടിപ്പുതച്ച് ഒരു മൂലയിൽ കൂനിക്കൂടി ഇരിക്കുകയാണ്. എന്തെങ്കിലും ചോദിച്ചാൽ മറുപടി പറയുകയോ നോക്കുകയോ ഇല്ല. അവൾ ഒരു പേടമാനിനെപ്പോലെ ഭയചകിതയാണ്. അവളെ പരിചരിക്കാൻ ഞാൻ ദുഖാൻ നടത്തിപ്പുകാരന്റെ ഭാര്യയെ ഏർപ്പെടുത്തിയിട്ടുണ്ട്. ആ സ്ത്രീക്ക് ടാട്ടാർഭാഷ അറിയാം. അവൾ എന്റേതാണെന്ന്, എന്റേത് മാത്രമാണെന്ന് അവളെ പറഞ്ഞ് മനസ്സിലാക്കാൻ അവർ ശ്രമിച്ചുകൊണ്ടിരിക്കയാണ്. എന്തായാലും അവൾ മറ്റൊരാളുടേതാവുകയില്ല. അക്കാര്യം തീർച്ച.'

മേശപ്പുറത്ത് മുഷ്ടിചുരുട്ടി ഇടിച്ചുകൊണ്ട് അയാൾ ഉറപ്പിച്ചു പറഞ്ഞു.

ഞാനും അത് സമ്മതിച്ചു. എന്തു ചെയ്യാം ? ചില ആളുകൾ എന്തും മറ്റുള്ളവരെക്കൊണ്ട് സമ്മതിപ്പിക്കും..."

"ഒടുവിൽ എന്ത് സംഭവിച്ചു?" ഞാൻ മക്‌സീം മക്‌സീമിച്ചിനോട് ചോദിച്ചു. "അയാൾ അവളെ പാട്ടിലാക്കിയോ അതോ അവൾ സ്വന്തം ഗ്രാമത്തെപ്പറ്റിയുള്ള ചിന്തകൊണ്ട് ആർത്തയായി കഴിഞ്ഞോ?"

"അവൾ സ്വന്തം ഗ്രാമത്തെപ്പറ്റി ഓർത്തു ദുഃഖിക്കുന്നതെന്തിനാണ്? അവൾ ആ ഗ്രാമത്തിൽവച്ചു കാണുന്ന അതേ മലകൾ കോട്ടയിൽനിന്ന് നോക്കിയാലും കാണാം. ആ കാടന്മാർക്ക് മറ്റൊന്നും വേണ്ട. മാത്രവുമല്ല ദിവസവും പെച്ചോറിൻ അവൾക്ക് എന്തെങ്കിലും സമ്മാനം കൊടുക്കുകയും ചെയ്തിരുന്നു. ആദ്യമൊക്കെ അവൾ ആ സമ്മാനങ്ങൾ ഗർവ്വോടെ തട്ടിമാറ്റുകയായിരുന്നു പതിവ്. അവയെല്ലാം ദുഖാൻകാരന്റെ ഭാര്യയ്ക്ക് കിട്ടി. അവരെ അത് കൂടുതൽ വാചാലയാക്കി. സമ്മാനങ്ങൾ! അവയുടെ ഒരു ശക്തി! നിറമുള്ള ഒരു തുണിത്തുണ്ടിനുവേണ്ടി ഒരു സ്ത്രീ എന്തുതന്നെ ചെയ്യുകയില്ല! പക്ഷേ ഞാൻ പറഞ്ഞുവന്നത് അതല്ല... പെച്ചോറിൻ അവളെ വശത്താക്കാൻ വളരെക്കാലം കഠിനമായി യത്നിച്ചു. അതിനിടെ അയാൾ ടാട്ടാർ ഭാഷ സംസാരിക്കാൻ പഠിച്ചു. അവൾ നമ്മുടെ ഭാഷ മനസ്സിലാക്കാനും തുടങ്ങി. ക്രമേണ അവൾ അയാളെ ഇടംകണ്ണിട്ട് നോക്കിത്തുടങ്ങി. എങ്കിലും എപ്പോഴും അവൾ വിഷാദഗ്രസ്തയായിരുന്നു. അവൾ തന്റെ നാടൻപാട്ടുകൾ പതിഞ്ഞശബ്ദത്തിൽ പാടുന്നത് അടുത്ത മുറിയിലിരുന്ന് കേൾക്കുമ്പോഴൊക്കെ എനിക്കും ദുഃഖം തോന്നിയിരുന്നു. ഒരിക്കൽ അവളുടെ ജനലിനടുത്തുകൂടി കടന്നുപോകുമ്പോൾ കണ്ട ഒരു രംഗം ജീവിതത്തിലൊരിക്കലും എനിക്ക് മറക്കാൻ കഴിയുകയില്ല. ബേള തലകുനിച്ച് ഒരു കട്ടിലിൽ ഇരിക്കുകയായിരുന്നു. പെച്ചോറിൻ അവളുടെ മുമ്പിൽ നിൽപുണ്ട്.

'എന്റെ ഹൂറീ, നീ ഇന്നല്ലെങ്കിൽ നാളെ എന്റേതായിത്തീരുമെന്ന് നിനക്കറിയാമല്ലോ. പിന്നെ എന്താനാണ് എന്നെ ഇങ്ങനെ ദണ്ഡിപ്പിക്കുന്നത്? അതോ ഏതെങ്കിലുമൊരു ചെചൻ യുവാവിനെ നീ പ്രേമിക്കുന്നുണ്ടോ? ഉണ്ടെങ്കിൽ ഉടൻതന്നെ ഞാൻ നിന്നെ തിരിച്ചു വീട്ടിൽ കൊണ്ടുവിടാം.' അവൾ മെല്ലെ ഒന്നു ഞെട്ടിയെന്ന് തോന്നി. അയാൾ തുടർന്നു: 'അതോ നിനക്ക് എന്നോട് വെറുപ്പാണോ?' അവൾ നെടുവീർപ്പിട്ടു. 'ഒരു പക്ഷേ, നിന്റെ മതവിശ്വാസം എന്നെ നീ സ്നേഹിക്കുന്നതിന് ഒരു തടസ്സമായിരിക്കാം.' അവളുടെ മുഖം വിളറിയെങ്കിലും അവൾ ഒരക്ഷരം മിണ്ടിയില്ല. 'എന്നെ വിശ്വസിക്കൂ. എല്ലാ മനുഷ്യർക്കും കൂടി ഒരേയൊരു അള്ളായേ ഉള്ളൂ. നിന്നെ സ്നേഹിക്കാൻ അദ്ദേഹം എന്നെ അനുവദിക്കുന്നസ്ഥിതിക്ക് തിരിച്ച് നീ

എന്നെ സ്നേഹിക്കുന്നത് അദ്ദേഹം തടയുമോ? ആ പുതിയ ആശയം മനസ്സിൽ തട്ടിയിട്ടെന്നപോലെ അവൾ അയാളുടെ മുഖത്തേക്ക് നോക്കി; ആ കണ്ണുകളിൽ അവിശ്വാസവും അതേസമയം തന്നെ വിശ്വസിക്കാനുള്ള വെമ്പലും പ്രകടമായിരുന്നു. എത്ര സുന്ദരമായ കണ്ണുകളായിരുന്നു അവളുടേത്! അവ രണ്ട് കൽക്കരിത്തുണ്ടുകൾ പോലെ തിളങ്ങി.

'സുശീലയായ ബേള, ദയവുചെയ്ത് ഞാൻ പറയുന്നത് കേൾക്കൂ!' പെച്ചോറിൻ പറഞ്ഞു. 'നിന്നെ ഞാൻ എത്രയധികം സ്നേഹിക്കുന്നുണ്ടെന്ന് നീ കാണുന്നില്ലേ? നിന്റെ സന്തോഷത്തിനുവേണ്ടി എന്തും ചെയ്യാൻ ഞാൻ തയ്യാറാണ്. നീ സന്തുഷ്ടയായിരിക്കുന്നത് കാണാനാണ് ഞാൻ ആഗ്രഹിക്കുന്നത്. നീ ഇങ്ങനെ എപ്പോഴും ദുഃഖിച്ചുകൊണ്ടിരുന്നാൽ അതു താങ്ങാനാവാതെ ഞാൻ മരിക്കും. നീ കുറേക്കൂടി ഉന്മേഷവതിയായിരിക്കാമെന്ന് വാക്കു തരാമോ?'

കരിമിഴികളുയർത്തി അയാളുടെ മുഖം പരിശോധിച്ചുകൊണ്ട് ചിന്താഭരിതയായി അവൾ ഒരു നിമിഷം ഇരുന്നു. പിന്നീട് ശുമന്ദഹാസം തൂകിക്കൊണ്ട് അവൾ അനുകൂലഭാവത്തിൽ തലയാട്ടി. അയാൾ അവളുടെ കരം ഗ്രഹിച്ചു. തന്നെ ചുംബിക്കാൻ അയാൾ അവളെ പ്രേരിപ്പിച്ചുകൊണ്ടിരുന്നു. അവൾ ദുർബ്ബലയായി ചെറുത്തുനിന്നുകൊണ്ട് 'ദയവുചെയ്ത് അരുത്, അരുത്,' എന്ന് ആവർത്തിക്കുന്നത് ഞാൻ കേട്ടു. അയാൾ നിർബന്ധിച്ചു തുടങ്ങിയപ്പോൾ അവൾ അടിമുടി വിറച്ചുകൊണ്ട് തേങ്ങിക്കരഞ്ഞു. 'ഞാൻ നിങ്ങളുടെ തടവുകാരിയും അടിമയുമായതുകൊണ്ട് നിങ്ങൾക്ക് എന്നെ ബലാൽക്കാരമായി എന്തും ചെയ്യാം' അവൾ പറഞ്ഞു. വീണ്ടും അവൾ കണ്ണീരൊഴുക്കി.

പെച്ചോറിൻ സ്വന്തം നെറ്റിയിൽ അടിച്ചുകൊണ്ട് അടുത്ത മുറിയിലേയ്ക്ക് ഓടി. ഞാൻ അങ്ങോട്ട് കയറിച്ചെന്നു. അയാൾ കൈകൾ പിണച്ചുവച്ച്, നിരുന്മേഷനായി മുറിയിൽ ഉലാത്തുകയായിരുന്നു.

'എന്തു പറ്റി, സ്നേഹിതാ?' ഞാൻ ചോദിച്ചു.

'അവൾ ഒരു പിശാചാണ്. സ്ത്രീയല്ല.' അയാൾ പറഞ്ഞു 'പക്ഷേ ഞാൻ അവളെ സ്വന്തമാക്കും, നോക്കിക്കോളൂ.'

ഞാൻ തലയാട്ടി.

'വേണമെങ്കിൽ പന്തയം വയ്ക്കാം പക്ഷേ, എനിക്ക് ഒരാഴ്ച സമയം വേണം' അയാൾ പറഞ്ഞു.

'ശരി' ഞാൻ പറഞ്ഞു.

ഞങ്ങൾ കയ്യിലടിച്ച് കരാർ സമ്മതിച്ച് പിരിഞ്ഞു.

പിറ്റേദിവസം പല കൗതുക വസ്തുക്കളും വാങ്ങിക്കൊണ്ടുവരാനായി

ഒരു ദൂതനെ അയാൾ കിസ്‌ല്യാറിയിലേക്കയച്ചു. അയാൾ തിരിച്ചു വന്നപ്പോൾ കൊണ്ടുവന്ന പേർഷ്യൻ തുണിത്തരങ്ങൾക്ക് കയ്യും കണക്കുമില്ല.

ആ സാമാനങ്ങളൊക്കെ എന്നെ കാണിച്ചുകൊണ്ട് പെച്ചോറിൻ ചോദിച്ചു; 'എന്ത് പറയുന്നു മക്സീം മക്സീമിച്ച്, ഏഷ്യൻ വംശജയായ ഒരു സുന്ദരിക്ക് ഇവയുടെ പ്രലോഭനത്തെ ചെറുത്തു നിൽക്കാൻ കഴിയുമോ?'

'നിങ്ങൾക്ക്ചെർക്കീസ് സ്ത്രീകളെ അറിയില്ല', ഞാൻ പറഞ്ഞു. 'ഇവർ ജോർജിയക്കാരികളെ പോലെയോ, ട്രാൻസ് കോക്കസസ്സിലെ ടാർട്ടാർ സ്ത്രീകളെപോലെയോ അല്ല. ഇവർക്ക് ഇവരുടേതായ പെരുമാറ്റച്ചട്ടങ്ങളുണ്ട്. ഇവരെ വളർത്തുന്നത് തികച്ചും മറ്റൊരു രീതിയിലാണ്.' പെച്ചോറിൻ പുഞ്ചിരിതൂകിക്കൊണ്ട് ഒരു മാർച്ച ഗാനം ചൂളമടിച്ചുതുടങ്ങി.

ഞാൻ പറഞ്ഞതാണ് ശരിയെന്ന് തെളിഞ്ഞു. ആ വിലപിടിച്ച സമ്മാനങ്ങൾ ഉദ്ദിഷ്ടകാര്യം പാതിയേ സാധിച്ചുള്ളൂ. അവൾ കൂടുതൽ സൗഹാർദ്ദത്തോടും വിശ്വസത്തോടും പെരുമാറിത്തുടങ്ങി. പക്ഷേ അതിൽ കൂടുതലൊന്നുമുണ്ടായില്ല. ഒടുവിൽ അയാൾ തന്റെ തുറുപ്പു ചീട്ടിറക്കാൻ തീരുമാനിച്ചു. ഒരു ദിവസം അയാൾ തന്റെ കുതിരയെ ജീനികെട്ടിക്കാൻ കൽപന കൊടുത്തിട്ട് ചെർക്കിസ് മട്ടിൽ വസ്ത്ര ധാരണം ചെയ്ത് ആയുധങ്ങളുമണിഞ്ഞ് ബേളയുടെ മുമ്പിലെത്തി. 'ബേളാ, ഞാൻ നിന്നെ എത്രയധികം സ്നേഹിക്കുന്നുണ്ടെന്ന് നിനക്കറിയാമല്ലോ. അടുത്തറിയുമ്പോൾ നിനക്ക് എന്നെയും ഇഷ്ടമാകും എന്ന പ്രതീക്ഷയോടെയാണ് ഞാൻ നിന്നെ തട്ടിക്കൊണ്ടുവന്നത്. എന്നാൽ എനിക്ക് തെറ്റുപറ്റി. അതിനാൽ ഞാൻ നിന്നോട് വിട പറയാൻ വന്നതാണ്. എനിക്കുള്ള സർവ്വതും നിന്റേതായിരിക്കും. നിനക്ക് വേണമെങ്കിൽ നിന്റെ പിതൃഗൃഹത്തിലേക്ക് തിരിച്ചുപോകാം – നീ സ്വതന്ത്രയാണ്. ഞാൻ നിന്നോട് തെറ്റുചെയ്തു. അതിന്റെ ശിക്ഷ ഞാൻ അനുഭവിച്ചേ തീരൂ. എനിക്ക് വിട തരൂ. ഞാൻ പോവുകയാണ് എങ്ങോട്ടെന്ന് എനിക്കുതന്നെ അറിയില്ല. വെടിയുണ്ടയോ വാളോ എന്റെമേൽ പതിക്കുന്ന ദിവസം വിദൂരമല്ലെന്നുവരാം. അത് സംഭവിക്കുമ്പോൾ എന്നെ നീ ഓർക്കുകയും എനിക്ക് മാപ്പുതരികയും ചെയ്യുമെന്ന് വിശ്വസിക്കുന്നു'. അയാൾ തിരിഞ്ഞുനിന്നുകൊണ്ട്. അവളുടെ നേരെ കൈ നീട്ടി. അവൾ അയാളുടെ കരം ഗ്രഹിക്കുകയോ എന്തെങ്കിലും പറയുകയോ ചെയ്തില്ല. വാതിലിനിപ്പുറത്തു നിന്നിരുന്ന ഞാൻ വാതിൽപ്പഴുതിലൂടെ അവളുടെ മുഖം കണ്ടു. ഓമനത്തം തുളുമ്പുന്ന ആ മുഖം ഒരു പ്രേതത്തിന്റേതുപോലെ വിളറിവെളുക്കുന്നതു

കണ്ടപ്പോൾ എന്റെ മനസ്സലിഞ്ഞു. മറുപടിയൊന്നും കേൾക്കാത്തതിനാൽ പെച്ചോറിൻ വാതിലിനടുത്തേക്ക് ഏതാനും ചുവടുവച്ചു. അയാൾ അടിമുടി വിറയ്ക്കുന്നുണ്ടായിരുന്നു. വാസ്തവത്തിൽ താൻ ഭീഷണിപ്പെടുത്തിയത് നടപ്പിലാക്കാൻ അയാൾ ഒട്ടും മടിക്കില്ലായിരുന്നു എന്നുതന്നെയാണ് എന്റെ വിശ്വാസം. അയാൾ അത്തരക്കാരനായിരുന്നു. എന്നാൽ അയാൾ വാതിൽ പിടിയിൽ കൈവച്ച നിമിഷത്തിൽ ബേള തേങ്ങിക്കൊണ്ട് ചാടിയെണീറ്റ് അയാളുടെ കഴുത്തിൽ കെട്ടിപ്പിടിച്ചു. വാതിലിന് പുറത്തുനിന്നിരുന്ന ഞാനും കരഞ്ഞുപോയി, എന്നു പറഞ്ഞാൽ കരഞ്ഞില്ല എങ്കിലും... അതു പോകട്ടെ, അതൊക്കെ തനി വിഡ്ഢിത്തമാണ്."

ക്യാപ്റ്റൻ നിശ്ശബ്ദനായി.

അൽപം കഴിഞ്ഞ് മീശ പിടിച്ചുവലിച്ചുകൊണ്ട് അയാൾ പറഞ്ഞു. "ഞാൻ താങ്കളോടു കാര്യം തുറന്നുപറയാം. ഒരു സ്ത്രീ എന്നെ ഒരിക്കലും അത്ര തീവ്രമായി സ്നേഹിച്ചിട്ടില്ല എന്ന വസ്തുത എന്നെ അപ്പോൾ വിഷാദഭരിതനാക്കി."

"അവരുടെ സന്തോഷം എത്രകാലം നീണ്ടുനിന്നു.?" ഞാൻ ചോദിച്ചു.

"പറയാം. പെച്ചോറിനെ ആദ്യമായി കണ്ട ദിവസം മുതൽ താൻ അയാളെ സ്വപ്നം കാണാറുണ്ടായിരുന്നെന്നും മറ്റൊരു പുരുഷനും തന്നിൽ ഇങ്ങനെയൊരനുഭൂതിയുളവാക്കിയിട്ടില്ലെന്നും അവൾ തുറന്നു പറഞ്ഞു. അതെ അവർ സന്തുഷ്ടയായിരുന്നു!"

"തികച്ചും വിരസം." ഞാൻ അറിയാതെ പറഞ്ഞുപോയി. ദുഃഖപര്യവസായിയായ ഒരുകഥ പ്രതീക്ഷിച്ചിരുന്ന എനിക്ക് ആ പ്രതീക്ഷ ഇത്രവേഗം തകർന്നതിൽ നിരാശതോന്നി. അവൾ കോട്ടയിലുണ്ടെന്ന് അവളുടെ അച്ഛൻ മനസ്സിലാക്കിയില്ലെന്നാണോ താങ്കൾ പറഞ്ഞുവരുന്നത്?"

"അയാൾക്ക് സംശയം തോന്നിക്കാണുമെന്നാണ് എന്റെ വിശ്വാസം. എന്നാൽ ഏതാനും ദിവസങ്ങൾക്കുള്ളിൽ ആ വൃദ്ധൻ കൊല്ലപ്പെട്ടു എന്ന വാർത്ത ഞങ്ങൾക്കു കിട്ടി. സംഭവം ഇങ്ങനെയായിരുന്നു..."

വീണ്ടും എന്റെ താൽപര്യം ഉണർന്നു.

"അസമാത് കുതിരയെ മോഷ്ടിച്ചത് പിതാവിന്റെ ഒത്താശയോടെയാണെന്നാണ് കാസ്ബിച്ച് വിചാരിച്ചത്. ഒരിക്കൽ വൃദ്ധൻ മകളെ അന്വേഷിച്ച് പലയിടത്തും പോയിട്ട് നിരാശനായി ഗ്രാമത്തിലേക്ക് മടങ്ങുകയായിരുന്നു. ഗ്രാമത്തിൽനിന്ന് ഉദ്ദേശം മൂന്ന് വേഴ്സ്റ്റ്

അകലെ ഒരിടത്ത് കാസ്ബിച്ച് ഒളിച്ചിരുന്നു. അനുയായികളെ വളരെ പിന്നിലാക്കിയിട്ട് ചിന്താക്രാന്തനായി മെല്ലെ കുതിരയോടിച്ച വൃദ്ധൻ വരുമ്പോൾ കാസ്ബിച്ച് ഒരു കുറ്റിച്ചെടിക്കുപിന്നിൽനിന്ന് ഒരു പൂച്ചയുടെ മെയ്വഴക്കത്തോടെ ചാടി കുതിരപ്പുറത്തു കയറി. കഠാര കുത്തിയിറക്കി വൃദ്ധനെ കൊന്നിട്ട് കടിഞ്ഞാൺ കരസ്ഥമാക്കി അയാൾ കുതിരയെ കുതിച്ചോടിച്ച് അകലെ മറഞ്ഞു. വൃദ്ധന്റെ അനുയായികളിൽ ചിലർ ഒരു കുന്നിന്റെ മുകളിൽനിന്ന് അതു കണ്ടു. അവർ കാസ്ബിച്ചിന്റെ പിന്നാലെ പാഞ്ഞുചെന്നെങ്കിലും അയാളോടൊപ്പമെത്താൻ അവർക്കു കഴിഞ്ഞില്ല."

"അങ്ങനെ അയാൾ നഷ്ടപ്പെട്ട കുതിരയ്ക്കു പകരം മറ്റൊന്നിനെ തട്ടിയെടുക്കുക മാത്രമല്ല പകവീട്ടുകയും ചെയ്തെന്നർഥം." ക്യാപ്റ്റന്റെ അഭിപ്രായമറിയാനായി ഞാൻ പറഞ്ഞു.

"അവരുടെ നിയമപ്രകാരം അയാൾ ചെയ്തതു നൂറുശതമാനം ശരിയാണ്." ക്യാപ്റ്റൻ പറഞ്ഞു.

തന്റെ ചുറ്റുപാടുമുള്ള ജനതകളുടെ ആചാരങ്ങളുമായി ഇണങ്ങിപ്പോകാൻ റഷ്യാക്കാരനുള്ള അപാരമായ കഴിവ് എന്നെ അത്ഭുതപ്പെടുത്തി. ഈ മാനസികസിദ്ധി ഒരു ഗുണമാണോ ദോഷമാണോ എന്ന് എനിക്ക് അറിയില്ല. എന്നാൽ തിന്മയെ ഉച്ചാടനം ചെയ്യാൻ അസാധ്യമായ സന്ദർഭങ്ങളിലും അതിനു മാപ്പുകൊടുക്കേണ്ടത് ആവശ്യമാണെന്ന് തോന്നുന്ന സന്ദർഭങ്ങളിലും ഈ സിദ്ധി അസാധാരണമായ അയവും പക്വതയാർന്ന പ്രായോഗികബുദ്ധിയും പ്രകടമാക്കുന്നു.

ഇതിനിടെ ഞങ്ങൾ ചായ കുടിച്ചു കഴിഞ്ഞു. പുറത്ത് വളരെ മുമ്പുതന്നെ യാത്രയ്ക്കു തയ്യാറാക്കപ്പെട്ട കുതിരകൾ വിറച്ചുകൊണ്ട് മഞ്ഞിനുമീതെ നിന്നിരുന്നു. അങ്ങകലെയുള്ള കൊടുമുടികളിൽനിന്ന് കീറിയ തിരശ്ശീലയുടെ കഷ്ണങ്ങൾപോലെ നീണ്ടുകിടന്ന കറുത്ത മേഘപാളികൾക്കിടയിലേക്ക് പശ്ചിമാംബരത്തിലെ വിളറിയ ചന്ദ്രക്കല താഴാൻ ഒരുങ്ങുകയായിരുന്നു. ഞങ്ങൾ പുറത്തിറങ്ങി. എന്റെ സഹയാത്രികന്റെ പ്രവചനത്തിന് വിരുദ്ധമായി പ്രശാന്തമായ ഒരു പ്രഭാതത്തിന് നാന്ദികുറിച്ചുകൊണ്ട് കാലാവസ്ഥ തെളിഞ്ഞു. പൂർവ്വദിക്കിലെ അരണ്ടവെളിച്ചം ഇരുണ്ട് ഊതനിറമാർന്ന ആകാശത്തിൽ പരന്നു തുടങ്ങി. അതോടെ ആകാശത്തിന്റെ അകലങ്ങളിൽ കെട്ടുപിണഞ്ഞ് അതിവിചിത്രമായ ഒരു ചിത്രം സൃഷ്ടിച്ചുകൊണ്ടിരുന്ന താരഹാരങ്ങൾ ഒന്നിനുപിറകെ മറ്റൊന്നായി മാഞ്ഞുപോയി. പൂർവ്വദിക്കിലെ പ്രകാശം കന്നിമഞ്ഞിന്റെ പുതപ്പണിഞ്ഞു കിടന്ന ചെങ്കുത്തായ മലഞ്ചെരിവുകളെ ദീപ്തമാക്കിത്തുടങ്ങി. ഇടവും വലവും നിഗൂഢമായ ഇരുണ്ട കൊക്കകൾ വാപിളർന്നു നിന്നു. വരാൻ

പോകുന്ന പകലിനെ ഭയന്നിട്ടെന്നവണ്ണം മൂടൽമഞ്ഞ് ഒരു പാമ്പിനെ പ്പോലെ വളഞ്ഞുപുളഞ്ഞ പാറക്കെട്ടുകളുടെ വിടവുകളും വിള്ളലുകളും വഴി അടിയിലേയ്ക്ക് ഇഴഞ്ഞിറങ്ങിക്കൊണ്ടിരുന്നു.

അവാച്യമായ ഒരുതരം പ്രശാന്തത പ്രഭാതപ്രാർഥന ചൊല്ലുന്ന മനുഷ്യഹൃദയങ്ങളിലെന്നപോലെ ഭൂമിയിലും ആകാശത്തിലും നിറഞ്ഞുനിന്നു. കുതിരകളുടെ മഞ്ഞുപറ്റിപ്പിടിച്ച കുഞ്ചിരോമങ്ങളെ ഉലച്ചുകൊണ്ട് കുളിർമയുള്ള കിഴക്കൻകാറ്റ് വല്ലപ്പോഴുമൊരിക്കൽ വീശിക്കൊണ്ടിരുന്നു. ഞങ്ങൾ യാത്രയാരംഭിച്ചു.

മെല്ലിച്ച ആറു കുതിരകൾ വളരെ പ്രയാസപ്പെട്ട് ഗുദ്-ഗറായിലെ ക്ലേശപൂർണമായ വഴിയിലൂടെ ഞങ്ങളുടെ വണ്ടികൾ മുകളിലേക്ക് വലിച്ചുതുടങ്ങി. കുതിരകൾക്ക് വണ്ടികൾ മുകളിലേക്ക് വലിക്കാൻ തീരെ നിവൃത്തിയില്ലാതെ വരുമ്പോൾ ചക്രങ്ങളുടെ അടിയിൽ കല്ലുകൾവച്ചുകൊണ്ട് ഞങ്ങൾ പിന്നിൽ നടന്നു. നോക്കെത്താത്ത ദൂരത്തോളം ഉയർന്നുയർന്നുപോയിട്ട് ഒടുവിൽ ഇരയും കാത്ത് കഴിയുന്ന കഴുകനെപ്പോലെ മലമുകളിൽ തലേദിവസം മുതൽ തങ്ങിനിന്നിരുന്ന ഒരു മേഘത്തിനിടയിൽ മറയുന്ന ആ പാത നേരെ ആകാശത്തിലേക്ക് നയിക്കുന്നതാണെന്ന് തോന്നി. മഞ്ഞ് കാലിനടിയിൽ ഞെരിയുന്ന ശബ്ദം കേൾക്കാമായിരുന്നു. വായു വിരളമായിരുന്നതിനാൽ ശ്വസിക്കാൻ ഞങ്ങൾ വിഷമിച്ചു. രക്തം തലയിലേക്ക് ഇരച്ചുകയറുന്നതായി സദാ എനിക്ക് തോന്നിക്കൊണ്ടിരുന്നു. എങ്കിലും ഔന്നത്യത്തിന്റേതായ ഒരനുഭൂതി എന്റെ ദേഹമാസകലം വ്യാപിച്ചു. ഭൂമിയ്ക്കുമീതെ ഇത്രയേറെ ഉയർന്നു നിൽക്കുന്നതിൽ അവർണനീയമായ ഒരാനന്ദം എനിക്ക് അനുഭവപ്പെട്ടു. കേവലം ബാലസഹജമായ ഒന്നാണതെന്ന് ഞാനും സമ്മതിക്കാം. പക്ഷേ, സമൂഹത്തിന്റെ ആചാരമര്യാദകളിൽ നിന്ന് അകന്നകന്ന് പോവുകയും പ്രകൃതിയോട് കൂടുതൽ കൂടുതൽ അടുക്കുകയും ചെയ്യുമ്പോൾ അറിയാതെ തന്നെ നാമെല്ലാം കുട്ടികളായി മാറാറുണ്ടല്ലോ. അപ്പോൾ, ആർജിച്ചതെല്ലാം ഉപേക്ഷിച്ച് നമ്മുടെ ആത്മാവ് മുമ്പെന്നോ അതിനുണ്ടായിരുന്ന മൂലരൂപം, എന്നെങ്കിലും തീർച്ചയായും വീണ്ടും അത് കൈവരിക്കാൻ പോകുന്ന രൂപം, കൈക്കൊള്ളും. മലയുടെ വിചിത്രമായ ആകാരഭംഗി കണ്ടാസ്വദിക്കുകയും മലയിടുക്കുകളിലെ ഉന്മേഷദായകമായ വായു നുകരുകയും ചെയ്തുകൊണ്ട് വിജനമായ മലകളിലൂടെ എന്നെപ്പോലെ അലഞ്ഞു തിരിയാൻ അവസരംകിട്ടിയിട്ടുള്ള ഏതൊരാൾക്കും ഈ അത്ഭുത ചിത്രങ്ങളെ വർണിക്കാനും അവയെപ്പറ്റി സംസാരിക്കുവാനും അവ വരച്ചുകാട്ടാനുമുള്ള എന്റെ ഉൽക്കടമായ അഭിനിവേശം മനസ്സിലാക്കാനും കഴിയും. ഒടുവിൽ ഞങ്ങൾ ഗുദ്-ഗറായുടെ മുകളിലെത്തി. ചുറ്റുമുള്ള

കാഴ്ച നോക്കിക്കാണാനായി ഞങ്ങൾ അൽപനേരം അവിടെ നിന്നു. ചാരനിറമുള്ള മേഘം തലമുകളിൽ തങ്ങിനിന്നിരുന്നു. അതിന്റെ തണുത്ത നിശ്വാസം ആസന്നമായ കൊടുങ്കാറ്റിനെ വിളിച്ചറിയിച്ചു. എന്നാൽ ആകാശത്തിന്റെ കിഴക്കുഭാഗത്തെ തെളിച്ചവും സുവർണ്ണ പ്രഭയും കണ്ടപ്പോൾ ഞാനും ക്യാപ്റ്റനും അക്കാര്യം പാടെ വിസ്മരിച്ചു. അതേ, ക്യാപ്റ്റൻപോലും; ക്ഷുദ്രാത്മാക്കൾക്ക് ആവേശപൂർവ്വം കഥ പറയുകയും എഴുതുകയും ചെയ്യുന്ന നമ്മെപ്പോലുള്ളവരെക്കാൾ നൂറിരട്ടി ശക്തിയോടെ പ്രകൃതിയുടെ പ്രൗഢിയും സൗന്ദര്യവും അനുഭവപ്പെട്ടും.

"ഈ മഹത്തായ ദൃശ്യങ്ങൾ പഴകിക്കാണും." ഞാൻ പറഞ്ഞു.

"ശരിയാണ്. വെടിയുണ്ടയുടെ ചീറ്റലുമായിപ്പോലും പഴകാൻ കഴിയും. അതായത് അതു കേൾക്കുമ്പോൾ നാമറിയാതെ തന്നെ നാഡിമിടിപ്പ് വർദ്ധിക്കുന്നത് മറച്ചുവയ്ക്കാൻ നാം ശീലിക്കും."

"നേരെ മറിച്ച് തഴക്കംവന്ന ചില പട്ടാളക്കാർക്ക് ആ ശബ്ദം സംഗീതം പോലെ മധുരമാണെന്നാണ് ഞാൻ കേട്ടിരിക്കുന്നത്."

"അതെ, വേണമെങ്കിൽ അത് മധുരമാണെന്നും പറയാം. പക്ഷേ അത് ഹൃദയമിടിപ്പ് വർദ്ധിപ്പിക്കുന്നത്കൊണ്ട് മാത്രമാണ്. അതാ അങ്ങോട്ട് നോക്കൂ" കിഴക്ക് ഭാഗത്തേക്ക് ചൂണ്ടിക്കാട്ടിക്കൊണ്ട് അയാൾ കൂട്ടിച്ചേർത്തു. "എത്ര സുന്ദരമായ പ്രദേശം.!"

അതു ശരിയായിരുന്നു. അത്ര മനോഹരമായ ഒരു വിശാലദൃശ്യം ജീവിതത്തിൽ ഇനി എന്നെങ്കിലും കാണാൻ കഴിയുമെന്ന പ്രതീക്ഷ എനിക്കില്ല. അടിവാരത്തിൽ കൊയ്ഷവൂർ താഴ്‌വരയാണ്. അറാഗ്വയും മറ്റൊരു നദിയും രണ്ട് വെള്ളി നാടകൾപോലെ അതിന് കുറുകെ ഒഴുകിക്കൊണ്ടിരിക്കുന്നു. ഇളം നീല നിറമുള്ള മൂടൽമഞ്ഞ് പ്രഭാത സൂര്യന്റെ ഊഷ്മള കിരണങ്ങളെ ഭയന്ന് അടുത്തുള്ള മലയിടുക്കിൽ അഭയം പ്രാപിക്കാനായി താഴ്‌വരയിലൂടെ ഇഴഞ്ഞുനീങ്ങിക്കൊണ്ടിരുന്നു. ഇടതുവശത്തും വലതുവശത്തും നോക്കെത്താത്ത ദൂരത്തോളം നെറുകെയും കുറുകെയും നീണ്ടുകിടക്കുന്ന മല നിരകളാണ്. ഒന്നിനൊന്ന് ഉയർന്നുപോകുന്ന ആ മലകൾ മഞ്ഞും കുറ്റിച്ചെടികളും കൊണ്ട് മൂടപ്പെട്ടിരുന്നു. എവിടേയും മലകളാണ്. പക്ഷേ ഒരേപോലിരിക്കുന്ന രണ്ട് കുന്നുകൾ കണ്ടെത്താൻ സാധ്യമല്ല. ഉന്മേഷദായകവും ഉജ്ജ്വലവുമായ ഇളം ചുവപ്പ് പ്രഭയോടെ ജ്വലിച്ചുകൊണ്ടിരുന്ന ആ ഹിമപ്പരപ്പിലേക്ക് നോക്കിനിന്നാൽ അവിടെത്തന്നെ ജീവിതകാലം മുഴുവൻ കഴിച്ചുകൂട്ടാൻ ആരും മോഹിച്ചുപോകും. മഴമേഘമല്ലെന്ന് പരിചയസമ്പന്നർക്ക് മാത്രം തിരിച്ചറിയാൻ കഴിയുന്ന കരിനീലനിറമാർന്ന ഒരു പർവ്വതത്തിന്റെ പിന്നിൽ സൂര്യൻ അപ്പോഴും

മറഞ്ഞിരിക്കയായിരുന്നു. എങ്കിലും അതിനുമുകളിൽ ചുവപ്പുനിറം വ്യാപിച്ചിരുന്നു. അതു ചൂണ്ടിക്കാണിച്ചുകൊണ്ട് ക്യാപ്റ്റൻ പറഞ്ഞു: "കാലാവസ്ഥ മോശമാകാൻ പോവുകയാണെന്ന് ഞാൻ നേരത്തെ പറഞ്ഞിരുന്നല്ലോ. നമ്മൾ ധൃതികൂട്ടിയില്ലെങ്കിൽ ക്രെസ്തോവയിൽ വച്ചു അത് നമ്മെ പിടികൂടും. ഏയ്, പുറപ്പെടാം." അയാൾ വണ്ടിക്കാരോട് പറഞ്ഞു.

നിയന്ത്രണം വിട്ടുപോകാതിരിക്കാൻ ബ്രേക്ക്പോലെ വണ്ടിച്ചക്രങ്ങളിൽ ചങ്ങലകൾ ഘടിപ്പിക്കപ്പെട്ടു. കുതിരകളെ കടിഞ്ഞാണിൽ പിടിച്ചു നയിച്ചുകൊണ്ട് ഞങ്ങൾ ഇറങ്ങിത്തുടങ്ങി. വലതുവശത്ത് ചെങ്കുത്തായ ഒരു പാറക്കെട്ടായിരുന്നു. ഇടതുവശത്ത് അഗാധമായ ഒരു കൊക്കയും. അതിന്റെ അടിത്തട്ടിലുണ്ടായിരുന്ന ഒരു ഒസോറ്റിയൻ ഗ്രാമം ഒരു കുരുവിക്കൂടുപോലെ തോന്നിച്ചു. - അത്രയ്ക്ക് താഴ്ചയുണ്ടായിരുന്നു ആ കൊക്കയ്ക്ക്. രണ്ടു വണ്ടികൾക്ക് ഒരേസമയം കടന്നുപോകാൻ ഇടമില്ലാത്ത ഈ ഇടുങ്ങിയ പാതയിലൂടെ അന്ധകാരാവൃതമായ രാത്രിയിൽ തന്റെ കുടുങ്ങുന്ന വണ്ടിയിൽനിന്നിറങ്ങുകപോലും ചെയ്യാതെ ആണ്ടിൽ പത്തുപന്ത്രണ്ട് തവണ ഒരു ദൂതൻ സഞ്ചരിക്കാറുണ്ടെന്നോർത്തപ്പോൾ എന്റെ ഉള്ള് കിടുകിടുത്തു. ഞങ്ങളുടെ വണ്ടിക്കാരിൽ ഒരുവൻ യാരസ്ലാവ് പ്രദേശത്തുനിന്ന് വന്ന ഒരു റഷ്യൻ കർഷകനും അപരൻ ഒരു ഒസേറ്റിയനുമായിരുന്നു. ഒസേറ്റിയൻ രണ്ടു കുതിരകളെ വണ്ടിയിൽനിന്ന് നേരത്തെ തന്നെ അഴിച്ചുമാറ്റിയിട്ട് വണ്ടിവലിക്കുന്ന കുതിരയുടെ കടിഞ്ഞാണിൽ പിടിച്ചുകൊണ്ട് നടക്കുകയും മറ്റെല്ലാ മുൻകരുതലുകളും എടുക്കുകയും ചെയ്തിരുന്നു. എന്നാൽ ഉല്ലാസപ്രിയനായ റഷ്യാക്കാരൻ വണ്ടിയിൽനിന്നിറങ്ങാൻപോലും കൂട്ടാക്കിയില്ല. ചുരുങ്ങിയ പക്ഷം എന്റെ പെട്ടിയെ ഓർത്തെങ്കിലും അയാൾ കൂടുതൽ ജാഗ്രത കാട്ടണമെന്നും അതു തിരിച്ചെടുക്കാനായി കൊക്കയുടെ അടിയിലേക്കിറങ്ങാൻ എനിക്ക് ആഗ്രഹമില്ലെന്നും ഞാൻ സൂചിപ്പിച്ചപ്പോൾ അയാൾ മറുപടി പറഞ്ഞു: "പേടിക്കണ്ട, സർ! ദൈവസഹായംകൊണ്ട് അവരെപ്പോലെതന്നെ സുരക്ഷിതമായി നമ്മളും അവിടെയെത്തും. ആദ്യത്തെ തവണയല്ല ഞാൻ ഈ വഴി വരുന്നത്." അയാൾ പറഞ്ഞത് ശരിയായിരുന്നു. ഞങ്ങൾ സുരക്ഷിതമായി അവിടെ എത്താതിരിക്കാനുള്ള സാദ്ധ്യതയുണ്ടായിരുന്നെങ്കിലും ഞങ്ങൾ എത്തി എന്നതാണ് സത്യം. ഈ സംഗതിയെപ്പറ്റി കൂടുതൽ ആലോചിച്ചാൽ ജീവിതത്തെച്ചൊല്ലി അത്രയേറെ വേവലാതിപ്പെടേണ്ട കാര്യമില്ലെന്ന് ഏവർക്കും ബോധ്യമാകും...

ഒരുപക്ഷേ ബേളയെപ്പറ്റിയുള്ള കഥ മുഴുവൻ കേൾക്കാൻ വായനക്കാർ താൽപര്യപ്പെടുന്നുണ്ടാവും. എന്നാൽ ഒന്നാമത് ഞാൻ ഒരു

നോവലല്ല, വെറും യാത്രക്കുറിപ്പുകളാണ് എഴുതുന്നത്. പറഞ്ഞുതുടങ്ങുന്നതിനുമുമ്പ് അയാളെക്കൊണ്ട് അത് പറയിപ്പിക്കാൻ എനിക്ക് കഴിവില്ല. അതുകൊണ്ട് നിങ്ങൾ അൽപസമയം കൂടി കാത്തിരിക്കണം. വിരോധമില്ലെങ്കിൽ ഏതാനും താളുകൾ വിട്ടിട്ടു വായിച്ചാൽമതി. എന്നാൽ ഞാൻ നിങ്ങളെ അതിന് ഉപദേശിക്കുകയില്ല. കാരണം, ഞങ്ങൾ ക്രസ്തോവയ കൊടുമുടി കടന്നതെങ്ങിനെയെന്ന് അറിയുന്നത് നിങ്ങൾക്ക് തീർച്ചയായും രസകരമായിരിക്കും. ഗുദ്-ഗറായിൽനിന്ന് ഞങ്ങൾ ചെർത്തോവ താഴ്‌വരയിലെത്തി. ഭാവനാസുന്ദരമായ ഒരു പേരാണത്! ഒരു പക്ഷേ അഗമ്യമായ മലനിരകളുടെ ഇടയിൽ ഒരു ചെകുത്താന്റെ ഗുഹ നിങ്ങൾ ഭാവനയിൽ കാണുന്നുണ്ടായിരിക്കും. എന്നാൽ ക്ഷമിക്കണം. നിങ്ങൾക്ക് തെറ്റുപറ്റി. ചെർത്താവ താഴ്‌വര എന്ന പേര് രേഖ എന്നർഥമുള്ള "ചെർത്ത" എന്ന റഷ്യൻ വാക്കിൽനിന്നുണ്ടായതാണ്. നിങ്ങൾ വിചാരിക്കുംപോലെ ചെകുത്താൻ എന്നർഥമുള്ള "ചോർത്" എന്ന വാക്കിൽനിന്നല്ല. - ജോർജിയയുടെ അതിർത്തിരേഖ ഒരു കാലത്ത് ഇവിടെയായിരുന്നു. മഞ്ഞുകൂനകൾക്കിടയിൽ മറഞ്ഞു കിടന്നിരുന്നതിനാൽ ആ താഴ്‌വരയ്ക്ക് നമുക്ക് പ്രിയങ്കരമായ റഷ്യയിലെ സറാത്തൊവ്, തംബോവ് മുതലായ സ്ഥലങ്ങളോട് അസാമാന്യമായ സാദൃശ്യമുണ്ടായിരുന്നു.

അതാണ് "ക്രസ്തോവയ," താഴ്‌വരയിലെത്തിയപ്പോൾ മഞ്ഞുകൊണ്ട് മൂടിക്കിടന്ന ഒരു കുന്ന് ചൂണ്ടിക്കാട്ടിക്കൊണ്ട് ക്യാപ്റ്റൻ പറഞ്ഞു. അതിന്റെ നിറുകയിൽ ഒരു കൽക്കുരിശിന്റെ കറുത്ത രൂപരേഖ തെളിഞ്ഞു കണ്ടു. മലയെ ചുറ്റിയുള്ള പാത മഞ്ഞുമൂടി തീരെ സഞ്ചാരയോഗ്യമല്ലാതാവുമ്പോൾ മാത്രം ഉപയോഗിക്കാറുള്ള ഒരു വഴി അതിനപ്പുറത്തേക്ക് നീണ്ട് കിടന്നിരുന്നു. എന്നാൽ അത് കഷ്ടിച്ചുമാത്രമേ തിരിച്ചറിയാൻ കഴിഞ്ഞുള്ളൂ. മഞ്ഞൊലിപ്പ് ഇനിയും തുടങ്ങിയിട്ടില്ലെന്നും അതിനാൽ കുതിരകളെ ആവശ്യത്തിലേറെ ബുദ്ധിമുട്ടിക്കാതെ മല ചുറ്റി പോകാമെന്നും വണ്ടിക്കാർ പറഞ്ഞു. ഒരു വളവു തിരിഞ്ഞപ്പോൾ ഞങ്ങൾ അഞ്ച് ഒസേറ്റിയന്മാരെ കണ്ടുമുട്ടി. അവർ തങ്ങളുടെ സഹായം ഞങ്ങൾക്ക് വാഗ്ദാനം ചെയ്തു. ഒച്ചയിടുകയും വണ്ടിച്ചക്രങ്ങളിൽ പിടിക്കുകയും ചെയ്തുകൊണ്ട് അവർ വണ്ടികൾ മുമ്പോട്ടുകൊണ്ടുപോകാൻ സഹായിച്ചുതുടങ്ങി. ആ വഴി തീർച്ചയായും അപകടം നിറഞ്ഞതായിരുന്നു. വലതുവശത്ത് ചെറിയൊരു കാറ്റടിച്ചാൽ താഴെ വീഴാൻ തയ്യാറായി റോഡിലേക്ക് ഉന്തിനിൽക്കുന്ന മഞ്ഞുമലകളായിരുന്നു. ആ ഇടുങ്ങിയ റോഡിന്റെ ചില ഭാഗങ്ങൾ പൊടിമഞ്ഞ് മൂടിക്കിടന്നിരുന്നു. അവിടെ കാൽ താണുപോകും. മറ്റുഭാഗങ്ങളിൽ പകലത്തെ വെയിലിന്റെയും രാത്രിയിലെ

ശൈത്യത്തിന്റെയും ഫലമായി മഞ്ഞ് കട്ടപിടിച്ച് ഐസായി കിട ന്നിരുന്നതിനാൽ യാത്ര അത്യന്തം ദുഷ്ക്കരമായിരുന്നു. കുതിരകളുടെ കാൽ വഴുതിക്കൊണ്ടിരുന്നു. ഇടതുവശത്ത് വാ പിളർന്നുനിൽക്കുന്ന അഗാധമായ ഒരു ഇടുക്കാണ്. അതിന്റെ അടിത്തട്ടിൽ കലങ്ങിയ ഒരു അരുവി ഒഴുകിക്കൊണ്ടിരുന്നു. ചിലയിടങ്ങളിൽ അത് ഐസിനടി യിലേക്ക് ഇഴഞ്ഞു കയറി ദൃഷ്ടിയിൽനിന്ന് മറയും. ചിലയിടങ്ങളിൽ കറുത്ത പാറക്കെട്ടുകൾക്കിടയിലൂടെ അത് പുറത്തുചാടും. ക്രെസ്തോ വയക്കുന്നിനെ ചുറ്റി അപ്പുത്തെത്താൻ ഞങ്ങൾ രണ്ട് മണിക്കൂറെടുത്തു. വെറും രണ്ട് വേഴ്സ്റ്റ് സഞ്ചരിക്കാൻ രണ്ടു മണിക്കൂർ! കൊള്ളക്കാര നായ സൊളോവേയെ[16]പ്പോലെ കാറ്റ് ചൂളം വിളിച്ചു. താമസിയാതെ കിഴക്കുനിന്ന് അലയലയായി എത്തിയ മൂടൽമഞ്ഞ് കൽക്കുരിശിനെ മറച്ചു. ഓരോ പുതിയ അലയും അതിനുതൊട്ടുമുമ്പുണ്ടായിരുന്ന അലയേക്കാൾ കനത്തതായിരുന്നു. പ്യോത്തർ ഒന്നാമൻ ചക്രവർ ത്തി കോക്കസസ്സിലൂടെ സഞ്ചരിച്ചപ്പോൾ അദ്ദേഹം നാട്ടിയതാണ് ആ കുരിശ് എന്നൊരു വിചിത്രമായ ഐതിഹ്യം പരക്കെ അംഗീക രിക്കപ്പെട്ടിരുന്നുവെന്ന്കൂടി കൂട്ടത്തിൽ പറയട്ടെ. എന്നാൽ ഒന്നാമത് പീറ്റർ ദഗെസ്ഥാനിൽ മാത്രമേ പോയിട്ടുള്ളൂ. രണ്ടാമത് ആ കുരിശ് ജനറൽ യെർമോലൊവിന്റെ നിർദ്ദേശപ്രകാരം 1824-ൽ ഉയർത്ത പ്പെട്ടതാണ് എന്നൊരു കുറിപ്പ് അതിന്മേൽ വലിയ അക്ഷരത്തിൽ കൊത്തിവച്ചിട്ടുണ്ട്. ഈ കുറിപ്പുണ്ടായിരുന്നിട്ടുപോലും മുമ്പു പറഞ്ഞ ഐതിഹ്യം ജനങ്ങളുടെ മനസ്സിൽ ദൃഢമായി വേരൂന്നിയിരുന്നതി നാൽ ഏതു വിശ്വസിക്കണമെന്ന് നാം സംശയിച്ചുപോകും. പോരാ ത്തതിന് ഇത്തരം ശിലാലിഖിതങ്ങളിൽ വിശ്വാസമർപ്പിച്ച് നമുക്ക് ശീലവുമില്ലല്ലോ.

കോബിയിലുള്ള സ്റ്റേഷനിലെത്താൻ ഐസുമൂടിയ പാറക്കെട്ടുക ളിലൂടെയും ഉറയ്ക്കാത്ത പൊടിമഞ്ഞിലൂടെയും ഇനിയും ഒരു അഞ്ച് വേഴ്സ്റ്റ് ഇറങ്ങണം. കുതിരകൾ തളർന്നുകഴിഞ്ഞിരുന്നു. ഞങ്ങൾ തണുപ്പ്കൊണ്ട് മരവിച്ചു. ഹിമക്കാറ്റിന്റെ ശക്തി കൂടിക്കൂടിവന്നു. അത് നമ്മുടെ നാട്ടിലെ സുപരിചിതമായ വടക്കൻ ഹിമക്കാറ്റുപോലെ തന്നെ യായിരുന്നെങ്കിലും ഒരു വ്യത്യാസമുണ്ടായിരുന്നു. ഇവിടെ അതിന്റെ വന്യരാഗം കൂടുതൽ ശോകാത്മകവും വിലാപപൂർണവുമായി തോന്നി. "ബഹിഷ്കൃതനായ നീയും നിന്റെ അനന്തവിശാലമായ സ്റ്റെപ്പിയെ യോർത്ത് വിലപിക്കയാണ്!" ഞാൻ വിചാരിച്ചു."അവിടെ നിനക്ക് നിന്റെ തണുത്ത ചിറകുകൾ വിരിച്ചുപിടിക്കാൻ ഇടമുണ്ട്. ഇവിടെ യാകട്ടെ നീ ഇരുമ്പുകൂടിന്റെ അഴികളിൽ ചിറകിട്ടടിക്കുന്ന ഒരു കഴുകനെപ്പോലെ വീർപ്പുമുട്ടി ഞെങ്ങിഞെരുങ്ങി കഴിയുകയാണ്."

16 ഒരു റഷ്യൻ ഇതിഹാസ കഥാപാത്രം.

"സംഗതി മോശമാണ്!" ക്യാപ്റ്റൻ പറഞ്ഞു. "മൂടൽമഞ്ഞും പൊടി മഞ്ഞുമല്ലാതെ മറ്റൊന്നുമില്ല. വളരെ

സൂക്ഷിച്ചില്ലെങ്കിൽ കൊക്കയിലേക്ക് ഊർന്ന് വീഴുകയോ വല്ല കുഴികളിലും അകപ്പെടുകയോ ചെയ്യും. അങ്ങ് താഴെക്കൂടെ ഒഴുകുന്ന ബയ്ദാരാ നദിക്ക് അക്കരെ കടക്കാൻ കഴിയുമെന്നും തോന്നുന്നില്ല. ഇതാണ് ഏഷ്യ! ഇവിടുത്തെ മനുഷ്യരെപ്പോലെ തന്നെ നദികളേയും വിശ്വസിച്ചുകൂടാ."

മുക്രയിട്ടുകൊണ്ട് മടിച്ചുനിന്ന കുതിരകളെ വണ്ടിക്കാർ ചാട്ടകൊണ്ടടിക്കുകയും പ്രരാകുകയും ചെയ്തെങ്കിലും അവ ഒരു ചുവടുപോലും മുന്നോട്ടുവെയ്ക്കാൻ കൂട്ടാക്കിയില്ല.

"യജമാന്നേ, ഇന്ന് കോബിയിലെത്താൻ സാധിക്കയില്ല." വണ്ടിക്കാരിലൊരാൾ പറഞ്ഞു. "നമ്മൾ നേരം വൈകുന്നതിനുമുമ്പ് ഇടത്തോട്ട് തിരിയുന്നതല്ലേ നല്ലത്? അവിടെ കാണുന്ന ചെരിവിൽ ഏതാനും കുടിലുകളുണ്ട്. കാലാവസ്ഥ തീരെ മോശമാകുമ്പോൾ യാത്രക്കാർ അവിടെ തങ്ങുക പതിവാണ്." ഒരു ഒസേറിയനെ ചൂണ്ടിക്കാണിച്ചുകൊണ്ട് അയാൾ തുടർന്നു. "അങ്ങ് അവർക്ക് മദ്യം വാങ്ങാൻ പണം കൊടുത്താൽ അവർ നമ്മെ അവിടെ കൊണ്ടാക്കാമെന്ന് പറയുന്നു."

"എനിക്കറിയാം സഹോദരാ, നിങ്ങൾ പറയാതെ തന്നെ എനിക്കതറിയാമായിരുന്നു!" ക്യാപ്റ്റൻ പറഞ്ഞു ഈ തെമ്മാടികൾ കാശുവാങ്ങാൻ എന്തെങ്കിലുമൊരു വഴി കണ്ടുപിടിക്കും."

"ഇതൊക്കെയാണെങ്കിലും ഇവരില്ലെങ്കിൽ നമ്മൾ കറങ്ങിപ്പോകുമായിരുന്നെന്ന് സമ്മതിക്കാതെ തരമില്ല."

"ശരിയായിരിക്കാം,"ക്യാപ്റ്റൻ പിറുപിറുത്തു. "എന്നാൽ എനിക്ക് ഈ വഴികാട്ടികളെ നന്നായറിയാം ! മുതലെടുക്കാൻ പറ്റിയ സമയം ഇക്കൂട്ടർക്ക് മണത്തറിയാൻ കഴിയും. അവരില്ലെങ്കിൽ നമുക്ക് വഴി കണ്ടുപിടിക്കാൻ പറ്റില്ല എന്നാണ് അവരുടെ വിചാരം."

ഞങ്ങൾ ഇടത്തോട്ട് തിരിഞ്ഞു. ക്ലേശകരമായ കുറെനേരത്തെ യാത്രയ്ക്കുശേഷം ഒരു തരത്തിൽ ഞങ്ങൾ അഭയസ്ഥാനത്ത് എത്തിച്ചേർന്നു. പലകകളും കല്ലുംകൊണ്ട് ഉണ്ടാക്കി അതേ തരത്തിലുള്ള ഒരു ഭിത്തികൊണ്ട് മറച്ചിരുന്ന രണ്ട് കുടിലുകളായിരുന്നു അവിടെയുണ്ടായിരുന്നത്. വാസ്തവത്തിൽ അവ അത്രവലിയ സംരക്ഷണമൊന്നും നൽകിയിരുന്നില്ല. ജീർണവസ്ത്രങ്ങളണിഞ്ഞ അവിടുത്തെ അന്തേവാസികളിൽനിന്ന് ഹൃദ്യമായ സ്വാഗതമാണ് ഞങ്ങൾക്ക് ലഭിച്ചത്. കൊടുങ്കാറ്റിലകപ്പെടുന്ന വഴിയാത്രക്കാരെ

അവർ സ്വീകരിക്കണമെന്ന വ്യവസ്ഥയിൽ ഗവണ്മെന്റ് പണവും ഭക്ഷണവും കൊടുത്ത് അവരെ അവിടെ താമസിപ്പിച്ചിരിക്കുകയാണെന്ന് പിന്നീട് എനിക്ക് മനസ്സിലാക്കാൻ കഴിഞ്ഞു.

"ഇതു വളരെ നന്നായി," തീയ്ക്കടുത്ത് ഇരിപ്പുറപ്പിച്ചുകൊണ്ട് ഞാൻ ക്യാപ്റ്റനോട് പറഞ്ഞു. "ബേളയെപ്പറ്റിയുള്ള കഥയുടെ ബാക്കി ഭാഗം എനിക്ക് താങ്കളിൽനിന്ന് കേൾക്കാൻ കഴിയുമല്ലോ. അത് അവിടെ അവസാനിച്ചിട്ടില്ലെന്ന് എനിക്ക് തീർച്ചയുണ്ട്. "

"താങ്കൾ അതെങ്ങിനെ തീർച്ചപ്പെടുത്തി?" കൗശലം നിറഞ്ഞ ഒരു പുഞ്ചിരിയോടെ അങ്ങനെ ചോദിച്ചപ്പോൾ ക്യാപ്റ്റന്റെ കണ്ണുകൾ തിളങ്ങുന്നത് ഞാൻ കണ്ടു.

"കാരണം, കാര്യങ്ങൾ ഒരിക്കലും അങ്ങനെ അവസാനിക്കാറില്ല. തുടക്കം ഇത്ര അസാധാരണമായ സ്ഥിതിക്ക് അതിന്റെ അവസാനവും തികച്ചും അസാധാരണമായിരിക്കാതെ തരമില്ല." ഞാൻ പറഞ്ഞു.

"താങ്കളുടെ ഊഹം ശരിയാണ്..."

"എനിക്കതിൽ സന്തോഷമുണ്ട്."

"താങ്കൾ സന്തോഷിക്കുന്നതിൽ തെറ്റില്ല, എന്നാൽ എനിക്ക് ദുഃഖത്തോടെ മാത്രമെ അക്കാര്യങ്ങൾ അനുസ്മരിക്കാൻ കഴിയൂ. അവൾ, ബേള, ഒരു നല്ല പെൺകുട്ടിയായിരുന്നു. ക്രമേണ ഞാൻ അവളെ എന്റെ സ്വന്തം പുത്രിയെപ്പോലെ സ്നേഹിച്ചു തുടങ്ങി. അവൾക്കും എന്നെ വലിയ കാര്യമായിരുന്നു. എനിക്ക് സ്വന്തം കുടുംബം ഇല്ലായിരുന്നു. പന്ത്രണ്ട് വർഷമായി എന്റെ മാതാപിതാക്കളെക്കുറിച്ചുള്ള യാതൊരു വിവരവുമില്ല. കല്യാണം കഴിക്കുന്നതിനെപ്പറ്റി ഞാൻ നേരത്തെ ചിന്തിച്ചിരുന്നതുമില്ല. ഇപ്പോൾ അതിനുള്ള സമയം വൈകിപ്പോയെന്ന് താങ്കളും സമ്മതിക്കുമല്ലോ. അതിനാൽ ഓമനിക്കാൻ ഒരാളെ കിട്ടിയപ്പോൾ ഞാൻ അതിയായി സന്തോഷിച്ചു. അവൾ പാട്ടുപാടിയും നൃത്തം ചെയ്തും ഞങ്ങളെ രസിപ്പിച്ചിരുന്നു... അവൾ എത്ര ഭംഗിയായി നൃത്തം ചെയ്യുമായിരുന്നെന്നോ! നമ്മുടെ പ്രോവിൻസുകളിലെ ലലനാമണികൾ നൃത്തം ചെയ്യുന്നത് ഞാൻ ധാരാളം കണ്ടിട്ടുണ്ട്. ഇരുപത് വർഷംമുമ്പ് മോസ്കോയിലുള്ള പ്രഭുക്കന്മാരുടെ ക്ലബ്ബിൽ ഞാൻ പോകാറുണ്ടായിരുന്നു. എന്നാൽ ബേളയോട് കിടപിടിക്കുന്ന ഒരു നർത്തകിയെ ഞാൻ കണ്ടിട്ടില്ല. പെച്ചോറിൻ അവളെ ഒരു പാവയെപ്പോലെ അണിയിച്ചൊരുക്കുകയും അവളെ സ്നേഹിക്കുകയും ലാളിക്കുകയും ചെയ്തിരുന്നു. അവളുടെ സൗന്ദര്യം അത്ഭുതകരമാംവണ്ണം വിടർന്നു വിലസി. വെയിലേറ്റ് അവളുടെ മുഖത്തും കൈകളിലും ഉണ്ടായ ഇരുണ്ടനിറം അപ്രത്യക്ഷമായി, കവിളുകൾ പനിനീർപൂപോലെ തുടുത്തു... എന്തൊരു

പ്രസരിപ്പായിരുന്ന ആ പെൺകിടാവിന്! ആ കുസൃതിക്കുടുക്ക എന്നെ എത്രയാണ് കളിയാക്കിയിട്ടുള്ളത്! ദൈവം അവൾക്ക് മാപ്പുകൊടുക്കട്ടെ.!"

"അവളുടെ പിതാവ് മരിച്ചുപോയി എന്നറിഞ്ഞപ്പോൾ അവൾ എന്തു ചെയ്തു?"

"ഞങ്ങൾ വളരെക്കാലത്തേക്ക് അക്കാര്യം അവളിൽനിന്ന് മറച്ചുവച്ചു. പുതിയ ചുറ്റുപാടുകളുമായി അവൾ ഇണങ്ങിത്തുടങ്ങിയശേഷമാണ് ആ വിവരം അവളെ അറിയിച്ചത്. അതറിഞ്ഞയിടയ്ക്ക് അവൾ കുറേ കരഞ്ഞു. എന്നാൽ ഏതാനും ദിവസങ്ങൾ കഴിഞ്ഞപ്പോൾ അവൾ അക്കാര്യം വിസ്മരിച്ചു.

ഏകദേശം നാലുമാസത്തോളം അങ്ങനെ സന്തോഷമായി ഞങ്ങൾ ജീവിച്ചു. പെച്ചോറിന് നായാട്ടിൽ വലിയ ഭ്രമമായിരുന്നെന്ന് ഞാൻ നേരത്തെ തന്നെ പറഞ്ഞെന്ന് തോന്നുന്നു. കാട്ടുപന്നികളെയോ കാട്ടാടുകളെയോ വേട്ടയാടാൻ ഏതോ ഒരു അപ്രതിരോധ്യമായ ശക്തി അയാളെ മുമ്പ് കാട്ടിലേക്ക് ആകർഷിച്ചുകൊണ്ടിരുന്നു. എന്നാൽ ഇയ്യിടെയായി അയാൾ കൊത്തളത്തിനപ്പുറത്തേക്ക് കടക്കാറില്ല. അയാൾ പിന്നെയും അസ്വസ്ഥനായിത്തീർന്നിരിക്കയാണെന്ന് എനിക്ക് മനസ്സിലായി. കൈകൾ പിന്നിൽ കെട്ടിക്കൊണ്ട് അക്ഷമനായി അയാൾ മുറിയിൽ ഉലാത്തിക്കൊണ്ടിരുന്നു. ഒരു ദിവസം ആരോടും ഒന്നും പറയാതെ അയാൾ തോക്കുമെടുത്ത് പുറത്തേയ്ക്കുപോയി. ഉച്ചയായപ്പോഴാണ് അയാൾ മടങ്ങിവന്നത്. അത് ഒന്നോ രണ്ടോ തവണയല്ല, പല തവണ ആവർത്തിക്കപ്പെട്ടു. 'കാര്യങ്ങൾ മോശമാവുകയാണ്' ഞാൻ മനസ്സിൽ വിചാരിച്ചു. 'അവർ തമ്മിൽ എന്തോ ഉരകൽച്ചയുണ്ട്!'

ഒരു ദിവസം രാവിലെ ഞാൻ അവരെ സന്ദർശിക്കാൻ ചെന്നപ്പോൾ ബേള തനിച്ച് കട്ടിലിൽ ഇരിക്കുകയായിരുന്നു. കറുത്ത ഒരു പട്ടുകുപ്പായം അണിഞ്ഞിരുന്ന ആ പെൺകുട്ടിയുടെ മുഖത്തെ വിളർച്ചയും വിഷാദവും കണ്ട് ഞാൻ അമ്പരന്നുപോയി.

'പെച്ചോറിൻ എവിടെ?' ഞാൻ ചോദിച്ചു.

'വേട്ടയ്ക്കു പോയി.'

'എപ്പോൾ പോയി? ഇന്നോ?'

അവൾ മറുപടി പറഞ്ഞില്ല. സംസാരിക്കാൻ അവൾ അശക്തയാണെന്ന് തോന്നി.

'അല്ല, ഇന്നലെ പോയതാണ്' ഒരു നെടുവീർപ്പോടെ ഒടുവിൽ അവൾ പറഞ്ഞു.

'അയാൾക്ക് കുഴപ്പമൊന്നും പറ്റിയിട്ടില്ലെന്ന് പ്രതീക്ഷിക്കുന്നു'

'ഇന്നലെ മുഴുവൻ ഞാൻ ഓരോന്ന് ആലോചിച്ചുകൊണ്ടിരിക്കു കയായിരുന്നു.' നിറഞ്ഞ കണ്ണുകളോടെ അവൾ പറഞ്ഞു. 'ഭയങ്ക രായ പലതും ഞാൻ ഭാവനയിൽ കണ്ടു. ആദ്യം ഒരു കാട്ടുപന്നി അദ്ദേഹത്തെ മുറിവേൽപ്പിച്ചിരിക്കുമെന്ന് ഞാൻ ഭയന്നു. പിന്നീട് എനിക്കുതോന്നി ഒരു ചെച്ചൻ അദ്ദേഹത്തെ മലമുകളിലേക്ക് എടു ത്തുകൊണ്ടുപോയതാണെന്ന്... എന്നാൽ അദ്ദേഹത്തിന് എന്നോട് സ്നേഹമില്ലെന്ന് ഇപ്പോൾ എനിക്ക് തോന്നിത്തുടങ്ങി.'

'പ്രിയപ്പെട്ട കുട്ടീ, നിനക്ക് ഇതിലും മോശമായി ഒന്നും വിചാരി ക്കാനില്ലേ?'

അവൾ പൊട്ടിക്കരഞ്ഞു. അൽപം കഴിഞ്ഞ് അന്തസ്സോടെ തലയു യർത്തി കണ്ണ് തുടച്ചുകൊണ്ട് അവൾ പറഞ്ഞു:

അദ്ദേഹത്തിന് എന്നെ ഇഷ്ടമില്ലെങ്കിൽ വീട്ടിലേക്ക് എന്നെ തിരി ച്ചയക്കാത്തതെന്താണ്? ഞാൻ സ്വയം വലിഞ്ഞുകയറി വന്നതല്ല. ഇതിങ്ങനെ തുടർന്നാൽ ഞാൻ തന്നെത്താൻ ഓടിപ്പോകും. ഞാൻ അദ്ദേഹത്തിന്റെ അടിമയല്ല. ഒരു പ്രഭുവിന്റെ മകളാണ്.!'

ഞാൻ അവളെ പറഞ്ഞ് മനസ്സിലാക്കാൻ ശ്രമിച്ചു.

'ബേളാ, ഞാൻ പറയുന്നത് കേൾക്കൂ. നിന്റെ പാവാടത്തുമ്പിൽ കെട്ടിയതുപോലെ അയാൾ ഇവിടെത്തന്നെ എപ്പോഴും ഇരിക്കാൻ കഴിയുമോ? അയാൾ ചെറുപ്പക്കാരനാണ്, അയാൾക്ക് വേട്ടയാടാൻ ഇഷ്ടമാണ്. അയാൾ പോയിട്ട് തിരിച്ചുവരും. പക്ഷേ, നീ ഇങ്ങനെ വിഷാദഭരിതയായിട്ടിരുന്നാൽ അയാൾക്ക് വേഗം നിന്നെ മടുക്കും.'

'ശരിയാണ്' അവൾ പറഞ്ഞു. 'ഞാൻ സന്തോഷമായിട്ടരിക്കാം' ചിരിച്ചുകൊണ്ട് അവൾ ഡമരു കയ്യിലെടുത്ത് പാട്ടുപാടുകയും നൃത്ത മാടുകയും ചെയ്തു. എന്നാൽ താമസിയാതെ അവൾ വീണ്ടും കട്ടിലിൽ വീണ് മുഖം പൊത്തി.

ഞാനെന്തു ചെയ്യും? എനിക്ക് സ്ത്രീകളുമായി ഇടപഴകി പരിചയ മില്ല. അവളെ സമാശ്വസിപ്പിക്കാൻ എന്താണ് മാർഗമെന്ന് ഞാൻ തലപുകഞ്ഞാലോചിച്ചു. എന്നാൽ ഒരു വഴിയും കണ്ടുകിട്ടിയില്ല. കുറേ നേരം ഞങ്ങൾ ഇരുവരും മൗനം പൂണ്ടിരുന്നു. തികച്ചും അസുഖകര മായ ഒരു സ്ഥിതിയായിരുന്നു അതെന്ന് ഞാൻ താങ്കളോട് തീർത്തു പറയാം!

ഒടുവിൽ ഞാൻ പറഞ്ഞു: 'നിനക്ക് ഇഷ്ടമാണെങ്കിൽ നമുക്ക് കൊത്തളത്തിൽ അൽപനേരം നടക്കാം. കാലാവസ്ഥ ഒന്നാന്തര മാണ്.' സെപ്റ്റമ്പർ മാസത്തിലെ സുന്ദരമായ ഒരു ദിവസമായിരുന്നു

അത്. നല്ല വെയിലുണ്ടായിരുന്നെങ്കിലും ഒട്ടും ഉഷ്ണമുണ്ടായിരുന്നില്ല. മലകളോരോന്നും തെളിഞ്ഞുകാണാമായിരുന്നു. ഞങ്ങൾ പുറത്തിറങ്ങി. തിണ്ടിലൂടെ അങ്ങോട്ടുമിങ്ങോട്ടും നടന്നുതുടങ്ങി. അൽപം കഴിഞ്ഞ് അവൾ പുൽത്തകിടിയിൽ ഇരുന്നു. ഞാനും അവളുടെ അടുത്ത് ചെന്നിരുന്നു. അക്കാലത്ത് ഒരു ആയയെപ്പോലെ അവളെ പരിചരിക്കുന്നതിൽ ഞാൻ വ്യഗ്രതകാണിച്ചിരുന്നുവെന്ന് ഓർക്കുമ്പോൾ ഇപ്പോൾ ചിരിവരും.

ഞങ്ങളുടെ കോട്ട സ്ഥിതിചെയ്തിരുന്നത് ഒരു ഉയർന്ന സ്ഥലത്തായിരുന്നു. കൊത്തളത്തിൽനിന്നുള്ള ദൃശ്യം അതിമനോഹരമായിരുന്നെന്ന് പറയേണ്ടതില്ലല്ലോ. ഒരു വശത്ത് അനേകം ഇടുക്കുകളാൽ കീറിമുറിക്കപ്പെട്ട വിശാലമായൊരു സമതലമാണ്. അതൊരു കാട്ടിൽ അവസാനിക്കുന്നു. കാട് മലമുകൾവരെ നീണ്ടുകിടന്നു. ആ വിശാലമായ തുറന്ന പ്രദേശത്ത് അങ്ങിങ്ങ് കുതിരപ്പറ്റങ്ങൾ മേയുന്നതും പുകയുയരുന്നതും കാണാമായിരുന്നു. കോട്ടയുടെ മറുവശത്ത് ചെറുകുന്നുകളുടെ നടുക്കുകൂടി ഒരു കൊച്ചരുവി ഒഴുകിക്കൊണ്ടിരുന്നു. ആ കുന്നിൻ നിരകൾ പ്രധാന കോക്കസസ്സ് പർവ്വതനിരയിൽ ചെന്ന് ലയിക്കുന്നു. ഞങ്ങൾ ഇരുന്നിടത്തുനിന്നു നോക്കിയാൽ ഇരുവശങ്ങളും ഭംഗിയായി കാണാമായിരുന്നു. ഞാൻ രമണീയമായ ആ പ്രകൃതിദൃശ്യം നോക്കിക്കൊണ്ടിരിക്കെ ചാരനിറമുള്ള ഒരു കുതിരപ്പുറത്ത് കാട്ടിൽനിന്ന് ഒരാൾ പുറത്തുവരുന്നത് എന്റെ ശ്രദ്ധയിൽ പെട്ടു. അയാൾ അടുത്തു വന്നുകൊണ്ടിരുന്നു. ഒടുവിൽ കാട്ടരുവിയുടെ മറുകരയിൽ, ഞങ്ങൾ ഇരുന്നിടത്തുനിന്ന് ഉദ്ദേശം നൂറ് വാര അകലെ എത്തിയപ്പോൾ അയാൾ നിന്ന് ഒരു ഭ്രാന്തനെപ്പോലെ കുതിരയെ വട്ടംകറക്കിത്തുടങ്ങി. എന്താണിത്?

'ബേളാ, ചെറുപ്പക്കാരിയായ നിനക്ക് എന്നേക്കാൾ നന്നായി കാണാൻ കഴിയുമല്ലോ. ആ സവാരിക്കാരൻ ആരാണെന്ന് നോക്കൂ'. ഞാൻ പറഞ്ഞു. 'അയാൾ ആരെ സന്ദർശിക്കാൻ വരികയാണെന്ന് മനസ്സിലാകുന്നില്ല.'

'അതു കാസ്ബിച്ചാണ്!' അവൾ പറഞ്ഞു.

'ഹാ, കൊള്ളക്കാരൻ! അയാൾ നമ്മെ പരിഹസിക്കാൻ വന്നിരിക്കയാണോ?' അതു കാസ്ബിച്ചാണെന്ന് ഇപ്പോൾ എനിക്ക് തിരിച്ചറിയാൻ കഴിഞ്ഞു - അതേ ഇരുണ്ട മുഖം, എപ്പോഴത്തേയുംപോലെ വൃത്തിഹീനമായ വേഷം.

'അത് എന്റെ അച്ഛന്റെ കുതിരയാണ്' എന്റെ കൈയിൽ പിടിച്ചുകൊണ്ട് അവൾ പറഞ്ഞു. അവൾ ഒരു ഇലപോലെ വിറച്ചുകൊണ്ടിരുന്നു. അവളുടെ കണ്ണുകൾ കോപംകൊണ്ട് ജ്വലിച്ചു. 'എന്റെ കുട്ടീ,

നിന്റെ സിരകളിലും കൊള്ളക്കാരുടെ രക്തമാണെന്ന് തെളിഞ്ഞു,' ഞാൻ മനസ്സിൽ പറഞ്ഞു.

'ഇവിടെ വരൂ,' ഞാൻ ഒരു കാവൽക്കാരനോട് വിളിച്ചുപറഞ്ഞു. 'ശരിക്ക് ഉന്നം പിടിച്ച് ആ സവാരിക്കാരനെ വകവരുത്തിയാൽ ഞാൻ നിനക്ക് ഒരു വെള്ളി റൂബിൾ തരാം.'

'ശരി അങ്ങുന്നേ, പക്ഷേ, ആ മനുഷ്യൻ ഒരു നിമിഷംപോലും അനങ്ങാതെ നിൽക്കുന്നില്ല...'

'അയാളോട് അനങ്ങാതെ നിൽക്കാൻ ആവശ്യപ്പെടൂ' ഞാൻ ചിരിച്ചുകൊണ്ട് പറഞ്ഞു.

കാവൽക്കാരൻ കൈ വീശിക്കൊണ്ട് ഉറക്കെ വിളിച്ചുപറഞ്ഞു. 'ഏയ്, പമ്പരംപോലെ കറങ്ങാതെ ഒരു നിമിഷം വെറുതെ നിൽക്കൂ!'

കാസ്ബിച്ച് അതുകേട്ട് അൽപനേരം അനങ്ങാതെ നിന്നു. ഞങ്ങൾ അയാളോട് സന്ധിസംഭാഷണം നടത്താൻ പോവുകയാണെന്ന് ആ അഹങ്കാരി വിചാരിച്ചുകാണും! കാവൽക്കാർ ഉന്നം പിടിച്ചു... വെടി പൊട്ടി. എന്നാൽ അത് ലക്ഷ്യത്തിൽ കൊണ്ടില്ല. അതിനുമുമ്പുതന്നെ കുതിരയെ അടിച്ച് ഒരുവശത്തേക്ക് ചാടിച്ചു. അയാൾ അങ്കപടിയിൽ എണീറ്റുനിന്ന് തന്റെ ഭാഷയിൽ എന്തോ വിളിച്ചുപറഞ്ഞിട്ട് ഭീഷണമായി ചാട്ടവീശി. അടുത്ത നിമിഷം തന്നെ അയാൾ അകലെ മറഞ്ഞുകഴിഞ്ഞു.

'തനിക്ക് ലജ്ജ തോന്നേണ്ടതാണ്'' ഞാൻ കാവൽക്കാരനോട് പറഞ്ഞു.

'അങ്ങുന്നേ അവൻ എവിടെയെങ്കിലും പോയി കിടന്നു ചാകും.' അയാൾ പറഞ്ഞു. 'ഈ നശിച്ച വർഗക്കാരെ ഒറ്റവെടിക്ക് കൊല്ലാൻ പറ്റില്ല.'

കാൽമണിക്കൂർ കഴിഞ്ഞ് പെച്ചോറിൻ തിരിച്ചെത്തി. ബോള അയാളെക്കണ്ടപ്പോൾ ഓടിച്ചെന്ന് അയാളുടെ കഴുത്തിൽ കെട്ടിപ്പിടിച്ചു. അയാളുടെ നീണ്ട അഭാവത്തെക്കുറിച്ച് അവൾ പരാതിപ്പെടുകയോ ശകാരിക്കുകയോ ചെയ്യുന്നത് ഞാൻ കേട്ടില്ല... അയാളുടെ പെരുമാറ്റം എന്റെ പോലും ക്ഷമ നശിപ്പിച്ചിരുന്നു.

'കാസ്ബിച്ച് അൽപം മുമ്പ് അരുവിയുടെ മറുകരയിൽ വന്നിരുന്നു' ഞാൻ പറഞ്ഞു. ഞങ്ങൾ അയാളെ വെടിവച്ചെങ്കിലും അത് കൊണ്ടില്ല. നിങ്ങൾ അയാളുടെ മുമ്പിൽ ചെന്ന്ചാടാനുള്ള എല്ലാ സാദ്ധ്യതയും ഉണ്ടായിരുന്നു. ഈ പർവ്വതവാസികൾ പകയുള്ള കൂട്ടരാണ്. നിങ്ങൾ അസമാത്തിനെ സഹായിച്ച കാര്യം കാസ്ബിച്ച് ഊഹിച്ചിരിക്കയില്ലെന്നാണോ നിങ്ങളുടെ വിചാരം? അയാൾ

ബേളയെ ഇവിടെ കണ്ടെന്ന് ഞാൻ വാതുവയ്ക്കാം. ഒരു വർഷം മുമ്പ് അയാൾ ബേളയിൽ വളരെയേറെ ആകൃഷ്ടനായിരുന്നെന്ന് എനിക്കറിയാം. വാസ്തവത്തിൽ അയാൾതന്നെ അക്കാര്യം എന്നോട് തുറന്നു പറയുകയുണ്ടായി. "കലീം" കൊടുക്കാൻ വേണ്ടത്ര മുതൽ ഉണ്ടാക്കാൻ കഴിഞ്ഞിരുന്നെങ്കിൽ അയാൾ വിവാഹാലോചന നടത്തിയേനെ... 'പെച്ചോറിൻ ഗൗരവം കൈക്കൊണ്ടു. അയാൾ പറഞ്ഞു:

'ശരി ഇനിമുതൽ നമ്മൾ കൂടുതൽ സൂക്ഷിക്കണം... ബേളാ, ഇനി നീ ഒരിക്കലും കൊത്തളത്തിലേക്ക് ഇറങ്ങാൻ പാടില്ല.'

അന്ന് വൈകിട്ട് ഞാൻ വളരെനേരം പെച്ചോറിനോട് സംസാരിച്ചു. ആ പാവം പെൺകുട്ടിയോടുള്ള അയാളുടെ മനോഭാവം മാറിയിട്ടുണ്ടെന്ന് എനിക്ക് മനസ്സിലായി. അതെന്നെ വല്ലാതെ വേദനിപ്പിച്ചു. കൂടുതൽ സമയവും അയാൾ നായാട്ടിനുവേണ്ടി പുറത്തുപോയിരുന്നുവെന്നു മാത്രമല്ല അവളോടുള്ള അയാളുടെ പെരുമാറ്റം തികച്ചും തണുപ്പൻമട്ടിലായിത്തീരുകയും ചെയ്തിരുന്നു. അയാളുടെ സ്നേഹപ്രകടനങ്ങൾ അപൂർവ്വമായിത്തീർന്നു. അവൾ നീറിക്കൊണ്ടിരിക്കയാണെന്ന് എനിക്ക് മനസ്സിലായി. അവളുടെ മുഖത്ത് വിഷാദം തളംകെട്ടിനിന്നു. കണ്ണുകളിലെ തിളക്കം നഷ്ടപ്പെട്ടു. 'നീ നെടുവീർപ്പിടുന്നതെന്താണ്? നിനക്ക് എന്തെങ്കിലും ദുഃഖമുണ്ടോ?' എന്ന് ചോദിച്ചാൽ 'ഒന്നുമില്ല' എന്നവൾ മറുപടി പറയും 'നിനക്ക് എന്തെങ്കിലും ആവശ്യമുണ്ടോ?' എന്ന് ചോദിച്ചാലും 'ഇല്ല' എന്നുതന്നെയായിരിക്കും മറുപടി. 'ബന്ധുക്കളെ ഓർത്ത് നീ ദുഃഖിക്കയാണോ?' എന്ന് ഞാൻ ചോദിച്ചപ്പോൾ 'എനിക്ക് ബന്ധുക്കളാരും ഇല്ല' എന്ന് അവൾ പറഞ്ഞു. 'അതെ', 'അല്ല', എന്നീ രണ്ട് വാക്കുകളൊഴികെ മറ്റൊന്നും അവൾ പറയാതായിട്ട് ദിവസങ്ങൾ ഏറെയായി.

അയാളോട് ഇക്കാര്യത്തെപ്പറ്റി സംസാരിക്കാൻ ഞാൻ തീരുമാനിച്ചു. അയാളുടെ മറുപടി ഇപ്രകാരമായിരുന്നു: ' മക്സീം മക്സീമിച്ച്, നിർഭാഗ്യകരമായ ഒരു സംഭവമാണ് എന്റേത്. അത് എന്നെ വളർത്തിയതിന്റെ കുറ്റമാണോ, ദൈവം എന്നെ അങ്ങനെ സൃഷ്ടിച്ചതാണോ എന്നെനിക്കറിയില്ല. ഞാൻ മറ്റുള്ളവരെ ദുഃഖിപ്പിക്കുന്നുണ്ടെങ്കിൽ അത്ര തന്നെ ദുഃഖം ഞാനും അനുഭവിക്കുന്നുണ്ടെന്നു മാത്രം എനിക്കറിയാം. അത് അവരുടെ ദുഃഖം കുറയ്ക്കുകയില്ലെന്ന് ഞാൻ മനസ്സിലാക്കുന്നുണ്ട്. എങ്കിലും അത് സത്യമാണ്. എന്റെ യൗവ്വനാരംഭത്തിൽ മാതാപിതാക്കളുടെ സംരക്ഷണത്തിൽനിന്ന് പുറത്തുകടന്നയുടൻ ഞാൻ പണംകൊണ്ട് നേടാൻ കഴിയുന്ന എല്ലാത്തരം സുഖലോലുപതയിലും ആമഗ്നനായി, സ്വാഭാവികമായും കുറച്ചുകാലം കഴിഞ്ഞപ്പോൾ എനിക്ക് അവ അരോചകമായിത്തീർന്നു.

ഞാൻ ഉന്നത സാമൂഹ്യവൃത്തങ്ങളിലേയ്ക്ക് കടന്നു. എന്നാൽ താമസിയാതെ അതും എനിക്ക് മടുത്തു. ഉന്നത സമൂഹത്തിലെ പല സുന്ദരിമാരേയും ഞാൻ പ്രേമിച്ചു. അവർ എന്നെയും പ്രേമിച്ചു. പക്ഷേ, എന്റെ ഉന്നമനേച്ഛയേയും വ്യഥാഭിമാനത്തെയും ഉത്തേജിപ്പിക്കാൻ മാത്രമേ അതുപകരിച്ചുള്ളൂ. എന്റെ ഹൃദയം ഏകാന്തമായിത്തന്നെ അവശേഷിച്ചു. ഞാൻ പുസ്തകപാരായണത്തിലും പഠനത്തിലും മുഴുകി. ക്രമേണ അതിലും താൽപര്യമില്ലാതായിത്തുടങ്ങി. യശസ്സോ സനന്തുഷ്ടിയോ നേടിത്തരാൻ വിദ്യാഭ്യാസത്തിന് കഴിവില്ലെന്ന് എനിക്ക് ബോദ്ധ്യമായി. അജ്ഞന്മാരാണ് ഏറ്റവും കൂടുതൽ സന്തുഷ്ടർ യശസ്സാണെങ്കിൽ ഭാഗ്യംകൊണ്ട് കൈവരുന്നതാണ്. അതു നേടാൻ അൽപം കൗശലം കൈമുതലുണ്ടായിരിക്കണമെന്ന് മാത്രം. എനിക്ക് കഠിനമായ വിരസത അനുഭവപ്പെട്ടു... അങ്ങനെയിരിക്കുമ്പോഴാണ് എന്നെ കോക്കസെസ്സിലേക്ക് സ്ഥലം മാറ്റിയത്. എന്റെ ജീവിതത്തിലെ ഏറ്റവും സന്തുഷ്ടമായ സമയമായിരുന്നു അത്. ചെച്ചെന്മാരുടെ ചീറിപ്പായുന്ന വെടിയുണ്ടകൾക്ക് നടുവിൽ മുഷിപ്പ് അനുഭവപ്പെടാൻ അവസരം ലഭിക്കയില്ലെന്ന് ഞാൻ പ്രത്യാശിച്ചു. എന്നാൽ അത് വെറുതെയായി. ഒരു മാസം കൊണ്ട് ഞാൻ അവയുടെ ചീറ്റലും മരണത്തിന്റെ സാമീപ്യവുമായി പഴകിക്കഴിഞ്ഞു. സത്യം പറഞ്ഞാൽ കൊതുകുകൾക്ക് അവയെക്കാൾ കൂടുതൽ എന്നെ ശല്യപ്പെടുത്താൻ കഴിയുമെന്ന സ്ഥിതിയാണിപ്പോൾ. എന്റെ അവസാനത്തെ പ്രതീക്ഷയും വിഫലമായിത്തീർന്നതിനാൽ ജീവിതം കൂടുതൽ വിരസമായിത്തീർന്നു. ബേലയെ വീട്ടിൽ കൊണ്ടുവന്നപ്പോൾ, അവളെ മടിയിലിരുത്തി അവളുടെ കറുത്ത അളകങ്ങളിൽ ചുംബിച്ചപ്പോൾ ഞാൻ വിചാരിച്ചു ദയാപരനായ ദൈവം ഒരു മാലാഖയെ എന്റെ അടുത്തേക്ക് അയച്ചതാണെന്ന്... വീണ്ടും എനിക്ക് തെറ്റുപറ്റി. ഒരു കാട്ടുപെണ്ണിന്റെ പ്രേമം ഉന്നതകുലജാതയായ ഒരു മഹിളയുടെ പ്രേമത്തെക്കാൾ ഒട്ടും മെച്ചമല്ലെന്ന് എനിക്ക് മനസ്സിലായി. ഒരുവളുടെ അജ്ഞതയും ശുദ്ധതയും അപരയുടെ ശൃംഗാരചേഷ്ടകളെപ്പോലെ തന്നെ വിരസമാണ്. എനിക്ക് ഇപ്പോഴും അവളോട് സ്നേഹമുണ്ട്. അലൗകിക നിർവൃതിയുടെ ഏതാനും നിമിഷങ്ങൾ എനിക്ക് നൽകിയതിൽ എനിക്ക് അവളോട് കൃതജ്ഞതയുണ്ട്. അവൾക്കുവേണ്ടി മരിക്കാൻപോലും ഞാൻ സന്നദ്ധനാണ്. പക്ഷേ എനിക്ക് അവളെ മടുത്തു... ഞാൻ ഒരു വിഡ്ഢിയാണോ നീചനാണോ എന്നെനിക്ക് തീർച്ചയില്ല. അവളുടെ അത്രതന്നെയോ ഒരു പക്ഷേ അതിൽ കൂടുതലോ സഹതാപം ഞാനും അർഹിക്കുന്നുവെന്നതാണ് സത്യം. എന്റെ ആത്മാവിനെ ലോകം ഞെരിച്ചുകൊണ്ടിരിക്കയാണ്. എന്റെ മനസ്സ് അസ്വസ്ഥമാണ്. എന്റെ ഹൃദയം അസംതൃപ്തമാണ്. ഒന്നും എനിക്ക്

പോരാ. സന്തുഷ്ടിമാത്രമല്ല ദുഃഖവും വളരെവേഗം എനിക്ക് പഴക്കമായിത്തീരുന്നു. എന്റെ ജീവിതം ദിവസം ചെല്ലുന്തോറും കൂടുതൽ കൂടുതൽ ശൂന്യമായിക്കൊണ്ടിരിക്കയാണ്. എനിക്കിനി ഒരു വഴി മാത്രമേ ബാക്കിയുള്ളൂ – ദേശാടനം. സൗകര്യം കിട്ടിയാലുടൻ ഞാൻ യാത്ര പുറപ്പെടും – യൂറോപ്പിലേക്കല്ല. അമേരിക്ക, ആഫ്രിക്ക, ഇന്ത്യ മുതലായ സ്ഥലങ്ങളിലേക്ക്. ഞാൻ വഴിക്ക് എവിടെയെങ്കിലുംവച്ച് മരിച്ചുപോയെന്നുവരാം. കൊടിങ്കാറ്റിന്റെയും ചീത്ത റോഡുകളുടെയും സഹായത്തോടെ ആ അവസാനത്തെ അഭയകേന്ദ്രം താമസിയാതെ എനിക്ക് ആശ്വാസം പകർന്നുതരുമെന്ന് എനിക്ക് ഉറപ്പുണ്ട്.' അയാൾ ഈ മട്ടിൽ വളരെ നേരം സംസാരിച്ചുകൊണ്ടിരുന്നു. അയാളുടെ വാക്കുകൾ എന്റെ ഓർമ്മയിൽ തുളച്ചുകയറി പോറലുകളുണ്ടാക്കി. കാരണം, ഇരുപത്തഞ്ച് വയസ്സുള്ള ഒരു യുവാവിന്റെ നാവിൽനിന്ന് അത്തരം വാക്കുകൾ ഉതിരുന്നത് ഞാൻ ആദ്യമായി കേട്ടത് അന്നാണ്. അവസാനത്തെ തവണയായിരിക്കാൻ ദൈവം അനുഗ്രഹിക്കട്ടെ! ചെറുപ്പക്കാർ ഇങ്ങനെ സംസാരിക്കുന്നത് എന്തൊരദ്ഭുതമാണ്! താങ്കൾ അടുത്ത കാലത്ത് തലസ്ഥാനത്ത് പോയിട്ടുണ്ടായിരിക്കുമല്ലോ, അവിടുത്തെ ചെറുപ്പക്കാർ എല്ലാവരും ഇത്തരക്കാരാണോ?" ക്യാപ്റ്റൻ എന്നോട് ചോദിച്ചു.

അതേവിധത്തിൽ സംസാരിക്കുന്ന ധാരാളം പേർ ഉണ്ടെന്നും അവരിൽ ചിലർ പറയുന്നത് സത്യമായിരിക്കാൻ സാധ്യതയുണ്ടെന്നും ഞാൻ മറുപടി പറഞ്ഞു. ആകെക്കൂടിയെടുത്താൽ മറ്റെല്ലാ കമ്പങ്ങളേയും പോലെ മോഹഭംഗവും തുടങ്ങുന്നത് സമൂഹത്തിന്റെ മുകൾത്തട്ടുകളിൽനിന്നാണെന്നും താഴെയെത്തുമ്പോഴേക്കും അതിലുള്ള പുതുമ നശിച്ചിരിക്കുമെന്നും ജീവിതത്തോട് യഥാർഥത്തിൽ ഏറ്റവും കൂടുതൽ വിരക്തി തോന്നുന്നവർ അതൊരു ദുസ്വഭാവമാണെന്ന മട്ടിൽ ആ ദൗർഭാഗ്യം ഒളിച്ചുവയ്ക്കാൻ ശ്രമിക്കയാണ് ഇന്ന് ചെയ്യുന്നതെന്നും ഞാൻ പറഞ്ഞു. ക്യാപ്റ്റന് ഈ സൂക്ഷ്മമായ വിത്യാസങ്ങളൊന്നും മനസ്സിലായില്ല. അർത്ഥഗർഭമായ ഒരു ചെറു ചിരിയോടെ അയാൾ തലകുലുക്കി.

"മുഷിവ് ഒരു പരിഷ്കാരമാക്കിയത് ഫ്രഞ്ചുകാരാണെന്ന് തോന്നുന്നു, അല്ലേ?" ക്യാപ്റ്റൻ ചോദിച്ചു.

"അല്ല. ഇംഗ്ലീഷുകാരാണ്."

"അങ്ങനെ വരട്ടെ!" ക്യാപ്റ്റൻ പറഞ്ഞു, "അവർ എക്കാലത്തും സ്ഥിരം കുടിയന്മാരായിരുന്നല്ലോ!"

ബൈറൻ ഒരു കുടിയനല്ലാതെ മറ്റാരുമല്ലെന്ന് ഒരിക്കൽ മോസ്കോയിലുള്ള ഒരു മഹിളപറഞ്ഞത് എനിക്ക് ഓർമ്മവന്നു,

എന്നാൽ ക്യാപ്റ്റന്റെ വാക്കുകൾ കൂടുതൽ ക്ഷന്തവ്യമാണെന്ന് തോന്നി. മദ്യം വർജ്ജിക്കാനുള്ള വ്യഗ്രതയിൽ ലോകത്തിലുള്ള സർവ്വദൗർഭാഗ്യങ്ങളുടെയും കാരണം മദ്യപാനമാണെന്ന് സ്വയം ബോധ്യപ്പെടുത്താൻ അയാൾ ശ്രമിച്ചിരുന്നു.

"കാസ്ബിച്ച് പിന്നീട് വന്നില്ല." ക്യാപ്റ്റൻ കഥ തുടർന്നു, "എങ്കിലും അയാളുടെ ആദ്യത്തെ വരവ് വെറുതെ ആയിരുന്നില്ലെന്നും വിനാശകരമായ എന്തോ പദ്ധതി അയാൾ തയ്യാറാക്കിയിട്ടുണ്ടെന്നുമുള്ള ചിന്ത മനസ്സിൽനിന്ന് മാറ്റാൻ എന്തുകൊണ്ടോ എനിക്ക് കഴിഞ്ഞില്ല.

ഒരിക്കൽ കാട്ടുപന്നികളെ വേട്ടയാടാൻ ഞാൻകൂടി ചെല്ലണമെന്ന് പെച്ചോറിൻ നിർബന്ധിച്ചു. എനിക്ക് അതിൽ യാതൊരു താൽപര്യവുമില്ലാതിരുന്നതിനാൽ ഞാൻ ഒഴിഞ്ഞുമാറാൻ ശ്രമിച്ചെങ്കിലും ഒടുവിൽ അയാൾ എന്നെക്കൊണ്ട് സമ്മതിപ്പിച്ചു. അഞ്ച് ഭടന്മാരേയും കൂട്ടിക്കൊണ്ട് ഞങ്ങൾ അതിരാവിലെ കാട്ടിലേക്ക് പുറപ്പെട്ടു. കാടുമുഴുവൻ ഇളക്കിനോക്കിയിട്ടും പത്തുമണിവരെ ഒരൊറ്റ ജന്തുവിനെയും കണ്ടുകിട്ടിയില്ല. 'നമുക്ക് തിരിച്ചുപോയാലോ?' ഞാൻ പെച്ചോറിനോട് പറഞ്ഞു. 'വാശിപിടിച്ചിട്ട് കാര്യമൊന്നുമില്ല. ഇന്ന് നമുക്ക് ഭാഗ്യമില്ലാത്ത ദിവസമാണെന്ന് മനസ്സിലായില്ലേ?' എന്നാൽ കഠിനമായ ക്ഷീണവും ചൂടും ഉണ്ടായിരുന്നിട്ടും പെച്ചോറിന് വെറുംകയ്യോടെ കോട്ടയിലേക്ക് മടങ്ങാൻ ഇഷ്ടമില്ലായിരുന്നു... അയാളുടെ സ്വഭാവം അതാണ്. തനിക്ക് എന്തെങ്കിലും വേണമെന്ന് തോന്നിയാൽ അത് കരസ്ഥമാക്കിയേ അയാൾ അടങ്ങൂ. കുട്ടിക്കാലത്ത് അയാളെ അമ്മ ലാളിച്ച് വഷളാക്കിയിരുന്നെന്ന് തോന്നുന്നു... നേരം ഉച്ചയായപ്പോൾ ഞങ്ങൾ ഒരു കാട്ടുപന്നിയെ കണ്ടു. ഠേ!...ഠേ! വെടിപൊട്ടി. പക്ഷേ വെടിയേറ്റില്ല. പന്നി പൊന്തക്കാട്ടിടയിൽ മറഞ്ഞു... അതേ, അന്ന് തീർച്ചയായും ഭാഗ്യംകെട്ട ദിവസമായിരുന്നു. അൽപനേരം വിശ്രമിച്ചിട്ട് ഞങ്ങൾ വീട്ടിലേക്ക് തിരിച്ചു.

കടിഞ്ഞാൺ അയച്ചിട്ടുകൊണ്ട് നിശ്ശബ്ദരായി ഞങ്ങൾ ഒപ്പത്തിനൊപ്പം സവാരി ചെയ്തുകൊണ്ടിരുന്നു. നിബിഢമായി വളർന്നുനിന്ന ചെറുമരങ്ങൾ കോട്ടയെ കാഴ്ചയിൽനിന്ന് മറച്ചിരുന്നെങ്കിലും ഞങ്ങൾ കോട്ടയുടെ സമീപം എത്തിക്കഴിഞ്ഞിരുന്നു. ആ സമയത്ത് ഒരു വെടിപൊട്ടുന്നത് കേട്ടു. ഞങ്ങൾ പരസ്പരം നോക്കി. ഒരേ ആശങ്കയാണ് ഞങ്ങളുടെ ഇരുവരുടേയും ഉള്ളിൽ പൊന്തിവന്നത്. ശബ്ദം കേട്ട ഭാഗത്തേക്ക് ഞങ്ങൾ കുതിരയെ കുതിച്ചോടിച്ചു. കൊത്തളത്തിൽ ഒരു സംഘം ഭടന്മാർ ഒരുമിച്ചുകൂടി നിന്നിരുന്നു. അവർ ചൂണ്ടിക്കാട്ടിയ ദിശയിലേക്ക് ഞങ്ങൾ നോക്കി. വെളുത്ത എന്തോ

ഒരു സാധനം ജീനിപ്പുറത്ത് വിലങ്ങനെ വച്ചുകൊണ്ട് ഒരു സവാരിക്കാരൻ അതിവേഗം പാഞ്ഞുപോകുന്നതാണ് ഞങ്ങൾ കണ്ടത്. പെച്ചോറിൻ ഒരു ചെച്ചനെപ്പോലെ അട്ടഹസിച്ചുകൊണ്ട് തോക്ക് ഉറയിൽനിന്ന് വലിച്ചെടുത്ത് അയാളുടെ പിന്നാലെ പാഞ്ഞു. ഞാനും അയാളെ അനുഗമിച്ചു.

അന്നത്തെ നായാട്ട് പരാജയപ്പെട്ടത് ഒരു തരത്തിൽ ഭാഗ്യമായി.- ഞങ്ങളുടെ കുതിരകൾ ഒട്ടും ക്ഷീണിച്ചിരുന്നില്ല. അവ കുതിച്ചുപാഞ്ഞു. ഓരോനിമിഷവും ഞങ്ങൾ സവാരിക്കാരനോട് അടുത്തുകൊണ്ടിരുന്നു. ഒടുവിൽ അത് കാസ്ബിച്ചാണെന്ന് എനിക്ക് മനസ്സിലായി. എന്നാൽ എന്താണ് അയാളുടെ കുതിരപ്പുറത്തെന്ന് പിടികിട്ടിയില്ല. ഞാൻ പെച്ചോറിന്റെ ഒപ്പമെത്തിയിട്ട് വിളിച്ചുപറഞ്ഞു. 'കാസ്ബിച്ച്!' അയാൾ എന്നെനോക്കി തലയാട്ടിയിട്ട് കുതിരയെ ശക്തിയായി പ്രഹരിച്ചു.

ഒടുവിൽ വെടിവെച്ചാൽ കൊള്ളുന്നത്ര അടുത്ത് ഞങ്ങളെത്തി. കാസ്ബിച്ചിന്റെ കുതിര ക്ഷീണിച്ചതിനാലാണോ അത് ഞങ്ങളുടെ കുതിരകളെക്കാൾ മോശമായതിലാണോ എന്നറിയില്ല, അതിന്റെ വേഗത കുറഞ്ഞു കൊണ്ടിരുന്നു. കാസ്ബിച്ച് പഠിച്ചപണി മുഴുവൻ നോക്കിയിട്ടും അതിനെ കൂടുതൽവേഗത്തിൽ ഓടിക്കാൻ കഴിഞ്ഞില്ല. അയാൾ അപ്പോൾ തന്റെ കരഗ്യോസിനെ ഓർമ്മിച്ചിരിക്കണം...

ഞാൻ തലയുയുർത്തി നോക്കിയപ്പോൾ പെച്ചോറിൻ ഉന്നംപിടിച്ചിരിക്കുന്നതാണ് കണ്ടത്. 'വെടിവയ്ക്കരുത്!' ഞാൻ വിളിച്ചുപറഞ്ഞു. 'വെടിയുണ്ട പാഴാക്കണ്ട, നമുക്ക് ഉടൻതന്നെ അയാളുടെ ഒപ്പമെത്താം.' എന്നാൽ യുവത്വം എപ്പോഴും ഇങ്ങനെയാണ്, തെറ്റായസമയത്ത് വിഡ്ഢിത്തം കാണിക്കും... വെടിപൊട്ടി. കാസ്ബിച്ചിന്റെ കുതിരയുടെ പിൻകാലുകളിലൊന്നിൽ വെടികൊണ്ട്. പത്തുപന്ത്രണ്ട് തവണ മുമ്പോട്ട് ചാടിയിട്ട് കുതിര മുട്ടുകുത്തിവീണു. കാസ്ബിച്ച് ജീനിപ്പുറത്തുനിന്ന് ചാടിയിറങ്ങി. മൂടുപടംകൊണ്ട് ബന്ധിക്കപ്പെട്ട ഒരു സ്ത്രീരൂപം അയാളുടെ കൈയിലിരിക്കുന്നത് ഞങ്ങൾ കണ്ടു. അത് ബേളയായിരുന്നു. പാവം ബേള! അയാൾ അവരുടെ ഭാഷയിൽ ഞങ്ങളോട് എന്തോ ഉറക്കെ വിളിച്ചുപറഞ്ഞുകൊണ്ട് ബേളയുടെ നേരെ കഠാരി ഓങ്ങി. സമയം കളയാനില്ലായിരുന്നതിനാൽ ഉന്നം പിടിക്കാതെ വെടിവെച്ചു. തൽക്ഷണം തന്നെ അയാളുടെ കൈ താണതുകൊണ്ട് അയാളുടെ തോളിൽ വെടിയേറ്റെന്ന് ഞാൻ ഊഹിച്ചു. പുക അടങ്ങിയപ്പോൾ മുറിവേറ്റകുതിരയും അതിന്റെ തൊട്ടടുത്ത് ബേളയും കിടക്കുന്നതാണ് ഞങ്ങൾ കണ്ടത്. തോക്കു താഴേയിട്ടിട്ട് കാസ്ബിച്ച് ഒരു പൂച്ചയെപ്പോലെ പതുങ്ങിപ്പതുങ്ങി

വള്ളിപ്പടർപ്പുകൾക്കിടയിലൂടെ ഒരു പാറപ്പുറത്തേക്ക് കയറിക്കൊണ്ടിരുന്നു. എനിക്ക് അയാളെ വെടിവെച്ച് വീഴ്ത്തണമെന്നുണ്ടായിരുന്നു. എന്നാൽ എന്റെ തോക്കിൽ ഉണ്ട അവശേഷിച്ചിരുന്നില്ല. ഞങ്ങൾ കുതിരപ്പുറത്തുനിന്ന് ചാടിയിങ്ങി ബേളയുടെ അടുത്തേക്ക് ഓടി. ആ പാവപ്പെട്ട പെൺകുട്ടി നിശ്ചലയായി കിടക്കുകയായിരുന്നു. അവളുടെ മുറിവിൽനിന്ന് രക്തം പ്രവഹിച്ചുകൊണ്ടിരുന്നു. ദ്രോഹി! അയാൾ അവളുടെ ഹൃദയത്തിലേക്ക് കഠാര കുത്തിയിറക്കിയിരുന്നെങ്കിൽ ഒരു നിമിഷംകൊണ്ട് എല്ലാം കഴിയുമായിരുന്നു. പക്ഷേ ആ നീചൻ ഏറ്റവും നിന്ദ്യമായ രീതിയിൽ പുറത്താണ് കുത്തിയത്. അവൾ ബോധംകെട്ട് കിടക്കുകയായിരുന്നു. ഞങ്ങൾ മൂടുപടം വലിച്ചുകീറി അവളുടെ മുറിവ് ആവുംവിധം അമർത്തിക്കെട്ടിവച്ചു. പെച്ചോറിൻ അവളുടെ തണുത്ത ചുണ്ടുകളിൽ ചുംബിച്ചു. എന്നാൽ അതുകൊണ്ട് ഫമുണ്ടായില്ല. അവളെ ബോധക്ഷയത്തിൽനിന്നുണർത്താൻ ഒന്നിനും കഴിഞ്ഞില്ല.

പെച്ചോറിൻ കുതിരപ്പുറത്തുകയറി. ഞാൻ ബേളയെ അയാളുടെ മുമ്പിൽ ജീനിപ്പുറത്ത് കിടത്തി. അയാൾ ഒരു കൈകൊണ്ട് അവളെ ചുറ്റിപ്പിടിച്ചു. ഞങ്ങൾ കോട്ടയിലേക്ക് പുറപ്പെട്ടു. അൽപനേരത്തെ മൗനത്തിനുശേഷം പെച്ചോറിൻ പറഞ്ഞു. 'മക്സീം മക്സീമിച്ച്, ഇങ്ങനെ സവാരിചെയ്താൽ ജീവനോടെ ഇവളെ വിടെത്തിക്കാൻ നമുക്ക് പറ്റുകയില്ല.' 'അതു ശരിയാണ്' ഞാൻ മറുപടി പറഞ്ഞു. ഞങ്ങൾ കുതിരകളെ കുതിപ്പിച്ചോടിച്ചു. കോട്ടവാതിൽക്കൽ എത്തി. അവിടെ ഒരാൾക്കൂട്ടം കാത്തുനിന്നിരുന്നു. ഞങ്ങൾ മുറിവേറ്റ പെൺകുട്ടിയെ മെല്ലെ എടുത്ത് പോച്ചേറിന്റെ മുറിയിൽ കൊണ്ടുവന്ന് കിടത്തിയിട്ട് ഡോക്ടർക്ക് ആളയച്ചു. മദ്യപിച്ചിട്ടുണ്ടായിരുന്നെങ്കിലും അയാൾ ഉടൻതന്നെ അവിടെ എത്തി ബേളയുടെ മുറിവു പരിശോധിച്ചു. അവൾ ഒരുദിവസത്തിൽക്കൂടുതൽ ജീവിക്കയില്ലെന്ന് അയാൾ പറഞ്ഞു. എന്നാൽ അയാൾക്ക് തെറ്റുപറ്റി..."

"അപ്പോൾ അവൾ രക്ഷപ്പെട്ടു അല്ലേ?" ക്യാപ്റ്റന്റെ കൈത്തണ്ടയിൽ കടന്നു പിടിച്ചുകൊണ്ട് അറിയാതെ വന്ന സന്തോഷത്തോടെ ഞാൻ ചോദിച്ചു.

"ഇല്ല." അയാൾ പറഞ്ഞു. "ഡോക്ടർക്ക് തെറ്റുപറ്റിയെന്ന്പറഞ്ഞത് അവൾ രണ്ടുദിവസംകൂടി ജീവിച്ചിരുന്നതുകൊണ്ടാണ്..."

"പക്ഷേ കാസ്ബിച്ച് എങ്ങനെ അവളെ കോട്ടയിൽനിന്ന് തട്ടിക്കൊണ്ടുപോയി?"

"അതു പറയാം. പെച്ചോറിന്റെ നിർദ്ദേശം അനുസരിക്കാതെ ബേള കോട്ടയ്ക്കു പുറത്തുകടന്ന് അരുവിക്കരയിലേയ്ക്കു പോയി. അന്ന്

ചുട് അതികഠിനമായിരുന്നു. അവ് ഒരു കല്ലിന്റെ പുറത്തിരുന്ന് പാദങ്ങൾ വെള്ളത്തിൽ മുക്കി. കാസ്ബിച്ച് ഇഴഞ്ഞുചെന്നു അവളെ പിടിച്ച് വായ് മൂടിക്കെട്ടി കാട്ടിലേക്ക് വലിച്ചിഴച്ചുകൊണ്ടുപോയി. നിമിഷങ്ങൾക്കകം അയാൾ അവളേയും കുതിരപ്പുറത്തുവച്ചുകൊണ്ട് പാഞ്ഞു. എങ്കിലും അവൾക്ക് നിലവിളിക്കാൻ കഴിഞ്ഞു. കാവൽഭടന്മാർ അതുകേട്ട് അയാളുടെ നേരെ വെടിവച്ചെങ്കിലും അതു ലക്ഷ്യത്തിൽ കൊണ്ടില്ല. ആ സമയത്താണ് ഞങ്ങൾ രംഗത്തെത്തിയത്."

"കാസ്ബിച്ച് എന്തിനാണ് അവളെ തട്ടിക്കൊണ്ടുപോയത്?"

"സ്നേഹിതാ! ചെർക്കീസ് വർഗക്കാർ കുപ്രസിദ്ധരായ കള്ളന്മാരാണ്. ആരും കാവലില്ലാതെ എന്തെങ്കിലും ഒരിടത്തിരിക്കുന്നത് കണ്ടാൽ അവരുടെ കൈ ചൊറിയും. തങ്ങൾക്ക് അത് വേണമെങ്കിലും വേണ്ടെങ്കിലും അവർ അത് മോഷ്ടിക്കുകയും ചെയ്യും. അവർക്ക് മോഷ്ടിക്കാതിരിക്കൻ സാധ്യമല്ല. പോരാത്തതിന് ബേളയെ അയാൾക്ക് പണ്ടേ നോട്ടമുണ്ടായിരുന്നല്ലോ."

"അവൾ മരിച്ചുപോയോ?"

"മരിച്ചു. മരിക്കുംമുമ്പ് അവൾ വളരെ കഷ്ടപ്പെട്ടു. അവൾ അനുഭവിച്ച കൊടുംവേദന ഞങ്ങളേയും തളർത്തിക്കളഞ്ഞു. രണ്ടു മണിയോടുകൂടി അവൾക്കു ബോധം തെളിഞ്ഞു. ഞങ്ങൾ അവളുടെ കട്ടിലിനടുത്ത് ഇരിക്കുകയായിരുന്നു. കണ്ണുതുറന്നയുടൻ അവൾ പെച്ചോറിനെ അന്വേഷിച്ചു. 'ഞാൻ ഇവിടെത്തന്നെയുണ്ട് എന്റെ ഓമനേ' അവളുടെ കൈയിൽ പിടിച്ച്കൊണ്ട് അയാൾ പറഞ്ഞു. 'ഞാൻ മരിക്കും,' ബേള പറഞ്ഞു. അവളെ ചികിത്സിച്ച സുഖപ്പെടുത്താമെന്ന് ഡോക്ടർ ഉറപ്പു തന്നിട്ടുണ്ടെന്ന് പറഞ്ഞ് അവൾക്ക് ധൈര്യം കൊടുക്കാൻ ഞങ്ങൾ ശ്രമിച്ചെങ്കിലും അവൾ തലയാട്ടിക്കൊണ്ട് ചുമരിലേക്ക് മുഖം തിരിച്ചു കിടക്കുകയാണ് ചെയ്തത്. അവൾ മരിക്കാൻ ആഗ്രഹിച്ചില്ല!

രാത്രിയിൽ അവൾ പിച്ചുംപേയും പറഞ്ഞുതുടങ്ങി. അവളുടെ നെറ്റി ചുട്ടുപൊള്ളി. പനികൊണ്ട് ഇടയ്ക്കിടെ അവളുടെ ദേഹം വിറച്ചുകൊണ്ടിരുന്നു. അവൾ തന്റെ പിതാവിനെയും സഹോദരനേയും പറ്റി പരസ്പരബന്ധമില്ലാതെ എന്തൊക്കെയോ പുലമ്പിക്കൊണ്ടിരുന്നു. തന്റെ വീട്ടിലേക്കും മലകളിലേക്കും തിരിച്ചുപോകാൻ അവൾ ആഗ്രഹിച്ചു. അവൾ പെച്ചോറിനെപ്പറ്റിയും പറഞ്ഞുകൊണ്ടിരുന്നു. അയാളെ അവൾ പല ഓമനപ്പേരുകളും വിളിക്കുകയും തന്നെ ഇപ്പോൾ വണ്ടത്ര സ്നേഹിക്കുന്നില്ലെന്ന് കുറ്റപ്പെടുത്തുകയും ചെയ്തു...

അയാൾ കൈപ്പടം കൊണ്ട് തല താങ്ങിപ്പിടിച്ചു നിശ്ശബ്ദം അതെല്ലാം കേട്ടുകൊണ്ടിരുന്നു. എന്നാൽ അയളുടെ ഇമകളിൽ ഒരു തുള്ളി കണ്ണീർപോലും തങ്ങിനിൽക്കുന്നത് ഞാൻ കണ്ടില്ല.

അയാൾക്ക് കരയാൻ കഴിവില്ലാത്തതാണോ അതോ അയാൾ സ്വയം നിയന്ത്രിച്ചതാണോ എന്ന് എനിക്ക് അറിയില്ല. എന്റെ കാര്യം പറഞ്ഞാൻ, ജീവിതത്തിൽ അതിലേറെ മർമ്മഭേദകമായ ഒരു രംഗം ഞാൻ കണ്ടിട്ടില്ല.

നേരം വെളുത്തപ്പോഴേക്കും ജ്വരമൂർഛ വിട്ടുമാറി. ഒരു മണിക്കൂറോളം അവൾ നിശ്ചലയായി കിടന്നു. അവൾ വല്ലാതെ വിളറിയിരുന്നു. ശ്വാസോച്ഛ്വാസം നിലച്ചുപോയോ എന്ന് സംശയം തോന്നത്തക്കവിധം അത് അത്ര അസ്പഷ്ടമായിത്തീർന്നു. കുറേ കഴിഞ്ഞപ്പോൾ അവളുടെ നില അൽപം മെച്ചപ്പെട്ടു. അവൾ സംസാരിച്ചു തുടങ്ങി. എന്നാൽ അതെന്തിനെപ്പറ്റിയായിരുന്നെന്ന് അറിയാമോ? മരിച്ചുകൊണ്ടിരിക്കുന്നവർ മാത്രമെ അങ്ങനെ സംസാരിക്കാറുള്ളു. താൻ ഒരു ക്രിസ്ത്യാനിയല്ലാത്തതിനാൽ പരലോകത്തിൽ തന്റെ ആത്മാവ് പെച്ചോറിന്റെ ആത്മാവുമയി ഒരിക്കലും സന്ധിക്കയില്ലെന്നും സ്വർഗത്തിൽ മറ്റേതെങ്കിലും ഒരു സ്ത്രീയായിരിക്കും അയാളുടെ ആത്മസഖിയായിത്തിരുന്നതെന്നും പറഞ്ഞ് അവൾ ദുഃഖിച്ചു. മരിക്കുന്നതിനു മുമ്പ് അവളെ മാമോദീസ മുക്കിയാലോ എന്ന് ഞാൻ ആലോചിച്ചു. എന്നാൽ ഞാനീക്കാര്യം സൂചിപ്പിച്ചപ്പോൾ ഒരു തീരുമാനമെടുക്കാനാവാതെ വളരെ നേരം അവൾ എന്നെ വെറുതെ നോക്കിക്കൊണ്ടു കിടക്കുകയാണു ചെയ്തത്. താൻ ജനിച്ച മതത്തിൽ തന്നെ മരിക്കാനും ഇഷ്ടപ്പെടുന്നുവെന്ന് ഒടുവിൽ അവൾ പറഞ്ഞു. അങ്ങനെ ഒരു നീണ്ട ദിവസം കഴിഞ്ഞു. അത്രയും സമയം കൊണ്ട് അവൾ എന്തുമാതിരി ആയെന്നോ! വിളറിയ കവിൾത്തടങ്ങൾ കുഴിഞ്ഞു, കണ്ണുകൾ കൂടുതൽ വലുതായിക്കൊണ്ടിരിക്കയാണെന്നുതോന്നി. അവളുടെ ചുണ്ടുകൾ ചുട്ടുപൊള്ളി. കാച്ചിപ്പഴുപ്പിച്ച ഒരു ഇരുമ്പു കഷ്ണം നെഞ്ചിൽ അമർത്തിപ്പിടിച്ചിരിക്കുന്നതുപോലെ ജ്വരം അവളെ ദണ്ഡിപ്പിച്ചുകൊണ്ടിരുന്നു.

രണ്ടാമത്തെ രാത്രിയും ഞങ്ങൾ ഒരു പോള കണ്ണടയ്ക്കാതെ അവളെ നോക്കിക്കൊണ്ടിരുന്നു. സഹിക്കാനാവാത്ത വേദനകൊണ്ട് അവൾ നിലവിളിച്ചു. എന്നാൽ ആ വേദന തെല്ലൊന്ന് ശമിച്ചാലുടൻ അവൾ തനിക്ക് ഭേദമുണ്ടെന്ന് പെച്ചോറിനെ ബോധ്യപ്പെടുത്താൻ ശ്രമിക്കുകയും അൽപം ഉറങ്ങാൻ അയാളെ പ്രേരിപ്പിക്കുകയും ചെയ്തുകൊണ്ടിരുന്നു. അവൾ അയാളുടെ കൈയിൽ ചുംബിച്ചു. തന്റെ സ്വന്തം കൈകൊണ്ട് അയാളുടെ കൈ അമർത്തിപ്പിടിച്ചു. നേരം വെളുക്കാറായപ്പോൾ പ്രാണവേദന തുടങ്ങി. അവൾ കിടക്കയിൽകിടന്ന് ഉരുളുകയും മുറിവ് കെട്ടിവച്ചിരുന്ന തുണി വലിച്ചുപറിച്ചു കളയുകയും ചെയ്തു. മുറിവിൽനിന്ന് വീണ്ടും രക്തം ഒഴുകിത്തുടങ്ങി. ഞങ്ങൾ വീണ്ടും മുറിവുവെച്ചുകെട്ടി. നിമിഷനേരത്തേക്ക് അവൾ ശാന്തമായി കിടന്നു.

തന്നെ ചുംബിക്കാൻ അവൾ പെച്ചോറിനോട് ആവശ്യപ്പെട്ടു. അയാൾ കട്ടിലിന്റെ സമീപം മുട്ടുകുത്തിനിന്ന് അവളുടെ ശിരസ്സ് തലയിണയിൽനിന്ന് മെല്ലെ ഉയർത്തി തണുത്തുതുടങ്ങിയ ആ ചുണ്ടുകളിൽ ചുംബിച്ചു. ആ ചുംബനത്തിലൂടെ തന്റെ ആത്മാവ് അയാൾക്ക് പകർന്നുകൊടുക്കാനെന്നവണ്ണം അവൾ തന്റെ വിറയാർന്ന കൈകൾ അയാളുടെ കഴുത്തിൽ മുറുകെ ചുറ്റി. അതെ, അവൾ മരിച്ചതുനന്നായി. പച്ചോറിൻ അവളെ ഉപേക്ഷിച്ചുപോയിരുന്നെങ്കിൽ അവളുടെ ഗതി എന്താകുമായിരുന്നു? ഇന്നല്ലെങ്കിൽ നാളെ അതു തീർച്ചയായും സംഭവിക്കുമായിരുന്നു...

പിറ്റേദിവസം ഉച്ചവരെ അവൾ ശാന്തമായി കിടന്നു. ഡോക്ടർ മരുന്നുകളും ലേപനങ്ങളും കൊണ്ട് അവളെ പീഡിപ്പിച്ചുകൊണ്ടിരുന്നെങ്കിലും അവൾ നിശ്ശബ്ദം സഹിച്ചു. 'നല്ല മനുഷ്യാ, നിങ്ങൾതന്നെ പറഞ്ഞല്ലോ ഇവൾ ജീവിക്കയില്ലെന്ന്. പിന്നെ ഈ മരുന്നുകൾ കൊണ്ട് അവളെ ഇങ്ങനെ കഷ്ടപ്പെടുത്തുന്നതെന്തിനാണ്?' ഞാൻ ഡോക്ടറോട് പ്രതിഷേധം പ്രകടിപ്പിച്ചു. 'എങ്കിലും എന്റെ മനസ്സാക്ഷിയുടെ സമാധാനത്തിന് ഇതൊക്കെ ചെയ്തേ മതിയാകൂ മക്സീം മക്സീമിച്ച്' അയാൾ മറുപടി പറഞ്ഞു. അയാളുടെ ഒരു മനസ്സാക്ഷി!

ഉച്ചതിരിഞ്ഞപ്പോൾ അവൾക്ക് ദാഹം കലശലായി. ഞങ്ങൾ ജനലുകൾ തുറന്നിട്ടു. എന്നാൽ പുറത്ത് അകത്തേക്കാൾ ചൂട് കൂടുതലായിരുന്നു. ഞങ്ങൾ അവളുടെകിടയ്ക്കക്കടുത്ത് ഐസു കൊണ്ടുവച്ചു. പക്ഷേ അതുകൊണ്ടൊന്നും ഫലമുണ്ടായില്ല. അസഹനീയമായ ദാഹം അന്ത്യം അടുത്തു എന്നതിന്റെ സൂചനയാണെന്ന് എനിക്കറിയാമായിരുന്നു. ഞാൻ അക്കാര്യം പെച്ചോറിനോട് പറയുകയും ചെയ്തു. 'വെള്ളം, വെള്ളം,' കിടക്കയിൽനിന്ന് എണീക്കാൻ ശ്രമിച്ചുകൊണ്ട് അടഞ്ഞ ശബ്ദത്തിൽ അവൾ ആവർത്തിച്ചു.

പെച്ചോറിന്റെ മുഖം വെള്ളക്കടലാസുപോലെ വിളറി. അയാൾ ഒരു ഗ്ലാസെടുത്ത് വെള്ളം നിറച്ച് അവൾക്ക് കൊടുത്തു. ഞാൻ കൈകൊണ്ട് മുഖം പൊത്തി ഏതോ ഒരു പ്രാർത്ഥന ഉരുവിട്ടു - ഏതാണെന്ന് ഓർമ്മയില്ല. സ്നേഹിതാ, ജീവിതത്തിൽ ഞാൻ പലതും കണ്ടവനാണ്. ആശുപത്രികളിലും യുദ്ധരംഗത്തും എത്രയോ പേർ മരിക്കുന്നത് ഞാൻ കണ്ടിട്ടുണ്ട്! എങ്കിലും ഇതുപോലൊരു ദുഃഖം ഞാൻ അനുഭവിച്ചിട്ടില്ല. എന്റെ ദുഃഖത്തിന് മറ്റൊരു കാരണംകൂടിയുണ്ടായിരുന്നെന്ന് തുറന്നു പറയട്ടെ: മരിക്കുംമുമ്പെ ഒരിക്കൽപ്പോലും അവൾ എന്നെ ഓർത്തില്ല. ഞാൻ ഒരു പിതാവിനെപ്പോലെ അവളെ സ്നേഹിച്ചിരുന്നുവെന്നാണ് എന്റെ വിശ്വാസം. സാരമില്ല... ദൈവം അവൾക്കു മാപ്പുകൊടുക്കട്ടെ. അല്ലെങ്കിൽതന്നെ മരണശയ്യയിൽവെച്ച്

എന്നെ ആരെങ്കിലും ഓർക്കാൻ ഞാൻ ആരാണ്?.

വെള്ളം കുടിച്ചയുടൻ അവൾക്ക് വളരെ ആശ്വാസം തോന്നി. ഏതാണ്ട് മൂന്ന് മിനിട്ട്കഴിഞ്ഞ് അവൾ മരിച്ചു. ഞങ്ങൾ ഒരു കണ്ണാടി അവളുടെ ചുണ്ടിൽ അമർത്തിനോക്കി. എന്നാൽ അത് മങ്ങിയില്ല. ഞാൻ പെച്ചോറിനെ മുറിയിൽനിന്ന് പുറത്തേക്ക് കൂട്ടിക്കൊണ്ടു പോയി. ഞങ്ങൾ നിശ്ശബ്ദരായി കൈ പിന്നിൽ പിണച്ചുവെച്ചുകൊണ്ട് കോട്ടമതിലിനുമുകളിലൂടെ അങ്ങോട്ടുമിങ്ങോട്ടും വളരെ നേരം നടന്നു. അയാളുടെ മുഖത്ത് ദുഃഖത്തിന്റെ നേരിയ നിഴൽപോലും കാണാതിരുന്നത് എന്നെ ശുണ്ഠിപിടിപ്പിച്ചു. അയാളുടെ സ്ഥാനത്ത് ഞാനായിരുന്നെങ്കിൽ സങ്കടം സഹിക്കാവാനാകാതെ മരിച്ചുപോകുമായിരുന്നു. ഒടുവിൽ അയാൾ തണലുള്ള ഒരിടത്തിരുന്ന് ഒരു കമ്പുകൊണ്ട് മണലിൽ എന്തോ വരയ്ക്കാനാരംഭിച്ചു. ഞാൻ അയാളെ സമാശ്വപ്പിക്കണമെന്ന ഉദ്ദേശത്തോടെ സംസാരിച്ചുതുടങ്ങി. വാസ്തവത്തിൽ മറ്റെന്തിനെക്കാളും കൂടുതൽ ഒരു ചടങ്ങെന്ന നിലയ്ക്കാണ് ഞാൻ അങ്ങനെ ചെയ്തത്. അതു കേട്ടപ്പോൾ അയാൾ തലയുയർത്തി നോക്കിയിട്ട് ചിരിച്ചു... ആ ചിരി എന്നെ ഭയചകിതനാക്കി... ഞാൻ ശവപ്പെട്ടി ഏർപ്പാടുചെയ്യാൻ പുറപ്പെട്ടു.

സത്യം പറഞ്ഞാൽ ഞാൻ ആ ജോലിയിൽ മുഴുകിയത് മനസ്സ് മറ്റെന്തിലേക്കെങ്കിലും തിരിച്ചുവിടാൻവേണ്ടിക്കൂടിയാണ്. എന്റെ കൈവശമുണ്ടായിരുന്ന ഒരു കഷ്ണം മസ്‌ലിൻ തുണികൊണ്ട് ഞാൻ ശവപ്പെട്ടി പൊതിഞ്ഞു. പെച്ചോറിൻ അവൾക്കുവേണ്ടി വാങ്ങിച്ച കുറേ ചെർക്കീസ് വെള്ളി ലെയിസുകൊണ്ട് ഞാൻ അതലങ്കരിച്ചു.

പിറ്റേ ദിവസം അതിരാവിലെ ഞങ്ങൾ അവളുടെ മൃതദേഹം സംസ്കരിച്ചു. കോട്ടയ്ക്കുപ്പുറത്ത് അരുവിക്കരയിൽ അവൾ അവസാനം ഇരുന്ന സ്ഥലത്തിനടുത്താണ് അവളെ അടക്കിയത്. വെളുത്ത അക്കേഷ്യകളും എൽഡർ മരങ്ങളും ആ കൊച്ചു ശവകുടീരത്തിനു ചുറ്റും ഇപ്പോൾ വളർന്നു നിൽക്കുന്നു. അവിടെ ഒരു കുരിശു നാട്ടണമെന്ന് എനിക്ക് ആഗ്രഹമുണ്ടായിരുന്നു. പക്ഷേ, അതു ശരിയല്ലെന്ന് എനിക്കു തോന്നി. കാരണം അവൾ ഒരു ക്രിസ്ത്യാനിയായിരുന്നില്ലല്ലോ..."

"പെച്ചോറിൻ എന്തു ചെയ്തു?" ഞാൻ ചോദിച്ചു.

"ദീർഘകാലം അയാൾ സുഖമില്ലാതെ കിടന്നു. അയാളുടെ ദേഹം വല്ലാതെ ശോഷിച്ചു, പാവം. എന്നാൽ ഞങ്ങൾ പിന്നീടൊരിക്കലും ബേളയെപ്പറ്റി ഒരക്ഷരം സംസാരിച്ചിട്ടില്ല. അയാളെ അതു വേദനിപ്പിക്കുമെന്ന് അറിയാമായിരുന്ന സ്ഥിതിക്ക് ഞാൻ എന്തിനാണ് അവളെപ്പറ്റി അയാളെ ഓർമിപ്പിക്കുന്നത്? ഏതാണ്ട് മൂന്ന് മാസം കഴിഞ്ഞപ്പോൾ അയാൾക്ക് മറ്റൊരു റജിമെന്റിലേക്ക് നിയമനം

കിട്ടി. അയാൾ ജ്യോർജിയയിലേക്ക് പോയി. പിന്നീട് ഞാൻ അയാളെ കണ്ടിട്ടില്ല. അയാൾ റഷ്യയിലേക്ക് മടങ്ങിയെന്ന് ആരോ പറയുന്നത് കേട്ടു. എന്നാൽ രേഖകളിലൊന്നും ഞാൻ അക്കാര്യം കണ്ടില്ല. സാധാരണയായി ഇവിടെ വാർത്തകൾ എത്തുന്നത് വളരെ വളരെ താമസിച്ചാണ്."

തന്റെ ദുഃഖസ്മരണകളെ ആട്ടിയകറ്റാനെന്നവണ്ണം അയാൾ ഒരു വർഷം പഴക്കമുള്ള വാർത്തകൾ ലഭിക്കുന്നതിന്റെ ബുദ്ധിമുട്ടുകളെക്കുറിച്ച് സുദീർഘമായ ഒരു പ്രഭാഷണം നടത്തി.

ഞാൻ അയാളെ തടസ്സപ്പെടുത്തിയുമില്ല. അത് ശ്രദ്ധിച്ചുമില്ല.

ഒരു മണിക്കൂർ കഴിഞ്ഞപ്പോൾ കാലാവസ്ഥ മെച്ചപ്പെട്ടു. ഹിമക്കാറ്റ് അടങ്ങി. ആകാശം തെളിഞ്ഞു, ഞങ്ങൾ യാത്ര ആരംഭിച്ചു. വഴിക്കുവച്ച് സംഭാഷണം വീണ്ടും ബേളയിലേക്കും പെച്ചോറിനിലേക്കും തിരിച്ചുവിടാതിരിയ്ക്കാൻ എനിക്ക് കഴിഞ്ഞില്ല.

"കാസ്ബിച്ചിനെപ്പറ്റി പിന്നീട് എന്തെങ്കിലും കേൾക്കാൻ കഴിഞ്ഞോ?" ഞാൻ ചോദിച്ചു.

"കാസ്ബിച്ചിനെപ്പറ്റിയോ? ഒന്നും കൃത്യമായി അറിയില്ല. മുന്നണിയുടെ വലതുപാർശ്വത്തിലുള്ള ഷാപ് സുഗീഗോത്രക്കാർക്കിടയിൽ ചുവന്ന ജാക്കറ്റ് ധരിച്ച ഒരു കാസ്ബിച്ച് ഉണ്ടെന്ന് കേട്ടു. ധൈര്യശാലിയായ ആ മനുഷ്യൻ നമ്മുടെ വെടിയുണ്ടകൾ വർഷിക്കുമ്പോൾ മെല്ലെ കുതിരയോടിച്ചു പോകുമെന്നും ഒരു വെടിയുണ്ട തന്റെ അടുത്തുകൂടി പോയാലുടൻ വിനീതഭാവം അഭിനയിച്ച് തലകുനിക്കുമെന്നും പറയപ്പെടുന്നു. പക്ഷേ അത് അയാളാണെന്ന് തോന്നുന്നില്ല."

ഞങ്ങൾ കോബിയിൽ വച്ച് പിരിഞ്ഞു. ഞാൻ തപാൽ വണ്ടിയിലാണ് തുടർന്ന് യാത്ര ചെയ്തത്. മക്സീം മക്സീമിച്ചിന് തന്റെ ഭാരിച്ച സാമാനങ്ങളുമായി തപാൽ വണ്ടിയോടൊപ്പം സഞ്ചരിക്കാൻ കഴിയുമായിരുന്നില്ല. ഞങ്ങൾ തമ്മിൽ വീണ്ടും കണ്ടുമുട്ടുമെന്ന് പിരിയുമ്പോൾ ഞങ്ങൾ പ്രതീക്ഷിച്ചില്ല. എങ്കിലും ഞങ്ങൾ വീണ്ടും കണ്ടുമുട്ടി. നിങ്ങൾക്ക് താൽപര്യമുണ്ടെങ്കിൽ ഞാൻ അതേപ്പറ്റി പറയാം. പക്ഷേ അത് മറ്റൊരു കഥയാണ്... മക്സീം മക്സീമിച്ച് ആദരണീയനായ ഒരു മനുഷ്യനാണെന്ന് നിങ്ങൾ സമ്മതിക്കുമെന്നു വിശ്വസിക്കുന്നു. നിങ്ങൾ അക്കാര്യം സമ്മതിച്ചാൽ അത് നീണ്ട ആ കഥ പറയുന്നതിന് എനിക്ക് ലഭിക്കാവുന്ന ഏറ്റവും നല്ല പാരിതോഷികമായിരിക്കും.

II
മക്സീം മക്സീമിച്ച്

മക്സീം മക്സീമിച്ചും ഞാനും തമ്മിൽ പിരിഞ്ഞുകഴിഞ്ഞ് ഞാൻ സാമാന്യം നല്ല വേഗത്തിൽ ടെറെക്ക് മലയിടുക്കും ദരയാൽ മലയിടുക്കും കടന്ന് പ്രാതലിന് കസ്ബെക്കിലെത്തി. ലാർസിൽവച്ച് ഒരു ചായകുടിയും കഴിഞ്ഞ് അത്താഴത്തിനുള്ള സമയമായപ്പോഴേയ്ക്കും ഞാൻ വ്ലദീകഫ്കാസിലെത്തിച്ചേർന്നു. പർവ്വതങ്ങളെക്കുറിച്ചുള്ള വർണനകൊണ്ട് ഞാൻ വായനക്കാരെ മുഷിപ്പിക്കാൻ ഒരുമ്പെടുന്നില്ല. ഈ പ്രദേശം ഒരിക്കലും സന്ദർശിച്ചിട്ടില്ലാത്തവർക്ക് ആ വർണനകൾ പൊള്ളവാക്കുകളായും ശൂന്യമായ ക്യാൻവാസുകളായും മാത്രമേ അനുഭവപ്പെടുകയുള്ളൂ. സ്ഥിതിവിവരക്കണക്കുകൾ ഉദ്ധരിക്കാനും ഞാൻ മുതിരുന്നില്ല. ആരും അത് വായിക്കാൻ മിനക്കെടുകയില്ലെന്ന് എനിക്കറിയാം.

എല്ലാ യാത്രക്കാരും താമസിക്കുന്ന ഒരു ഹോട്ടലിൽ ഞാൻ തങ്ങി. അവിടെ ഒരു പ്ലെയിറ്റ് മുട്ടക്കൂസ് സൂപ്പുണ്ടാക്കിത്തരാനോ, ഒരു കാരപ്പക്ഷിയെ പൊരിച്ചുതരാനോ ആരുമില്ലായിരുന്നെന്നുകൂടി കൂട്ടത്തിൽ പറയട്ടെ. ആ ഹോട്ടലിന്റെ നടത്തിപ്പുകാരായ മൂന്ന് വികലാംഗന്മാർ തനി വിഡ്ഢികളോ മുഴുക്കുടിയന്മാരോ ആയിരുന്നതിനാൽ അവരിൽ നിന്നും ഒന്നും പ്രതീക്ഷിച്ചിട്ട് കാര്യമില്ലെന്ന് എനിക്ക് മനസ്സിലായി.

മൂന്ന് ദിവസം അവിടെ താമസിക്കേണ്ടിവരുമെന്ന് അറിഞ്ഞു. യെക്കത്തെരീനൊഗ്രാഡിൽനിന്നുള്ള ഒക്കാസിയ[1] ഇനിയും വന്നു ചേരാത്തതിനാൽ അങ്ങോട്ടുള്ള മടക്കയാത്ര തുടങ്ങാൻ സാധ്യമായിരുന്നില്ല. സമയം തള്ളിനീക്കാനായി മക്സീം മക്സീമിച്ച് പറഞ്ഞ കഥ എഴുതിത്തുടങ്ങാൻ ഞാൻ തീരുമാനിച്ചു. ബേളയെക്കുറിച്ചുള്ള ആ കഥ ഒരു നീണ്ട കഥാപരമ്പരയുടെ ആദ്യത്തെ കണ്ണിയായിരിക്കുമെന്ന്

---

1 റഷ്യനിൽ പറ്റിയ അവസരം എന്നാണ് ഈ വാക്കിന്റെ അർത്ഥം

അപ്പോൾ എനിക്ക് അറിയില്ലായിരുന്നു... പക്ഷേ ഒക്കാസിയ എന്നു പറഞ്ഞാൽ എന്താണെന്ന് നിങ്ങൾക്ക് മനസ്സിലായിരിക്കയില്ല. കാലാൾപ്പടയുടെ ഒരു കമ്പനിയുടെ പകുതിയും ഒരു പീരങ്കിയും ഉൾപ്പെട്ട കാവൽപ്പട്ടാള സംഘത്തെയാണ് ഒക്കാസിയ എന്ന് വിളിക്കുന്നത്. വ്ലദീകഫ്കാസിൻനിന്ന് കബാർദിയ കടന്ന് യെക്കെത്തെരീനൊഗ്രാഡിലേയ്ക്ക് പോകുന്ന സാർഥവാഹകസംഘങ്ങളെ സുരക്ഷിതമായി അവിടെ എത്തിക്കുന്നത് ഇവരാണ്.

ആദ്യത്തെ ദിവസം വളരെ വിരസമായി കടന്നുപോയി. അടുത്ത പ്രഭാതത്തിൽ ഒരു വണ്ടി ഹോട്ടലിന്റെ മുറ്റത്തെത്തി. അത് മക്സീം മക്സീമിച്ചായിരുന്നു! ചിരകാല സുഹൃത്തുക്കളെപ്പോലെ ഞങ്ങൾ പരസ്പരം അഭിവാദ്യം ചെയ്തു. എന്റെ മുറിയിൽ താമസിക്കാൻ ഞാൻ അയാളെ ക്ഷണിച്ചു. അയാൾ ഉപചാരത്തിനൊന്നും നിന്നില്ല. അയാൾ എന്റെ തോളിൽ കൊട്ടുകപോലും ചെയ്തു. പുഞ്ചിരി തൂകുന്ന മട്ടിൽ അയാൾ ചുണ്ടുകൾ ഒന്നുകോട്ടി. ഒരു വിചിത്രമനുഷ്യൻ!

മക്സീം മക്സീമിച്ച് പാചകകലയിൽ ഒരു വിദഗ്ദനായിരുന്നു. അയാൾ വണ്ടാരക്കോഴിയെ പൊരിച്ചതും ഉപ്പിലിട്ട വെള്ളരിക്ക കൊണ്ടുള്ള സോസും അടങ്ങിയ രുചിയുള്ള ആഹാരം തയ്യാറാക്കി. സത്യം പറഞ്ഞാൽ അയാൾ ഇല്ലായിരുന്നെങ്കിൽ ഞാൻ തണുത്ത എന്തെങ്കിലും തിന്ന് വിശപ്പടക്കേണ്ടിവരുമായിരുന്നു. ഒരു വിഭവം മാത്രമടങ്ങിയ ആ ഭക്ഷണത്തിന്റെ കുറവു പരിഹരിക്കാൻ ഒരു കുപ്പി കഹോത്തിയൻ വീഞ്ഞ് സഹായിച്ചു. പിന്നീട് ഞങ്ങൾ പൈപ്പ് കത്തിച്ചു പുകവലിക്കാനിരുന്നു. ഞാൻ ജനലിനടുത്തും അയാൾ അടുപ്പിനടുത്തുമാണ് ഇരുന്നത്. അന്ന് നല്ല തണുപ്പും ഈർപ്പവുമുള്ള ദിവസമായിരുന്നതിനാൽ അടുപ്പിൽ തീ കത്തിച്ചിരുന്നു. ഞങ്ങൾ ഒന്നും സംസാരിച്ചില്ല. സംസാരിക്കാൻ എന്തിരിക്കുന്നു?...തന്നെക്കുറിച്ച് പറയാനുള്ളതെല്ലാം അയാൾ പറഞ്ഞുകഴിഞ്ഞു. എനിക്കാണെങ്കിൽ അയാളോട് പറയാൻ ഒന്നുമില്ലായിരുന്നുതാനും. ഞാൻ ജനലിലൂടെ പുറത്തേക്ക് നോക്കിയിരുന്നു. ടെറെക്കിന്റെ ഓരത്ത് ഉയരം കുറഞ്ഞ നിരവധി വീടുകൾ നിരനിരയായി നിൽക്കുന്നത് കാണാമായിരുന്നു. ഇവിടെ ടെറെക്കിന് വീതി കൂടിക്കൂടി വന്നു. മരങ്ങളുടെ ഇടയിലൂടെ അത് വെട്ടിത്തിളങ്ങുന്നത് കാണാമായിരുന്നു. അകലെ അസമമായി ഉയർന്നുനിന്ന നീല മതിലുപോലെ പർവ്വതനിര പ്രത്യക്ഷപ്പെട്ടു. കർദ്ദിനാളിന്റെ വെള്ളത്തൊപ്പിയണിഞ്ഞ കസ്ബെക്ക് കൊടുമുടി അതിനപ്പുറത്തുനിന്ന് എത്തിനോക്കി. മനസ്സിൽ ഞാൻ അവയോട് വിടപറഞ്ഞു. അവയെ വിട്ടുപിരിയേണ്ടിവരുന്നതിൽ എനിക്ക് ഖേദം തോന്നി...

നിശ്ശബ്ദരായി ഞങ്ങൾ വളരെ നേരം ഇരുന്നു. മരവിച്ച കൊട്ടുമുടികളുടെ പിന്നിൽ സൂര്യൻ മറഞ്ഞു. താഴ്വരകളിൽ പാൽനിറമുള്ള മൂടൽമഞ്ഞ് വ്യാപിച്ചു തുടങ്ങി. മണികൾ കിലുങ്ങുന്ന ശബ്ദവും വണ്ടിക്കാരുടെ വിളികളും മുറ്റത്ത് മുഴങ്ങി. മ്ലാനവദനരായ ആർമീനിയക്കാരെ കയറ്റിയ ഏതാനും വണ്ടികൾ മുറ്റത്തുവന്നുനിന്നു. അവയുടെ പിന്നിലായി ഒരു ഒഴിഞ്ഞ വണ്ടി വരുന്നത് ഞങ്ങൾ ശ്രദ്ധിച്ചു. ആ വണ്ടിയുടെ ഭാരക്കുറവും ഭംഗിയും കണ്ടാൽ അത് വിദേശനിർമിതമാണെന്ന് ആർക്കും തോന്നുമായിരുന്നു. നീണ്ട തുർക്കിക്കുപ്പായം ധരിച്ച വലിയ മീശയുള്ള ഒരു മനുഷ്യൻ അതിന്റെ പിന്നിൽ നടന്നിരുന്നു. അയാളുടെ വേഷം കണ്ടാൽ അയാൾ ഒരു ഭൃത്യനാണെന്ന് തോന്നുകയില്ല. എന്നാൽ അയാൾ പൈപ്പിൽനിന്ന് ചാരം തട്ടിക്കളഞ്ഞ രീതിയും വണ്ടിക്കാരോട് വിളിച്ചുപറഞ്ഞ രീതിയും അയാൾ ആരാണെന്ന് വിളംബരം ചെയ്തു. അലസനായ ഒരു മാന്യന്റെ സുഖലോലുപനായ ഭൃത്യനാണയാൾ - ഒരു റഷ്യൻ ഫീഗറോ[2].

“നല്ല മനുഷ്യാ, ഇത് ഒക്കാസിയ ആണോ?” ഞാൻ ജനലിലൂടെ പുറത്തേക്കു നോക്കി വിളിച്ചുചോദിച്ചു. അയാൾ കഴുത്തിലെ ടൈ ശരിയാക്കിക്കൊണ്ട് ധിക്കാരപൂർവ്വം എന്നെ ഒന്നു നോക്കിയിട്ട് തല തിരിച്ചു. അയാളോടൊപ്പം നടന്നിരുന്ന ഒരു ആർമീനിയക്കാരൻ പുഞ്ചിരിച്ചുകൊണ്ട് അത് ഒക്കാസിയയാണെന്നും അത് പിറ്റേന്നു രാവിലെ തിരിച്ചുപോകുമെന്നും എന്നെ അറിയിച്ചു.

“ദൈവത്തിനു നന്ദി!” ജനലിനടുത്തേക്ക് നടന്നുവന്ന മക്സീം മക്സീമിച്ച് പറഞ്ഞു. “ഒന്നാന്തരം വണ്ടി,” അയാൾ തുടർന്നു. “വല്ല കേസിന്റേയും വിചാരണ നടത്താൻ തിഫ്ലീസിലേക്ക് പോകുന്ന ഏതെങ്കിലും ഒരു ഉദ്യോഗസ്ഥന്റേതായിരിക്കണം. അയാൾക്ക് നമ്മുടെ കലകളെപ്പറ്റി വലിയ പിടിയില്ലെന്ന് തോന്നുന്നു. സ്നേഹിതാ, ഇത് താങ്കളെപ്പോലുള്ളവർക്കുള്ളതല്ല, ഒരു ഇംഗ്ലീഷ് കുതിരവണ്ടി പോലും ഇവിടുത്തെ കുടുക്കം താങ്ങുകയില്ല!”

“ആരായിരിക്കും അത്? നമുക്ക് പോയി അന്വേഷിക്കാം...”

ഞങ്ങൾ ഇടനാഴിയിലേക്കിറങ്ങി. അതിന്റെ അങ്ങേയറ്റത്ത് വശത്തെ മുറിയിലേക്ക് തുറന്നുകിടന്ന ഒരു വാതിലുണ്ടായിരുന്നു. ഭൃത്യനും വണ്ടിക്കാരനും പെട്ടികൾ അകത്തേക്ക് കൊണ്ടുവന്നു.

“പറയൂ സ്നേഹിതാ” ക്യാപ്റ്റൻ ഭൃത്യനോട് പറഞ്ഞു. “ഈ വണ്ടി ആരുടെതാണ്? ഇത് ഒന്നാന്തരം വണ്ടിയാണെന്ന് സമ്മതിച്ചേ തീരൂ!” ഭൃത്യൻ തലതിരിക്കാതെ എന്തോ പിറുപിറുത്തിട്ട് ഒരു

2 ഫ്രഞ്ച് നാടകകൃത്തായ ബൊമാർഷേയുടെ (1732-1799) ഒരു കോമഡിയിലെ ബുദ്ധിമാനായ ഭൃത്യൻ.

പെട്ടിയുടെ വാറുകൾ അഴിക്കുന്നതിൽ വ്യാപൃതനായി. മക്സീം മക്സീമിച്ചിന്റെ ക്ഷമ നശിച്ചു. അയാൾ ആ ഭൃത്യന്റെ തോളിൽ തട്ടിക്കൊണ്ട് പറഞ്ഞു: "എടോ ഞാൻ തന്നോടാണ് ചോദിച്ചത്..."

"ആരുടെ വണ്ടിയാണെന്നോ? എന്റെ യജമാനന്റെ വണ്ടി."

"ആരാണ് തന്റെ യജമാനൻ?"

"പെച്ചോറിൻ"

"എന്താ പറഞ്ഞത്? പെച്ചോറിനോ? ദൈവമേ! അയാൾ എന്നെങ്കിലും കോക്കസസ്സിൽ സേവനമനുഷ്ഠിച്ചിട്ടുണ്ടോ?" എന്റെ കോട്ടിന്റെ കൈയിൽ പിടിച്ചുവലിച്ചുകൊണ്ട് മക്സീം മക്സീമിച്ച് ഭൃത്യനോട് ഉറക്കെ ചോദിച്ചു.

"ഉണ്ടെന്നാണ് തോന്നുന്നത്... പക്ഷേ ഞാൻ അദ്ദേഹത്തിന്റെ ഭൃത്യനായിട്ട് അധികകാലമായില്ല."

'ശരി, ശരി. ആളുതന്നെ! ഗ്രഗോറി അലക്സാന്ദ്രോവിച്ച് പെച്ചോറിൻ എന്നല്ലേ അയാളുടെ മുഴുവൻ പേര്? തന്റെ യജമാനനും ഞാനും അടുത്ത പരിചയക്കാരാണ്." സ്നേഹപൂർവ്വം ഭൃത്യന്റെ തോളിൽ തട്ടിക്കൊണ്ട് മക്സീം മക്സീമിച്ച് പറഞ്ഞു. അതിന്റെ ശക്തികൊണ്ട് ഭൃത്യൻ സമനില തെറ്റി വീഴാൻ പോയി.

"ക്ഷമിക്കണം സർ, അങ്ങ് എന്റെ ജോലി തടസ്സപ്പെടുത്തുകയാണ്." മുഖം ചുളിപ്പിച്ചുകൊണ്ട് ഭൃത്യൻ പറഞ്ഞു.

"വിഡ്ഢിത്തം പറയാതിരിക്കൂ! ഞാൻ തന്റെ യജമാനന്റെ പഴയ ഒരു സുഹൃത്താണെന്നു തനിക്ക് മനസ്സിലായില്ലേ? ഞങ്ങൾ ഒരുമിച്ച് താമസിച്ചിട്ടുണ്ട്. അയാൾ എവിടെ?"

പെച്ചോറിൻ അത്താഴം കഴിക്കാൻ കേണൽ. എന്റെ വീട്ടിൽ തങ്ങിയിരിക്കയാണെന്നും രാത്രി അവിടെ ചെലവഴിച്ചിട്ടേ വരികയുള്ളൂവെന്നും ഭൃത്യൻ പറഞ്ഞു.

"ഇന്നുരാത്രി അയാൾ വരികയില്ലെ?"മക്സീം മക്സീമിച്ച് ചോദിച്ചു. "ഒരു പക്ഷേ താൻ എന്തെങ്കിലും ആവശ്യത്തിന് യജമാനനെ കാണാൻ പോകുന്നുണ്ടായിരിക്കും. എങ്കിൽ മക്സീം മക്സീമിച്ച് ഇവിടെയുണ്ടെന്ന് അയാളോട് പറയണം. അങ്ങനെ പറഞ്ഞാൽ മതി. അയാൾക്ക് ആളെ മനസ്സിലാകും. മദ്യം വാങ്ങാൻ ഞാൻ എൺപത് കോപ്പെക്ക് തരാം..."

ഇത്ര നിസ്സാരമായ ഒരു തുക വാഗ്ദാനം ചെയ്തുകേട്ടപ്പോൾ ഭൃത്യന്റെ മുഖത്ത് പുച്ഛം നിഴലിച്ചെങ്കിലും മക്സീം മക്സീമിച്ച് പറഞ്ഞതു പോലെ ചെയ്യാമെന്ന് അയാൾ സമ്മതിച്ചു.

"അറിഞ്ഞാലുടൻ ഓടിവരാതിരിക്കയില്ല, ഞാൻ ഉറപ്പായി പറയാം!" ആഹ്ലാദപൂർവ്വം മക്സീം മക്സീമിച്ച് പറഞ്ഞു. "ഞാൻ പടിക്കൽ കാത്തുനിൽക്കാം. കേണൽ എന്റെ പരിചയക്കാരനല്ലാത്തത് കഷ്ടമായിപ്പോയി."

മക്സീം മക്സീമിച്ച് ഗെയിറ്റിനു പുറത്തുള്ള ഒരു ബെഞ്ചിൽ ചെന്നിരുന്നു. ഞാൻ മുറിയിലേക്കു പോയി. സത്യം പറഞ്ഞാൽ ഈ പെച്ചോറിന്റെ വരവ് ഞാനും ആകാംക്ഷയോടെ കാത്തിരുന്നു. ക്യാപ്റ്റൻ പറഞ്ഞ കഥയിൽനിന്ന് അയാളെക്കുറിച്ച് അത്ര നല്ല ഒരഭിപ്രായമല്ല എനിക്കുണ്ടായതും. അയാളുടെ ചില സ്വഭാവവിശേഷങ്ങൾ തികച്ചും സവിശേഷശ്രദ്ധയാകർഷിക്കുന്നുണ്ടെന്ന് എനിക്ക് തോന്നിയിരുന്നു. ഒരു മണിക്കൂർ കഴിഞ്ഞ് വികലാംഗന്മാരിലൊരാൾ ആവി പറക്കുന്ന ഒരു സമോവറും ചായപ്പാത്രവുമായി വന്നു.

"മക്സീം മക്സീമിച്ച്, കുറച്ച് ചായ കുടിക്കുന്നോ?" ഞാൻ ജനലിനടുത്ത്ചെന്ന് വിളിച്ചുചോദിച്ചു.

"എനിക്കിപ്പോൾ വേണ്ട, നന്ദി."

"കുറച്ചു ചായ കുടിച്ചോളൂ. നേരം ഒരു പാടായി. തണുപ്പുമുണ്ട്."

"വേണ്ട. നന്ദി."

"ശരി. ഇഷ്ടംപോലെ," എന്നു പറഞ്ഞിട്ട് ഞാൻ ഒറ്റയ്ക്കിരുന്ന് ചായ കുടിച്ചു. ഏകദേശം പത്തുമിനിട്ടു കഴിഞ്ഞ് വൃദ്ധൻ മുറിയിലേക്ക് കയറിവന്നു.

"നിങ്ങൾ പറഞ്ഞതു ശരിയാണ്. അൽപം ചായ കഴിച്ചുകളയാം." ക്യാപ്റ്റൻ പറഞ്ഞു. "ഞാൻ അയാളെ കാത്തിരിക്കയായിരുന്നു. ആ ഭൃത്യൻ പോയിട്ട് വളരെ നേരമായി. അയാൾ താമസിക്കാൻ തക്കതായ എന്തെങ്കിലും കാരണം കാണും."

അയാൾ ധൃതിയിൽ ഒരു കപ്പു ചായ കുടിച്ചിട്ട് രണ്ടാമതൊന്ന് കുടിക്കാൻ നിൽക്കാതെ ഗെയിറ്റിനടുത്തേക്ക് തിരിച്ചുപോയി. അയാൾ അസ്വസ്ഥനായിരുന്നു. പെച്ചോറിന്റെ അനാസ്ഥ അയാളെ വേദനിപ്പിക്കുന്നുണ്ടെന്നു സ്പഷ്ടമായിരുന്നു. പെച്ചോറിനുമായി തനിക്ക് വളരെ അടുപ്പമുണ്ടെന്ന് എന്നെ ധരിപ്പിച്ചതും തന്റെ പേരുകേട്ടാലുടൻ പെച്ചോറിൻ ഓടിയെത്തുമെന്ന് ഒരു മണിക്കൂർ മുമ്പ് ഉറപ്പു പറഞ്ഞതും അയാളെ കൂടുതൽ വിഷണ്ണനാക്കി.

ഞാൻ വീണ്ടും ജനൽതുറന്ന് ഉറങ്ങാൻ സമയമായെന്ന് മക്സീം മക്സീമിച്ചിനെ ഓർമിപ്പിച്ചപ്പോൾ നേരം ഇരുട്ടിക്കഴിഞ്ഞിരുന്നു. അയാൾ മറുപടിയായി എന്തോ പിറുപിറുത്തു. ഞാൻ അയാളെ വീണ്ടും നിർബന്ധിച്ചെങ്കിലും അയാൾ മറുപടി പറഞ്ഞില്ല.

ഒരു മെഴുകുതിരി ബഞ്ചിൽ വച്ചിട്ട് ഞാൻ ഉറങ്ങാൻ കിടന്നു. എന്റെ ഓവർകോട്ട് പുതച്ചാണ് ഞാൻ കിടന്നത്. രാത്രി വളരെ വൈകിയപ്പോൾ മക്സീം മക്സീമിച്ച് മുറിയിൽ കടന്നുവന്നില്ലായിരുന്നെങ്കിൽ നേരം വെളുക്കുന്നതുവരെ ഞാൻ സുഖമായി ഉറങ്ങുമായിരുന്നു. അയാൾ പൈപ്പ് മേശപ്പുറത്തുവച്ചിട്ട് കുറേ നേരം മുറിയിൽ ഉലാത്തിക്കൊണ്ടിരുന്നു. പിന്നീട് അടുപ്പിനടുത്തുചെന്ന് അതിലെ തീ ശരിയാക്കിയിട്ട് അയാൾ കിടന്നു. തിരിയുകയും, മറിയുകയും ചുമയ്ക്കുകയും ചെയ്തുകൊണ്ട് വളരേ നേരം അയാൾ ഉറങ്ങാതെ കിടന്നു.

"മൂട്ട ശല്യപ്പെടുത്തുന്നുണ്ടോ?" ഞാൻ ചോദിച്ചു.

"അതേ, മൂട്ട"ഒരു ദീർഘനിശ്വാസത്തോടെ അയാൾ പറഞ്ഞു.

പിറ്റേ ദിവസം അതിരാവിലെ ഞാൻ ഉറക്കമുണർന്നു. എന്നാൽ മക്സീം മക്സീമിച്ച് അതിനു മുമ്പുതന്നെ എണീറ്റ് പോയ്ക്കഴിഞ്ഞു. അയാൾ ഗെയിറ്റിനുമുമ്പിലുള്ള ബഞ്ചിലിരിക്കുന്നത് ഞാൻ കണ്ടു.

"എനിക്ക് കമാണ്ടന്റിനെ കാണാൻ പോകേണ്ടതുണ്ട്." അയാൾ പറഞ്ഞു. "പെച്ചോറിൻ വരികയാണെങ്കിൽ ദയവ്ചെയ്ത് എന്നെ അറിയിക്കണം."

ഞാൻ സമ്മതിച്ചു. കാലുകൾക്ക് യൗവ്വനത്തിലെ ചുറുചുറുക്ക് വീണ്ടുകിട്ടിയിട്ടെന്നപോലെ ഉത്സാഹത്തോടെ അയാൾ ഓടിപ്പോയി.

ഉന്മേഷദായകമായ ഒരു സുപ്രഭാതമായിരുന്നു അത്. സ്വർണ്ണനിറമാർന്ന മേഘങ്ങൾ പർവ്വതങ്ങൾക്കു മീതെ കുമിഞ്ഞുകൂടി മായികമായ കൊടുമുടികളുടെ ഒരു നിരതന്നെ സൃഷ്ടിച്ചു. ഹോട്ടൽ ഗെയിറ്റിനുമുമ്പിൽ ഒരു വലിയ ചത്വരമുണ്ടായിരുന്നു. അതിനപ്പുറമുള്ള ചന്ത ആൾക്കാരെക്കൊണ്ട് നിറഞ്ഞു - അന്ന് ഞായറാഴ്ചയായിരുന്നു. ബർച്ച്മരത്തോലുകൊണ്ടുണ്ടാക്കപ്പെട്ട കട്ടകളിൽ തേൻകൂടുകൾ നിറച്ച് പുറത്തുകെട്ടിവച്ച ഒസേറ്റിയൻ ബാലന്മാർ എന്റെ ചുറ്റും കൂടി. ഞാൻ അവരെ ഓടിച്ചു. എന്റെ മനസ്സ് മറ്റുകാര്യങ്ങളിൽ വ്യാപൃതമായിരുന്നതിനാൽ അവരെപ്പറ്റി ചിന്തിക്കാൻ എനിക്ക് സമയമില്ലായിരുന്നു. നല്ല മനുഷ്യനായ ക്യാപ്റ്റന്റെ ഉദ്വേഗം എന്നെയും പിടികൂടി.

പത്തു മിനിട്ടു കഴിഞ്ഞപ്പോൾ ഞങ്ങൾ പ്രതീക്ഷിച്ച മനുഷ്യൻ ചത്വരത്തിന്റെ മറുവശത്ത് പ്രത്യക്ഷപ്പെട്ടു. അയാളോടൊപ്പമുണ്ടായിരുന്ന കേണൽ എൻ. ഗെയിറ്റുവരെ അനുഗമിച്ചിട്ട് തിരിഞ്ഞ് കോട്ടയുടെ അടുത്തേക്ക് പോയി. വികലാംഗരിലൊരാളെ ഞാൻ മക്സീം മക്സീമിച്ചിന്റെയടുത്തേയ്ക്കയച്ചു.

ഭൃത്യൻ വന്ന് കുതിരകൾ ഉടൻ തയ്യാറാകുമെന്ന് അറിയിക്കുകയും ഒരു പെട്ടി സിഗാർ യജമാനനു കൊടുക്കുകയും ചെയ്തിട്ട് അപ്പോൾ

കിട്ടിയ കൽപനകൾ നിറവേറ്റാൻ അവിടെനിന്ന് പോയി. പെച്ചോറിൻ സിഗാർ കത്തിച്ചു. ഒന്നുരണ്ടുതവണ കോട്ടുവായിട്ടിട്ട് അയാൾ ഗെയിറ്റിന്റെ മറുവശത്തുള്ള ഒരു ബഞ്ചിൽ ചെന്നിരുന്നു. ഇനി ഞാൻ അയാളുടെ ഒരു ചിത്രം വരച്ചുകാട്ടാം.

പൊക്കം കൂടുതലുമില്ല കുറവുമില്ല. യാത്രാമധ്യേയുള്ള ഏതൊരു ക്ലേശവും കാലാവസ്ഥയിലുള്ള ഏതൊരു മാറ്റവും താങ്ങാൻ കെൽപുള്ള ഉറച്ച ദേഹപ്രകൃതമാണ് അയാളുടേതെന്ന് വഴക്കമുള്ള ആ നിവർന്ന ശരീരം കണ്ടാലറിയാം. തലസ്ഥാന നഗരിയിലെ വിഷയാസക്തമായ ജീവിതമോ വൈകാരിക സംഘട്ടനങ്ങളോ അതിനെ ദുർബ്ബലപ്പെടുത്തിയിരുന്നില്ല. പൊടിപാറ്റിയ തന്റെ വെൽവെറ്റ് ജാക്കറ്റിന്റെ അവസാനത്തെ രണ്ട് ബട്ടണൊഴികെ ബാക്കിയെല്ലാം അയാൾ തുറന്നിട്ടിരുന്നതിനാൽ ഉള്ളിലിട്ടിരുന്ന കുപ്പായത്തിന്റെ കുറെ അധിക ഭാഗം പുറത്തുകാണാമായിരുന്നു. അതിന്റെ ശുവെള്ള നിറം അയാൾ ഒരു ആഢ്യനാണെന്ന് വിളിച്ചറിയിച്ചു. ചെളി പുരണ്ട കൈയുറകൾ കുലീനസഹജമായ അയാളുടെ ചെറിയ കൈപ്പത്തികൾക്കുവേണ്ടി പ്രത്യേകം ഉണ്ടാക്കിയവയാണെന്ന് തോന്നി. അയാൾ കൈയുറ മാറ്റിയപ്പോൾ പുറത്തുകണ്ട മെലിഞ്ഞു വടിവൊത്ത വെളുത്ത കൈ വിരലുകൾ എന്നെ അത്ഭുതപ്പെടുത്തി. അലക്ഷ്യ ഭാവത്തിൽ ഒട്ടും ധൃതികൂട്ടാതെയാണ് അയാൾ നടന്നിരുന്നത്. എന്നാൽ അയാൾ കൈവീശാതെയാണ് നടക്കുന്നതെന്ന കാര്യം ഞാൻ ശ്രദ്ധിച്ചു. സ്വഭാവത്തിലുള്ള ഒരുതരം നിഗൂഢതയെയാണ് അത് വെളിപ്പെടുത്തുന്നത്. എന്നാൽ ഇവയെല്ലാം എന്റെ സ്വന്തം നിരീക്ഷണങ്ങളിൽനിന്ന് ഞാൻ രൂപീകരിച്ച വ്യക്തിപരമായ അഭിപ്രായമാണ്. അവ അതേപടി സ്വീകരിക്കാൻ ഞാൻ നിങ്ങളെ നിർബ്ബന്ധിക്കുന്നില്ല. അയാൾ ബഞ്ചിലിരുന്നപ്പോൾ അയാളുടെ നിവർന്ന ശരീരം പുറത്ത് എല്ലൊന്നുമില്ലെന്ന് തോന്നിക്കുംവിധം കുഴഞ്ഞുവീഴുകയായിരുന്നെന്ന് എനിക്കു തോന്നി. ഇരിക്കുമ്പോൾ അയാളുടെ ദേഹം ഞരമ്പുസംബന്ധമായ ഒരുതരം തളർച്ചയെ സൂചിപ്പിച്ചു. നൃത്തവിരുന്നിനുശേഷം മാർദ്ദവമുള്ള കസേരയിൽ തളർന്നിരിക്കുന്ന മുപ്പതുകാരിയായ ഒരു ബൽസ്സാക്ക് നായിക[3] യെപ്പോലെയാണ് അയാൾ അവിടെ ഇരുന്നത്. അയാൾക്ക് ഇരുപത്തിമൂന്ന് വയസ്സിൽ കൂടുതലില്ലെന്നാണ് പ്രഥമദൃഷ്ടിയിൽ എനിക്ക് തോന്നിയത്. എന്നാൽ അയാൾക്ക് മുപ്പതുവയസ്സോളം വരുമെന്ന് പിന്നീട് എനിക്ക് തോന്നി. അയാളുടെ ചിരിയിൽ ബാലസഹജമായ എന്തോ ഉണ്ടായിരുന്നു.

3 'മുപ്പതു വയസ്സുകാരി' (1834) എന്ന ബൽസ്സാക്കിന്റെ നോവൽ പുറത്തുവന്നപ്പോൾ മുതൽ മുപ്പതുകാരിയായ ബൽസ്സാക്ക് നായിക എന്ന പ്രയോഗം നിലവിൽ വന്നു.

ഒരു സ്ത്രീയുടേതുപോലെ മൃദുലമായ ചർമ്മമായിരുന്നു അയാളുടേത്. അയാളുടെ കുലീനത്വം സ്ഫുരിക്കുന്ന വെളുത്ത നെറ്റിത്തടത്തിന് ഇളം നിറമുള്ള ചുരുണ്ടമുടി പരിവേഷം ചാർത്തി. വളരെ സൂക്ഷിച്ചുനോക്കിയാൽ മാത്രം ആ നെറ്റിയിൽ കെട്ടുപിണഞ്ഞുകിടക്കുന്ന അതി സൂക്ഷ്മമായ ചുളിവുകൾ കാണാം. ദേഷ്യം വരുമ്പോഴും മനഃശ്ശാന്തി നഷ്ടപ്പെടുമ്പോഴും അവ കൂടുതൽ സ്പഷ്ടമാകുമെന്ന് തോന്നി. അയാളുടെ മുടിക്ക് ഇളം നിറമായിരുന്നെങ്കിലും മീശയ്ക്കും പുരികങ്ങൾക്കും കറുപ്പു നിറമായിരുന്നു. അത് ഒരു മനുഷ്യന്റെ വംശശുദ്ധി വെളിപ്പെടുത്തുന്ന ലക്ഷണമായിരുന്നു. വെളുത്ത കുതിരയ്ക്ക് കറുത്ത കുഞ്ചിരോമവും വാലു മെന്നപോലെ. അഗ്രം അൽപം മുകളിലേയ്ക്ക് വളഞ്ഞ മൂക്കും വെളുത്തു തിളങ്ങുന്ന പല്ലുകളും തവിട്ടുനിറമുള്ള കണ്ണുകളുമായിരുന്നു അയാൾക്ക് എന്നുകൂടി പറഞ്ഞ് ഈ ചിത്രം പൂർണ്ണമാക്കാം. എന്നാൽ അയാളുടെ കണ്ണുകളെക്കുറിച്ച് അൽപം ചിലതുകൂടി എനിക്ക് പറയാനുണ്ട്.

ഒന്നാമത് അയാൾ ചിരിക്കുമ്പോൾ ആ കണ്ണുകൾ ചിരിക്കയില്ലായിരുന്നു. ഈ സവിശേഷത ആരിലെങ്കിലും കാണാൻ നിങ്ങൾക്ക് ആവസരം കിട്ടിയിട്ടുണ്ടോ? അത് ഒന്നുകിൽ കൗടില്യത്തിന്റെ അല്ലെങ്കിൽ കടുത്ത വിഷാദത്തിന്റെ ലക്ഷണമാണ്. അയാളുടെ കണ്ണുകൾ പാതി അടഞ്ഞ ഇമകൾക്കിടയിലൂടെ മങ്ങിയ പ്രകാശം പ്രചരിപ്പിച്ചുകൊണ്ട് - അങ്ങനെ പറയാമെങ്കിൽ - തിളങ്ങി. എന്നാൽ അത് ആന്തരിക ചൈതന്യത്തിന്റെ ഊഷ്മളതയോ ഭാവനാവിലാസത്തിന്റെ ഒളി മിന്നലോ ആയരുന്നില്ല, മിനുസമേറിയ ഉരുക്കിന്റെ കണ്ണഞ്ചിക്കുന്നതെങ്കിലും തണുത്ത പ്രകാശമായിരുന്നു. അയാളുടെ നോട്ടം ഹ്രസ്വമായിരുന്നെങ്കിലും തുളച്ചുകയറുന്നതും ദുസ്സഹവുമായിരുന്നു. മര്യാദകെട്ട ഒരു ചോദ്യം പോലെ അസഹ്യമായ എന്തോ ഒന്ന് ആ നോട്ടത്തിലുണ്ടായിരുന്നു. വാസ്തവത്തിൽ അത് അലക്ഷ്യമാം വണ്ണം പ്രശാന്തമായിരുന്നില്ലെങ്കിൽ, അതൊരു വെല്ലുവിളിയാണെന്ന് തോന്നുമായിരുന്നു. ഒരു പക്ഷേ അയാളുടെ ജീവിതത്തെപ്പറ്റിയുള്ള ഏതാനും വിവരങ്ങൾ നേരത്തെ അറിയാനിടയായതിന്റെ ഫലമായിരിക്കാം എന്റെ നിരീക്ഷണങ്ങൾ. മറ്റൊരാളുടെ കണ്ണിൽ തികച്ചും മറ്റൊരു വെളിച്ചത്തിലാണ് അയാൾ പ്രത്യക്ഷപ്പെട്ടതെന്നും വരാം. എന്നാൽ മറ്റൊരാളിൽനിന്ന് അയാളെപ്പറ്റി അറിയാൻ നിങ്ങൾക്ക് അവസരമില്ലാത്തതിനാൽ എന്റെ വർണ്ണനകൊണ്ട് നിങ്ങൾ തൃപ്തിപ്പെടേണ്ടിയിരിക്കുന്നു. ആകെക്കൂടി നോക്കിയാൽ സുഭഗനും സ്ത്രീജനങ്ങളുടെ പ്രീതി പ്രത്യേകിച്ചും ആർജ്ജിക്കാൻ കഴിയുന്ന അസാധാരണ മുഖങ്ങളിലൊന്നിന്റെ ഉടമയുമായിരുന്നു അയാളെന്ന് നിസ്സംശയം പറഞ്ഞുകൊണ്ട് ഞാൻ ഈ വർണനന അവസാനിപ്പിക്കട്ടെ.

കുതിരകളെ വണ്ടിയിൽ കെട്ടിക്കഴിഞ്ഞു. അതിൽ കെട്ടിത്തൂക്കിയിരുന്ന മണികൾ കിലുങ്ങി. വണ്ടി തയ്യാറായെന്ന് ഭൃത്യൻ രണ്ടുതവണ യജമാനന്റെയടുത്ത് ചെന്നറിയിച്ചുകഴിഞ്ഞു. എന്നിട്ടും മക്സീമിച്ചിനെ കണ്ടില്ല. ഭാഗ്യവശാൽ പെച്ചോറിൻ ചിന്താഭരിതനായി ഇരിക്കുകയായിരുന്നു. തന്റെ യാത്ര തുടരാൻ അൽപംപോലും തിടുക്കം കൂട്ടാതെ കോക്കസസ്സ് പർവ്വതനിരയുടെ നീലക്കൊടുമുടികളിലേക്ക് നോക്കിയിരിക്കയായിരുന്നു അയാൾ.

ഞാൻ അയാളുടെ അടുത്തുചെന്നു പറഞ്ഞു: "താങ്കൾ അൽപംകൂടി കാത്തിരുന്നാൽ ഒരു പഴയ സുഹൃത്തിനെ കണ്ടിട്ടു പോകാം..."

"അതെ ശരിയാണ്." അയാൾ ധൃതിയിൽ മറുപടി പറഞ്ഞു. "ഇന്നലെ ആ വിവരം ഞാൻ അറിഞ്ഞു. പക്ഷേ, അദ്ദേഹം എവിടെ?" ഞാൻ ചത്വരത്തിന്റെ മറുവശത്തേക്ക് നോക്കിയപ്പോൾ മക്സീം മക്സീമിച്ച് ആകാവുന്നത്ര വേഗം ഞങ്ങളുടെയടുത്തേക്ക് ഓടിവരുന്നതു കണ്ടു... മിനിട്ടുകൾക്കകം അയാൾ ഞങ്ങളുടെ മുമ്പിലെത്തി. അയാള് വല്ലാതെ കിതയ്ക്കുന്നുണ്ടായിരുന്നു. വിയർപ്പ് മുഖത്തുകൂടി ഒഴുകി. തൊപ്പിക്കടിയിൽനിന്ന് ഊർന്നുവീണ നരച്ച കുറെ മുടി നെറ്റിയിൽ ഒട്ടിപ്പിടിച്ചിരുന്നു. അയാളുടെ മുട്ടുകൾ വിറച്ചുകൊണ്ടിരുന്നു. അയാൾ പെച്ചോറിന്റെ കഴുത്തിൽ കെട്ടിപ്പിടിക്കാൻ ഒരുങ്ങിയതാണ്. എന്നാൽ പെച്ചോറിൻ ഹൃദ്യമായ ഒരു പുഞ്ചിരിയോടെയാണെങ്കിലും ഏതാണ്ട് തണുപ്പൻ മട്ടിൽ തന്റെ കൈ നീട്ടുകയാണ് ചെയ്തത്. ക്യാപ്റ്റൻ ഒരു നിമിഷം പകച്ചുനിന്നിട്ട് ആകാംക്ഷയോടെ തന്റെ രണ്ടു കൈകൾ കൊണ്ടും പെച്ചോറിന്റെ കൈ പിടിച്ചമർത്തി. സംസാരിക്കാൻ ക്യാപ്റ്റൻ അപ്പോഴും അശക്തനായിരുന്നു.

"പ്രിയപ്പെട്ട മക്സീം മക്സീമിച്ച്! കണ്ടതു നന്നായി! സുഖമാണോ?" പെച്ചോറിൻ പറഞ്ഞു.

"നിങ്ങ... താങ്കൾക്കോ...?" നിറഞ്ഞ കണ്ണുകളോടെ ഗദ്ഗദകണ്ഠനായി വൃദ്ധൻ പറഞ്ഞു. "കണ്ടിട്ട് എത്രകാലമായി!... പക്ഷേ താങ്കൾ എങ്ങോട്ടു പോകാനാണ് ഒരുങ്ങുന്നത്?"

"പേർഷ്യയിലേക്ക്... അതിനും അപ്പുറത്തേക്ക്..."

"ഉടനെ പോവുകയില്ലല്ലോ? കുറച്ചു കഴിഞ്ഞ് പോയാൽപോരെ? നമ്മൾ തമ്മിൽ കണ്ടിട്ട് എത്രയോ കാലമായി..."

"എനിക്ക് പോയേതീരൂ, മക്സീം മക്സീമിച്ച്" എന്നായിരുന്നു പെച്ചോറിന്റെ മറുപടി.

"എന്താണിത്ര ധൃതി? എനിക്ക് ഒരുപാട് കാര്യങ്ങൾ പറയാനുണ്ട്. പലതും ചോദിക്കാനുണ്ട്... കാര്യങ്ങളൊക്കെ എങ്ങനെയിരിക്കുന്നു.?

സേവനത്തിൽനിന്ന് വിരമിച്ചെന്നോ? ഇതുവരെ എന്തു ചെയ്യുകയായിരുന്നു?"

"ഞാൻ മുഷിവുകൊണ്ട് മരിക്കുകയായിരുന്നു." ഒരു പുഞ്ചിരിയോടെ പെച്ചോറിൻ പറഞ്ഞു.

"നമ്മൾ കോട്ടയിൽ താമസിച്ചിരുന്ന കാലം ഓർമയുണ്ടോ? നായാട്ടിനു പറ്റിയ സ്ഥലമായിരുന്നു അത്, അല്ലേ? നിങ്ങൾക്ക് നായാട്ടിൽ എന്തൊരു കമ്പമായിരുന്നു! ബേളയെ ഓർമ്മയുണ്ടോ?

പെച്ചോറിന്റെ മുഖം അൽപം വിളറി. അയാൾ മുഖം വെട്ടിത്തിരിച്ചു.

"ഉണ്ട്, ഓർമ്മയുണ്ട്," മനഃപൂർവം കോട്ടുവായിട്ടുകൊണ്ട് അയാൾ പറഞ്ഞു.

ഒന്നു രണ്ടു മണിക്കൂർ അവിടെ തങ്ങാൻ മക്സീം മക്സീമിച്ച് അയാളെ നിർബന്ധിച്ചുതുടങ്ങി. "നമുക്ക് നല്ല ഒരു ശാപ്പാടു കഴിച്ചിട്ടു പോകാം." അയാൾ പറഞ്ഞു. "രണ്ട് വണ്ടാരക്കോഴികളെ കിട്ടിയിട്ടുണ്ട്. ഇവിടെയുള്ള കഹേത്തിയൻ വീഞ്ഞ് ഒന്നാന്തരമാണ്. ജോർജിയൻ വീഞ്ഞിന്റെയത്ര വരില്ലെങ്കിലും ഇവിടെ കിട്ടാവുന്നതിൽ വെച്ചേറ്റവും നല്ലത്. നമുക്ക് കുറേ നേരം സംസാരിച്ചിരിക്കാം.. നിങ്ങളുടെ പീറ്റേഴ്സ്ബർഗ് ജീവിതത്തെപ്പറ്റി എന്നോട് പറയൂ."

"എനിക്ക് പറയാൻ ഒന്നുമില്ല, പ്രിയപ്പെട്ട മക്സീം മക്സീമിച്ച്. എനിക്ക് പോകാൻസമയമായി. അൽപം തിടുക്കമുണ്ട്..." വൃദ്ധന്റെ കരം ഗ്രഹിച്ചുകൊണ്ട് അയാൾ കൂട്ടിച്ചേർത്തു: "മറക്കാത്തതിന് നന്ദി."

വൃദ്ധൻ നെറ്റി ചുളിച്ചു. തന്റെ വികാരങ്ങൾ ഒളിച്ചുവയ്ക്കാൻ ആവതു ശ്രമിച്ചെങ്കിലും അയാൾക്ക് ദുഃഖവും നിരാശയും തോന്നിയിരുന്നെന്ന് സ്പഷ്ടമായിരുന്നു.

"മറക്കുകയോ! അയാൾ പിറുപിറുത്തു. "ഇല്ല, ഞാൻ ഒന്നും മറന്നിട്ടില്ല. അതൊക്കെ പോകട്ടെ .. നമ്മുടെ കൂടിക്കാഴ്ച ഇത്തരത്തിലായിരിക്കുമെന്ന് ഞാൻ തീരെ പ്രതീക്ഷിച്ചിരുന്നില്ലെന്ന് മാത്രം."

"മതി, മതി," എന്നു പറഞ്ഞുകൊണ്ട് പെച്ചോറിൻ വൃദ്ധനെ സ്നേഹപൂർവ്വം കെട്ടിപ്പിടിച്ചു. "എനിക്ക് മാറ്റം വന്നിട്ടുണ്ടെന്ന് തോന്നുന്നില്ല. അതെന്തായാലും നമുക്ക് ഒന്നും ചെയ്യാൻ സാധ്യമല്ല. ഓരോരുത്തരും അവരവരുടെ മാർഗത്തിലൂടെ സഞ്ചരിക്കാൻ വിധിക്കപ്പെട്ടവരാണ്. നാം ഇനി എന്നെങ്കിലും കണ്ടുമുട്ടുമോയെന്ന് ദൈവത്തിനറിയാം." വണ്ടിയിൽ കയറുന്നതിനിടയിലാണ് അയാളിതു പറഞ്ഞത്. വണ്ടിക്കാരൻ കടിഞ്ഞാൺ കയ്യിലെടുത്തു കഴിഞ്ഞിരുന്നു.

"ഒരു നിമിഷം നിൽക്കൂ, ഒരു നിമിഷം!" വണ്ടിയുടെ വാതിലിൽ

പിടിച്ചുകൊണ്ട് മക്സീം മക്സീമിച്ച് പൊടുന്നനെ വിളിച്ചുപറഞ്ഞു. "ഒരു കാര്യം ഞാൻ മറന്നു... നിങ്ങളുടെ കടലാസുകൾ ഇപ്പോഴും എന്റെ കൈവശമുണ്ട്... ഞാൻ അതെപ്പോഴും കൂടെ കൊണ്ടുനടക്കാറുണ്ട്... നിങ്ങളെ ജോർജിയയിൽ കണ്ടുമുട്ടുമെന്ന പ്രതീക്ഷ എനിക്കുണ്ടായിരുന്നെങ്കിലും ദൈവം നമ്മെ ഇവിടെവച്ച് കൂട്ടിമുട്ടിക്കുമെന്ന് ഞാൻ സ്വപ്നത്തിൽപോലും വിചാരിച്ചിരുന്നില്ല... ഞാൻ ആ കടലാസുകൾ എന്തു ചെയ്യണം ?"

"എന്തു ചെയ്താലും വിരോധമില്ല," പെച്ചോറിൻ മറുപടി പറഞ്ഞു. "വിട തരൂ!"

"അങ്ങനെ നിങ്ങൾ പേർഷ്യയിലേക്ക് പോവുകയാണ് അല്ലേ... എപ്പോൾ തിരിച്ചുവരാനാണ് ഉദ്ദേശം?" മക്സീം മക്സീമിച്ച് അയാളോട് വിളിച്ചുചോദിച്ചു. വണ്ടി കുറേ അകലെ എത്തിക്കഴിഞ്ഞിരുന്നെങ്കിലും പെച്ചോറിൻ ഒരു പ്രത്യേകരീതിയിൽ കൈവീശി. "ഞാൻ തിരിച്ചുവരുമോ എന്ന് സംശയമാണ്. തിരിച്ചുവരാൻ കാരണമൊന്നുമില്ലല്ലോ!" എന്നായിരുന്നു ആ കൈവീശലിന്റെ അർഥമെന്ന് തോന്നി.

മണി കിലുക്കവും ചക്രങ്ങൾ കല്ലിലുരയുന്ന ശബ്ദവും കേൾക്കാതായിട്ടും ആ സാധുവൃദ്ധൻ വേരുറച്ചതുപോലെ നിന്നിടത്തുതന്നെ നിന്നു.

"ഞങ്ങൾ ഒരു കാലത്ത് സുഹൃത്തുക്കളായിരുന്നുവെന്നത് ശരിയാണ്. പക്ഷേ ഇക്കാലത്ത് സൗഹൃദത്തിന് എന്ത് വിലയാണുള്ളത്?" ശാന്തമായ സ്വരത്തിൽ സംസാരിക്കാൻ ആവതു ശ്രമിച്ചുകൊണ്ട് ഒടുവിൽ വൃദ്ധൻ പറഞ്ഞു. നിരാശയിൽനിന്നുടലെടുത്ത കണ്ണീർ അപ്പോഴും ആ കണ്ണുകളിൽ തങ്ങിനിന്നിരുന്നു. "ഞാൻ അയാളുടെ ആരാണ്? എനിക്ക് പണമോ പ്രതാപമോ ഇല്ല, പോരാത്തതിന് വയസ്സനും. സെന്റ് പീറ്റേഴ്സ്ബർഗ് വീണ്ടും സന്ദർശിച്ചതിന്റെ ഫലമായി അയാൾ എത്ര ഡംഭനായിരിക്കുന്നെന്ന് നോക്കൂ! അയാളുടെ കുതിരവണ്ടിയും അതിൽ നിറച്ചുവച്ചിരിക്കുന്ന സാമാനങ്ങളും കണ്ടില്ലേ! ധിക്കാരിയായ ആ ഭൃത്യനും കൊള്ളാം!" പരിഹാസം നിറഞ്ഞ ഒരു പുഞ്ചിരിയോടെയാണ് ക്യാപ്റ്റൻ അതു പറഞ്ഞത്. പിന്നീട് അയാൾ എന്നോടായി തുടർന്നു: "ഇതിന്റെയൊക്കെ അർഥമെന്താണെന്ന് താങ്കൾ പറയൂ. അയാളെ ഇപ്പോൾ പേർഷ്യയിലേക്ക് തള്ളിവിടുന്നത് ഏതു ചെകുത്താനാണ്? വളരെ വിചിത്രമായിരിക്കുന്നു, അല്ലേ? ഒരിടത്തും ഉറച്ചുനിൽക്കാത്ത പ്രകൃതക്കാരനാണ് അയാളെന്നും അയാളെ ഒരിക്കലും നമ്പാനാവില്ലെന്നും എനിക്കറിയാമായിരുന്നു എങ്കിലും അയാളുടെ ജീവിതം അശുഭകരമായേ കലാശിക്കുയുള്ളുവെന്നോർക്കുമ്പോൾ വിഷമം തോന്നുന്നു...

പക്ഷേ എന്തു ചെയ്യാം... ആർക്കും അത് തടയാൻ കഴിയുകയില്ലെന്ന് താങ്കളും സമ്മതിക്കുമല്ലോ. പഴയ സ്നേഹിതരെ മറക്കുന്നവർ നന്നാവുകയില്ലെന്ന് ഞാൻ ദൃഢമായി വിശ്വസിക്കുന്നു." ഇത്രയും പറഞ്ഞിട്ട് തന്റെ മനഃക്ഷോഭം മറച്ചുവയ്ക്കാനായി അയാൾ മുഖം തിരിക്കുകയും വണ്ടിയുടെ ചക്രങ്ങൾ പരിശോധിക്കുകയാണെന്ന നാട്യത്തിൽ വണ്ടിക്കടുത്തുകൂടി അങ്ങോട്ടുമിങ്ങോട്ടും നടക്കുകയും ചെയ്തു. എന്നാൽ അപ്പോഴൊക്കെ കണ്ണീർ അയാളുടെ കണ്ണുകളിൽ നിറഞ്ഞുനിന്നിരുന്നു.

"മക്സീം മക്സീമിച്ച്, പെച്ചോറിൻ നിങ്ങളെ ഏൽപ്പിച്ചിരുന്ന കടലാസുകൾ എന്തൊക്കെയാണ്? ഞാൻ ക്യാപ്റ്റന്റെ അടുത്തുചെന്ന് ചോദിച്ചു.

"ദൈവത്തിനറിയാം! എന്തോ ചില കുറിപ്പുകളാണെന്ന് തോന്നുന്നു..."

" ആ കടലാസുകൾ എന്തു ചെയ്യാനാണ് താങ്കൾ ഉദ്ദേശിക്കുന്നത്?

"കത്തിച്ചു കളയും."

"അവ എനിക്ക് കിട്ടിയാൽ തരക്കേടില്ലായിരുന്നു."

അയാൾ ആശ്ചര്യഭാവത്തിൽ എന്നെ ഒന്ന് നോക്കിയിട്ട് എന്തോ പിറുപിറുത്തുകൊണ്ട് തന്റെ പെട്ടിക്കുള്ളിൽ പരതിത്തുടങ്ങി. അതിൽ നിന്ന് ഒരു നോട്ടുബുക്കു പുറത്തെടുത്ത് വെറുപ്പോടെ നിലത്തേയ്ക്കെറിഞ്ഞു. രണ്ടാമത്തേയും, മൂന്നാമത്തേയും, പത്താമത്തേയും ബുക്കുകളുടെ ഗതിയും അതുതന്നെയായിരുന്നു. എനിക്ക് തെല്ലൊരു തമാശയും അതേ സമയം തന്നെ അയാളോട് അനുകമ്പയും തോന്നി.

"ഇതാ എടുത്തോളൂ." അയാൾ പറഞ്ഞു "ഈ നിധി കണ്ടെത്തിയതിന് നിങ്ങൾക്ക് അഭിനന്ദനങ്ങൾ."

"ഈ കടസാല്വകൾ എനിക്ക് ഇഷ്ടംപോലെ ഉപയോഗിക്കാൻ അവകാശമുണ്ടല്ലോ, ഇല്ലേ?"

"വേണമെങ്കിൽ പത്രങ്ങളിൽ അച്ചടിപ്പിച്ചോളൂ. എനിക്ക് എന്തു ചേതം? ഞാൻ അയാളുടെ സുഹൃത്തോ ബന്ധുവോ അല്ലല്ലോ. ഞങ്ങൾ ഒരേ മേൽക്കൂരയ്ക്കു കീഴിൽ ദീർഘകാലം ഒരുമിച്ചു കഴിഞ്ഞിട്ടുണ്ടെന്നുള്ളത് ശരിതന്നെ. പക്ഷേ, ഞാൻ എത്രയോ പേരോടൊപ്പം താമസിച്ചിട്ടുണ്ട്!"

ക്യാപ്റ്റൻ മനസ്സുമാറ്റുന്നതിനു മുമ്പ് ഞാൻ ആ കടലാസുകൾ എടുത്ത് സൂക്ഷിച്ചുവച്ചു. "ഒക്കാസിയ "ഒരു മണിക്കൂറിനകം പുറപ്പെടുമെന്ന് അറിവുകിട്ടിയതിനാൽ ഞാൻ കുതിരകളെ തയ്യാറാക്കാൻ കൽപനകൊടുത്തു. ഞാൻ തൊപ്പി ധരിക്കാൻ ഒരുങ്ങുമ്പോൾ

ക്യാപ്റ്റൻ മുറിയിൽ കയറിവന്നു. അയാൾ യാത്രയ്ക്കുള്ള യാതൊരു ഒരുക്കങ്ങളും ചെയ്തില്ല. പിരിമുറുക്കം കലർന്ന അകൽച്ച അയാളുടെ പെരുമാറ്റത്തിൽ ദൃശ്യമായി.

"വരുന്നില്ലേ, മക്സീം മക്സീമിച്ച്?"

"ഇല്ല"

"അതെന്താ?"

"ഞാൻ കമാണ്ടന്റിനെ കണ്ടില്ല. സർക്കാരുവക സാമാനങ്ങൾ എനിക്ക് അയാളെ ഏൽപിക്കേണ്ടതുണ്ട്."

"പക്ഷേ, നിങ്ങൾ അയാളെ കാണാൻ പോയിരുന്നല്ലോ."

"അതെ, പോയിരുന്നു." അയാൾ വിക്കിവിക്കിപ്പറഞ്ഞു. "പക്ഷേ, അപ്പോൾ അയാൾ അവിടെ ഉണ്ടായിരുന്നില്ല. ഞാൻ കാത്തുനിൽക്കാതെ തിരിച്ചുപോന്നു."

അയാൾ ഉദ്ദേശിച്ചതെന്തെന്ന് എനിക്ക് മനസ്സിലായി. ജീവിതത്തിൽ ആദ്യമായി ആ സാധുവൃദ്ധൻ ഔദ്യോഗിക ഭാഷയിൽ പറഞ്ഞാൽ "തന്റെ സ്വന്തം സൗകര്യത്തിനുവേണ്ടി," കൃത്യ നിർവ്വഹണത്തിൽ വീഴ്ച വരുത്തി. എന്നിട്ട് അയാൾക്ക് കിട്ടിയ പ്രതിഫലമോ?

"മക്സീം മക്സീമിച്ച് നമുക്ക് വേഗം പിരിയേണ്ടിവന്നതിൽ എനിക്ക് അതിയായ ദുഃഖമുണ്ട്". ഞാൻ പറഞ്ഞു.

"എന്നെപ്പോലുള്ള അജ്ഞന്മാരായ കിഴവന്മാർക്ക് ചെറുപ്പക്കാരോടൊപ്പമെത്താൻ കഴിയുമോ? ചെറുപ്പക്കാരായ നിങ്ങൾ വിവേകശാലികളും അഭിമാനികളുമാണ്. ചെർക്കീസുകളുടെ വെടിയുണ്ടകൾ ചീറിപ്പായുന്ന ഈ പ്രദേശത്തുവെച്ച് നിങ്ങൾ ഒരു തരത്തിൽ ഞങ്ങളെ സഹായിക്കുന്നു. എന്നാൽ ഇനി എപ്പോഴെങ്കിലും കണ്ടുമുട്ടാൻ ഇടയായാൽ എന്നെപ്പോലുള്ളവർക്ക് ഹസ്തദാനം ചെയ്യാൻ നിങ്ങൾ മടിക്കും."

"മക്സീം മക്സീമിച്ച്, ഞാൻ ഈ ശകാരം അർഹിക്കുന്നില്ല."

"ഞാൻ പൊതുവെ പറഞ്ഞതാണ്. മനസ്സിലായോ? എന്തായാലും നിങ്ങൾക്ക് ഞാൻ സുഖകരമായ യാത്രയും ഭാവുകങ്ങളും നേരുന്നു."

ഞങ്ങൾ നിർവ്വികാരരായി വിട പറഞ്ഞു. നല്ലവനായ മക്സീം മക്സീമിച്ചി ഇപ്പോൾ ദുർവ്വാശിക്കാരനും ദുർബുദ്ധിയുമായ ഒരു ക്യാപ്റ്റനായി മാറിയിരുന്നു. അതിന് കാരണമെന്താണെന്നോ? പെച്ചോറിൻ തന്റെ ചിരകാല സുഹൃത്തിനെ കെട്ടിപ്പിടിക്കുന്നതിനു പകരം അന്യമനസ്കതകൊണ്ടോ മറ്റെന്തോ കാരണത്താലോ വെറുതെ അയാളുടെ നേരെ കൈ നീട്ടുകയാണ് ചെയ്തത്. -- അത്രതന്നെ.

ഒരു യുവാവിന്റെ മധുര പ്രതീക്ഷകളും മോഹനസ്വപ്നങ്ങളും അയാൾ മനുഷ്യന്റെ പ്രവൃത്തികളേയും വികാരങ്ങളേയും വിലയിരുത്തുമ്പോൾ വച്ചുപുലർത്തുന്ന സുന്ദരവ്യാമോഹങ്ങളും തകരുന്നത് ദുഃഖകരമാണ്. എങ്കിലും അയാളുടെ പഴയ മതിഭ്രമങ്ങളുടെ സ്ഥാനം അത്രതന്നെ അസ്ഥിരമെങ്കിലും അത്രതന്നെ സുന്ദരമായ പുതിയ വ്യാമോഹങ്ങൾ ഏറ്റെടുക്കുമെന്ന തീർച്ചയാണ്. പക്ഷേ, മക്സീം മക്സീമിച്ചിന്റെ പ്രായത്തിൽ അവയുടെ സ്ഥാനം ഏറ്റെടുക്കാൻ എന്താണുള്ളത്? ആഗ്രഹമില്ലാതെ തന്നെ മനസ്സ് മരവിക്കുകയും ആത്മാവ് ഉണങ്ങി ക്കരിയുകയും ചെയ്യും...

ഞാൻ ഒറ്റയ്ക്ക് യാത്ര പുറപ്പെട്ടു.

പെച്ചോറിന്റെ ഡയറി

ആമുഖം

പേർഷ്യയിൽനിന്ന് തിരിച്ചെത്തിയശേഷം പെച്ചോറിൻ മൃതിയടഞ്ഞുവെന്ന് ഇയിടെ ഞാൻ അറിയാൻ ഇടയായി. ആ വാർത്ത എന്നെ വളരെയധികം സന്തുഷ്ടനാക്കി; അയാളുടെ കുറിപ്പുകൾ പ്രസിദ്ധീകരിക്കാനുള്ള അവകാശം അതോടെ എനിക്ക് ലഭിച്ചു. അങ്ങനെ മറ്റൊരാളുടെ കൃതികൾ എന്റെ പേരിൽ പ്രസിദ്ധപ്പെടുത്താൻ ഞാൻ ആ അവസരം ഉപയോഗിച്ചു. നിർദ്ദോഷകരമായ ഈ വഞ്ചന കാട്ടുന്നതിന് വായനക്കാർ എന്നെ ശിക്ഷിക്കാതിരിക്കാൻ ദൈവം സഹായിക്കട്ടെ!

ഞാൻ ഒരിക്കലും അടുത്തറിഞ്ഞിട്ടില്ലാത്ത ഒരു മനുഷ്യന്റെ ഹൃദയ രഹസ്യങ്ങൾ പരസ്യമാക്കാൻ എന്നെ പ്രേരിപ്പിച്ചതെന്താണെന്ന് വിശദീകരിക്കാൻ ഞാൻ ബാദ്ധ്യസ്ഥനാണെന്ന് എനിക്ക് തോന്നുന്നു. ഞാൻ അയാളുടെ സ്നേഹിതനായിരുന്നെങ്കിൽ സാരമില്ലായിരുന്നു. ഒരു യഥാർഥസുഹൃത്ത് ഇങ്ങനെ ഒരു വഞ്ചനകാട്ടാനുള്ള അവിവേകം കാട്ടിയാൽ അത് മനസ്സിലാക്കാവുന്നതേയുള്ളൂ. പക്ഷേ, ഞാൻ ജീവിതത്തിൽ ഒറ്റത്തവണയേ അയാളെ കണ്ടിട്ടുള്ളൂ. അതുകൊണ്ട് സൗഹൃദത്തിന്റെ പൊയ് മുഖമണിഞ്ഞതും, പ്രീതിപാത്രമായ വ്യക്തിയുടെ തലയിൽ ശകാരങ്ങളുടേയും ഉപദേശങ്ങളുടേയും ഖേദപ്രകടനങ്ങളുടേയും ഒരു കൊടുങ്കാറ്റ് അടിച്ചുവിടാൻ വേണ്ടി അയാൾക്ക് മരണമോ ദൗർഭാഗ്യമോ സംഭവിക്കാൻ കാത്തിരിക്കുന്നതുമായ ആ അവ്യാഖ്യേയമായ വെറുപ്പോടെ അയാളെ വീക്ഷിക്കാൻ എനിക്ക് നിവൃത്തിയില്ല.

ഈ കുറിപ്പുകൾ വീണ്ടും വായിച്ചപ്പോൾ എനിക്ക് ഒരു കാര്യം ബോധ്യമായി. സ്വന്തം ദൗർബല്യങ്ങളും ദോഷങ്ങളും ഇത്രയേറെ നിർദ്ദാക്ഷിണ്യമായി തുറന്നു കാട്ടുന്ന ഒരാൾ അങ്ങനെ ചെയ്യുന്നത്

തികച്ചും ആത്മാർഥമായിട്ടായിരിക്കണം. ഒരു മനുഷ്യാത്മാവിന്റെ ഏറ്റവും നിസ്സാരമായ ഒരാത്മാവിന്റെപോലും കഥ ഒരു മുഴുവൻ ജനതയുടെ കഥയോളം തന്നെ കൗതുകകരവും പ്രയോജനകവുമാണ്- വിശേഷിച്ചും അത് പാകതവന്ന ഒരു മനസ്സിന്റെ ആത്മനിരീക്ഷണ ത്തിന്റെ അനന്തരഫലവും, സഹതാപമോ അത്ഭുതമോ ഉണർത്തുന്ന ഔദ്ധത്യപൂർണ്ണമായ ഉദ്ദേശലേശമെന്യേ എഴുതപ്പെട്ടതുമാവുമ്പോൾ, റൂസ്സോ തന്റേ "കുമ്പസാരം" [1]സ്നേഹിതരെ വായിച്ചുകേൾപ്പിച്ചുവെന്ന താണ് അതിനുള്ള ഏകദോഷം.

ചുരുക്കിപ്പറഞ്ഞാൽ എന്റെ കൈകളിൽ വന്നു ചേർന്ന ഈ ഡയറിയുടെ ഏതാനും ഭാഗങ്ങൾ പ്രസിദ്ധീകരിക്കുന്നത് അതുകൊണ്ട് പ്രയോജനമുണ്ടാകണമെന്ന ആഗ്രഹം ഒന്നുകൊണ്ടുമാത്രമാണ്. അതിലെ ആളുകളുടെ പേരുകളെല്ലാം ഞാൻ മാറ്റിയിട്ടുണ്ട്. എങ്കിലും അതിൽ പറയുന്നത് ആരെക്കുറിച്ചാണോ അവർ തങ്ങളെ തിരിച്ചറി യാതിരിക്കില്ല. മാത്രമല്ല ഇഹലോകത്തോട് വിടപറഞ്ഞുകഴിഞ്ഞ ഒരാളെ അവർ കുറ്റപ്പെടുത്തിയത് ഏത് പ്രവൃത്തികളുടെ പേരിലാണോ ആ പ്രവൃത്തികളെ അവരിപ്പോൾ ന്യായീകരിച്ചെന്നും വരാം. നമുക്കു മനസ്സിലാക്കാൻ കഴിയുന്നത് നാം മിക്കപ്പോഴും പൊറുക്കാറുണ്ടല്ലോ.

പെച്ചോറിൻ കോക്കസസ്സിലായിരുന്ന കാലവുമായി ബന്ധപ്പെട്ട ഭാഗങ്ങൾ മാത്രമേ ഞാൻ ഈ പുസ്തകത്തിൽ ഉൾപ്പെടുത്തിയിട്ടുള്ളൂ. അയാൾ തന്റെ ജീവിതകഥ മുഴുവൻ പറയുന്ന തടിച്ചൊരു നോട്ടുപു സ്തകം എന്റെ കൈവശം പിന്നെയും അവശേഷിക്കുന്നുണ്ട്. അതും ഒരിക്കൽ പൊതുജനവിധിക്ക് സമർപ്പിക്കാൻ ഞാൻ ഉദ്ദേശിക്കുന്നു. എങ്കിലും പ്രധാനപ്പെട്ട പല കാരണങ്ങളാലും ഇപ്പോൾ ഞാൻ ആ ഉത്തരവാദിത്വം ഏറ്റെടുക്കാൻ മുതിരുന്നില്ല. പെച്ചോറിന്റെ സ്വഭാവ ത്തെപ്പറ്റിയുള്ള എന്റെ അഭിപ്രായമറിയാൻ വായനക്കാർക്ക് താൽപ ര്യമുണ്ടാവാം. ഈ പുസ്തകത്തിന്റെ ശീർഷകമാണ് അതിനുള്ള എന്റെ മറുപടി, "പക്ഷേ ഇത് കടുത്തൊരു വ്യംഗ്യോക്തിയാണല്ലോ!" എന്ന് അവർ പറയുമായിരിക്കും. എന്തോ, എനിക്കറിയില്ല.

---

1 ഫ്രഞ്ച് സാഹിത്യകാരനും തത്വചിന്തകനുമായിരുന്ന ഷാൻ ഷാക്ക് റൂസ്സോ (1712-1778)യുടെ ആത്മകഥാപരമായ കൃതി

തമാൻ

റഷ്യയിലെ ഏറ്റവും മോശപ്പെട്ട തീരദേശ പട്ടണമാണ് തമാൻ. അവിടെവച്ച് പട്ടിണികൊണ്ട് ഞാൻ ഏതാണ്ട് മൃതപ്രായനായിട്ടുണ്ട്. കൂടാതെ കടലിൽ വീണ് മുങ്ങിച്ചാകാൻപോയ ഒരവസരവുമുണ്ടായി. ഞാൻ തപാൽ വണ്ടിയിൽ വളരെ വൈകിയാണ് ആ പട്ടണത്തിലെത്തിയത്. വണ്ടിക്കാരൻ ക്ഷീണിച്ച കുതിരകളെ അവിടെയുണ്ടായിരുന്ന ഒരേയൊരു ഇഷ്ടികക്കെട്ടിടത്തിന്റെ ഗെയിറ്റിനുമുമ്പിൽ നിർത്തി. പട്ടണത്തിലേക്കുള്ള കവാടത്തിനടുത്തായിരുന്നു ആ കെട്ടിടം. വണ്ടിയുടെ മണികിലുക്കം കേട്ട് മയക്കത്തിൽനിന്നുണർന്ന കൊസാക്ക് കാവൽ ഭടൻ ഉറക്കെ വിളിച്ചു ചോദിച്ചു. "ആരാണവിടെ?"കെട്ടിടത്തിനുള്ളിൽനിന്ന് ഒരു കൊസാക്ക് സാർജന്റും തദ്ദേശിയനായ ഒരു പോലീസുകാരനും പുറത്തേക്കു വന്നു. ഔദ്യോഗിക കാര്യനിർവ്വഹണത്തിന് അതിർത്തിയിലുള്ള സേനാവിഭാഗത്തിലേക്ക് പോകുന്ന ഒരു സൈനികോദ്യോഗസ്ഥനാണ് ഞാനെന്നും എനിക്ക് അന്നു രാത്രിയിൽ താമസസൗകര്യം ഏർപ്പാട്ചെയ്തു തരണമെന്നും ഞാൻ അവരോട് പറഞ്ഞു. പോലീസുകാരൻ ഞങ്ങളെ പട്ടണത്തിലേക്ക് കൂട്ടിക്കൊണ്ടുപോയി. ഞങ്ങൾ പല വീടുകളുടേയും കതകിൽ മുട്ടിനോക്കി എന്നാൽ അവിടെയെങ്ങും താമസിക്കാൻ ഇടമുണ്ടായിരുന്നില്ല. നല്ല തണുപ്പുണ്ടായിരുന്നു. മൂന്നുദിവസത്തെ ഉറക്കിളപ്പുകൊണ്ട് വല്ലാതെ തളർന്നിരുന്നതിനാൽ എനിക്ക് കോപം അടക്കാൻ കഴിഞ്ഞില്ല. "എടോ, കൊള്ളരുതാത്തവനെ, എന്നെ എങ്ങോട്ടെങ്കിലും കൊണ്ടുപോകൂ.! പിശാചിന്റെ കൂട്ടിലാണെങ്കിലും വേണ്ടില്ല. എനിക്ക് തല ചായ്ക്കാൻ ഒരിടം കിട്ടിയാൽ മതി!" ഞാൻ അലറി. "ഒരിടത്തുകൂടി ചോദിക്കാനുണ്ട്," തലയുടെ പിൻവശം ചൊറിഞ്ഞുകൊണ്ട് പോലീസുകാരൻ പറഞ്ഞു. പക്ഷേ, സാറിന് അവിടം ഇഷ്ടപ്പെടുകയില്ല; അവിടെ വിചിത്രമായ പലതും

നടക്കുന്നുണ്ട്..." അയാൾ അവസാനം പറഞ്ഞ വാചകത്തിന്റെ അർഥം കൃത്യമായി മനസ്സിലാക്കാതെ അങ്ങോട്ടുതന്നെ പോകാമെന്ന ഞാൻ അയാളോട് പറഞ്ഞു. ഇരുവശവും പൊളിഞ്ഞ വേലികളുള്ള ചെളിനിറഞ്ഞ അനേകം ഇടവഴികളിലൂടെ വളരെനേരം സഞ്ചരിച്ച് ഞങ്ങൾ കടലോരത്തുള്ള ഒരു കുടിലിന്റെ മുമ്പിലെത്തി.

എന്റെ പാർപ്പിടമാകാൻ പോകുന്ന ആ കുടിലിന്റെ പുല്ലുമേഞ്ഞ മേൽക്കൂരയിലും വെളുത്ത ചുമരുകളിലും പൂർണചന്ദ്രൻ പ്രഭ ചൊരിഞ്ഞു. ചന്തമില്ലാത്ത ഒരു കന്മതിലുകൊണ്ട് വേർതിരിച്ച അതിന്റെ മുറ്റത്ത് കുറേക്കൂടി ജീർണ്ണിച്ച മറ്റൊരു ചെറിയ കുടിൽ ഉണ്ടായിരുന്നു. കുത്തനെ കടലിലേക്ക് ഇറങ്ങിക്കിടക്കുന്ന ഒരു പാറക്കോട്ടിന്റെ വക്കിലായിരുന്നു ആ കുടിലിന്റെ ചുമർ. കടും നീലനിറമുള്ള തിരമാലകൾ കരയിൽ വന്നുമുട്ടുന്ന ശബ്ദം അവിരാമം ഉയർന്നുകൊണ്ടിരുന്നു. അസ്വസ്ഥയെങ്കിലും അനുസരണയുള്ള കടലിനെ പൂർണചന്ദ്രൻ മെല്ലെ കടാക്ഷിച്ചുകൊണ്ടിരുന്നു. കരയിൽനിന്ന് വളരെയകലെ രണ്ട് കപ്പലുകൾ നങ്കൂരമിട്ടിരുന്നത് നിലാവെളിച്ചത്തിൽ എനിക്ക് സ്പഷ്ടമായി കാണാൻ കഴിഞ്ഞു. അവയുടെ കറുത്ത പാമരക്കയറുകൾ വിളറിയ ആകാശത്തിന്റെ പശ്ചാത്തലത്തിൽ നിശ്ചലമായ ഒരു ചിലന്തിവലയാണെന്ന് തോന്നി. "കപ്പലുകൾ നങ്കൂരമിട്ടിട്ടുണ്ട്, നാളെ എനിക്ക് ഗെലെൻജീക്കിലേക്ക് പുറപ്പെടാൻ കഴിയും," ഞാൻ വിചാരിച്ചു.

അതിർത്തിസേനാവിഭാഗത്തിലെ ഒരു കൊസാക്ക് ഭടനായിരുന്നു എന്റെ ഭൃത്യൻ. എന്റെ പെട്ടി എടുത്ത് കൊണ്ടുവരാനും വണ്ടിക്കാരനെ തിരിച്ചയയ്ക്കാനും ഭൃത്യന് നിർദ്ദേശം കൊടുത്തിട്ട് ഞാൻ വീട്ടുകാരനെ വിളിച്ചു. യാതൊരു മറുപടിയുമില്ല. ഞാൻ വാതിലിൽ മുട്ടി. എന്നിട്ടും അകത്തുനിന്ന് ശബ്ദമൊന്നും കേട്ടില്ല. എന്താണിത്? ഒടുവിൽ ഏകദേശം പതിനാലുവയസ്സ് തോന്നിക്കുന്ന ഒരു പയ്യൻ മുൻവശത്തെത്തി.

"വീട്ടുകാരൻ എവിടെ?" "വീട്ടുകാരനില്ല." "എന്ത്, വീട്ടുകാരനേയില്ലെന്നോ?" "ഇല്ല" "വീട്ടുകാരിയോ?" "പട്ടണത്തിലേക്ക് പോയിരിക്കുന്നു" "വാതിൽ തുറന്നുതരാൻ ഇവിടെ ആരുമില്ലേ?" എന്നു ചോദിച്ചുകൊണ്ട് ഞാൻ വാതിലിൽ തൊഴിച്ചു. അത് താനെ തുറന്നു. വീട്ടുനുള്ളിൽനിന്ന് ഈർപ്പമുള്ള ഒരു തരം വാട ഉയരുന്നുണ്ടായിരുന്നു. ഞാൻ ഗന്ധകം കൊണ്ടുണ്ടാക്കപ്പെട്ട ഒരു തീപ്പെട്ടി ഉരച്ച് പയ്യന്റെ മൂക്കിനു നേരെ പിടിച്ചു. അതിന്റെ വെളിച്ചത്തിൽ വെളുത്ത രണ്ടു കണ്ണുകളാണ് ഞാൻ കണ്ടത്. അവൻ അന്ധനായിരുന്നു. ജനിച്ചതുതന്നെ തികച്ചും അന്ധനായിട്ടാണ്. അനങ്ങാതെ എന്റെ മുമ്പിൽ നിന്നിരുന്ന

ആ ബാലന്റെ മുഖം ഞാൻ സസൂക്ഷ്മം പരിശോധിച്ചു.

കുരുടന്മാർ, കോങ്കണ്ണന്മാർ, പൊട്ടന്മാർ, ഊമകൾ, കൈയില്ലാത്തവർ, കാലില്ലാത്തവർ, കൂനന്മാർ തുടങ്ങിയവരെപ്പറ്റി എനിക്ക് ശക്തമായ ചില മുൻവിധികളുണ്ടെന്ന് ഞാൻ സമ്മതിക്കുന്നു. ഒരു മനുഷ്യന്റെ ബാഹ്യരൂപവും അയാളുടെ ആത്മാവും തമ്മിൽ വിചിത്രമായ എന്തോ ബന്ധമുണ്ടെന്നും ഒരുവന്റെ ഒരു കൈ നഷ്ടപ്പെട്ടുമ്പോൾ ആത്മാവിനും വൈകല്യം സംഭവിക്കുന്നുവെന്നുമാണ് എന്റെ വിശ്വാസം.

ഞാൻ പയ്യന്റെ മുഖത്ത് സൂക്ഷിച്ചുനോക്കിക്കൊണ്ടിരുന്നു. എന്നാൽ കണ്ണുകളില്ലാത്ത ഒരു മുഖത്തുനിന്ന് എന്തു മനസ്സിലാക്കാൻ കഴിയും? അറിയാതെ കടന്നുവന്ന അനുകമ്പയോടെ ഞാൻ അവനെ വളരെ നേരം നോക്കിനിന്നു. പെട്ടെന്ന് അവന്റെ ചുണ്ടിൽ ഒരു പുഞ്ചിരിയുടെ നിഴലാട്ടം കണ്ടതായി എനിക്ക് തോന്നി. എന്തുകൊണ്ടോ ആ പുഞ്ചിരി എന്നിൽ തികച്ചും അസുഖകരമായ ഒരു അനുഭൂതിയാണ് ഉണർത്തിയത്. ഞാൻ വിചാരിച്ചത്ര അന്ധനല്ല അവൻ എന്നൊരു തോന്നൽ എനിക്കുണ്ടായി. കണ്ണിൽ പാട ഉള്ളതായി മറ്റുള്ളവരെ തെറ്റിദ്ധരിപ്പിക്കാൻ സാധ്യമല്ലെന്ന് സ്വയം ബോധ്യപ്പെടുത്താൻ ഞാൻ ശ്രമിച്ചു. ആരെങ്കിലും അങ്ങനെ ചെയ്യുന്നതെന്തിനാണ്? എങ്കിലും എനിക്ക് സംശയിക്കാതിരിക്കാൻ കഴിഞ്ഞില്ല. മുൻകൂട്ടി ഉരുത്തിരിഞ്ഞ അഭിപ്രായങ്ങളാണ് പലപ്പോഴും എനിക്കുള്ളത്.

"നീ വീട്ടുകാരിയുടെ മകനാണോ?"ഒടുവിൽ ഞാൻ അവനോട് ചോദിച്ചു "അല്ല." "പിന്നെ നീ ആരാണ്?" "പാവപ്പെട്ട ഒരനാഥബാലനാണ് ഞാൻ." "വീട്ടുകാരിക്ക് മക്കളില്ലേ?" "ഇല്ല. ഒരു മകളുണ്ടായിരുന്നത് ഒരു ടാട്ടാറുകാരന്റെ കൂടെ കടലിനപ്പുറത്തേക്ക് ഒളിച്ചോടിപ്പോയി." "ആരാണ് ആ ടാട്ടാറുകാരൻ?" "ആർക്കറിയാം. ഒരു ക്രീമിയൻ ടാട്ടാറാണെന്ന് തോന്നുന്നു. കെർച്ചിനിൽനിന്ന് വന്ന ഒരു വള്ളക്കാരൻ."

ഞാൻ കുടിലിനുള്ളിൽ കടന്നു. രണ്ടു ബെഞ്ചുകളും അടുപ്പിനടുത്തിരുന്ന ഒരു വലിയ ട്രങ്കുമായിരുന്നു ആകെ അവിടെ ഉണ്ടായിരുന്ന സാമാനങ്ങൾ. ചുമരിൽ ഒരൊറ്റ ദൈവരൂപംപോലും തൂക്കിയിട്ടിരുന്നില്ല- അതൊരു ചീത്ത ലക്ഷണമായിരുന്നു.! പൊളിഞ്ഞ ഒരു ജനലിലൂടെ കടൽക്കാറ്റ് അകത്തേക്ക് കയറിക്കൊണ്ടിരുന്നു. ഞാൻ എന്റെ പെട്ടിയിൽനിന്ന് ഒരു മെഴുകുതിരിയുടെ കഷ്ണം പുറത്തെടുത്ത് കത്തിച്ചുവെച്ചിട്ട് എന്റെ സാധനങ്ങൾ എടുത്തുവച്ചു തുടങ്ങി. ഞാൻ എന്റെ തോക്കും വാളും ഒരു മൂലയിൽ വച്ചു. കൈത്തോക്ക് മേശപ്പുറത്തുവച്ചിട്ട് എന്റെ ആട്ടിൻതോൽകോട്ട് ഒരു ബെഞ്ചിൽ വിരിച്ചു.

കൊസാക്ക് ഭൃത്യൻ മറ്റേ ബഞ്ചിൽ അയാളുടെ മേലങ്കിവിരിച്ച് കിടന്നു. പത്തുമിനിട്ട് കഴിഞ്ഞപ്പോഴേക്കും അയാൾ കൂർക്കം വലിച്ച് ഉറക്കമായി. എന്നാൽ എനിക്ക് ഉറങ്ങാൻ കഴിഞ്ഞില്ല. വെളുത്ത കണ്ണുള്ള പയ്യന്റെ രൂപം ഇരുട്ടത്ത് എന്റെ കൺമുമ്പിൽ നീന്തിനടന്നു.

ഏകദേശം ഒരു മണിക്കൂർ അങ്ങനെ കടന്നുപോയി. ചന്ദ്രന്റെ പ്രകാശം തട്ടി ജനാലച്ചില്ല് തിളങ്ങി. നിലാവിന്റെ ഒരു പാളി അകത്തുകടന്ന് കുടിലിന്റെ മൺതറയിൽ നൃത്തം ചെയ്തുകൊണ്ടിരുന്നു. പെട്ടെന്ന് തറയിലെ വെളിച്ചത്തിന്റെ പാളിയിലൂടെ ഒരു നിഴൽ കടന്നുപോയി. ഞാൻ എണീറ്റ് ജനലിലൂടെ പുറത്തേക്കു നോക്കി. ഒരിക്കൽകൂടി ജനലിന് വെളിയിലൂടെ എന്തോ ഓടിമറഞ്ഞു. എവിടെയാണ് മറഞ്ഞത്? ആർക്കറിയാം? ആ ജീവി പാറക്കെട്ടിന്റെ കുത്തനെയുള്ള വശത്തുകൂടി അടിയിലേക്കിറങ്ങി കടപ്പുറത്തേക്ക് പോയെന്ന് വിശ്വസിക്കാൻ അസാധ്യമാണ്. എങ്കിലും അതല്ലാതെ മറ്റൊരു വഴിയും അവിടെ ഉണ്ടായിരുന്നില്ല. ഞാൻ എണീറ്റ് ജാക്കറ്റ് ധരിച്ച്, ഒരു കഠാരയും അരയിൽ തിരുകി ശബ്ദം കേൾപ്പിക്കാതെ കുടിലിന് പുറത്തുകടന്നു. അന്ധബാലൻ എന്റെയടുത്തേക്ക് വരുന്നത് ഞാൻ കണ്ടു. ഞാൻ വേലിയോട് ചേർന്നുനിന്നു. പയ്യൻ പതറാത്തതെങ്കിലും സൂക്ഷ്മതയുള്ള കാൽവയ്പുകളോടെ കടന്നുപോയി. അവൻ കക്ഷത്തിൽ ഒരു പൊതി ഇറുക്കിപ്പിടിച്ചിരുന്നു. കുത്തനെയുള്ള ഇടുങ്ങിയ ഒരു പാതയിലൂടെ അവൻ കടലിനടുത്തേക്ക് ഇറങ്ങിത്തുടങ്ങി. "കുരുടന് കണ്ണ് കാണാം, പൊട്ടന് കാതു കേൾക്കാം." ഞാൻ വിചാരിച്ചു അവന്റെ പിന്നാലെ ഞാനും നടന്നു. അവൻ ദൃഷ്ടിയിൽ നിന്ന് മറയാതിരിക്കാൻ ഞാൻ പ്രത്യേകം ശ്രദ്ധിച്ചു.

അതിനിടെ മേഘങ്ങൾ ചന്ദ്രനെ പൊതിഞ്ഞു. കടലിൽ മൂടൽ മഞ്ഞ് വ്യാപിച്ചു. കരയോട് ഏറ്റവും അടുത്ത കപ്പലിന്റെ വിളക്ക് അതിനിടയിലൂടെ കഷ്ടിച്ചുമാത്രം കാണാമായിരുന്നു. ഏതു നിമിഷവും കരയെ വെള്ളത്തിനടിയിൽ മുക്കുമെന്ന് ഭീഷണിപ്പെടുത്തിക്കൊണ്ട് ആഞ്ഞടിച്ചിരുന്ന തിരമാലകളുടെ പത കടൽത്തീരത്ത് തിളങ്ങിക്കൊണ്ടിരുന്നു. അന്ധബാലൻ ഒരിടത്തെത്തിയപ്പോൾ നിൽക്കുന്നതും പിന്നീട് വലത്തുവശത്തേക്ക് തിരിഞ്ഞ് വെള്ളത്തിന്റെ തൊട്ടടുത്തുകൂടി നടന്നുപോകുന്നതും കുത്തനെയുള്ള ചെരിവിലൂടെ വളരെ സൂക്ഷിച്ച് താഴോട്ടിറങ്ങുന്നതിനിടയിൽ ഞാൻ കണ്ടു. തിരമാലകൾ അവനെ ഏതു നിമിഷവും കടലിലേക്ക് വലിച്ചുകൊണ്ട്പോകുമെന്ന് തോന്നി. എന്നാൽ കുഴികളിൽ ചാടാതെ ഒരു കല്ലിൽനിന്ന് മറ്റൊന്നിലേക്ക് കാൽവച്ച് ആത്മവിശ്വാസത്തോടെ അവൻ മുന്നോട്ട് നീങ്ങുന്നത് കണ്ടപ്പോൾ ഈവഴിയിലൂടെ ആദ്യമായിട്ടല്ല അവൻ

സഞ്ചരിക്കുന്നതെന്ന് എനിക്ക് മനസ്സിലായി. ഒടുവിൽ അവൻ നടപ്പ് നിർത്തി എന്തോ ശ്രദ്ധിക്കുന്നതുപോലെ അൽപനേരം നിന്നു. പിന്നീട് തന്റെ കൈയിലുള്ള ഭാണ്ഡം നിലത്തുവച്ച് അവൻ അതിനടുത്തിരുന്നു. ഉന്തിനിൽക്കുന്ന ഒരു പാറയുടെ പിന്നിൽ ഒളിച്ചിരുന്ന് ഞാൻ അവനെ ശ്രദ്ധിച്ചു. ഏതാനും മിനുട്ടുകൾ കഴിഞ്ഞപ്പോൾ ഒരു വെളുത്ത രൂപം മറുവശത്ത് പ്രത്യക്ഷപ്പെട്ടു. അത് അവന്റെ നേർക്ക് നടന്നുചെന്ന് അവന്റെ അടുത്തിരുന്നു. അവരുടെ സംഭാഷണത്തിന്റെ നുറുങ്ങുകൾ കാറ്റ് എന്റെ ചെവിയിലെത്തിച്ചു.

"കുരുടാ, നിനക്കെന്തു തോന്നുന്നു?" ഒരു സ്ത്രീ ശബ്ദം ചോദിച്ചു. "കൊടുങ്കാറ്റ് ഭയങ്കരമാണ്, യാങ്കൊ ഇന്നു വരില്ല."

"യാങ്കോയ്ക്ക് കൊടുങ്കാറ്റിനെ പേടിയില്ല." പയ്യൻ മറുപടി പറഞ്ഞു.

"മൂടൽമഞ്ഞിന് കട്ടി കൂടുകയാണ്, " വിഷാദഭരിതമായ ശബ്ദത്തിൽ സ്ത്രീ പറഞ്ഞു.

"മൂടൽമഞ്ഞുള്ളപ്പോൾ കാവൽനൗകകളെ കടന്നുപോരാൻ എളുപ്പമാണ്" എന്നായിരുന്നു മറുപടി.

"യാങ്കൊ മുങ്ങിപ്പോയാലോ?"

"ഓ അതുകൊണ്ടെന്താ? ഞായറാഴ്ച നീ പുതിയ റിബ്ബൺ കെട്ടാതെ പള്ളിയിൽ പോകും. "

പിന്നിട് കുറേ നേരത്തേക്ക് ആരും ഒന്നും സംസാരിച്ചില്ല. എന്നാൽ ഒരു കാര്യം എന്നെ അത്ഭുതപ്പെടുത്തി; കുരടൻ എന്നോട് സംസാരിച്ചത് ഉക്രേനിയൻ ചുവയുള്ള റഷ്യനിലാണ്. എന്നാൽ ഇപ്പോൾ അവൻ കറകളഞ്ഞ റഷ്യനാണ് പറയുന്നത്.

"ഞാൻ പറഞ്ഞത് ശരിയാണെന്ന് തെളിഞ്ഞില്ലേ?" പയ്യൻ കൈകൊട്ടിക്കൊണ്ട് പറഞ്ഞു. യാങ്കൊയ്ക്ക് കടലിനെയോ കാറ്റിനെയോ മൂടൽമഞ്ഞിനെയോ ഭയമില്ല. തീരദേശ കാവൽഭടന്മാരെപ്പോലും പേടിയില്ല. അതാ ശബ്ദം കേൾക്കുന്നു. അത് തിരയടിക്കുന്ന ശബ്ദമല്ലെന്ന് എനിക്ക് തീർച്ചയുണ്ട്. അത് അയാളുടെ നീണ്ട തുഴയുടെ ശബ്ദമാണ്."

സ്ത്രീ ചാടിയെണീറ്റ് ഉൽക്കണ്ഠയോടെ ദൂരത്തേക്ക് ഉറ്റുനോക്കി.

"നീ വെറുതെ പറയുകയാണ്. ഞാൻ ഒന്നും കാണുന്നില്ല." അവൾ പറഞ്ഞു.

വളരെ സൂക്ഷിച്ചുനോക്കിയിട്ടും വഞ്ചിപോലെ തോന്നിക്കുന്ന യാതൊന്നും കാണാൻ എനിക്കും കഴിഞ്ഞില്ല എന്ന് തുറന്നു പറയട്ടെ. ഏകദേശം പത്ത് മിനുട്ട് കഴിഞ്ഞപ്പോൾ അങ്ങകലെ മലപോലെ ഉയരുന്ന തിരമാലകൾക്കിടയിൽ ഒരു കറുത്തപൊട്ട് പ്രത്യക്ഷപ്പെട്ടു.

അത് ചിലപ്പോൾ വലുതായും ചിലപ്പോൾ ചെറുതായും കാണപ്പെട്ടു. തിരകളോടൊപ്പം ഉയർന്നും താന്നും അത് കരയോടടുത്തുകൊണ്ടിരുന്നു. കടലിടുക്കിലൂടെ ഇരുപത് വേഴ്സ്റ്റ് ദൂരം ഈ കാലാവസ്ഥയിൽ തുഴഞ്ഞുവരാൻ അതിസാഹസികനായ ഒരു വഞ്ചിക്കാരനേ ധൈര്യപ്പെടുകയുള്ളൂ. മാറ്റിവയ്ക്കാനാവാത്ത എന്തെങ്കിലും കാരണമായിരിക്കണം അയാളെ ഈ സാഹസോദ്യമത്തിന് പ്രേരിപ്പിച്ചതെന്ന് തീർച്ച. ഇങ്ങനെ വിചാരിച്ചുകൊണ്ട് ഞാൻ ആ വഞ്ചി നോക്കിനിൽക്കെ എന്റെ ഹൃദയമിടിപ്പ് വർധിച്ചു. ആ വഞ്ചി ഒരു താറാവിനെപ്പോലെ അനായാസമായി മുങ്ങാങ്കുഴിയിടുകയും ചിറകുകളുടെ ചലനത്തെ അനുസ്മരിപ്പിക്കുന്ന തുഴകളുടെ ദ്രുത ചലനംകൊണ്ട് പറക്കുന്ന പതയിലൂടെ ആ ജലഗർത്തത്തിൽനിന്ന് പൊങ്ങിവരികയും ചെയ്തുകൊണ്ടിരുന്നു. വഞ്ചി അതിശക്തിയായി കരയിൽവന്നു മുട്ടി ഛിന്നഭിന്നമാകുമെന്നാണ് ഞാൻ വിചാരിച്ചത്. എന്നാൽ അത് അതിവിദഗ്ധമായി ഒരു വശത്തേക്ക് തിരിഞ്ഞ് കടൽവെള്ളം ഉള്ളിലേക്ക് കയറിക്കിടക്കുന്ന ഒരു ചെറിയ ഇടുക്കിൽ ചെന്ന്നിൽക്കുകയാണുണ്ടായത്. ടാട്ടാറുകാരുടെ ആട്ടിൻതോൽ തൊപ്പി ധരിച്ച ഒരു മനുഷ്യൻ വഞ്ചിയിൽനിന്നിറങ്ങി. അയാൾ കൈകൊണ്ട് ഒരടയാളം കാണിച്ചു. മൂവരും ചേർന്ന് വഞ്ചിയിൽനിന്ന് എന്തോ പുറത്തേക്ക് വലിച്ചെടുക്കാനാരംഭിച്ചു. ചരക്കിന്റെ ഭാരംകൊണ്ട് ആ വഞ്ചി മുങ്ങിപ്പോകാതിരുന്നതെങ്ങിനെയെന്ന് ഇന്നുവരെ എനിക്ക് മനസ്സിലായിട്ടില്ല. അത് അത്രയധികമുണ്ടായിരുന്നു. ഓരോരുത്തരും ഓരോ കെട്ടുവീതം എടുത്തുകൊണ്ട് നടന്നു. അവർ കടൽതീരത്തുകൂടി നടന്ന് മറഞ്ഞു. എനിക്ക് താമസസ്ഥലത്തേക്ക് മടങ്ങിപ്പോകേണ്ടിവന്നു. എന്നാൽ അസാധാരണമായ ആ നിശാപ്രവർത്തനങ്ങൾ എന്നെ ഉൽക്കണ്ഠാഭരിതനാക്കി. നേരം വെളുക്കുന്നതുവരെ കാത്തിരിക്കാൻ എനിക്ക് ക്ഷമയില്ലായിരുന്നു.

എന്റെ കൊസാക്ക് ഭൃത്യൻ ഉറക്കമുണർന്നപ്പോൾ ഞാൻ വേഷം ധരിച്ച് യാത്രയ്ക്കു തയ്യാറായി നിൽക്കുന്നത് കണ്ട് അത്ഭുതപ്പെട്ടു. എന്നാൽ ഞാൻ അയാൾക്ക് വിശദീകരണമൊന്നും കൊടുത്തില്ല. മേഘശകലങ്ങൾകൊണ്ട് പൊട്ടുകുത്തിയ നീലാകാശത്തിന്റെയും ശിരസ്സിൽ ദീപസ്തംഭം വഹിച്ചുകൊണ്ട് നിൽക്കുന്ന ഒരു ഉയർന്ന പാറക്കെട്ടിൽ ചെന്നവസാനിക്കുന്ന ഊത നിറമുള്ള ക്രൈമിയൻ കടൽത്തീരത്തിന്റെയും ഭംഗി ആസ്വദിച്ചുകൊണ്ട് കുറേ നേരം നിന്നിട്ട് ഞാൻ ഫനഗോരിയ കോട്ടയിലേക്ക് പുറപ്പെട്ടു. അവിടത്തെ കമാണ്ടന്റിനെ കണ്ട് ഗെലെൻജീക്കിലേക്ക് എനിക്ക് എപ്പോൾ പുറപ്പെടാൻ സാധിക്കും എന്നറിയുക എന്നതായിരുന്നു എന്റെ ഉദ്ദേശം.

എന്നാൽ കമാണ്ടന്റിന് കൃത്യമായി ഒന്നും പറയാൻ കഴിഞ്ഞില്ല. തീരംകാവൽക്കാരുടെ നൗകകളോ ഇനിയും ചരക്ക് കയറ്റാൻ തുടങ്ങിയിട്ടുപോലുമില്ലാത്ത കച്ചവടക്കപ്പലുകളോ മാത്രമേ തുറമുഖത്തുണ്ടായിരുന്നുള്ളൂ. "രണ്ടുമൂന്ന് ദിവസങ്ങൾക്കകം തപാൽ കൊണ്ടുവരുന്ന കപ്പൽ തുറമുഖത്തെത്താൻ സാധ്യതയുണ്ട്. അപ്പോൾ നോക്കാം." കമാണ്ടന്റ് പറഞ്ഞു. ഞാൻ ഉന്മേഷരഹിതനും കോപിഷ്ഠനുമായി താമസസ്ഥലത്തേക്കു മടങ്ങി. എന്റെ കൊസാക്കുകാരൻ ഭയം നിഴലിക്കുന്ന മുഖവുമായി വാതിൽക്കൽ വന്ന് എന്നെ സ്വീകരിച്ചു.

"സംഗതികൾ മോശമാണ്, സർ!" അയാൾ പറഞ്ഞു.

"അതെ, സ്നേഹിതാ. നമുക്ക് എന്ന് ഇവിടെനിന്ന് രക്ഷപ്പെടാൻ കഴിയുമെന്ന് ദൈവത്തിനറിയാം!" അതുകേട്ടപ്പോൾ അയാളുടെ മുഖം കൂടുതൽ ഭയചകിതമായി. എന്റെ നേരെ കുനിഞ്ഞ് അയാൾ മന്ത്രിച്ചു:

"കുഴപ്പം പിടിച്ച സ്ഥലമാണിത്! എനിക്ക് പരിചയമുള്ള ഒരു കൊസാക്ക് സാർജന്റിനെ ഞാൻ ഇന്ന് വഴിക്ക് കണ്ടുമുട്ടി. ഞങ്ങൾ ഒരേ സേനാദളത്തിൽ സേവനമനുഷ്ഠിച്ചിട്ടുണ്ട്. നമ്മൾ താമസിക്കുന്നത് എവിടെയാണെന്ന് അറിഞ്ഞപ്പോൾ അയാൾ പറഞ്ഞു: "സഹോദരാ, അവിടം ശുദ്ധമല്ല; അവിടുത്തെ ആൾക്കാർ ഗുണമില്ല!" ആലോചിച്ചുനോക്കിയപ്പോൾ അയാൾ പറഞ്ഞത് ശരിയാണെന്ന് എനിക്കും തോന്നി. ഈ കുരുടൻ ആരാണ്? എല്ലായിടത്തും അവൻ ഒറ്റയ്ക്ക് പോകും. ചന്തക്ക് പോകുന്നതും, റൊട്ടി വാങ്ങുന്നതും, വെള്ളം കൊണ്ടുവരുന്നതും അവനാണ്. ഇവിടെ ഇതൊരു പതിവാണെന്ന് മനസ്സിലാക്കാൻ പ്രയാസമില്ല."

"അതിനു നമുക്കെന്താ? വീട്ടുകാരി എപ്പോഴെങ്കിലും പ്രത്യക്ഷപ്പെട്ടോ?"

"അങ്ങുന്ന് പോയിരുന്ന സമയത്ത് ഒരു വൃദ്ധയും അവരുടെ മകളും ഇവിടെ വന്നിരുന്നു."

"ഏതു മകൾ ? അവൾക്ക് മകളില്ല."

"പിന്നെ ആരാണവളെന്ന് ദൈവത്തിനറിയാം. വൃദ്ധ ഇപ്പോൾ കുടിലിനുള്ളിലുണ്ട്."

ഞാൻ അകത്തുകടന്നു. അടുപ്പ് ചുട്ടുപഴുക്കുന്നതുപോലെ ചൂടാക്കിയിട്ടുണ്ട്. പാവങ്ങളുടെ നിലവാരം വച്ചുനോക്കിയാൽ വിഭവസമൃദ്ധമാണെന്ന് പറയാവുന്ന ശാപ്പാട് അടുപ്പത്ത് വെന്തുകൊണ്ടിരിക്കുന്നു. ഞാൻ വൃദ്ധയോട് പലതും ചോദിച്ചു. എന്നാൽ തനിക്ക് ചെവികേൾക്കുകയില്ല എന്നായിരുന്നു അവരുടെ മറുപടി. ഞാൻ എന്തു ചെയ്യും ? അടുപ്പിലേക്ക് വിറകുകമ്പുകൾ തള്ളിവച്ചുകൊണ്ട് അതിനടുത്തിരുന്നിരുന്ന

കുരുടന്റെ ചെവിക്കു പിടിച്ചുകൊണ്ട് ഞാൻ അവനോട് ചോദിച്ചു: “ഇന്നലെ രാത്രി നീ ആ ഭാണ്ഡവുമായി എങ്ങോട്ടാണ് പോയത്? പറയെടാ തെമ്മാടീ!” അവൻ കണ്ണീരൊഴുക്കുകയും ഉറക്കെ നിലവിളിക്കുകയും ചെയ്തു തുടങ്ങി: “ഞാൻ എവിടെ പോകാനാണ്? എങ്ങും പോയില്ല. എനിക്ക് ഭാണ്ഡമൊന്നും ഉണ്ടായിരുന്നുമില്ല.” ഇത്തവണ വൃദ്ധ അതെല്ലാം കേട്ടു. അവർ പിറുപിറുത്തു”എന്തൊക്കെ കഥകളാണ് കെട്ടിച്ചമയ്ക്കുന്നത്? അതും ഈ പാവം ചെറുക്കനെപ്പറ്റി! അവനെ എന്തിന് ശല്യപ്പെടുത്തുന്നു? അവൻ നിങ്ങൾക്ക് എന്ത് ദ്രോഹം ചെയ്തു. ?” എനിക്ക് അത് കേട്ടപ്പോൾ അസഹ്യമായ വെറുപ്പുതോന്നി. ഈ കടങ്കഥയ്ക്ക് ഉത്തരം കണ്ടുപിടിച്ചേ അടങ്ങൂ എന്ന വാശിയോടെ ഞാൻ അവിടുന്നിറങ്ങി.

മേലങ്കികൊണ്ട് പുതച്ച് മതിലിനടുത്തുണ്ടായിരുന്ന ഒരു കല്ലിന്റെ പുറത്തു കയറി വിദൂരതയിലേക്ക് നോക്കി ഞാനിരുന്നു. തലേ രാത്രിയിലെ കൊടുങ്കാറ്റുകൊണ്ട് ക്ഷോഭിച്ച കടൽ കൺമുമ്പിൽ പരന്നുകിടന്നു. നിദ്രയിലേക്ക് വഴുതിവീഴുന്ന ഒരു നഗരത്തിലെ മർമ്മരശബ്ദം പോലെ ഏകതാനമായ അതിന്റെ ഇരമ്പൽ എന്നിൽ ഭൂതകാല സ്മരണകൾ ഉണർത്തി. അങ്ങ് വടക്കുള്ള മരവിച്ച നമ്മുടെ തലസ്ഥാന നഗരിലേക്ക് അതെന്നെ കൂട്ടിക്കൊണ്ടുപോയി. സ്മരണകളിൽ മുഴുകി ഞാൻ മറ്റുള്ളതെല്ലാം മറന്നു. ഒരു മണിക്കൂറോ ഒരു പക്ഷേ അതിലേറെയോ അങ്ങനെ കടന്നുപോയി. പെട്ടെന്ന് ആരോ പാടുന്നതുപോലുള്ള ഒരു ശബ്ദം ഞാൻ കേട്ടു. ഇമ്പമുള്ള ശബ്ദത്തിൽ ഒരു സ്ത്രീ പാടുകയാണ്. പക്ഷേ അതെവിടെനിന്നു വരുന്നു? ഞാൻ അത് ശ്രദ്ധിച്ചുകേട്ടു. അസാധാരണമായ ഒരു ഗാനമായിരുന്നു അത്. ചിലപ്പോൾ വിഷാദഭരിതവും മന്ദവും ചിലപ്പോൾ ഉല്ലാസഭരിതവും ചടുലവുമായി അത് ഒഴുകിക്കൊണ്ടിരുന്നു. ഞാൻ വീണ്ടും കാതോർത്തു. ആ ശബ്ദം ആകാശത്തുനിന്ന് അടർന്നുവീഴുകയാണെന്ന് തോന്നി. ഞാൻ മുകളിലേക്കു നോക്കി. പുരപ്പുറത്ത് വരയൻ കുപ്പായമണിഞ്ഞ ഒരു യുവതി നിൽക്കുന്നു. കാറ്റിൽ നൃത്തം വയ്ക്കുന്ന അളകങ്ങളോടുകൂടിയ ഒരു യഥാർഥ ജലകന്യക. കണ്ണിൽ വെയിലടിക്കാതെ കൈപ്പടം കൊണ്ട് മറപിടിച്ച് അവൾ ദൂരത്തേക്ക് ഉറ്റുനോക്കിക്കൊണ്ട് നിൽക്കുകയാണ്. ഇടയ്ക്ക് പുഞ്ചിരിതൂകിക്കൊണ്ട് എന്തോ തന്നത്താൻ പറയുകയും വീണ്ടും പാട്ട് തുടരുകയും ചെയ്യുന്നു.

ഞാൻ ആ ഗാനത്തിന്റെ ഓരോ വാക്കും ഓർമ്മയിൽ കുറിച്ചിട്ടു:

മരതകവർണ്ണക്കടലിന് മീതെ
മലപോലുയരും തിരകൾക്കു മീതെ

നൗകകളെത്രയോ പായുന്ന ചന്തത്തിൽ
പാകൾ വിരുത്തിപ്പിടിച്ചുകൊണ്ടങ്ങിനെ.
സാഗരം താണ്ടുമാ നൗകകളോടൊപ്പം
സാമദമോട്ടന്നെൻ കൊച്ചുതോണി,
കാറ്റിൻ കരങ്ങളിലാലോലമാടിയും
കല്ലോലമാലകൾ മെല്ലെത്തഴുകിയും,
വമ്പൻ കൊടുങ്കാറ്റലറിയടുക്കുമ്പോൾ
പമ്പരംപോലെ കറങ്ങും വൻനൗകകൾ,
ആർത്തിരമ്പീടും സമുദ്രത്തോടപ്പോൾ ഞാൻ
നമ്രശിരസ്കയായേവമുരചെയ്യും:
"കലിതുള്ളും കടലമ്മേ കാരുണ്യം കാട്ടണേ,
കനിവോടെൻ തോണി മറിയാതെ കാക്കണേ,
ഏറെച്ചരക്കുകൾ കേറ്റിയിട്ടേകനായ്
തോഴൻ തുഴയുന്നിരുട്ടത്തു നിർഭയം"

തലേ രാത്രിയിൽ ഞാൻ കേട്ട അതേ ശബ്ദംതന്നെയാണിതെന്ന് എനിക്കു തോന്നി. ഞാൻ അൽപനേരം ആലോചനയിൽ മുഴുകി നിന്നു. വീണ്ടും പുറപ്പുറത്തേക്ക് നോക്കിയപ്പോൾ ആ യുവതി അവിടെ ഉണ്ടായിരുന്നില്ല. പെട്ടെന്ന് അവൾ മറ്റൊരു പാട്ടുപാടിക്കൊണ്ട് എന്നെ കടന്നുപോയി. വിരൽ ഞൊടിച്ചുകൊണ്ട് അവൾ വൃദ്ധയുടെയടുത്തേക്ക് ഓടി. അവർ ഇരുവരും എന്തിനെപ്പറ്റിയോ തർക്കിക്കുന്നതു കേട്ടു വൃദ്ധ വല്ലാതെ കോപിച്ചു. എന്നാൽ യുവതി പൊട്ടിച്ചിരിച്ചതേയുള്ളൂ. കുറേ കഴിഞ്ഞ് എന്റെ ജലകന്യക വീണ്ടും തുള്ളിച്ചാടി വരുന്നതു കണ്ടു. എന്റെ അടുത്തെത്തിയപ്പോൾ എന്നെ അവിടെ കണ്ടതിനാൽ അത്ഭുതസ്തബ്ധയായിട്ടെന്നപോലെ അവൾ ഒരു നിമിഷം നിന്നു. നേരെ എന്റെ കണ്ണുകളിലേക്ക് നോക്കി. അവൾ അടുത്ത ക്ഷണം തന്നെ ഉദാസീനഭാവത്തിൽ തിരിഞ്ഞ് വഞ്ചിക്കടവിനടുത്തുള്ള വഴിയിലൂടെ മെല്ലെ താഴത്തേക്കിറങ്ങിത്തുടങ്ങി. എന്നാൽ സംഗതി അവിടംകൊണ്ടവസാനിച്ചില്ല. ഒരു നിമിഷംപോലും വിശ്രമിക്കാതെ അന്ന് പകൽ മുഴുവൻ അവൾ പാടുകയും തുള്ളിച്ചാടുകയും ചെയ്തുകൊണ്ട് എന്റെ താമസസ്ഥലത്തെ ചുറ്റിപ്പറ്റിനിന്നു. അവൾ തികച്ചും ഒരസാധാരണജീവിയായിരുന്നു. അവളുടെ മുഖഭാവത്തിൽ അവിവേകം തൊട്ടുതീണ്ടിയിരുന്നില്ല. നേരെമറിച്ച് തുരന്നുനോക്കുന്നമട്ടിൽ അവളുടെ കണ്ണുകൾ എന്നെ പരിശോധിക്കുകയായിരുന്നു. ആ കണ്ണുകൾക്ക് ഒരുതരം കാന്തശക്തിയുണ്ടെന്ന് തോന്നി. അവളുടെ ഓരോ കടാക്ഷവും ഒരു ചോദ്യം ക്ഷണിക്കുന്ന മട്ടിലായിരുന്നെങ്കിലും ഞാൻ വാതുറക്കുമ്പോഴേയ്ക്കും കൗശലം നിറഞ്ഞ ഒരു പുഞ്ചിരിയോടെ അവൾ ഓടിമറയും.

അതുപോലൊരു സ്ത്രീയെ ഞാൻ അതിനുമുമ്പ് കണ്ടിട്ടില്ല. അവൾ സുന്ദരിയായിരുന്നെന്ന് ഒരു തരത്തിലും പറഞ്ഞുകൂടാ. സൗന്ദര്യത്തെപ്പറ്റിയും എനിക്ക് ചില മുൻവിധികളുണ്ടായിരുന്നു. വംശശുദ്ധിയുടെ എല്ലാ ലക്ഷണങ്ങളും അവൾക്കുണ്ടായിരുന്നു. കുതിരകളിലെന്നപോലെ സ്ത്രീകളിലും അതൊരു വലിയ കാര്യമാണ്. ഈ കണ്ടുപിടുത്തം നടത്തിയത് യുവഫ്രാൻ'സാണ്. അത് (വംശ ശുദ്ധിയെയാണ് യുവഫ്രാൻസിനെയല്ല ഞാൻ ഉദ്ദേശിക്കുന്നത്) പ്രധാനമായും നടത്തവും കൈകാലുകളും നോക്കി തീരുമാനിക്കാം. മൂക്കിന്റെ വടിവ് പ്രത്യേകിച്ചും അതിന്റെ സൂചനയാണ്. റഷ്യയിൽ ചെറിയ പാദങ്ങളേക്കാൾ വിരളമാണ് ലക്ഷണമൊത്ത മൂക്ക്. എന്റെ ഗായികയ്ക്ക് പതിനെട്ടുവയസ്സിൽ കൂടുതലില്ലായിരുന്നു. അവളുടെ അസാധാരണ മെയ്‌വഴക്കവും തല ചെരിച്ചുപിടിക്കുന്ന രീതിയും ചെമ്പിന്റെ നിറമുള്ള നീണ്ട മുടിയും, വെയിലേറ്റ് അൽപം ഇരുണ്ട സ്വർണനിറമുള്ള തോലും കഴുത്തും എല്ലാറ്റിലുമുപരി ആ ലക്ഷണമൊത്ത നാസികയും എന്നെ ആകർഷിച്ചു. അവളുടെ കടക്കണ്ണുകൊണ്ടുള്ള നോട്ടത്തിൽ വന്യവും സംശയാസ്പദവുമായ എന്തോ ഒന്നുണ്ടായിരുന്നു. പുഞ്ചിരിയിൽ അനിർവചനീയമായ എന്തോ ഒന്ന് ഒളിഞ്ഞിരുന്നിരുന്നു. എന്നിട്ടും എന്റെ മുൻവിധിക്കായിരുന്നു മുൻതൂക്കം. ആ വടിവൊത്ത നാസിക എന്നെ കീഴടക്കി. ഗ്യേഥെയുടെ മിന്യോനെയെ - അദ്ദേഹത്തിന്റെ ജർമ്മൻ ഭാവനയുടെ ആ വിചിത്രസൃഷ്ടിയെ - അവളിൽ കണ്ടെത്തിയെന്ന് എനിക്ക് തോന്നി. കടുത്ത ക്ഷോഭത്തിൽനിന്ന് പരിപൂർണ നിശ്ചലതയിലേക്കുള്ള ചടുലമായ പരിവർത്തനം, ദുരൂഹമായ സംഭഷണം, കുതിച്ചു ചാട്ടം, വിചിത്രമായ ഗാനങ്ങൾ തുടങ്ങി അവർക്ക് പൊതുവായി പലതും വാസ്തവത്തിൽ ഉണ്ടായിരുന്നു.

വൈകുന്നേരമായപ്പോൾ ഞാൻ അവളെ വാതിൽക്കൽ തടഞ്ഞുനിർത്തി അവളുമായി സംഭാഷണത്തിലേർപ്പെട്ടു.

"സുന്ദരീ, നീ ഇന്ന് പുരപ്പുറത്ത് എന്തു ചെയ്യുകയായിരുന്നു?" ഞാൻ ചോദിച്ചു. "കാറ്റുവീശുന്നത് എവിടെനിന്നാണെന്ന് നോക്കിയതാണ്." അവൾ പറഞ്ഞു "എന്തിന്?" "കാറ്റു വീശുന്നിടത്തുനിന്നാണ് ഭാഗ്യം വരുന്നത്" "നീ പാട്ടുപാടി ഭാഗ്യം ക്ഷണിച്ചുവരുത്തുകയായിരുന്നോ?" "പാട്ടുള്ളിടത്ത് ഭാഗ്യവുമുണ്ട്." "പാട്ടുപാടി ദുഃഖം വിളിച്ചുവരുത്തിയാലോ?" "അതുകൊണ്ടെന്താ? കാര്യങ്ങൾ നന്നാകുന്നില്ലെങ്കിൽ മോശമാകും. ചീത്തയിൽനിന്ന് നല്ലതിലേക്കുള്ള വഴി അത്ര ദൂരെയല്ല" "ആരാണ് നിന്നെ ആ പാട്ടു പഠിപ്പിച്ചത്?" "ആരും പഠിപ്പിച്ചതല്ല.

1 ഫ്രഞ്ചു വിപ്ലവത്തിനുശേഷം (1830) ചെറുപ്പക്കാരായ ഫ്രഞ്ച് റൊമാന്റിക് സാഹിത്യകാരന്മാർ തങ്ങൾക്കു സ്വയം നൽകിയ പേര് യുവ ഫ്രാൻസ് എന്നായിരുന്നു.

എനിക്ക് തോന്നുന്നതൊക്കെ ഞാൻ പാടും. ഞാൻ ആർക്കുവേണ്ടി പാടുന്നോ അയാൾ എല്ലാം കേൾക്കും. മറ്റുള്ളവർക്ക് ഒന്നും മനസ്സിലാവില്ല." "എന്റെ കുയിലേ, നിന്റെ പേരെന്താണ്?" പേരിട്ടവർക്കറിയാം." "ആരാണ് പേരിട്ടത്?" "ഞാൻ എങ്ങനെ അറിയും ?" "നീ ഒരു സൂത്രക്കാരിയാണ്! പക്ഷേ, എനിക്ക് നിന്നെപ്പറ്റി ചിലതെല്ലാം അറിയാം" അവളുടെ മുഖത്ത് ഭാവഭേദമൊന്നും ഉണ്ടായില്ല. ചുണ്ടുകൾ വിറയ്ക്കുകപോലും ചെയ്തില്ല. ഇതൊന്നും തന്നെ ബാധിക്കുന്ന കാര്യമല്ല എന്ന മട്ടായിരുന്നു അവൾക്ക്. "ഇന്നലെ രാത്രി നീ കടൽക്കരയിൽ പോയെന്ന് എനിക്കറിയാം." പ്രമാണിത്തം നടിച്ചുകൊണ്ട് ഞാൻ തലേരാത്രി കണ്ടതെല്ലാം അവളോട് പറഞ്ഞു. അവളെ അമ്പരപ്പിക്കുമെന്നാണ് ഞാൻ കരുതിയത്. പക്ഷേ, ഫലമുണ്ടായില്ല. "നിങ്ങൾ പലതും കണ്ടു. പക്ഷേ, നിങ്ങൾ കുറച്ചേ മനസ്സിലാക്കിയിട്ടുള്ളൂ. മനസ്സിലായത് ഉള്ളിൽതന്നെ വച്ചുപൂട്ടുന്നതാണ് നല്ലത്." "കമാന്റിന്റെയടുത്തു ചെന്ന് റിപ്പോർട്ട് ചെയ്യണമെന്ന് എനിക്ക് തോന്നിയാലോ?" ഞാൻ കർക്കശഭാവമവലംബിച്ചുകൊണ്ട് സഗൗരവം പറഞ്ഞു. പെട്ടെന്ന് അവൾ അവിടെനിന്ന് ഓടിപ്പോയി. പാട്ടുപാടിക്കൊണ്ട് പേടിച്ച് പറന്നുപോകുന്ന ഒരു പക്ഷിയെപ്പോലെ അവൾ നിമിഷങ്ങൾക്കകം എങ്ങോ മറഞ്ഞു. ഞാൻ പറഞ്ഞ അവസാനത്തെ വാചകം തികച്ചും അസ്ഥാനത്തായിപ്പോയി. എന്നാൽ അതിന്റെ പ്രാധാന്യം അപ്പോൾ എനിക്ക് മനസ്സിലായിരുന്നില്ല. ഞാൻ അങ്ങനെ പറഞ്ഞതോർത്തു ഖേദിക്കേണ്ട അവസരം പിന്നീടാണുണ്ടായത്.

നേരം ഇരുട്ടിക്കഴിഞ്ഞിരുന്നു. ചായപ്പാത്രത്തിൽ വെള്ളം തിളപ്പിക്കാൻ കൊസാക്കിന് നിർദ്ദേശം കൊടുത്തു. ഒരു മെഴുകുതിരി കത്തിച്ച് മേശപ്പുറത്തുവച്ചിട്ട് ഞാൻ പൈപ്പുവലിച്ചുകൊണ്ടിരുന്നു. രണ്ടാമത്തെ ഗ്ലാസ് ചായ കുടിച്ച് തീരാറായപ്പോൾ വാതിൽ ഞരങ്ങി. ഉടുപ്പുകൾ ഉലയുന്ന നേരിയ ശബ്ദവും പതിഞ്ഞ കാലൊച്ചയും പിന്നിൽനിന്ന് കേട്ടു. ഞാൻ ഞെട്ടി തിരിഞ്ഞുനോക്കി. അതവളായിരുന്നു. എന്റെ ജലകന്യക! അവൾ ഒന്നും പറയാതെ എനിക്കഭിമുഖമായി ഇരുന്ന് എന്റെ കണ്ണുകളിലേക്ക് നോക്കി. എന്തുകൊണ്ടോ എന്തോ അപ്പോൾ അവളുടെ കണ്ണുകൾ സ്നേഹമസൃണങ്ങളാണെന്ന് എനിക്കു തോന്നി. വർഷങ്ങൾക്കുമുമ്പ് എന്റെ ജീവിതം തോന്നിയതുപോലെ പന്താടിയ രണ്ടു കണ്ണുകളെയാണ് അവ എന്നെ അനുസ്മരിപ്പിച്ചത്. ഞാൻ എന്തെങ്കിലും പറയുമെന്ന് അവൾ പ്രതീക്ഷിക്കുന്നുണ്ടെന്ന് തോന്നി. എന്നാൽ പരിഭ്രമം നിമിത്തം എനിക്ക് ഒന്നും സംസാരിക്കാൻ കഴിഞ്ഞില്ല. അവളുടെ മുഖത്തെ അസാമാന്യമായ വിളർച്ച അവളുടെ ഉള്ളിൽ നടക്കുന്ന വൈകാരിക സംഘട്ടനത്തെ വെളിപ്പെടുത്തി. അവളുടെ കൈ മേശപ്പുറത്ത് ലക്ഷ്യമില്ലാതെ പരതിനടന്നു. അവളുടെ

കൈപ്പടം വിറയ്ക്കുന്നത് ഞാൻ ശ്രദ്ധിച്ചു. ചിലപ്പോൾ അവളുടെ മാറിടം ഉയരും. ചിലപ്പോൾ അവൾ ശ്വാസമടക്കിപ്പിടിച്ചിരിക്കും. ഈ പ്രഹസനം എനിക്ക് മടുത്തു. ഏറ്റവും വിരസമായ രീതിയിൽ, അതായത് അവൾക്ക് ഒരു ഗ്ലാസ് ചായ നീട്ടിക്കൊണ്ട് അതിന് വിരാമമിടാൻ ഞാൻ ഒരുങ്ങി. പെട്ടെന്ന് അവൾ ചാടിയെണീറ്റ് എന്റെ കഴുത്തിൽ കൈകൾ ചുറ്റിക്കൊണ്ട് ഈർപ്പമുള്ള ഒരു ചുംബനം എന്റെ ചുണ്ടിൽ ചാർത്തി. എന്റെ കണ്ണിൽ ഇരുട്ട് കയറി. എനിക്ക് തല കറങ്ങി. യുവസഹജമായ മുഴുവൻ വികാരവായ്പോടുംകൂടി ഞാൻ അവളെ കെട്ടിപ്പുണർന്നു. എന്നാൽ അവൾ ഒരു സർപ്പത്തെപ്പോലെ എന്റെ കരവലയത്തിൽനിന്ന് ഊർന്നിറങ്ങി എന്റെ ചെവിയിൽ മന്ത്രിച്ചു. "എല്ലാവരും ഉറങ്ങിയാലുടൻ കടപ്പുറത്തേക്ക് വരൂ" ഇതു പറഞ്ഞിട്ട് ശരം വിട്ടതുപോലെ അവൾ മുറിയിൽനിന്ന ഓടിപ്പോയി. ഇടനാഴിയിൽ ഇരുന്നിരുന്ന ചായപ്പാത്രവും മെഴുകുതിരിയും ഓടുന്നതിനിടയിൽ അവൾ തട്ടി മറിച്ചു. "പെൺപിശാച്!" കൊസാക്ക് വിളിച്ചുപറഞ്ഞു. കുറെ കച്ചിവിരിച്ച് അതിൽ കിടന്നിരുന്ന ആ മനുഷ്യൻ ബാക്കി വരുന്ന ചായ കുടിച്ച് തണുപ്പ് മാറ്റാൻ കാത്തിരിക്കുകയായിരുന്നു. അയാളുടെ ശബ്ദം കേട്ടപ്പോഴാണ് എനിക്ക് പരിസരബോധം വീണ്ടുകിട്ടിയത്.

ഏകദേശം രണ്ടു മണിക്കൂർ കഴിഞ്ഞ് ഞാൻ എന്റെ കൊസാക്കിനെ വിളിച്ചുണർത്തി. "കൈത്തോക്ക് നിറയൊഴിക്കുന്ന ശബ്ദം കേട്ടാൽ കടവിലേക്ക് ഓടിവരണം." ഞാൻ അയാളോട് പറഞ്ഞു. അയാൾ കണ്ണുകൾ മലർക്കെ തുറന്നെങ്കിലും യാന്ത്രികമായി "ശരി സർ" എന്ന് പറഞ്ഞു. ഒരു കൈത്തോക്ക് ബൽറ്റിനിടിയിൽ തിരുകിക്കൊണ്ട് ഞാൻ പുറത്തിറങ്ങി. ചെരിവിന്റെ മുകളിൽ അവൾ എന്നെ കാത്ത്നിന്നിരുന്നു. അവൾ വളരെ കുറച്ച് വസ്ത്രങ്ങളേ ധരിച്ചിരുന്നുള്ളൂ. ഒരു ചെറിയ ഷാളുകൊണ്ടാണ് അവൾ തന്റെ വടിവൊത്ത ദേഹം മറച്ചിരുന്നത്.

"എന്റെ കൂടെ വരൂ" എന്റെ കൈയ്യു പിടിച്ചുകൊണ്ട് അവൾ പറഞ്ഞു. ഞങ്ങൾ ഇറക്കം ഇറങ്ങിത്തുടങ്ങി. വീണ് കഴുത്തൊടിയാതെ എങ്ങനെ ഞാൻ അവളോടൊപ്പം ഓടിയിറങ്ങിയെന്ന് എനിക്കുതന്നെ അറിയില്ല. അടിയിലെത്തിയപ്പോൾ ഞങ്ങൾ വലത്തുവശത്തേക്ക് തിരിഞ്ഞ് കുരുടനെ ഞാൻ തലേ രാത്രി പിന്തുടർന്ന വഴിയിലേക്ക് കയറി. ചന്ദ്രൻ ഉദിച്ചിരുന്നില്ല. കടുംനീല നിറമുള്ള ആകാശത്തിൽ ദീപസ്തംഭങ്ങൾ പോലെ രണ്ട് നക്ഷത്രങ്ങൾ മാത്രം പ്രകാശിച്ചുകൊണ്ടിരുന്നു. തിരമാലകൾ ഒന്നിന് പിറകെ മറ്റൊന്നായി ഒരേ താളക്രമത്തിൽ അടിച്ചുകൊണ്ടിരുന്നു. കരയിൽ

കെട്ടിയിട്ടിരുന്ന ഒരേയൊരു വഞ്ചിയെ അത് ഉലയ്ക്കുന്നതേയില്ലെന്ന് തോന്നി. "നമുക്ക് വഞ്ചിയിൽ കയറാം," അവൾ പറഞ്ഞു. ഞാൻ മടിച്ചു. കാരണം കടലിൽ ഉല്ലാസയാത്ര നടത്താൻ എനിക്ക് യാതൊരു താൽപര്യവുമുണ്ടായിരുന്നില്ല. എങ്കിലും പിന്തിരിയാനുള്ള സമയമായിരുന്നില്ല അത്. അവൾ വഞ്ചിയിലേക്ക് ചാടിക്കയറി. ഞാനും അപ്രകാരം ചെയ്തു. ഞൊടിയിടകൊണ്ട് വഞ്ചി കരയിൽനിന്നകന്നു. "എന്താണിതിന്റെ അർത്ഥം?" ഞാൻ കോപാകുലനായി ചോദിച്ചു. എന്നെ ഒരു ഇരിപ്പിടത്തിലേക്ക് പിടിച്ചിരുത്തി കരവല്ലികൾകൊണ്ട് പൊതിഞ്ഞുകൊണ്ട് അവൾ മറുപടി പറഞ്ഞു. "ഇതിന്റെയർത്ഥം ഞാൻ നിങ്ങളെ സ്നേഹിക്കുന്നുവെന്നാണ്". എന്റെ കവിളിൽ അവൾ കവിൾ അമർത്തി. അവളുടെ ഊഷ്മളനിശ്വാസം എന്റെ മുഖത്ത് പതിച്ചുകൊണ്ടിരുന്നു. പെട്ടെന്ന് എന്തോ ഒന്ന് വെള്ളത്തിലേക്ക് വീഴുന്ന ശബ്ദം കേട്ടു. ഞാൻ ബൽറ്റിനടിയിൽ തപ്പിനോക്കി. കൈത്തോക്ക് അവിടെയുണ്ടായിരുന്നില്ല. ഭയങ്കരമായ ഒരു സംശയം എന്റെ ഹൃദയത്തെ പിടികൂടി. തലയ്ക്കുള്ളിലേക്ക് രക്തം ഇരമ്പിക്കയറി. ഞങ്ങൾ കരയിൽനിന്നും ഉദ്ദേശം അമ്പത് വാര അകലെ എത്തിക്കഴിഞ്ഞെന്ന് തിരിഞ്ഞുനോക്കിയപ്പോൾ എനിക്ക് മനസ്സിലായി. എനിക്കാണെങ്കിൽ നീന്താനും വശമില്ല. അവളെ തള്ളിമാറ്റണമെന്ന് എനിക്ക് ആഗ്രഹമുണ്ടായിരുന്നു. എന്നാൽ അവൾ ഒരു പൂച്ചയെപ്പോലെ എന്റെ ഉടുപ്പിൽ അള്ളിപ്പിടിച്ചുകൊണ്ട് ശക്തിയായി എന്നെ വെള്ളത്തിലേക്ക് തള്ളി. വഞ്ചി ഭീഷണമാംവണ്ണം ഉലഞ്ഞുകൊണ്ടിരുന്നെങ്കിലും ഞാൻ സമനില വീണ്ടെടുത്തു. ഞങ്ങൾ തമ്മിൽ കടുത്ത ഒരു മൽപ്പിടുത്തം തന്നെ ആരംഭിച്ചു. ദേഷ്യം എനിക്ക് കരുത്ത് തന്നെങ്കിലും എന്റെ എതിരാളിക്ക് എന്നെക്കാൾ കൂടുതൽ മെയ്‌വഴക്കമുണ്ടെന്ന് താമസിയാതെ എനിക്ക് മനസ്സിലായി. "നിനക്ക് എന്താണ് വേണ്ടത്?" അവളുടെ ചെറിയ കൈപ്പടങ്ങൾ ഞെരുക്കിക്കൊണ്ട് ഞാൻ അലറി. അവളുടെ വിരലുകൾ ഞെരിയുന്ന ശബ്ദം ഞാൻ കേട്ടെങ്കിലും അവൾ നിലവിളിച്ചില്ല. പാമ്പിന്റേതുപോലുള്ള അവളുടെ സ്വഭാവം വേദനയ്ക്കതീതമായിരുന്നു.

"നിങ്ങൾ ഞങ്ങളെക്കണ്ടു." അവൾ മറുപടി പറഞ്ഞു. "ഞങ്ങളെപ്പറ്റി റിപ്പോർട്ടുചെയ്യുമെന്നല്ലേ പറഞ്ഞത്!" അമാനുഷികമായ കരുത്തോടെ അവൾ എന്നെ വഞ്ചിയുടെ വക്കിലേക്ക് തള്ളിക്കൊണ്ടിരുന്നു. ഒടുവിൽ ഞങ്ങളിരുവരും വഞ്ചിയിൽനിന്ന് വെള്ളത്തിലേക്ക് തൂങ്ങിക്കിടന്നു. അവളുടെ മുടി വെള്ളത്തിൽ മുങ്ങി. നിർണ്ണായകമായ നിമിഷം സമാഗതമായി. ഞാൻ വഞ്ചിയുടെ വശത്ത് മുട്ടൂന്നിനിന്നുകൊണ്ട് അവളുടെ മുടി ഒരു കൈകൊണ്ട് ചുറ്റിപ്പിടിച്ച് മറ്റേകൈ അവളുടെ കഴുത്തിൽ അമർത്തി. അവൾ എന്റെ ഉടുപ്പിൽനിന്ന്

പിടിവിട്ടു. മിന്നൽവേഗത്തിൽ ഞാൻ അവളെ കടലിലേക്ക് തള്ളി യിട്ടു.

അതിനകംതന്നെ നേരം ഇരുട്ടിക്കഴിഞ്ഞിരുന്നു. അവളുടെ തല പതയ്ക്കുള്ളിലൂടെ ഒന്നുരണ്ടു തവണ പൊന്തിവരുന്നത് ഞാൻ കണ്ടു. പിന്നീട് അവൾ പൂർണ്ണമായും കാഴ്ചയിൽനിന്ന് മറഞ്ഞു.

വഞ്ചിയുടെ അടിത്തട്ടിൽനിന്ന് ഒരു പഴഞ്ചൻ തുഴയുടെ ഒടിഞ്ഞ കഷണം എനിക്ക് കിട്ടി. വളരെ നേരത്തെ ഭഗീരഥപ്രയത്നത്തി നുശേഷം ഞാൻ കടവിലടുത്തു. കടലോരത്തുകൂടി കുടിലിലേക്ക് തിരിച്ചുപോകുന്നതിനിടയിൽ തലേ രാത്രി കുരുടൻ വഞ്ചിക്കാരനെ കാത്തുനിന്നിരുന്ന സ്ഥലത്തേക്ക് ഞാൻ ഒന്നു നോക്കി. നിലാവുദിച്ചു തുടങ്ങിയിരുന്നു. അതിന്റെ വെളിച്ചത്തിൽ വെളുത്ത വസ്ത്രം ധരിച്ച ഒരാൾ അവിടെ ഇരിക്കുന്നത് കണ്ടതായി എനിക്കു തോന്നി. എന്റെ ജിജ്ഞാസ ഉണർന്നു. ഞാൻ ഒച്ചയുണ്ടാക്കാതെ അതിനടുത്തേക്ക് മെല്ലെ നടന്നുചെന്ന് കടലോരത്ത് ഉന്തിനിന്നിരുന്ന ഒരു പാറയുടെ പിന്നിൽ കിടന്നു. തല അൽപം ഉയർത്തിയാൽ കടലോരം മുഴുവൻ എനിക്ക് കാണാമായിരുന്നു. എന്റെ ജലകന്യക അവിടെ ഇരിക്കു ന്നത് കണ്ടപ്പോൾ എനിക്ക് അത്ഭുതമോ ഖേദമോ തോന്നിയില്ല. അവൾ മുടിയിൽനിന്ന് കടൽ വെള്ളം പിഴിഞ്ഞു കളയുകയായിരുന്നു. ഒട്ടിപ്പിടിച്ചുകിടന്ന നനഞ്ഞ വസ്ത്രം അവളുടെ വടിവൊത്ത ലോലഗാ ത്രവും ഉയർന്ന മാറിടവും കൂടുതൽ മിഴിവോടെ എടുത്തുകാട്ടി. അൽപം കഴിഞ്ഞപ്പോൾ ദൂരെ ഒരു വഞ്ചി പ്രത്യക്ഷപ്പെട്ടു. അത് വളരെവേഗം കരയോടടുത്തുകൊണ്ടിരുന്നു. തലേദിവസത്തെപ്പോലെ തന്നെ ടാട്ടാർ തൊപ്പി ധരിച്ച ഒരു മനുഷ്യൻ വഞ്ചിയിൽനിന്നിറങ്ങി. അയാളുടെ മുടി കൊസാക്കുകളുടേതുപോലെയാണ് വെട്ടിയിരുന്നത്. ബൽറ്റിൽ ഒരു വലിയ കത്തി തിരുകിയിരിക്കുന്നത് ഞാൻ കണ്ടു. "യാങ്കൊ, എല്ലാം തുലഞ്ഞു!" അവൾ പറഞ്ഞു. തുടർന്ന് അവർ കുറേനേരം സംസാരിച്ചു കൊണ്ടിരുന്നു. എന്നാൽ അത് തീരെ പതുക്കെയായിരുന്നതിനാൽ ഒരക്ഷരംപോലും എനിക്ക് കേൾക്കാൻ കഴിഞ്ഞില്ല. "കുരുടൻ എവിടെപ്പോയി?" ഒടുവിൽ യാങ്കൊ ശബ്ദമുയർത്തി ചോദിച്ചു. "ഞാൻ അവനെ ഒരിടത്ത് അയച്ചിരിക്കയാണ്" എന്നായിരുന്നു അതിനുള്ള മറുപടി. അൽപം കഴിഞ്ഞപ്പോൾ മുതുകത്ത് ഒരു സഞ്ചിയുമായി അന്ധബാലൻ അവിടെയെത്തി. ആ സഞ്ചി അവൻ വഞ്ചിക്കുള്ളി ലേക്കിട്ടു.

"കുരുടാ, ഞാൻ പറയുന്നത് ശ്രദ്ധിച്ച് കേൾക്ക്", യാങ്കോ പറഞ്ഞു. "ആ സ്ഥലം ശരിക്ക് സൂക്ഷിച്ചുകൊള്ളണം. ഞാൻ ഉദ്ദേശിക്കുന്നതെ ന്താണെന്ന് മനസ്സിലായില്ലേ? അവിടെ ഒരുപാട് സാമാനങ്ങളുണ്ട്...

പിന്നെ... ആ...യോട് (പേര് എനിക്ക് കേൾക്കാൻ കഴിഞ്ഞില്ല) പറയണം ഇനിമേൽ ഞാൻ അയാളുടെ ജോലിക്കാരനല്ലെന്ന്. സംഗതികൾ മോശമായിരിക്കയാണ്. അയാൾ ഇനി എന്നെ കാണുകയില്ല. ഇക്കളി തുടരുന്നത് അപകടകരമാണ്. ഞാൻ മറ്റെവിടെയെങ്കിലും പണി അന്വേഷിച്ചു പോവുകയാണ്. എന്നെപ്പോലൊരു സാഹസികനെ അയാൾക്ക് വേറെയെങ്ങും കിട്ടാൻ പോകുന്നില്ല. അയാൾ അൽപംകൂടി കൈയയച്ചു കൂലി തന്നിരുന്നെങ്കിൽ യാങ്കോ പോവുകയില്ലായിരുന്നെന്നും അയാളെ അറിയിച്ചേക്ക്. കാറ്റുവീശുകയും കടലിരമ്പുകയും ചെയ്യുന്നിടത്തെല്ലാം എനിക്ക് പണി കിട്ടും!" അൽപനേരത്തെ മൗനത്തിനുശേഷം അയാൾ തുടർന്നു. "ഞാൻ ഇവളേയും കൊണ്ടുപോവുകയാണ്. ഇവൾക്കിവിടെ നിൽക്കാൻ പറ്റില്ല. പിന്നെ കിഴവിയോട് പറയണം അവർക്ക് ചാകാൻ നേരമായെന്ന്. അവർ വേണ്ടതിലേറെ ജീവിച്ചുകഴിഞ്ഞു. തന്റെ സമയം കഴിഞ്ഞെന്ന് അവർ അറിയണം. അവർ ഇനി ഞങ്ങളെ ഒരിക്കലും കാണുകയില്ല.

"എന്റെ കാര്യമോ?" അന്ധബാലൻ ചിണുങ്ങി.

"എനിക്ക് നിന്നെ എന്തിനാണ്? " എന്നായിരുന്നു മറുപടി.

ഇതിനിടെ എന്റെ ജലകന്യക വഞ്ചിയിൽ കയറിക്കഴിഞ്ഞിരുന്നു. അവൾ തന്റെ തോഴന്റെ നേരെ കൈവീശി. യാങ്കൊ കുരുടന്റെ കയ്യിൽ എന്തോ വച്ചുകൊടുത്തിട്ട് പറഞ്ഞു: "ഇതുകൊണ്ടുപോയി പലഹാരം വാങ്ങിച്ച് തിന്നോ." "ഇതേയുള്ളോ?" പയ്യൻ ചോദിച്ചു. "ശരി ഇതുകൂടി എടുത്തോ" അയാൾ ഒരു നാണയം എറിഞ്ഞുകൊടുത്തു. അത് കല്ലിൽ ചെന്ന് വീഴുന്ന ശബ്ദം കേട്ടു. എന്നാൽ കുരുടൻ അതെടുത്തില്ല. യാങ്കൊ വഞ്ചിയിൽ കയറി. കാറ്റ് നടുക്കടലിലേക്ക് വീശുകയായിരുന്നതിനാൽ അവർ ഒരു പാ ചുരുൾ നിവർത്തി. വഞ്ചി വളരെ വേഗം കരയിൽനിന്ന് അകലെ എത്തിക്കഴിഞ്ഞു. കറുത്ത തിരമാലകൾക്കിടയിൽ ഒരു വെളുത്ത പാ നീങ്ങിക്കൊണ്ടിരിക്കുന്നത് നിലാവെളിച്ചത്തിൽ വളരെ നേരത്തേക്കു കാണാമായിരുന്നു. അന്ധബാലൻ കടലോരത്തുതന്നെ ഇരുന്നു. ആരോ തേങ്ങുന്നതുപോലുള്ള ഒരു ശബ്ദം ഞാൻ കേട്ടു. ആ അന്ധബാലൻ കരയുകയായിരുന്നു. അവൻ വളരെ നേരം കരഞ്ഞു... എനിക്ക് എന്തെന്നില്ലാത്ത ദുഃഖം തോന്നി. "സത്യസന്ധരായ ഈ കള്ളക്കടത്തുകാരുടെ" പ്രശാന്ത ജീവിതത്തിന് നടുവിലേക്ക് വിധി എന്നെ എന്തിന് വലിച്ചെറിഞ്ഞു? ഒരു കിണറ്റിലെ നിശ്ചലജലത്തിലേക്ക് എറിയപ്പെട്ട കല്ലുപോലെ ഞാൻ അവരുടെ സ്വച്ഛതയെ ഭഞ്ജിച്ചു. ഒരു കല്ലുപോലെ ഞാൻ അടിയിലേക്ക് താണുപോകുമായിരുന്നുതാനും. ഭാഗ്യവശാൽ

രക്ഷപ്പെട്ടെന്ന് മാത്രം.

ഞാൻ താമസസ്ഥലത്തേക്ക് മടങ്ങി. ഒരു മരക്കിണ്ണത്തിലിരുന്നിരുന്ന മെഴുകുതിരി കത്തി തീരാറായിരുന്നു. എന്റെ കൊസാക്ക് പരിചാരകൻ കൽപന ലംഘിച്ചുകൊണ്ട് കിടന്നുറങ്ങുകയായിരുന്നു. അയാൾ രണ്ട് കൈകൾകൊണ്ടും തോക്കിൽ മുറുകെ പിടിച്ചിരുന്നു. ഞാൻ അയാളെ ഉണർത്തിയില്ല. മെഴുകുതിരി എടുത്തുകൊണ്ട് ഞാൻ മുറിക്കുള്ളിലേക്ക് കടന്നു. പക്ഷേ എന്തൊരു ദൗർഭാഗ്യം! എന്റെ പെട്ടിയും വെള്ളികെട്ടിയ വാളും ഒരു സ്നേഹിതൻ എനിക്ക് സമ്മാനിച്ച ഡാഗിസ്ഥാൻ കഠാരയും കാണാനില്ലായിരുന്നു! ആ നശിച്ച കുരുടൻ എന്താണ് മുതുകത്ത് ചുമന്ന് കൊണ്ടുപോയതെന്ന് തൽക്ഷണം എനിക്ക് മനസ്സിലായി. ഞാൻ കൊസാക്കുകാരനെ നിർദ്ദാക്ഷിണ്യം വിളിച്ചുണർത്തി കുറേ ചീത്തപറഞ്ഞു. പക്ഷേ അതുകൊണ്ടെന്താണ് പ്രയോജനം.? പോയതുപോയി. ഒരു അന്ധബാലൻ എന്നെ കൊള്ളയടിച്ചെന്നും പതിനെട്ടുവയസ്സുള്ള ഒരു പെൺകുട്ടി എന്നെ മുക്കിക്കൊല്ലാൻ ശ്രമിച്ചെന്നും മേലധികാരികളുടെയടുത്ത് പരാതിപ്പെട്ടാൽ അത് തികച്ചും പരിഹാസ്യമായിരിക്കയില്ലേ?

ഭാഗ്യവശാൽ പിറ്റേദിവസം രാവിലെതന്നെ യാത്ര തുടരാൻ എനിക്ക് അവസരം കിട്ടി. അങ്ങനെ തമാനിനോട് ഞാൻ വിട പറഞ്ഞു. ആ വൃദ്ധയ്ക്കോ അന്ധബാലനോ പിന്നീട് എന്ത് സംഭവിച്ചെന്ന് എനിക്കറിയില്ല. അല്ലെങ്കിൽത്തന്നെ മനുഷ്യരുടെ സുഖദുഃഖങ്ങളുമായി എനിക്കെന്താണ് ബന്ധം? സ്ഥിരം താവളമില്ലാത്ത എന്നെപ്പോലുള്ള ഒരു പട്ടാളോദ്യോഗസ്ഥന്, അതും ഔദ്യോഗിക കാര്യനിർവ്വഹണത്തിന് യാത്ര ചെയ്യുന്ന ഒരു പട്ടാളോദ്യോഗസ്ഥന്, അതുമായി എന്താണ് ബന്ധം!

ഒന്നാം ഭാഗം അവസാനിച്ചു.

രണ്ടാം ഭാഗം
പെച്ചോറിന്റെ ഡയറിയുടെ അവസാനം

II
പ്രഭുകുമാരി മേരി

മേയ് 11

ഇന്നലെ ഞാൻ പ്യത്തിംഗോർസ്കിലെത്തി. പട്ടണത്തിന്റെ അതിർത്തിയിൽ മഷൂക് മലയുടെ അടിവാരത്ത് ഒരു വീട് വാടകയ്ക്കെടുത്തു. പട്ടണത്തിലെ ഏറ്റവും ഉയർന്ന സ്ഥലമാണത്. ഇടിയും മിന്നലുമുള്ളപ്പോൾ മേഘങ്ങൾ എന്റെ താമസസ്ഥലത്തിന്റെ മേൽക്കൂരയിൽ വന്നു തൊടും. അത്രയ്ക്ക് മുകളിലാണിവിടം. ഇന്ന് വെളുപ്പിന് അഞ്ചുമണിക്ക് ഞാൻ ജനൽ തുറന്നപ്പോൾ മുൻവശത്തുള്ള ചെറിയ ഉദ്യാനത്തിൽ വിടർന്നു നിൽക്കുന്ന പൂക്കളുടെ സൗരഭ്യം മുറിയിലേക്കൊഴുകിവന്നു. പൂക്കളുടെ ഭാരംകൊണ്ട് കുനിഞ്ഞ ചെറിമരക്കൊമ്പുകൾ ജനലിലൂടെ ഉള്ളിലേക്ക് തലനീട്ടും. കാറ്റ് ഇടയ്ക്കിടെ വെളുത്ത പുഷ്പദളങ്ങൾ എന്റെ മേശപ്പുറത്ത് വിതറും. മൂന്നു വശങ്ങളിൽനിന്നും അതിമനോജ്ഞമായ ദൃശ്യം എനിക്ക് കിട്ടുന്നു. പടിഞ്ഞാറുഭാഗത്ത് അഞ്ച്കൊടുമുടികളുള്ള ബെഷ്താവു മല "ശിഥിലമായ കൊടുങ്കാറ്റിന്റെ അവസാനത്തെ മേഘം"[1] പോലെ നീലനിറത്തിൽ നീണ്ടുകിടക്കുന്നു. വടക്കുഭാഗത്ത് ചക്രവാളത്തെ മറച്ചുകൊണ്ട് നീണ്ട രോമമുള്ള ഒരു പേർഷ്യൻ തൊപ്പിപോലെ മഷുക് മല ഉയർന്നു നിൽക്കുന്നുണ്ട്. കിഴക്കുവശത്തെ ദൃശ്യം കൂടുതൽ ഉന്മേഷദായകമാണ്. അങ്ങ് താഴെയായി വർണ്ണശബളമായ പുതിയ പട്ടണം വ്യാപിച്ചു കിടക്കുന്നു. ഔഷധഗുണമുള്ള ജലധാരകളും വിവിധഭാഷക്കാരായ ജനക്കൂട്ടവും ഒരേപോലെ ആരവമുയർത്തുന്നത് കേൾക്കാം. അൽപം അകലെയായി പർവ്വതങ്ങളുയർത്തിയ അതിബൃഹത്തായ സോപാനപീഠങ്ങൾ സദാ കൂടുതൽ നീലിമയാർജ്ജിക്കുകയും മൂടൽമഞ്ഞിൽ കൂടുതൽ കൂടുതൽ നിമഗ്നമാകുകയും ചെയ്തുകൊണ്ട് പരിലസിക്കുന്നു. അതിനും അപ്പുറം ചക്രവാളസീമയിൽ മഞ്ഞണിഞ്ഞ കൊടുമുടികളുടെ രജതാഭമായ ശൃംഖല നീണ്ടുകിടക്കുന്നു. കസ്ബെക്

1 അലക്സാണ്ടർ പുഷ്കിന്റെ 'മേഘം' എന്ന കവിതയിലെ ഒരു വരി.

കൊടുമുടിയിലാരംഭിക്കുന്ന ഈ നീണ്ട നിര എൽബ്രൂസിന്റെ ഇരട്ട ക്കൊടുമുടികളിൽ ചെന്നാണ് അവസാനിക്കുന്നത്... ഇതുപോലൊരു നാട്ടിൽ താമസിക്കുന്നത് എത്ര സുഖകരമാണ്! അനിർവ്വചനീയമായ ഒരുതരം പ്രസരിപ്പ് എന്റെ സിരകളിലൂടെ ഒഴുകുകയാണ്. വായു ഒരു ശിശുവിന്റെ ചുംബനം പോലെ ശുദ്ധവും മൃദുലവുമാണ്. സൂര്യൻ ഉജ്ജ്വ ലമായി പ്രകാശിക്കുന്നു. ആകാശത്തിനോ കടും നീല നിറം. ഇതിൽ ക്കൂടുതൽ എന്താണ് വേണ്ടത്? ക്ഷോഭത്തിനോ ആകാംക്ഷയ്ക്കോ വ്യസനത്തിനോ ഇവിടെ ഇടമുണ്ടോ? പക്ഷേ, പോകാൻ സമയമായി. രാവിലെ ധാതുജലചികിത്സക്കെത്തിയവരെല്ലാം ഒത്തുകൂടാറുള്ള യെലിസവേത്ത ഉറവയുടെയടുത്തേക്ക് ഞാൻ പോവുകയാണ്.

***

പട്ടണത്തിന്റെ മധ്യത്തിലെത്തിയ ഞാൻ പ്രധാനതെരുവിലൂടെ നടന്നുതുടങ്ങി. ഉന്മേഷരഹിതരായ ആളുകളുടെ ചെറു സംഘങ്ങൾ മെല്ലെ മല കയറുന്നത് ഞാൻ കണ്ടു. അവരിൽ പലരും സമതലത്തിൽ നിന്നുവന്ന ഭൂപ്രഭുക്കളാണെന്ന് പുരുഷന്മാരുടെ പഴയമാതൃകയിലുള്ള ഇടുതേഞ്ഞ കോട്ടുകളും അവരുടെ ഭാര്യമാരുടെയും പുത്രിമാരുടെയും ചന്തമുള്ള ഉടുപ്പുകളും വെളിപ്പെടുത്തി. ധാതുദ്ധലം കുടിക്കുന്ന സ്ഥല ത്തെത്താറുള്ള യോഗ്യന്മാരായ എല്ലാ യുവാക്കന്മാരെയും അവർക്ക് തിരിച്ചറിയാമായിരുന്നതിനാലാവണം അവർ എന്നെ കണ്ടപ്പോൾ ആർദ്രമായ ജിജ്ഞാസയോടെ നോക്കിയത്. പീറ്റേഴ്സ്ബർഗ് ശൈലിയിലുള്ള എന്റെ കോട്ട് അവരെ ആദ്യം കബളിപ്പിച്ചെന്ന് തോന്നുന്നു. എന്നാൽ സൈനിക പദവി സൂചിപ്പിക്കുന്ന ചിഹ്നങ്ങൾ കണ്ടതോടെ അവർ നീരസഭാവത്തിൽ തല തിരിച്ചു.

സ്ഥലത്തെ ഉദ്യോഗസ്ഥന്മാരുടെ ഭാര്യമാർ - ഉറവയിലെ ആതിഥേയകളെന്ന് അവരെ വിളിക്കുന്നതിൽ തെറ്റില്ല - കുറേക്കൂടി മര്യാദയുള്ളവരാണ്. ചെയിനിൽ തൂക്കിയിട്ട ഭൂതക്കണ്ണാടികളുംകൊ ണ്ടാണ് അവർ നടക്കുന്നത്. യൂണിഫോറം അവർ അത്ര കാര്യമാ യെടുക്കാറില്ല. പിച്ചളബട്ടൺ പിടിപ്പിച്ച പട്ടാളക്കോട്ടിന്നടിയിൽ ഊഷ്മളമായ ഹൃദയങ്ങളും വെളുത്ത പട്ടാളത്തൊപ്പികൾക്കടിയിൽ വിദ്യാസമ്പന്നമായ മസ്തിഷ്കങ്ങളും കണ്ടെത്താൻ കോക്കസസ്സിൽവച്ച് അവർ പഠിച്ചിരുന്നു. ഈ സ്ത്രീകൾ അസാധാരണമായ വശ്യതയു ള്ളവരാണ്, അവർ വളരെക്കാലം വശ്യതയുള്ളവരായിരിക്കുകയും ചെയ്യുന്നു! അവരുടെ ആരാധനകർ വർഷംതോറും മാറിക്കൊണ്ടിരിക്കു ന്നുവെന്നതാകാം ഒരു പക്ഷേ, ഈ മോഹിനികളുടെ അക്ഷീണമായ സ്നിഗ്ദ്ധതയ്ക്കു കാരണം. യെലിവേത്ത ഉറവയിലേയ്ക്ക് നയിക്കുന്ന ഇടുങ്ങിയ പാതയിലൂടെ മുകളിലേക്ക് കയറുന്നതിനിടയിൽ ഞാൻ

സിവിലിയന്മാരും പട്ടാളക്കാരും ഉൾപ്പെട്ട ഒരു സംഘം പുരുഷന്മാരെ കടന്നുപോയി. ജലചികിത്സയ്ക്ക് വരുന്നവരുടെയിടയിലെ ഒരു പ്രത്യേക വർഗം തന്നെയാണ് ഇവരെന്ന് പിന്നീട് എനിക്കു മനസ്സിലാക്കാൻ കഴിഞ്ഞു. അവർ കുടിക്കും പക്ഷേ, അത് വെള്ളമല്ല. അവർ അധികം പുറത്തിറങ്ങാറില്ല. വിഷയാസക്തരാണെങ്കിലും അക്കാര്യത്തിൽ ചിട്ടയൊന്നുമില്ലാത്തവരാണ്. അവർ ചൂതുകളിക്കുകയും വിരസതയെപ്പറ്റി പരാതിപ്പെടുകയും ചെയ്യുന്നു. ഡംഭന്മാരാണ് അവർ. ചൂരൽവരിഞ്ഞ തമ്പ്ളാറുകൾ ഗന്ധകം നിറഞ്ഞ ജലത്തിൽ മുക്കുമ്പോൾ അവർ വലിയ പണ്ഡിതന്മാരുടെ ഭാവം പ്രകടിപ്പിക്കും. സാവിലിയന്മാർ ഇളംനീലനിറമുള്ള കണ്ഠവസ്ത്രം ധരിച്ചിരിക്കും. സൈനികസേവനത്തിലുള്ളവരുടെ കോളറിനുമുകളിൽ ഞൊറികൾ വച്ചുപിടിപ്പിച്ചിട്ടുണ്ടാവും. അവർ ഉൾനാടൻ സമൂഹത്തോട് നിന്ദഭാവിക്കും, തങ്ങൾക്ക് പ്രവേശനമില്ലാത്ത തലസ്ഥാനത്തെ അഭിജാതകുടുംബങ്ങളിലെ സ്വീകരണ മുറികളെ ഓർത്ത് നെടുവീർപ്പിടും.

ഒടുവിൽ ഞാൻ കിണറ്റിനടുത്തെത്തി... അടുത്തൊരിടത്ത് കുളിപ്പുരകൾക്കു മീതെ ചുവന്ന മേൽക്കൂരയുള്ള ഒരു കെട്ടിടം ഉയർന്നു നിൽക്കുന്നു. അതിനപ്പുറത്തായി മഴയുള്ളപ്പോൾ ആളുകൾക്ക് ഉലാത്താൻ ഒരു പന്തൽ ഉണ്ടാക്കിയിട്ടുണ്ട്. വിളറി വിഷാദമൂകമായ ഏതാനും മുറിവേറ്റ ഓഫീസർമാർ ഊന്നുവടികൾ നീട്ടിപ്പിടിച്ചുകൊണ്ട് ഒരു ബെഞ്ചിൽ ഇരുന്നിരുന്നു. ധാതുജലംകുടിച്ച അനേകം സ്ത്രീകൾ അത് ഫലപ്രദമാക്കാൻ വേഗത്തിൽ അങ്ങോട്ടുമിങ്ങോട്ടും ഉലാത്തിക്കൊണ്ടിരുന്നു. അക്കൂട്ടത്തിൽ കാണാൻ കൊള്ളാവുന്ന രണ്ടുമൂന്ന് മുഖങ്ങളുണ്ട്. മഷൂക്കിന്റെ ചെരിവിൽ നിരനിരയായി വളർന്നുനിൽക്കുന്ന മുന്തിരിവള്ളികളുടെ ഇടയിലൂടെ നോക്കിയപ്പോൾ വർണശബളമായ ചില തൊപ്പികൾ ഞാൻ കണ്ടു. ആളൊഴിഞ്ഞ ഇടംതേടി എത്തിയവരുടേതാണ് അവയെന്ന് തീർച്ചയായിരുന്നു. കാരണം, ഓരോ നിറമുള്ള തൊപ്പിയുടെയും പിന്നിൽ ഒരു പട്ടാളത്തൊപ്പിയോ കോലംകെട്ട ഒരു വട്ടത്തൊപ്പിയോ തീർച്ചയായും ഉണ്ടായിരുന്നു. കുത്തനെയുള്ള ഒരു പാറക്കെട്ടിന്റെ മുകളിലുണ്ടായിരുന്ന എയോലിയൻ ഹാർപ്[2] എന്നറിയപ്പെടുന്ന ഒരു വേദിയിൽനിന്ന് കാഴ്ചക്കാർ എൽബ്രൂസിന്റെ നേർക്ക് ഒരു ടെലിസ്കോപ്പിലൂടെ നോക്കിക്കൊണ്ടിരുന്നു. അക്കൂട്ടത്തിൽ തങ്ങളുടെ ശിഷ്യന്മാരുടെ ത്വക്‌രോഗം ഭേദമാക്കാൻ അവരേയുംകൊണ്ടെത്തിയ രണ്ട് ട്യൂട്ടർമാരുമുണ്ടായിരുന്നു.

കിതച്ചുകൊണ്ട് ഞാൻ ഒരു കൊക്കയുടെ വക്കിൽ ചെന്നു നിന്നു. കെട്ടിടത്തിന്റെ ഒരു മൂലയിൽ ചാരിനിന്ന് ചുറ്റുമുള്ള മനോഹരമായ പ്രകൃതിദൃശ്യം നോക്കിക്കൊണ്ടിരിക്കെ ഞാൻ പിന്നിൽനിന്ന്

2 യവനപുരാണത്തിലെ വായുദേവന്റെ വാദ്യോപകരണത്തിന്റെ പേര്

സുപരിചിതമായ ഒരു ശബ്ദം കേട്ടു:

“പെച്ചോറിൻ! ഇവിടെയെത്തിയിട്ട് വളരെ നേരമായോ?”

ഞാൻ തിരിഞ്ഞുനോക്കിയപ്പോൾ കണ്ടത് ഗ്രുഷ്നീത്സ്കിയെയാണ്. ഞങ്ങൾ പരസ്പരം കെട്ടിപ്പിടിച്ചു. ഞാൻ ഒരു അതിർത്തി യൂണിറ്റിൽവച്ച് അയാളെ മുമ്പ് പരിചയപ്പെട്ടിട്ടുണ്ട്. അയാളുടെ കാലിൽ വെടിയേറ്റ ഒരു മുറിവുണ്ടായിരുന്നു. അയാൾ എന്നെക്കാൾ ഒരാഴ്ച മുമ്പ് ധാതുജല ചികിത്സയ്ക്ക് ഇങ്ങോട്ട് പുറപ്പെട്ടതാണ്.

ഗ്രുഷ്നീത്സ്കി ഒരു കേഡറ്റാണ്. അയാൾ സേവനത്തിൽ പ്രവേശിച്ചിട്ട് ഒരു വർഷമേയായിരുന്നുള്ളൂ. അയാൾ ഒരു തടിച്ച പട്ടാള ഓവർകോട്ട് ധരിച്ചുകൊണ്ടാണ് വന്നത്. തന്റെ സ്വന്തം ശൈലിയിൽ ഡംഭുകാണിക്കാനുള്ള ഒരു മാർഗമായി അതയാൾ കണക്കാക്കുന്നു. അയാൾക്ക് പട്ടാളക്കാർക്ക് നൽകപ്പെടുന്ന സെന്റ് ജോർജിന്റെ കുരിശ് ധീരതയ്ക്കുള്ള ബഹുമതിയായി കിട്ടിയിട്ടുണ്ട്. ഇരുണ്ട നിറവും കറുത്ത മുടിയുമുള്ള ഒരു ദൃഢകായനാണ് അയാൾ. അയാൾക്ക് ഇരുപത്തഞ്ച് വയസ്സ് പ്രായം തോന്നിക്കുമെങ്കിലും ഇരുപത്തൊന്നു വയസ്സിൽ ഒട്ടും കൂടുതലില്ല. സംസാരിക്കുമ്പോൾ തല പിറകോട്ട് പിടിക്കുന്ന ഒരു സ്വഭാവവിശേഷം അയാൾക്കുണ്ട്. ഇടതുകൈകൊണ്ട് സദാ അയാൾ മീശ പിരിച്ചുകൊണ്ടിരിക്കും - അയാളുടെ വലതുകൈ ഊന്നുവടിയിൽ ഊന്നിയിരിക്കയാണ്. അയാളുടെ സംസാരം ധൃതിയിലും അലങ്കാര ഭാഷയിലുമാണ്. ഏതവസരത്തിലും തട്ടിവിടാൻ പറ്റിയ ഘനഗംഭീര പദങ്ങൾ എപ്പോഴും കൈവശമുള്ളവരും ലളിതമായ സൗന്ദര്യം ഹൃദയത്തെ സ്പർശിക്കാത്തവരും അസാധാരണമായ ആവേശത്തിന്റെയും ഉന്നതമായ വികാരങ്ങളുടേയും മധുരമായ വിഷാദത്തിന്റെയും ആവരണമണിയുന്നവരുമായ ആളുകളിലൊരുവനാണ് അയാൾ. തങ്ങളെപ്പറ്റി മതിപ്പുളവാക്കുന്നതിൽ ആനന്ദംകൊള്ളുന്ന ഇക്കൂട്ടരോട് വികാരലോലകളായ ഉൾനാടൻ മഹിളകൾക്ക് വലിയ കമ്പമാണ്. വയസ്സുകാലത്ത് ഇക്കൂട്ടർ പ്രശാന്തജീവിതം നയിക്കുന്ന ജന്മികളോ മദ്യപാനികളോ ആയിരിക്കും. ചിലപ്പോൾ ഇതു രണ്ടുംകൂടിയായെന്നും വരാം. സാധാരണയായി സൽഗുണങ്ങൾ പലതുമുള്ളവരാണ് ഇവരെങ്കിലും കാവ്യാത്മകത അവരുടെ ആത്മാവിനെ തൊട്ടുതീണ്ടിയിട്ടുണ്ടാവില്ല. വാചാലത ഗ്രുഷ്നീത്സ്കിയുടെ ഒരാവേശമായിരുന്നു. ദൈനംദിന കാര്യങ്ങളിൽനിന്ന് മറ്റെന്തിലേക്കെങ്കിലും സംഭാഷണം തിരിഞ്ഞാലുടൻ അയാൾ വാചകക്കസർത്ത് തുടങ്ങും. എനിക്ക് അയാളോട് വാദിക്കാൻ സാധ്യമല്ല. അയാൾ മറ്റുള്ളവരുടെ എതിർവാദങ്ങൾക്ക് മറുപടി പറയുകയോ മറ്റുള്ളവർ പറയുന്നത് ശ്രദ്ധിക്കുകയോ ചെയ്യാറില്ല. നിങ്ങൾ പറഞ്ഞുനിർത്തിയാലുടൻ അയാൾ ഒരു നീണ്ട

പ്രഭാഷണമാരംഭിക്കും അതിന് നിങ്ങൾ പറഞ്ഞതുമായി ബന്ധമുണ്ടെന്ന് ആദ്യം തോന്നുമെങ്കിലും വാസ്തവത്തിൽ അത് അയാൾ നേരത്തെ പറഞ്ഞുകൊണ്ടിരുന്നതിന്റെ വെറും തുടർച്ചമാത്രമായിരിക്കും.

അയാൾ ഫലിതപ്രിയനാണെന്ന് പറയാം. അയാളുടെ വർണനകൾ പലപ്പോഴും നർമരസമുള്ളതായിരിക്കും. എങ്കിലും അവ മൂർച്ചയുള്ളതോ പകനിറഞ്ഞതോ ആയിരിക്കയില്ല. ഒറ്റ വാക്കുകൊണ്ട് അയാൾ ആരെയും തറപറ്റിക്കാറില്ല. അയാൾക്ക് മനുഷ്യരെപ്പറ്റിയോ അവരുടെ ദൗർബല്യങ്ങളെപ്പറ്റിയോ യാതൊന്നും അറിഞ്ഞുകൂടാ. കാരണം ജീവിതകാലം മുഴുവൻ അയാൾ തന്നിൽത്തന്നെ ആമഗ്നനായിരിക്കയായിരുന്നു. ഒരു റൊമാൻസിലെ കഥാനായകനായിത്തീരുക എന്നതാണ് അയാളുടെ ജീവിതലക്ഷ്യം. താൻ ഈ ലോകത്തിൽ ജീവിക്കാൻ പറ്റിയ ഒരു ജീവിയല്ലെന്നും അതിനാൽ താൻ അജ്ഞാതമായ ഏതോ വേദന അനുഭവിക്കാൻ വിധിക്കപ്പെട്ടവനാണെന്നും മറ്റുള്ളവരെ ധരിപ്പിക്കാൻ അയാൾ സദാ ശ്രമിച്ചുകൊണ്ടിരുന്നതിന്റെ ഫലമായി അയാൾതന്നെ അങ്ങനെ വിശ്വസിച്ചുതുടങ്ങി. അതുകൊണ്ടാണ് അയാൾ തന്റെ തടിച്ച പട്ടാളക്കോട്ട് ഇത്ര അഭിമാനത്തോടെ അണിഞ്ഞു നടക്കുന്നത്. ഞാൻ അയാളുടെ അന്തർഗതം ശരിക്ക് മനസ്സിലാക്കിയിട്ടുണ്ട്. അക്കാരണത്താൽ അയാൾക്കെന്നെ ഇഷ്ടമില്ല. എന്നാൽ പുറമേയ്ക്ക് ഞങ്ങൾ വളരെ അടുത്ത സുഹൃത്തുക്കളാണ്. ഗ്രൂഷ്നീത്സ്കി ധാരനായ ഒരു യുവാവായാണ് അറിയപ്പെടുന്നത്. അയാൾ യുദ്ധം ചെയ്യുന്നത് ഞാൻ നേരിട്ട് കണ്ടിട്ടുണ്ട്. അയാൾ അട്ടഹസിക്കുകയും വാൾ വീശുകയും ചെയ്തുകൊണ്ട് കണ്ണുമടച്ച് മുമ്പോട്ട് പായും. റഷ്യക്കാരുടേതല്ലാത്ത ഒരു തരം ധൈര്യമാണത്!

എനിക്കും അയാളെ ഇഷ്ടമല്ല. എന്നെങ്കിലുമൊരിക്കൽ ഞങ്ങൾ തമ്മിൽ ഇടയാൻ സാധ്യതയുണ്ടെന്നും അത് ഞങ്ങളിൽ ഒരാൾക്ക് വിനാശകരമായി ഭവിക്കുമെന്നും എന്തുകൊണ്ടോ എനിക്കൊരു തോന്നലുണ്ടായിരുന്നു.

അയാൾ കോക്കസസ്സിലേക്ക് വന്നതും കാൽപനികത്വത്തിന്റെ ഫലമായിട്ടാണ്. തന്റെ പിതാവിന്റെ ഗ്രാമത്തോട് വിടപറയുംമുമ്പ് അയാൾ സുന്ദരിയായ ഏതെങ്കിലും ഒരയൽക്കാരിയുടെയടുത്തു ചെന്ന് താൻ സൈനികസേവനത്തിലുള്ള താൽപര്യം കൊണ്ട് മാത്രം പോവുകയല്ല, മരണം തേടി പോവുകയാണെന്ന് പ്രഖ്യാപിച്ചുകാണും. അനന്തരം കണ്ണുകൾ പൊത്തിക്കൊണ്ട് അയാൾ ഇങ്ങനെ പറഞ്ഞുകാണും: "അതിന്റെ കാരണം... വേണ്ട, ഭവതി അത് അറിയണ്ട! ഭവതിയുടെ പരിശുദ്ധമായ ആത്മാവ് അതറിഞ്ഞാൽ ഞെട്ടിപ്പോകും. ഭവതി എന്തിനതറിയുന്നു? ഞാൻ ഭവതിക്ക് ആരുമല്ലല്ലോ. ഞാൻ

പറയുന്നത് ഭവതിക്ക് മനസ്സിലായോ?" ഈ ശൈലിയിൽ പലതും അയാൾ പറഞ്ഞിരിക്കും.

താൻ കെ. റജിമെന്റിൽ ചേർന്നതിന്റെ പിന്നിലുള്ള കാരണം തനിക്കും സൃഷ്ടാവിനും മാത്രമറിയാവുന്ന ഒരു രഹസ്യമായി എന്നെന്നും അവശേഷിക്കുമെന്ന് അയാൾ തന്നെ എന്നോട് പറഞ്ഞിട്ടുണ്ട്.

ഇതൊക്കെയാണെങ്കിലും ഗ്രുഷ്നീത്സ്കി തന്റെ നിത്യശോകത്തിന്റെ മുഖാവരണം അഴിച്ചുമാറ്റിയാൽ ഉല്ലാസവാനും സരസനുമായ ഒരു യുവാവാണ്. അയാളെ സ്ത്രീകളുടെ കൂടെ കാണാൻ എനിക്ക് വലിയ ആഗ്രഹമുണ്ട്. അയാൾ ഏറ്റവും നല്ല വെളിച്ചത്തിൽ സ്വയം പ്രത്യക്ഷപ്പെടാൻ ശ്രമിക്കുന്നത് അപ്പോഴായിരിക്കുമെന്നാണ് എന്റെ വിശ്വാസം.

ഞങ്ങൾ ചിരകാല സുഹൃത്തുക്കളെപ്പോലെ പരസ്പരം അഭിവാദ്യം ചെയ്തു. അവിടത്തെ ജീവിതം എങ്ങനെയെന്നും അവിടെയെത്തിയിട്ടുള്ളവരിൽ ശ്രദ്ധേയരായ ആളുകൾ ആരൊക്കെയാണെന്നും അറിയാൻ ഞാൻ അയാളോട് പല ചോദ്യങ്ങളും ചോദിച്ചു.

"വിരസമാണ് ഇവിടത്തെ ജീവിതം," ഒരു ദീർഘനിശ്വാസത്തോടെ അയാൾ പറഞ്ഞു. "രാവിലെ ധാതുജലം കുടിക്കാനെത്തുന്നവർ എല്ലാ രോഗികളേയും പോലെ അസ്വസ്ഥരാണ്. വൈകുന്നേരം വീഞ്ഞു മോന്തുന്നവർ എല്ലാ ആരോഗ്യവാന്മാരേയും പോലെ അസഹനീയരാണ്. സ്ത്രീകൾ ഇവിടെ ധാരാളമുണ്ട്. പക്ഷേ അതൊരാശ്വാസമല്ല. അകശലമായി വസ്ത്രം ധരിക്കുകയും മോശമായി ഫ്രഞ്ച് സംസാരിക്കുകയും ചെയ്യുന്നവരാണ് അവർ. ലാഗോവ്സ്കായ പ്രഭ്വിയും പുത്രിയും മാത്രമാണ് മോസ്കോയിൽനിന്ന് വന്നിട്ടുള്ളവർ. പക്ഷേ, ഞാൻ അവരെ ഇതുവരെ കണ്ടില്ല. എന്റെ ഈ പട്ടാളക്കോട്ട് ഒരു തരം ഭ്രഷ്ടിന്റെ അടയാളംപോലെയാണ്. അതുളവാക്കുന്ന അനുകമ്പ ഭിക്ഷ ലഭിക്കുന്നതുപോലെ അസ്വീകാര്യമാണ്. "

ആ സമയത്ത് രണ്ട് മഹിളകൾ - ഒരു മധ്യവയസ്കയും കൃശാംഗിയായ ഒരു യുവതിയും - ഞങ്ങളെ കടന്ന് ഉറവയുടെ അടുത്തേക്ക് പോയി. അവർ തൊപ്പി ധരിച്ചിരുന്നതുകൊണ്ട് എനിക്ക് അവരുടെ മുഖം കാണാൻ കഴിഞ്ഞില്ല. എങ്കിലും അവർ ഏറ്റവും നല്ല രീതിയിലാണ് വസ്ത്രധാരണം ചെയ്തിരിക്കുന്നതെന്ന വസ്തുത ഞാൻ ശ്രദ്ധിച്ചു. എല്ലാം വേണ്ടതുപോലെയായിരുന്നു. ചെറുപ്പക്കാരി കഴുത്തുയർത്തിവെട്ടിയ തിളങ്ങുന്ന ചാരനിറമുള്ള ഒരു കുപ്പായമാണ് ധരിച്ചിരുന്നത്. ലോലമായ ഒരു പട്ടുതൂവാല അവളുടെ ഭംഗിയുള്ള കഴുത്തിനെ അലങ്കരിച്ചിരുന്നു. കടുംതവിട്ടുനിറമുള്ള ഒരു ജോഡി ഷൂസ് അവളുടെ

ചെറിയ പാദങ്ങളെ കണങ്കാൽവരെ മൂടിയിരുന്നു. അതിലോലമായ വടിവൊത്ത കണങ്കാൽ കണ്ടാൽ സൗന്ദര്യത്തിന്റെ നിഗൂഢതകളെപ്പറ്റി യാതൊരു പിടിപാടുമില്ലാത്തവർപോലും അത്ഭുതപരതന്ത്രരായി ശ്വാസമടക്കി നിന്നുപോകും. അവളുടെ അന്തസ്സുറ്റ മന്ദഗമനത്തിൽ കന്യകാസഹജമായ എന്തോ ഒന്ന് അനിർവ്വചനീയമെങ്കിലും ദൃഷ്ടിഗോചരമായിരുന്നു. അവൾ ഞങ്ങളെ കടന്നുപോയപ്പോൾ നേരിയ ഒരു പരിമളം ഉയർന്നു. സുന്ദരിയായ ഒരു സ്ത്രീയുടെ കുറിപ്പിൽനിന്ന് ചിലപ്പോൾ ഇതേ പരിമളം പ്രസിരിക്കാറുണ്ട്.

"അത് ലിഗൊവ്സ്കായ പ്രഭ്വിയുടെ പുത്രിയുമാണ്. ഇംഗ്ലീഷ് ശൈലിയിൽ മേരി എന്നാണ് മകളെ പ്രഭ്വി വിളിക്കുന്നത്. അവർ ഇവിടെയെത്തിയിട്ട് മൂന്ന് ദിവസമേ ആയുള്ളൂ."

"എങ്കിലും ഇതിനകംതന്നെ താൻ അവളുടെ പേര് മനസ്സിലാക്കിക്കഴിഞ്ഞല്ലോ."

"യാദൃശ്ചികമായി കേൾക്കാൻ ഇടയായതാണ്," അയാൾ പറഞ്ഞു. അപ്പോൾ അയാളുടെ മുഖം ഇരുട്ടത്തിരുന്നു. "എനിക്ക് അവരെ പരിചയപ്പെടാൻ തീരെ താൽപര്യമില്ലെന്ന് തുറന്നു പറയട്ടെ. തണ്ടുകാരികളായ ഈ അഭിജാതകൾ പട്ടാളക്കാരെ കാടന്മാരായിട്ടാണ് കാണുന്നത്. പട്ടാളത്തൊപ്പിക്കടിയിലെ മസ്തിഷ്കവും പട്ടാളക്കോട്ടിന്നടിയിലെ ഹൃദയവും അവർക്കെന്തിനാണ്?"

"പാവം പട്ടാളക്കോട്ട്!" പുഞ്ചിരിച്ചുകൊണ്ട് ഞാൻ പറഞ്ഞു. "അവരുടെയടുത്തുചെന്ന് സസന്തോഷം ഒരു തമ്പ്ളർ നീട്ടുന്ന ആ മാന്യൻ ആരാണ്?"

"ഓ അതോ, മോസ്കോക്കാരനായ ആ പച്ചപ്പരിഷ്കാരി, റയേവിച്ച്! അയാൾ ഒരു ചൂതാട്ടക്കാരനാണ്. അയാളുടെ നീല നിറമുള്ള വെയ്സ്റ്റ്കോട്ടിൽ തൂങ്ങിക്കിടക്കുന്ന സ്വർണച്ചെയിൻ കണ്ടാലറിയാം. റോബിൻസൻ ക്രൂസോയുടേത് പോലുള്ള ആ കനത്ത വടികണ്ടില്ലേ! അയാളുടെ ദീക്ഷയും തലമുടിവെട്ടും ശ്രദ്ധിച്ചോ?"

"തനിക്ക് മനുഷ്യരാശിയോട് മുഴുവൻ പകയാണെന്ന് തോന്നുന്നു."

"അതിന് തക്കതായ കാരണമുണ്ട്..."

"നേരാണോ?"

ആ സമയത്ത് സ്ത്രീകൾ രണ്ടുപേരും കിണറ്റിനടുത്തുനിന്ന് തിരിച്ചുവരുന്നത് കണ്ടു. തൽക്ഷണം ഗ്രുഷ്നിത്സ്കി ഊന്നുവടിയുടെ സഹായത്തോടെ നായകീയമായ ഒരു പോസിൽ നിന്നുകൊണ്ട് ഫ്രഞ്ചിൽ ഇങ്ങനെ മറുപടി പറഞ്ഞു:

"പ്രിയ സുഹൃത്തേ, ആളുകളോട് പുച്ഛം

തോന്നാതിരിക്കാൻവേണ്ടിയാണ് ഞാനവരെ വെറുക്കുന്നത്. അല്ലെങ്കിൽ ജീവിതം അങ്ങേയറ്റം അറപ്പുളവാക്കുന്ന ഒരു പ്രഹസനമായിരിക്കും."

സുന്ദരിയായ പ്രഭുകുമാരി തല തിരിച്ച് ജിജ്ഞാസയോടെ അയാളെ നോക്കി. ഒരു തരം അസ്പഷ്ടമായ നോട്ടമായിരുന്നു അത്. എങ്കിലും അതിൽ പരിഹാസത്തിന്റെ ലാഞ്ഛനപോലുമില്ലായിരുന്നു. അതിന് ഞാൻ അയാളെ മനസ്സിൽ ആത്മാർഥമായി അനുമോദിച്ചു.

"ഈ പ്രഭുകുമാരി മേരി അതിസുന്ദരിയാണല്ലോ." ഞാൻ അയാളോട് പറഞ്ഞു. "അവളുടെ കണ്ണുകൾ വില്ലുസുപോലെയാണ്. അസ്സൽ വില്ലുസ്! അവളുടെ കണ്ണുകൾ വർണിക്കാൻ താൻ ഈ വാക്കാണ് ഉപയോഗിക്കേണ്ടതെന്നാണ് എന്റെ ഉപദേശം. അവളുടെ ഇമകൾ, താഴത്തെയും മോളിലത്തെയും നല്ല നീളമുള്ളവയായതിനാൽ സൂര്യരശ്മി അവളുടെ കൃഷ്ണമണികളിൽ പ്രതിഫലിക്കുന്നില്ല. എനിക്ക് അത്തരം കണ്ണുകൾ വളരെ ഇഷ്ടമാണ്... തിളക്കമില്ലാത്ത മാർദ്ദവമുള്ള കണ്ണുകൾ. അവ നമ്മെ തഴുകുകയാണെന്ന് തോന്നും. അത്രയ്ക്ക് മൃദുലമാണവ... അവളുടെ മുഖത്തെ ലക്ഷണമൊത്ത അവയവം അതുമാത്രമാണെന്നുകൂടി കൂട്ടത്തിൽ പറയട്ടെ. അവളുടെ പല്ലുകൾ വെളുത്തതാണോ? അതും വളരെ പ്രധാനമാണ്! തന്റെ വാചകക്കസർത്ത് കേട്ടിട്ട് അവൾ പുഞ്ചിരി തൂകാതിരുന്നത് കഷ്ടമായിപ്പോയി."

കാണാൻകൊള്ളാവുന്ന ഒരു സ്ത്രീയെപ്പറ്റി താൻ സംസാരിക്കുന്നത് അവൾ ഒരു മേൽത്തരം ഇംഗ്ലീഷ് കുതിരയാണെന്ന മട്ടിലാണ്..." ഗ്രൂഷ്നീത്സ്കി പറഞ്ഞു.

അയാളെ അനുകരിച്ചുകൊണ്ട് ഞാൻ അതിന് ഫ്രഞ്ചിൽ മറുപടി പറഞ്ഞു.

"പ്രിയ സുഹൃത്തേ, പ്രേമിക്കാതിരിക്കാൻ വേണ്ടിയാണ് ഞാൻ അവരെ നിന്ദിക്കുന്നത്. അല്ലെങ്കിൽ ജീവിതം അങ്ങേയറ്റം അർഥശൂന്യമായ ഒരു മെലോഡ്രാമയായിരിക്കും."

ഞാൻ തിരിഞ്ഞ് മറ്റൊരിടത്തേയ്ക്ക് നടന്നുപോയി. മുന്തിരിവള്ളികൾ അതിരിട്ട് നടപ്പാതകളിലും ചുണ്ണാമ്പ് കുന്നുകളിലും അവയ്ക്കിടയിലുള്ള പൊക്കം കുറഞ്ഞ കുറ്റിച്ചെടികളുടെ ഇടയിലും ഏതാണ്ട് അരമണിക്കൂറോളം ചുറ്റിത്തിരിഞ്ഞിട്ട് ചൂട് കൂടിത്തുടങ്ങിയപ്പോൾ ഞാൻ ധൃതിയിൽ വീട്ടിലേക്ക് തിരിച്ചു. ഗന്ധകഉറവയുടെ അടുത്തെത്തിയപ്പോൾ അൽപം വിശ്രമിക്കാനായി മുകൾമറച്ച പന്തലിന്റെ നിഴലിൽ ഞാൻ നിന്നു. വിചിത്രമെന്ന് വിശേഷിപ്പിക്കാവുന്ന ഒരു കാഴ്ചയ്ക്ക് ദൃക്സാക്ഷിയാകാൻ അങ്ങനെ എനിക്ക് അവസരം കിട്ടി. പന്തലിൽ കിടന്നിരുന്ന ഒരു ബഞ്ചിലിരുന്നുകൊണ്ട് പ്രഭ്വി

മോസ്കോക്കാരനായ പച്ചപ്പരിഷ്കാരിയുമായി ഗഹനമായി എന്തോ ചർച്ചചെയ്യുകയായിരുന്നു. പ്രഭുകുമാരി അവസാനത്തെ തമ്പ്ളർ ധാതുജലം കുടിച്ചുകഴിഞ്ഞെന്ന് തോന്നി. അവൾ ചിന്താഭരിതയായി കിണറ്റിനരികിലൂടെ അങ്ങോട്ടുമിങ്ങോട്ടും നടക്കുകയായിരുന്നു. ഗ്രുഷ്നിത്സ്കി കിണറ്റിനടുത്ത് നിൽപുണ്ട്. മറ്റാരും ആ പരിസരത്ത് ഉണ്ടായിരുന്നില്ല.

ഞാൻ കുറേക്കൂടി അടുത്തേക്ക് ചെന്ന് പന്തലിന്റെ ഒരു മൂലയ്ക്കു പിന്നിൽ മറഞ്ഞു നിന്നു. ആ സമയത്ത് ഗ്രുഷ്നിത്സ്കിയുടെ തമ്പ്ളർ കൈയിൽനിന്ന് മണലിലേക്ക് വീണു. അയാൾ കുനിഞ്ഞ് അതെടുക്കാൻ ശ്രമിച്ചെങ്കിലും അയാളുടെ മുറിവേറ്റ കാൽ അതിനൊരു തടസ്സമായി. പാവം! ഊന്നുവടിയിൽ ഊന്നി നിന്ന് കുനിയാൻ അയാൾ കഠിനമായി യത്നിച്ചു. പക്ഷേ, ഫലമുണ്ടായില്ല. അയാളുടെ മുഖത്ത് വേദന നിഴലിച്ചു.

പ്രഭുകുമാരി ഇത് എന്നേക്കാൾ മുമ്പ് കണ്ടു.

ഒരു പക്ഷിയെക്കാൾ വേഗം അവൾ അയാളുടെ അടുത്തെത്തി. അവൾ കുനിഞ്ഞ് തമ്പ്ളർ മണലിൽനിന്നെടുത്ത് അവർണ്ണനീയമാംവണ്ണം മധുരമായ ഒരു ഭാവത്തോടെ അയാളെ ഏൽപിച്ചു. അടുത്ത ക്ഷണത്തിൽ അവളുടെ മുഖം വല്ലാതെ ചുവന്നു. അവൾ പന്തലിലേക്ക് നോക്കി. എന്നാൽ അമ്മ ഇതൊന്നും കണ്ടില്ലെന്ന് മനസ്സിലായപ്പോൾ പെട്ടെന്ന് അവൾ വീണ്ടും സമനില വീണ്ടെടുത്തു. അവളോട് നന്ദി പറയാനായി ഗ്രുഷ്നിത്സ്കി വാതുറന്നപ്പോഴേക്കും അവൾ അകലെയെത്തിക്കഴിഞ്ഞിരുന്നു. ഒരു മിനുട്ട് കഴിഞ്ഞ് അവൾ അമ്മയോടും പച്ചപ്പരിഷ്കാരിയോടുമൊപ്പം പന്തലിൽ നിന്ന് പുറത്തുകടന്നു. എന്നാൽ ഗ്രുഷ്നീത്സ്കിയെ കടന്നു പോകുമ്പോൾ അവൾ അയാൾ ഇരിക്കുന്നഭാഗത്തേക്ക് നോക്കാതെ അന്തസ്സിൽ നടന്നുപോവുകയാണ് ചെയ്തത്. കുന്നിന്റെ അടിവാരത്തിലുള്ള ലിൻഡൻ മരങ്ങളുടെ പിന്നിൽ അവൾ അപ്രത്യക്ഷയാകുംവരെ അവളെ പിന്തുടർന്ന തീക്ഷ്ണമായ അയാളുടെ നോട്ടം അവൾ ശ്രദ്ധിച്ചതുപോലുമില്ല... റോഡ് മുറിച്ചുകടന്ന് പുത്തിഗോർസ്കിലെ ഏറ്റവും മനോഹരമായ ഭവനങ്ങളിലൊന്നിന്റെ പടിക്കലേക്ക് അവൾ നടന്നപ്പോൾ ഒരിക്കൽ കൂടി അയാൾക്ക് അവളുടെ തൊപ്പിയുടെ ഒരു ദർശനം കിട്ടി. അവളുടെ പിന്നിൽ അമ്മയുണ്ടായിരുന്നു. അവർ പടിക്കൽവച്ച് റയേവിച്ചിനോട് യാത്രപറഞ്ഞു.

അപ്പോൾ മാത്രമാണ് വികാരപരവശനായ ആ സാധു കേഡറ്റ് എന്നെ കണ്ടത്.

"താൻ അതു കണ്ടോ?" എന്റെ കൈയിൽ അമർത്തിപ്പിടിച്ചുകൊണ്ട്

അയാൾ ചോദിച്ച "അവൾ ഒരു മാലാഖയാണ്!"

"അതെങ്ങനെ?" ഒന്നും അറിയാത്തമട്ടിൽ ഞാൻ ചോദിച്ചു.

"താൻ കണ്ടതല്ലേ?"

"അവൾ തന്റെ തമ്പ്ളർ എടുത്തു തരുന്നതു കണ്ടു. ഇവിടെ ഒരു തോട്ടംസൂക്ഷിപ്പുകാരനുണ്ടായിരുന്നെങ്കിൽ അയാളും അങ്ങനെതന്നെ ചെയ്യുമായിരുന്നു. കൈനീട്ടം കിട്ടുമെന്ന് പ്രതീക്ഷയിൽ കുറേക്കൂടി വേഗം എടുത്തു തരുമായിരുന്നെന്ന്മാത്രം. അവൾക്ക് തന്നോട് സഹതാപം തോന്നിയതിൽ അത്ഭുതപ്പെടാനൊന്നുമില്ല; മുറിവേറ്റ കാൽ നിലത്ത് കുത്തിയപ്പോൾ തന്റെ മുഖം അത്ര പരിതാപകരമായിരുന്നു..."

"അവളുടെ ആത്മാവ് അവളുടെ കണ്ണുകളിൽ തിളങ്ങുന്നത് കണ്ട് തന്റെ മനസ്സലിഞ്ഞില്ലേ?"

"ഇല്ല."

"ഇല്ലേ?"

ഞാൻ നുണയാണ് പറഞ്ഞത്. അയാളെ ഉണർത്തുക എന്നതായിരുന്നു എന്റെ ഉദ്ദേശം. എതിർക്കാനുള്ള പ്രചോദനം എനിക്ക് ജന്മസിദ്ധമാണ്. എന്റെ ജീവിതം മുഴുവൻ ഹൃദയത്തിന്റെയോ ബുദ്ധിയുടെയോ പ്രേരണയുമായുള്ള ദുഃഖകരവും വ്യർഥവുമായ എതിർപ്പിന്റെ ഒരു നീണ്ട ശൃംഖലയായിരുന്നു. ഉത്സാഹഭരിതനായ ഒരാളുടെ സാന്നിധ്യം എന്നിൽ ഹേമന്തനിശയുടെ ശൈത്യം ഉളവാക്കും. കർമ്മനിരതനും ശാന്തശീലനുമായ ഒരാളുമായുള്ള സന്തത സമ്പർക്കം എന്നെ ആവേശഭരിതനായ ഒരു സ്വപ്നജീവിയാക്കി മാറ്റുമെന്നാണ് എന്റെ വിശ്വാസം. ആ സമയത്ത് അസുഖകരവും അതേസമയംതന്നെ സുപരിചിതവുമായ ഒരു വികാരം എന്റെ ഹൃദയത്തിലേക്ക് അരിച്ചുകയറിയെന്നും ഞാൻ സമ്മതിക്കാം. അസൂയയായിരുന്നു ആ വികാരം. "അസൂയ" എന്ന് തുറന്നുപറയാൻ എനിക്ക് മടിയില്ല. കാരണം എന്നോടുതന്നെ സത്യസന്ധത പുലർത്തണമെന്ന് നിർബന്ധമുള്ള കൂട്ടത്തിലാണ് ഞാൻ തന്റെ ഭാവനയെ ഉദാസീനമായെങ്കിലും തൊട്ടുണർത്തിയ ഒരു സ്ത്രീ തന്നെപ്പോലെതന്നെ അപരിചിതനായ മറ്റൊരു യുവാവിനോട് സൗജന്യം കാണിക്കുന്നത് കാണുന്ന് ഏതൊരു യുവാവിനും (ഭൗതിക സുഖത്തിൽ മുഴുകി തന്റെ ദുരഭിമാനത്തെ താലോലിച്ചുകഴിയുന്ന ഒരാളെയാണ് ഞാനുദ്ദേശിക്കുന്നത്) അസുഖകരമായ ഒരനുഭൂതിയുണ്ടാകാതിരിക്കില്ല. ഗ്രുഷ്നീത്സ്കിയും ഞാനും നിശ്ശബ്ദരായി നടക്കാവിലൂടെ നടന്നു. നമ്മുടെ സൗന്ദര്യധാമം കയറിപ്പോയ വീടിന്റെ ജനാലകളെ കടന്നുപോകുമ്പോൾ അവൾ ജനലിനടുത്തിരിക്കുന്നത്

ഞങ്ങൾ കണ്ടു. ഗ്രൂഷ്നിത്സ്കി സ്ത്രീകളിൽ പ്രത്യേകിച്ച് പ്രതികരണമൊന്നുമുണ്ടാക്കാൻ കഴിയാത്ത തന്റെ അസ്പഷ്ടവും മൃദുലവുമായ നോട്ടം അവളിൽ പതിപ്പിച്ചു. ഞാൻ ഭ്രതക്കണ്ണാടിയിലൂടെ അവളുടെ മുഖം ശ്രദ്ധിച്ചു. ഗ്രൂഷ്നീത്സ്കിയുടെ നോട്ടം അവളുടെ ചുണ്ടിൽ ഒരു പുഞ്ചിരി വിരിയിക്കുന്നത് ഞാൻ കണ്ടു. എന്നാൽ ഞാൻ ഭ്രതക്കണ്ണാടിയിലൂടെ നോക്കിയത് അവളെ ശുണ്ഠിപിടിപ്പിച്ചു. കോക്കസസ്സിൽ സേവനമനുഷ്ഠിക്കുന്ന ഒരു സൈനികൻ മോസ്കോക്കാരിയായ ഒരു പ്രഭ്വിയുടെ മുഖത്തിനുനേരെ കുഴൽക്കണ്ണാടി ഉയർത്തിപ്പിടിക്കുന്നത് ധിക്കാരമല്ലേ ?

മേയ് 13

ഇന്നു രാവിലെ ഡോക്ടർ എന്നെ സന്ദർശിച്ചു. അദ്ദേഹത്തിന്റെ പേര് വേർനെർ എന്നാണെങ്കിലും ആൾ റഷ്യാക്കാരൻ തന്നെയാണ്. അതിൽ അത്ഭുതപ്പെടാനൊന്നുമില്ല. ഇവനോവ് എന്ന് പേരുള്ള ഒരു ജർമ്മൻകാരനെ ഒരിക്കൽ ഞാൻ കണ്ടുമുട്ടിയിട്ടുണ്ട്.

വേർനർ പലതുകൊണ്ടും ഒരു അസാധാരണ മനുഷ്യനാണ്. മിക്ക ഡോക്ടർമാരെയുംപോലെ അദ്ദേഹവും ഒരു സംശയാലുവും ഭൗതികവാദിയുമാണ്. പക്ഷേ അദ്ദേഹം ഒരു കവിയുംകൂടിയാണ് - രണ്ടുവരി കവിതപോലും ജീവിതത്തിലിതേവരെ എഴുതിയിട്ടില്ലെങ്കിലും അദ്ദേഹം എല്ലായ്പ്പോഴും പ്രവൃത്തിയിലും ചിലപ്പോൾ വാക്കിലും ഒരു കവിയാണ്. ആളുകൾ ശവശരീരത്തിന്റെ ഞരമ്പുകൾ പഠിക്കുന്നതുപോലെ സൂക്ഷ്മമായി അദ്ദേഹം മനുഷ്യ ഹൃദയത്തിന്റെ പ്രധാന തന്ത്രികളെപ്പറ്റി പഠനം നടത്തിയിട്ടുണ്ട്. പക്ഷേ അദ്ദേഹത്തിന് തന്റെ വിജ്ഞാനം പ്രയോജനപ്പെടുത്താൻ ഒരിക്കലും കഴിഞ്ഞിട്ടില്ല. ഒന്നാന്തരം ഒരു അനാട്ടമിസ്റ്റിന് ഒരു പനി ചികിത്സിച്ചു ഭേദപ്പെടുത്താന് കഴിഞ്ഞെന്ന് വരില്ലല്ലോ, അതുപോലെ വേർനെർ രഹസ്യമായി തന്റെ രോഗികളെ പരിഹസിച്ചു ചിരിക്കുക പതിവാണ്. എങ്കിലും ഒരു പട്ടാളക്കാരന്റെ മരണശയ്യക്കടുത്തിരുന്ന് അദ്ദേഹം ഒരിക്കൽ കണ്ണീരൊഴുക്കുന്നത് ഞാൻ കണ്ടിട്ടുണ്ട്. നിർദ്ധനനായിരുന്ന അദ്ദേഹം ലക്ഷങ്ങളെപ്പറ്റി സ്വപ്നം കാണാറുണ്ട്. പക്ഷേ, പണത്തിനുവേണ്ടി അദ്ദേഹം സ്വന്തം പാതവിട്ട് ഒരടി മാറിനടക്കാൻ കൂട്ടാക്കുകയില്ല. തന്റെ സുഹൃത്തിന് ഉപകാരം ചെയ്യുന്നതിനേക്കാൾ ശത്രുവിന് ഉപകാരം ചെയ്യാനാണ് താൻ ഇഷ്ടപ്പെടുന്നതെന്ന് അദ്ദേഹം ഒരിക്കൽ എന്നോട് പറയുകയുണ്ടായി. സ്നേഹിതന് ഉപകാരം ചെയ്താൽ അത് തന്റെ ഔദാര്യത്തിൻനിന്ന് നേട്ടമുണ്ടാക്കുന്നതിന് തുല്യമാണത്രെ. എതിരാളിക്ക് ഉപകാരം ചെയ്താൽ അതിനനുസരിച്ച് അയാളുടെ വൈരാഗ്യം കൂടുകയേയുള്ളൂന്നും അതിനാൽ അത്

ലാഭേച്ഛയില്ലാത്ത ഒരു പ്രവൃത്തിയായിരിക്കുമെന്നുമാണ് അദ്ദേഹത്തിന്റെ വാദം. അദ്ദേഹത്തിന്റെ നാക്ക് വല്ലാത്തതാണ്. അദ്ദേഹത്തിന്റെ വർണ്ണനകാരണം പല നല്ല മനുഷ്യരും കൊള്ളരുതാത്ത വിഡ്ഢികളായി അറിയപ്പെടാൻ ഇടവന്നിട്ടുണ്ട്. ധാതുജല ഉറവകളെ ചുറ്റിപ്പറ്റി ചികിത്സനടത്തുന്ന അദ്ദേഹത്തിന്റെ എതിരാളികളായ ഡോക്ടർമാർ അദ്ദേഹത്തെപ്പറ്റി ഒരു അപവാദം പറഞ്ഞുപരത്തി. അദ്ദേഹം തന്റെ രോഗികളുടെ ഹാസ്യചിത്രം വരയ്ക്കുന്നുണ്ട് എന്നായിരുന്നു ആ ദുഷ്പ്രചരണം. അതിന്റെ ഫലമായി അദ്ദേഹത്തിന്റെയടുത്ത് രോഗികളാരും വരാതായി. കോക്കസസ്സിൽ സേവനമനുഷ്ഠിക്കുന്ന മാന്യരായ പല സുഹൃത്തുക്കളും അദ്ദേഹത്തിന്റെ സൽപേര് വീണ്ടെടുക്കാൻ ശ്രമിച്ചെങ്കിലും ഫലമുണ്ടായില്ല.

ഒറ്റ നോട്ടത്തിൽ ആരിലും നീരസം ജനിപ്പിക്കുന്ന ബാഹ്യരൂപമായിരുന്നു അദ്ദേഹത്തിന്റേത്. പിന്നീട് അവലക്ഷണം പിടിച്ച ആ മുഖത്ത് അഗ്നിപരീക്ഷണങ്ങളിലൂടെ കടന്നുവന്ന സത്യസന്ധമായ ആത്മാവിന്റെ മുദ്രകൾ പതിഞ്ഞുകിടക്കുന്നത് കണ്ടുപിടിക്കാൻ കണ്ണുകൾ പരിശീലിക്കുമ്പോൾ അദ്ദേഹത്തെ ഇഷ്ടപ്പെടാൻ കഴിയും. അദ്ദേഹത്തെപ്പോലുള്ള പുരുഷന്മാരെ സ്ത്രീകൾ എല്ലാം മറന്ന് പ്രേമിച്ചിട്ടുള്ള ഉദാഹരണങ്ങൾ ഉണ്ടായിട്ടുണ്ട്. അവരുടെ വൈരൂപ്യത്തെ ആ മഹിളാമണികൾ നവോന്മേഷം തുളുമ്പുന്ന ചുവന്ന തുടുത്ത എൻഡിമിയോൺ[3]കളുടെ സൗന്ദര്യവുമായിപോലും വച്ചുമാറാൻ തയ്യാറാവുകയില്ല. ആത്മീയ സൗന്ദര്യം തിരിച്ചറിയാൻ സ്ത്രീകൾക്ക് ഒരു ജന്മവാസനയുണ്ടെന്ന് സമ്മതിച്ചേ തീരൂ. അതുകൊണ്ടായിരിക്കാം വേർനറെപ്പോലുള്ള പുരുഷന്മാർ സ്ത്രീകളെ ഇത്ര ആവേശത്തോടെ പ്രേമിക്കുന്നത്.

വേർനെർ പൊക്കം കുറഞ്ഞ് ഒരു കൊച്ചു കുട്ടിയെപ്പോലെ ദുർബ്ബലനായ മനുഷ്യനാണ്. ബൈറനെപ്പോലെ അദ്ദേഹത്തിന്റെയും ഒരു കാലിന് അൽപം നീളക്കുറവുണ്ട്. അദ്ദേഹത്തിന്റെ തല ദേഹത്തിന് യോജിക്കാത്തവണ്ണം വലുതാണ്. മുടി പറ്റെ വെട്ടിയിരിക്കുന്നു. അതിനാൽ തലയോട്ടിയുടെ മുഴകളും കുഴികളും തെളിഞ്ഞു കാണാം. പരസ്പരവിരുദ്ധമായ ചെരിവുകളുടെ വിചിത്രമായ ആ സംയോജനം ഏതൊരു മസ്തിഷ്കശാസ്ത്രജ്ഞനേയും അമ്പരപ്പിക്കും. അദ്ദേഹത്തിന്റെ സദാ ചലിച്ചുകൊണ്ടിരിക്കുന്ന കറുത്ത ചെറിയ കണ്ണുകൾ മറ്റുള്ളവരുടെ ചിന്തകളെ ചികഞ്ഞുനോക്കും. ഏറ്റവും ശുചിയായും ഭംഗിയായുമാണ് അദ്ദേഹം വസ്ത്രധാരണം ചെയ്തിരുന്നത്. ഞരമ്പുകൾ പിടച്ചു നിൽക്കുന്ന ചെറിയ കൈപ്പത്തികൾ എപ്പോഴും മഞ്ഞ നിറമുള്ള കയ്യുറകളാൽ ആവൃതമായിരിക്കും. കറുത്ത നിറത്തിലുള്ള

3യവനപുരാണത്തിലെ വായുദേവന്റെ വാദ്യോപകരണത്തിന്റെ പേര്.

കോട്ടും കണ്ടവസ്ത്രവും വെയിസ്റ്റ്കോട്ടുമാണ് അദ്ദേഹത്തിന്റെ സ്ഥിരം വേഷം. ചെറുപ്പക്കാർ അദ്ദേഹത്തെ "മെഫിസ്റ്റോഫെൽ"[4] എന്നാണ് വിളിച്ചിരുന്നത്. ആ പരിഹാസപ്പേര് തനിക്ക് ഇഷ്ടമാകുന്നില്ലെന്ന് അദ്ദേഹം ഭാവിക്കാറുണ്ടായിരുന്നെങ്കിലും വാസ്തവത്തിൽ അത് അദ്ദേഹത്തിന്റെ വ്യഥാഭിമാനത്തെ വിജൃംഭിപ്പിച്ചിരുന്നു എന്നതാണ് സത്യം. ഞങ്ങളിരുവരും വളരെ വേഗം തന്നെ പരസ്പരം മനസ്സിലാക്കുകയും സഹചാരികളായിത്തീരുകയും ചെയ്തു. - സുഹൃത് ബന്ധം സ്ഥാപിക്കാൻ എനിക്ക് കഴിവില്ല, അതിനാലാണ് സഹചാരികൾ എന്നു ഞാൻ പറയുന്നത്. രണ്ട് സുഹൃത്തുക്കളെയെടുത്താൽ അവരിൽ ഒരാൾ അപരന്റെ അടിമയായിരിയ്ക്കും. അവരിരുവരും അക്കാര്യം സമ്മതിക്കയില്ലെങ്കിലും അതൊരു സത്യമാണ്. അടിമയായിരിക്കാൻ എന്നെക്കൊണ്ടാവില്ല. മറ്റൊരാളെ അടക്കിഭരിക്കുന്നതാണെങ്കിൽ കഠിനമായ ഒരു ജോലിയാണ്. - അതിന് വഞ്ചനകൂടി പ്രയോജനപ്പെടുത്തേണ്ടിവരും. പോരാത്തതിന് എനിക്ക് ഭൃത്യന്മാരും പണവും വേണ്ടുവോളമുണ്ട്! ഇനി വെർനെറും ഞാനും പരിചയപ്പെട്ടതെങ്ങിനെയെന്ന് പറയാം. എസ്സ്. എന്ന സ്ഥലത്ത് ബഹളക്കാരായ വലിയ ഒരു സംഘം ചെറുപ്പക്കാരുടെ നടുവിൽവച്ചാണ് ഞാൻ വെർനെറെ കണ്ടുമുട്ടിയത്. ആ സായാഹ്ന സമ്മേളനം അവസാനിക്കാറായപ്പോൾ സംസാരം തത്വശാസ്ത്രപരവും ആദ്ധ്യാത്മികവുമായി മാറി. ഓരോരുത്തരും അവരവരുടെ വിശ്വാസത്തെപ്പറ്റി പറഞ്ഞുതുടങ്ങി.

"എന്റെ കാര്യം പറഞ്ഞാൽ, എനിക്ക് ഒരൊറ്റ സംഗതി മാത്രമേ വിശ്വാസമുള്ളൂ". ഡോക്ടർ പറഞ്ഞു.

"എന്താണത്?" അതുവരെ നിശ്ശബ്ദനായിരുന്ന ഒരാളുടെ അഭിപ്രായം കേൾക്കാനുള്ള താൽപര്യം കൊണ്ട് ഞാൻ ചോദിച്ചു.

"അതായത് എന്നെങ്കിലും ഒരു സുപ്രഭാതത്തിൽ ഞാൻ മരിക്കും."

"ഞാൻ നിങ്ങളേക്കാൾ മുന്നിട്ട് നിൽക്കുന്നു." ഞാൻ പറഞ്ഞു. "എനിക്ക് അതു കൂടാതെ മറ്റൊരു കാര്യം കൂടി വിശ്വാസമുണ്ട്. ഒരു കാളരാത്രിയിൽ ദൗർഭാഗ്യവശാൽ ഞാൻ ജനിച്ചു എന്നതാണ് അത്."

ഞങ്ങൾ രണ്ടുപേരും പറഞ്ഞത് അസംബന്ധമാണെന്നായിരുന്നു മറ്റുള്ളവരുടെ അഭിപ്രായം. എന്നാൽ അതിലും സമർത്ഥമായ മറ്റൊന്നും പറയാൻ അവരിലാർക്കും കഴിഞ്ഞില്ല. ആ നിമിഷംമുതൽ ഞങ്ങൾ പരസ്പരം അടുത്തു. ഞങ്ങൾ പലപ്പോഴും തമ്മിൽകാണുകയും അമൂർത്തമായ കാര്യങ്ങളെപ്പറ്റി ഗൗരവപൂർവ്വം ചർച്ചചെയ്യുകയും പതിവായിരുന്നു. ഒടുവിൽ ഞങ്ങൾ പരസ്പരം കളിയാക്കുകയാണെന്ന്

4ഗ്യേഥെയുടെ ഫൌസ്റ്റ് എന്ന ദുരന്തകൃതിയിലെ ദുഷ്ടകഥാപാത്രം.

ഇരുവർക്കും ബോധ്യമാകുമ്പോൾ മാത്രമാണ് ആ ചർച്ചകൾ അവസാനിക്കുന്നത്. പിന്നീട് അർഥഗർഭമായി ഞങ്ങൾ കണ്ണിൽകണ്ണിൽ നോക്കും - റോമൻ പ്രവാചകന്മാർ അങ്ങനെയായിരുന്നെന്നാണ് സിസെറോ പറഞ്ഞിരിക്കുന്നത്. ഒരു സായാഹ്നം സന്തോഷമായി ചെലവഴിച്ചുവെന്ന സംതൃപ്തിയോടെ പൊട്ടിച്ചിരിച്ചുകൊണ്ട് ഞങ്ങൾ പിരിയും.

തലയ്ക്കു പിന്നിൽ കൈപ്പടങ്ങൾ വച്ച്, മച്ചിലേക്ക് തുറിച്ചുനോക്കിക്കൊണ്ട് ഞാൻ ദിവാനിൽ കിടക്കുമ്പോഴാണ് വേർനെർ മുറിയിൽ കയറി വന്നത്. അദ്ദേഹം ഒരു കസേരയിൽ ചെന്നിരിക്കുകയും വടി ഒരു മൂലയിൽ കുത്തിനിർത്തുകയും ചെയ്തു. പുറത്ത് ചൂട് കൂടുതലാണെന്ന് കോട്ടുവായിട്ടുകൊണ്ട് അദ്ദേഹം അഭിപ്രായപ്പെട്ടു. ഈച്ചകളാണ് എന്നെ ശല്യപ്പെടുത്തുന്നതെന്ന് ഞാൻ പറഞ്ഞു. പിന്നീട് ഞങ്ങൾ നിശ്ശബ്ദരായി.

"പ്രിയപ്പെട്ട ഡോക്ടർ, വിഡ്ഢികളില്ലെങ്കിൽ ഈ ലോകം തുലോം വിരസമായിരിക്കുമെന്ന് നിങ്ങൾക്ക് മനസ്സിലായിരിക്കും..." ഞാൻ പറഞ്ഞു. "ഇതാ ബുദ്ധിമാന്മാരായ നാം ഇവിടെയിരിക്കുന്നു. എന്തു കാര്യത്തെപ്പറ്റിയും അവസാനമില്ലാതെ വാദിക്കാൻ കഴിയുമെന്ന് മുൻകൂട്ടി നമുക്ക് അറിയാവുന്നതുകൊണ്ട് നാം വാദപ്രതിവാദത്തിലേർപ്പെടുന്നില്ല. എനിക്ക് നിങ്ങളുടെയും നിങ്ങൾക്ക് എന്റെയും ഏറ്റവും നിഗൂഢമായ ചിന്തപോലും മനസ്സിലാക്കാൻ കഴിയുന്നുണ്ട്. ഒരൊറ്റ വാക്കിൽനിന്ന് കഥ മുഴുവൻ മനസ്സിലാക്കാൻ നമുക്ക് കഴിയുന്നു. മൂന്നു പുറംതോടുകൾക്കുള്ളിൽ ഒളിഞ്ഞിരിക്കുന്ന നമ്മുടെ വികാരങ്ങളുടെ കാതൽ പരസ്പരം കണ്ടുപിടിക്കാൻ നമുക്ക് കഴിയുന്നു. ദുഃഖകരമായ കാര്യങ്ങൾ രസകരമായും രസകരമായ കാര്യങ്ങൾ ദുഃഖകരമായും നാം ഇരുവരും കാണുന്നു. നിങ്ങൾക്ക് താൽപര്യമുണ്ടെങ്കിൽ ഞാൻ ഒരു കാര്യം പറയാം: പൊതുവെ നമ്മിൽ ഓരോരുത്തർക്കും തന്നിൽത്തന്നെയല്ലാതെ മറ്റൊന്നിലും താൽപര്യമില്ല. അതിനാൽ നാം തമ്മിൽ എന്തെങ്കിലും തരത്തിലുള്ള വികാരമോ ആശയമോ കൈമാറാൻ സാധ്യമല്ല. പരസ്പരം അറിയേണ്ടതെല്ലാം നമുക്കറിയാം. കൂടുതൽ അറിയാൻ നാം ആഗ്രഹിക്കുന്നുമില്ല. അതുകൊണ്ട് സംസാരിക്കാൻ ഒരൊറ്റ കാര്യമേയുള്ളൂ. -ഏറ്റവും പുതിയ നാട്ടുവർത്തമാനം നിങ്ങൾക്ക് പറയാൻ പുതിയ വാർത്തകളൊന്നുമില്ലേ?"

ഈ നീണ്ട പ്രസംഗംകൊണ്ട് ക്ഷീണിച്ച് ഞാൻ കണ്ണടയ്ക്കുകയും കോട്ടുവായിടുകയും ചെയ്തു.

"താങ്കളുടെ ജൽപനത്തിൽ ഒരാശയം അടങ്ങിയിട്ടുണ്ട്." ചിന്തിക്കാൻ അൽപസമയം എടുത്തിട്ട് അദ്ദേഹം പറഞ്ഞു:

"ഒന്നല്ല രണ്ട്!" ഞാൻ മറുപടി പറഞ്ഞു.

"അവയിലൊന്ന് എന്തെന്ന് നിങ്ങൾ പറഞ്ഞാൽ മറ്റേതെന്തെന്ന് ഞാൻ പറയാം."

"ശരി, നിങ്ങൾ തുടങ്ങൂ" മച്ചിൽനിന്നും ദൃഷ്ടികൾ മാറ്റാതെ ഉള്ളാലെ ചിരിച്ചുകൊണ്ട് ഞാൻ പറഞ്ഞു.

"ഇവിടെ എത്തിയിട്ടുള്ള ആരെയോ കുറിച്ച് നിങ്ങൾക്ക് ചില വിവരങ്ങൾ അറിയണം. ആരെക്കുറിച്ചാണെന്ന് എനിക്കൂഹിക്കാൻ കഴിയും. കാരണം ആ വ്യക്തി ഇതിനകംതന്നെ നിങ്ങളെപ്പറ്റി എന്നോട് ചോദിക്കുകയുണ്ടായി. "

"ഡോക്ടർ, നമുക്ക് സംഭാഷണം ആവശ്യമില്ല! അതില്ലാതെ തന്നെ മനസ്സിലുള്ളതെല്ലാം നമുക്ക് പരസ്പരം കാണാൻ കഴിയും."

"ഇനി മറ്റേതെന്തെന്ന് കേൾക്കട്ടെ..."

"ഇതാ കേട്ടോളൂ: സംസാരിക്കാൻ നിങ്ങളെ പ്രേരിപ്പിക്കണമെന്ന് ഞാൻ ആഗ്രഹിക്കുന്നു. ഒന്നാമത് കേട്ടുകൊണ്ടിരിക്കുന്നത് സംസാരിക്കുന്നതിന്റെയത്ര ശ്രമകരമല്ല. രണ്ടാമത്, കേൾവിക്കാരന് ഒന്നും വിട്ടുകൊടുക്കേണ്ടതില്ല. മൂന്നാമത് മറ്റൊരാളുടെ രഹസ്യങ്ങൾ അറിയാൻ അത് അവസരം തരുന്നു. നാലാമത് നിങ്ങളെപ്പോലുള്ള ബുദ്ധിമാന്മാർക്ക് കൂടുതൽ ഇഷ്ടം ഒരു ശ്രോതാവിനെയായിരിക്കും. ശരി, ഇനി നമുക്ക് കാര്യത്തിലേക്ക് കടക്കാം: ലിഗൊവ്സ്കായ പ്രഭ്വി എന്നെപ്പറ്റി നിങ്ങളോട് എന്താണ് തിരക്കിയത്?

"പ്രഭുകുമാരി മേരിയല്ല തിരക്കിയതെന്ന് തീർച്ചയുണ്ടോ?."

"ഉണ്ട്."

"എന്തുകൊണ്ട്?"

"പ്രഭുകുമാരി മേരി ഗ്രുഷ്നീത്സ്കിയെപ്പറ്റി തിരക്കിയത്കൊണ്ട്."

"നിങ്ങൾക്ക് അസാമാന്യമായ കുശാഗ്രതയുണ്ട്. വെറും സാധാരണ ഭടന്റെ കോട്ടു ധരിച്ചിരിക്കുന്ന യുവാവ് ദ്വന്ദ്വയുദ്ധം നടത്തിയതിന്റെ ഫലമായി തരംതാഴ്ത്തപ്പെട്ട ഒരു ഓഫീസറാണെന്ന് തനിക്ക് തീർച്ചയുണ്ടെന്ന് പ്രഭുകുമാരി എന്നോട് പറഞ്ഞു..."

"നിങ്ങൾ അവളുടെ ആ സുന്ദരസങ്കൽപം തട്ടിത്തകർത്തില്ലെന്ന് വിശ്വസിക്കുന്നു..."

"സ്വാഭാവികമായും ഇല്ല."

"കഥ ഗഹനമാവുകയാണ്." ഞാൻ സന്തോഷത്തോടെ വിളിച്ചു പറഞ്ഞു. "ഈ കോമഡി ഇതിന്റെ സമാപ്തിവരെ നമുക്ക് കാണണം. വിധി എനിക്ക് മുഷിവ് തോന്നാൻ അവസരം തരികയില്ലെന്നാണ്

തന്നുന്നത്,"

"സാധു ഗ്രുഷ്നിത്സ്കി നിങ്ങളുടെ ബലിയാടായിത്തീരുമെന്നാണ് തോന്നുന്നത്." ഡോക്ടർ പറഞ്ഞു.

"ശരി, നടന്നതെന്താണെന്ന് പറയൂ ഡോക്ടർ."

"നിങ്ങളുടെ മുഖം കണ്ട് പരിചയമുള്ളതുപോലെ തോന്നുന്നുവെന്ന് ലിഗോവ്സ്കായ പ്രഭ്വി പറഞ്ഞു. സെന്റ് പീറ്റേഴ്സ്ബർഗിലെ ഉന്നത സമൂഹവൃത്തങ്ങളിൽവച്ച് നിങ്ങളെ അവർ കണ്ടിരിക്കാനിടയുണ്ടെന്ന് ഞാൻ അവരോട് പറഞ്ഞു. നിങ്ങളുടെ പേരും ഞാൻ പറഞ്ഞു. പ്രഭ്വി നിങ്ങളെപ്പറ്റി കേട്ടിട്ടുണ്ട്. നിങ്ങളുടെ കഥ അവിടെ ഒരു കോളിളക്കംതന്നെ സൃഷ്ടിച്ചിരുന്നെന്ന് തോന്നുന്നു. പ്രഭ്വി താൻ കേട്ടിട്ടുള്ള കഥകളോടൊപ്പം തന്റെ അഭിപ്രായവും കൂട്ടിച്ചേർത്ത് നിങ്ങളുടെ വീരപരാക്രമങ്ങൾ വർണിച്ചുതുടങ്ങി. ആധുനികശൈലിയിൽ എഴുതപ്പെട്ട ഒരു നോവലിലെ കഥാനായകനായി നിങ്ങളെ വിഭാവനം ചെയ്തുകൊണ്ട് അവരുടെ പുത്രി താൽപര്യത്തോടെ അത് കേട്ടിരുന്നു. പ്രഭ്വി പറഞ്ഞതുമുഴുവൻ തനി അസംബന്ധമാണെന്ന് എനിക്കറിയാമായിരുന്നെങ്കിലും ഞാൻ അവരെ എതിർക്കാൻ തുനിഞ്ഞില്ല."

"ഉത്തമ സ്നേഹിതൻ!" ഡോക്ടറുടെ നേരെ കൈനീട്ടിക്കൊണ്ട് ഞാൻ പറഞ്ഞു. ഡോക്ടർ സ്നേഹപൂർവം എന്റെ കൈയിൽ പിടിച്ചുകൊണ്ട് തുടർന്നു:

"വേണമെങ്കിൽ ഞാൻ നിങ്ങളെ അവർക്ക് പരിചയപ്പെടുത്തിത്തരാം..."

"എന്റെ ചങ്ങാതീ!" കൈ മലർത്തിക്കൊണ്ട് ഞാൻ പറഞ്ഞു. "വീരപുരുഷന്മാരെ ഔപചാരികമായി ആരെങ്കിലും പരിചയപ്പെടുത്താറുണ്ടോ? പ്രിയപ്പെട്ടവളെ മരണത്തിന്റെ വക്രത്തിൽനിന്ന് രക്ഷപ്പെടുത്തിയാണ് അവളുമായി അവർ പരിചയപ്പെടുന്നത്..."

"യുവ പ്രഭ്വിയെ പ്രേമിക്കാൻ വാസ്തവത്തിൽ നിങ്ങൾ ഉദ്ദേശിക്കുന്നുണ്ടോ?"

"ഇല്ലേയില്ല. സംഗതി നേരെമറിച്ചാണ് ഡോക്ടർ, ഇത്തവണ ഞാൻ നിങ്ങളെ തോൽപ്പിച്ചിരിക്കുന്നു. നിങ്ങൾക്ക് എന്നെ മനസ്സിലാക്കാൻ കഴിഞ്ഞില്ല. എങ്കിലും ഇത് എനിക്ക് അൽപം മനഃക്ലേശം ഉണ്ടാക്കുന്നുണ്ട്." ഒരു നിമിഷത്തെ നിശ്ശബ്ദതയ്ക്കുശേഷം ഞാൻ പറഞ്ഞു: "എന്റെ സ്വന്തം അന്തർഗ്ഗതം ഞാൻ മറ്റുള്ളവരെ അറിയിക്കാറില്ല. മറ്റുള്ളവർ അത് ഊഹിച്ചറിയുന്നത് എനിക്ക് വലിയ സന്തോഷമാണ്. കാരണം, വേണ്ടിവന്നാൽ അത് നിരാകരിക്കാൻ

എനിക്ക് ഒരു പഴുത് എപ്പോഴും ഉണ്ടായിരിക്കുമല്ലോ. പക്ഷേ, നിങ്ങൾ അമ്മയെയും മകളെയും ഒന്ന് വർണ്ണിച്ച് കേൾപ്പിക്കൂ. എത്തരം ആൾക്കാരാണവർ?"

"ലിഗോവ്സ്കായ പ്രഭ്വി നാൽപ്പത്തഞ്ച് വയസ്സുള്ള ഒരു സ്ത്രീയാണ്." വേർനെർ പറഞ്ഞു. "അവരുടെ ദഹനത്തിന് യാതൊരു കോട്ടവുമില്ല, എന്നാൽ അവരുടെ രക്തം അത്ര നല്ലതല്ല. അവരുടെ കവിളുകളിലെ ചുവന്ന പാടുകൾ കണ്ടാൽ അതു മനസ്സിലാകും. ജീവിതത്തിലെ രണ്ടാമത്തെ പകുതി അവർ മോസ്കോയിലാണ് ചിലവഴിച്ചത്. അവിടുത്തെ അലസമായ ജീവിതം അവരുടെ തൂക്കം വർധിപ്പിച്ചിട്ടുണ്ട്. അവർക്ക് എരിവും പുളിയുമുള്ള തമാശകൾ ഇഷ്ടമാണ്. മകൾ അടുത്തില്ലാത്തപ്പോഴൊക്കെ പറയരുതാത്തത് പലതും അവർ പറയാറുണ്ട്. തന്റെ പുത്രി ഒരു പ്രാവിനെപ്പോലെ നിഷ്കളങ്കയാണെന്ന് അവർ എന്നോട് പറഞ്ഞു. എന്നോട് അക്കാര്യം പറഞ്ഞതെന്തിനാണെന്ന് എനിക്കറിയില്ല. ഞാൻ അത് മറ്റാരേയും അറിയിക്കയില്ലെന്ന് ഉറപ്പുതരുന്നുവെന്ന് അവരോട് പറയാൻ എനിക്ക് അതിയായ ആഗ്രഹം തോന്നി. പ്രഭ്വി വാതത്തിന് ചികിത്സിക്കയാണ്. മകൾക്ക് ചികിത്സ എന്തിനാണെന്ന് ദൈവത്തിനറിയാം. ദിവസവും ഈരണ്ട് ഗ്ലാസ് ഗന്ധകജലം കുടിക്കണമെന്നും ആഴ്ചയിൽ രണ്ടു പ്രാവശ്യം അതിൽ കുളിക്കണമെന്നും രണ്ടുപേരെയും ഞാൻ ഉപദേശിച്ചിരിക്കയാണ്. പ്രഭ്വിക്ക് ആളുകളെ ആജ്ഞാപിച്ച് ശീലമില്ലെന്ന് തോന്നുന്നു. അവർ തന്റെ പുത്രിയുടെ ബുദ്ധിശക്തിയേയും വിജ്ഞാനത്തെയും വിലമതിക്കുന്നുണ്ട്. മകൾ ബൈറന്റെ കൃതികൾ ഇംഗ്ലീഷിൽതന്നെ വായിച്ചിട്ടുണ്ട്. ബീജഗണിതവും പഠിച്ചിട്ടുണ്ട്. മോസ്കോയിലെ യുവമഹിളകൾ ഇപ്പോൾ വിജ്ഞാന കുതുകികളാണെന്ന് തോന്നുന്നു. അതൊരു നല്ല കാര്യമാണെന്നാണ് എന്റെ അഭിപ്രായം. നമ്മുടെ പുരുഷന്മാർ പൊതുവിൽ നന്നായി പെരുമാറാൻ അറിയാത്തവരായതിനാൽ ബുദ്ധിമതികളായ സ്ത്രീകൾക്ക് അവരുമായി സൊള്ളാൻ തീരെ ഇഷ്ടമില്ല. പ്രഭ്വിക്ക് ചെറുപ്പക്കാരായ പുരുഷന്മാരെ വലിയ കാര്യമാണ്. എന്നാൽ പ്രഭുകുമാരി ചെറുപ്പക്കാരെ ഒരുതരം അവജ്ഞയോടെയാണ് വീക്ഷിക്കുന്നത്-പഴയ കാലം മുതലേ മോസ്കോക്കാരുടെ ശീലം അതാണല്ലോ. മോസ്കോക്കാർ നാൽപ്പത് കഴിഞ്ഞവരുടെ ബുദ്ധിയെ മാത്രമേ വിലമതിക്കുന്നുള്ളൂ."

"ഡോക്ടർ, നിങ്ങൾ എന്നെങ്കിലും മോസ്കോയിൽ താമസിച്ചിട്ടുണ്ടോ?"

"ഉണ്ട്. കുറേക്കാലം ഞാൻ അവിടെ ജോലിചെയ്തിട്ടുണ്ട്."

"ദയവുചെയ്ത് തുടരൂ."

"പറയേണ്ടതൊക്കെ പറഞ്ഞുകഴിഞ്ഞെന്നാണ് എനിക്ക് തോന്നുന്നത്... ഇല്ല ഒരു കാര്യം വിട്ടുപോയി. പ്രഭുകുമാരി മേരിക്ക് വികാരങ്ങളെപ്പറ്റിയും കാൽപനികത്വത്തെക്കുറിച്ചും ഒക്കെ ചർച്ച ചെയ്യാൻ ഇഷ്ടമാണ്. അവൾ പീറ്റേഴ്സ്ബർഗിൽ ഒരു ഹേമന്തം ചിലവഴിച്ചിട്ടുണ്ട്. പക്ഷേ, ആ നഗരവും പ്രത്യേകിച്ച് അവിടുത്തെ സാമൂഹ്യജീവിതവും അവൾക്ക് ഇഷ്ടപ്പെട്ടില്ല. അവൾക്ക് അവിടെ ഒരു തണുത്ത സ്വീകരണമാണ് ലഭിച്ചതെന്ന് സ്പഷ്ടം."

"ഇന്ന് അവരുടെ വീട്ടിൽ മറ്റാരെയെങ്കിലും നിങ്ങൾ കണ്ടോ?"

"കണ്ടു. ഒരു അഡ്ജൂട്ടന്റും ഒരു ഗാർഡ്ഓഫീസറും. കൂടാതെ ഒരു മഹിളയും അവിടെയുണ്ടായിരുന്നു. പുതിയതായി ഇവിടെ എത്തിയവരിലൊരാളായ ആ മഹിള പ്രഭ്വിയുടെ ഭർത്താവിന്റെ ഒരു ചാർച്ചക്കാരിയാണ്. അതിസുന്ദരിയാണ് അവരെങ്കിലും അവർക്ക് കഠിനമായ രോഗമുണ്ടെന്നാണ് എനിക്ക് തോന്നുന്നത്. നിങ്ങൾ അവരെ ഉറവയ്ക്കടുത്തുവച്ച് കാണാനിടയായോ? ഇടത്തരം ഉയരവും ലക്ഷണമൊത്ത മുഖവും ക്ഷയരോഗിയുടേതുപോലെ വിളർത്ത നിറവുമുള്ള ഒരു സുവർണകേശിനിയാണവർ. വലത്തെ കവിൾത്തടത്തിൽ കറുത്ത ഒരു മറുകുണ്ട്. ഭാവദ്യോതകമായ ആ മുഖം എന്റെ ശ്രദ്ധ പിടിച്ചെടുത്തു."

"ഒരു മറുകുണ്ടെന്നോ?" ഞാൻ പിറുപിറുത്തു. "അതു സാധ്യമാണോ?"

ഡോക്ടർ എന്നെ ഒന്ന് നോക്കിയിട്ട് എന്റെ ഹൃദയത്തിൽ കൈവച്ചുകൊണ്ട് സഗൗരവം പറഞ്ഞു:

"നിങ്ങൾക്ക് അവരെ പരിചയമുണ്ടെന്ന് തീർച്ച."

വാസ്തവത്തിൽ എന്റ ഹൃദയം പതിവിലും വേഗത്തിൽ മിടിക്കുന്നുണ്ടായിരുന്നു.

"ഇത്തവണ വിജയഭേരി മുഴക്കേണ്ടത് നിങ്ങളാണ്." ഞാൻ പറഞ്ഞു. "പക്ഷേ നിങ്ങൾ എന്റെ രഹസ്യം പുറത്താക്കുകയില്ലെന്ന് വിശ്വസിക്കുന്നു. ഞാൻ അവരെ ഇതേവരെ കണ്ടിട്ടില്ല. എങ്കിലും നിങ്ങളുടെ ചിത്രീകരണത്തിൽനിന്ന് ഒരു കാലത്ത് ഞാൻ സ്നേഹിച്ചിരുന്ന ഒരു സ്ത്രീയാണ് അവരെന്ന് എനിക്ക് മനസ്സിലായി... എന്നെപ്പറ്റി അവരോട് ഒരക്ഷരം പറയരുതേ. അവർ ഇങ്ങോട്ട് എന്തെങ്കിലും ചോദിച്ചാൽ എന്നെപ്പറ്റി മോശമായ അഭിപ്രായം പറയണം."

"നിങ്ങളുടെ ഇഷ്ടം പോലെ." തോളു കുലുക്കിക്കൊണ്ട് വെർനേർ പറഞ്ഞു.

അദ്ദേഹം പോയിക്കഴിഞ്ഞപ്പോൾ കഠിനമായ വിഷാദം എന്റെ

ഹൃദയത്തെ നിമജ്ജനം ചെയ്തു. ഞങ്ങളെ കോക്കസെസ്സിൽ ഒരുമിച്ചുകൊണ്ടുവന്നത് വിധിയുടെ കൈകളാണോ? അതോ ഞാൻ ഇവിടെ കാണും എന്നറിഞ്ഞുകൊണ്ട് അവൾ ഇങ്ങോട്ട് വന്നതാകുമോ? ഞങ്ങളുടെ കൂടിക്കാഴ്ച എങ്ങനെയിരിക്കും? അതവൾ തന്നെയാണോ? എന്റെ തോന്നലുകൾ ഒരിക്കലും എന്നെ കബളിപ്പക്കാറില്ല. ഭൂതകാലസ്മരണകൾ എന്നെ ഉലയ്ക്കുന്നതുപോലെ ഭൂമുഖത്ത് മറ്റൊരാളേയും ഉലയ്ക്കുകയില്ല. പോയ്പ്പോയ ഒരു ദുഃഖത്തിന്റെയോ സന്തോഷത്തിന്റെയോ സ്മരണ വേദനിപ്പിച്ചുകൊണ്ട് എന്റെ ഹൃദയതന്ത്രികളിൽ വന്നുമുട്ടുകയും അനിവാര്യമായും ഒരേ സ്വരം ഉയർത്തുകയും ചെയ്യുന്നു. ബുദ്ധിശൂന്യമായാണ് എന്നെ സൃഷ്ടിച്ചിരിക്കുന്നത്; എനിക്ക് ഒന്നും മറക്കാൻ കഴിയുകയില്ല-ഒന്നും !

ആഹാരം കഴിച്ചിട്ട് ഉദ്ദേശം ആറുമണിയോടുകൂടി ഞാൻ നടക്കാവിലേക്കിറങ്ങി. അവിടെ ഒരു ചെറിയ ആൾക്കൂട്ടമുണ്ടായിരുന്നു. പ്രഭ്വിയും മകളും ഒരു ബഞ്ചിലിരിക്കുകയായിരുന്നു. ഒരു പറ്റം ചെറുപ്പക്കാർ അവരുടെ ചുറ്റും കൂടിനിന്ന് നിരന്തരം അവരോട് സംസാരിച്ചുകൊണ്ടിരുന്നു. ഞാൻ അൽപം അകലെ കിടന്നിരുന്ന മറ്റൊരു ബഞ്ചിൽ ചെന്നിരുന്നു. ആ വഴി വന്ന എന്റെ പരിചയക്കാരായ രണ്ട് ഓഫിസർമാരെ അടുത്തുവിളിച്ചിരുത്തി ഞാൻ ഒരു കഥ പറഞ്ഞുതുടങ്ങി. ആ കഥ അവരെ വളരെ രസിപ്പിച്ചെന്ന് സ്പഷ്ടമായി. കാരണം അവർ ഉറക്കെ ചിരിച്ചുതുടങ്ങി. പ്രഭ്വിയുടെ ചുറ്റുംകൂടിനിന്നവരിൽ ചിലരെ ജിജ്ഞാസ ഞാനിരുന്നിടത്തേക്ക് നയിച്ചു. ക്രമേണ മറ്റുള്ളവരും ഓരോരുത്തരായി പ്രഭ്വിയെ ഉപേക്ഷിച്ച് എന്റെ ചുറ്റും കൂടി. ഞാൻ നിർത്താതെ സംസാരിച്ചുകൊണ്ടിരുന്നു. അസംബന്ധമെന്നുതന്നെ പറയാവുന്ന തമാശകൾ ഞാൻ തട്ടിവിട്ടു. ആ വഴി കടന്നുപോയ ചില അസാധാരണ മനുഷ്യരെ നിർദ്ദാക്ഷിണ്യം പരിഹസിച്ചു... അങ്ങനെ സൂര്യൻ അസ്തമിക്കുന്നതുവരെ ഞാൻ എന്റെ ശ്രോതാക്കളെ രസിപ്പിച്ചുകൊണ്ടിരുന്നു. പ്രഭുകുമാരി അമ്മയുടെ കൈ പിടിച്ചുകൊണ്ട് ഞാനിരുന്നിടത്തുകൂടി പലതവണ കടന്നുപോയി. ഞൊണ്ടുള്ള ഒരു വൃദ്ധനും അവരോടൊപ്പമുണ്ടായിരുന്നു. അവൾ അലക്ഷ്യഭാവം നടിക്കാൻ ശ്രമിച്ചുകൊണ്ടാണെങ്കിലും അമർഷം അടക്കാനാവാതെ പല തവണ എന്റെനേരെ നോക്കി.

"അദ്ദേഹം എന്താണ് നിങ്ങളോട് പറഞ്ഞുകൊണ്ടിരുന്നത്?" മര്യാദവിചാരിച്ച് അവളുടെയടുത്തേക്ക് തിരിച്ചുചെന്ന ഒരു യുവാവിനോട് അവൾ ചോദിച്ചു "വളരെ ആവേശകരമായ ഒരു കഥയായിരുന്നിരിക്കും അത്. അല്ലേ? യുദ്ധരംഗത്തെ തന്റെ സാഹസകൃത്യങ്ങളെപ്പറ്റിയായിരുന്നിരിക്കും?" അവൾ സാമാന്യം

ഉറക്കെയാണ് സംസാരിച്ചത്. എന്നെ നിന്ദിക്കണമെന്ന ഉദ്ദേശത്തോടെയായിരുന്ന അതെന്ന് സ്പഷ്ടം. "ഹാ, പ്രഭുകുമാരി! നിന്നെ ഞാൻ വല്ലാതെ ക്ഷോഭിപ്പിച്ചെന്ന് തോന്നുന്നു." ഞാൻ വിചാരിച്ചു. "ക്ഷമിക്കു, ഇനിയും കിട്ടാനിരിക്കുന്നതേയുള്ളൂ.!"

ഗ്രുഷ്നീത്സ്കി ഒരു വന്യമൃഗത്തെപ്പോലെ അവളുടെ മണംപിടിച്ചുനടപ്പുണ്ടായിരുന്നു. നിമിഷനേരത്തേക്കുപോലും അവൾ കൺവെട്ടത്തുനിന്ന് മറയാതിരിക്കാൻ അയാൾ നിഷ്കർഷിച്ചിരുന്നു. തന്നെ ലിഗൊവ്സ്കായ പ്രഭ്വിക്ക് പരിചയപ്പെടുത്തിക്കൊടുക്കണമെന്ന് നാളെ അയാൾ ആരോടെങ്കിലും ആവശ്യപ്പെടുമെന്ന് എനിക്ക് തീർച്ചയുണ്ട്. പ്രഭ്വിക്ക് അത് വളരെ സന്തോഷമായിരിക്കും. കാരണം, അവർ കടുത്ത വിരസത അനുഭവിച്ചുകൊണ്ടിരിക്കയാണ്.

മേയ് 16

കഴിഞ്ഞ രണ്ട് ദിവസങ്ങളായി കാര്യങ്ങൾ വളരെ വേഗമാണ് നീങ്ങുന്നത്. മേരി എന്നെ വെറുക്കുന്നുവെന്ന് തീർച്ചയായി. മൂർച്ചയുള്ളതെങ്കിലും എനിക്ക് വളരെയേറെ അഭിമാനകരമായ രണ്ടുമൂന്ന് കുത്തുവാക്കുകൾ എന്നെ ഉദ്ദേശിച്ച് പ്രയോഗിക്കപ്പെട്ടുകഴിഞ്ഞുവെന്ന് ഞാനറിഞ്ഞു. ഉന്നതസമുദായവുമായി ഇടപഴകി ശീലിച്ച ഒരാൾ, പീറ്റേഴ്സ്ബർഗിലെ തന്റെ അമ്മായിമാരും മച്ചുനികളുമായി വളരെയേറെ അടുപ്പമുള്ള ഒരാൾ താനുമായി പരിചയപ്പെടാൻ യാതൊരു താൽപര്യവും കാണിക്കാത്തത് അവൾക്ക് വളരെ വിചിത്രമായി തോന്നി. ഞങ്ങൾ ഉറവയുടെ അടുത്തുവച്ചും നടക്കാവിൽവച്ചും ദിവസവും പരസ്പരം കാണാറുണ്ടായിരുന്നു. അവളുടെ ആരാധകരായ ചെറുപ്പക്കാരെ, തിളങ്ങുന്ന വേഷമിട്ട അഡ്ജൂട്ടന്റുമാരെയും, വിളറിയ മോസ്കോക്കാരെയും മറ്റുള്ളവരെയും വശീകരിക്കാൻ ഞാൻ പരമാവധി ശ്രമിക്കുകയും മിക്കപ്പോഴും അതിൽ വിജയിക്കുകയും ചെയ്തിരുന്നു. പൊതുവെ അതിഥി സൽക്കാരത്തിൽ വിമുഖനായ എന്റെ വീടുനിറയെ ഇപ്പോൾ ഉച്ചഭക്ഷണത്തിനും അത്താഴത്തിനും ചീട്ടുകളിക്കുമായി ക്ഷണിക്കപ്പെട്ട ആൾക്കാരാണ്. എന്റെ വീഞ്ഞിന് അവളുടെ കണ്ണുകളുടെ കാന്തശക്തിയെക്കാൾ വീര്യമുണ്ടെന്ന് തെളിഞ്ഞു!

ഇന്നലെ അവൾ ചെലാഖൊലിന്റെ കടയിൽ ഒരു മനോഹരമായ പേർഷ്യൻ കമ്പളത്തിന് വിലപേശിക്കൊണ്ട് നിൽക്കുന്നത് ഞാൻ കണ്ടു. ആ കമ്പളം തന്റെ മുറിയിലിട്ടാൽ നല്ല ഭംഗിയായിരിക്കുമെന്നും അതിനാൽ കച്ചവടക്കാരൻ പറയുന്ന വില കൊടുത്ത് അത് വാങ്ങാമെന്നും പ്രഭുകുമാരി അമ്മയോട് അപേക്ഷിച്ചു. ഞാൻ നാൽപ്പത് റൂബിൾ കൂടുതൽ കൊടുത്ത് ആ കമ്പളം കരസ്ഥമാക്കി. കത്തിജ്വലിക്കുന്ന

രോഷത്തിന്റെ തിളക്കംകൊണ്ട് സമ്മോഹനമായ ഒരു കടാക്ഷം അതിന് സമ്മാനമായി എനിക്ക് ലഭിക്കുകയും ചെയ്തു. ഉച്ചഭക്ഷണത്തിന്റെ സമയത്ത് എന്റെ ചെർക്കീസ് കുതിരയുടെ പുറത്ത് ആ കമ്പളം ഇട്ടിട്ട് മനഃപൂർവം അതിനെ പ്രഭ്വിയുടെ ജനാലയ്ക്കടുത്തുകൂടി നടത്തിക്കൊണ്ടുപോയി. ആ സമയം അവിടെ ഉണ്ടായിരുന്ന വേർനെർ പിന്നീട് പറഞ്ഞത് ആ കാഴ്ച നാടകീയമായ പ്രതികരണം സൃ സൃഷ്ടിച്ചുവെന്നാണ്. എനിക്കെതിരായി ഒരു സേനയെ അയയ്ക്കാൻ പ്രഭുകുമാരിക്ക് ആഗ്രഹമുണ്ടായിരുന്നു; എന്റെ വീട്ടിൽ ദിവസവും വന്ന് ഉച്ചഭക്ഷണം കഴിക്കാറുള്ള രണ്ട് അഡ്ജ്യൂട്ടന്റുമാർ പ്രഭുകുമാരി അവരോടൊപ്പമുള്ളപ്പോൾ എന്നോട് അടുപ്പം കാട്ടാറില്ലെന്ന വസ്തുത ഇതിനകംതന്നെ ഞാൻ ശ്രദ്ധിക്കുകയുണ്ടായ.

ഗ്രൂഷ്നീത്സ്കി ഒരു നിഗൂഢഭാവം കൈക്കൊണ്ടു. അയാൾ കൈകൾ പിന്നിൽക്കെട്ടി മറ്റാരെയും ശ്രദ്ധിക്കാതെ നടക്കും. അയാളുടെ കാലിലെ മുറിവ് പെട്ടെന്ന് ഭേദപ്പെട്ടതിന്റെ ഫലമായി അയാളുടെ ഞൊണ്ട് മിക്കവാറും അപ്രത്യക്ഷമായി. പ്രഭ്വിയുമായി അൽപം സംസാരിക്കാനും പ്രഭുകുമാരിയോട് ഭംഗിവാക്ക് പറയാനും അയാൾ അവസരം കണ്ടുപിടിച്ചു. പ്രഭുകുമാരി വലിയ കണിശക്കാരിയല്ലെന്ന് തോന്നുന്നു. കാരണം അതിനുശേഷം അയാൾ അവളെ അഭിവാദ്യം ചെയ്യുമ്പോഴൊക്കെ അവൾ ആകർഷകമായി മന്ദഹസിക്കാറുണ്ട്.

"തനിക്ക് ലിഗൊവ്സ്കായ കുടുംബവുമായി പരിചയപ്പെടാൻ തീരെ ആഗ്രഹമില്ലേ?" ഇന്നലെ അയാൾ എന്നോട് ചോദിക്കുകയുണ്ടായി.

"തീർച്ചയായും ഇല്ല."

"അത്ഭുതം! ഇവിടെയുള്ളതിൽവച്ച് ഏറ്റവും ഉന്മേഷദായകമായ വീടാണ് അവരുടേത്. പ്രാദേശിക സമുദായത്തിലെ ഏറ്റവും നല്ല... "

"പ്രാദേശികരല്ലാത്തവരെക്കൊണ്ട്തന്നെ ഞാൻ വല്ലാതെ മടുത്തിരിക്കയാണ്. പിന്നെ പ്രാദേശികരുടെ കാര്യം പറയണോ സ്നേഹിതാ? താൻ അവരെ സന്ദർശിക്കാറുണ്ടോ?"

"ഇതുവരെ പോയിട്ടില്ല. പ്രഭുകുമാരിയോട് ഒന്ന് രണ്ടു തവണ മാത്രമേ ഞാൻ സംസാരിച്ചിട്ടുള്ളൂ. ഒരു ക്ഷണം കിട്ടാൻവേണ്ടി പിറകെ നടക്കുന്നത് എത്ര അരോചകമാണെന്ന് നിങ്ങൾക്ക് അറിയാമല്ലോ - ഇവിടെ അത് ചെയ്യാറുണ്ടെന്നുള്ളത് ശരിതന്നെ, എങ്കിലും... സൈനികപദവി സൂചിപ്പിക്കുന്ന ചിഹ്നങ്ങൾ വല്ലതും എനിക്കുണ്ടായിരുന്നെങ്കിൽ സംഗതി കുറേക്കൂടി എളുപ്പമായിരുന്നു..."

"ചങ്ങാതീ, അതില്ലാത്ത ഈ അവസ്ഥയിലാണ് താൻ കൂടുതൽ കൗതുകമുണർത്തുന്നത്. തനിക്കനുകൂലമായ ഈ സ്ഥാനം വേണ്ട വണ്ണം ഉപയോഗപ്പെടുത്താൻ തനിക്കറിയില്ല എന്നതു മാത്രമാണ് കുഴപ്പം. ഹൃദയാലുവായ ഏതൊരു പെൺകിടാവിന്റേയും കണ്ണിൽ തന്റെ ഈ പട്ടാളക്കോട്ട് തന്നെ ഒരു വീരപുരുഷനും രക്തസാക്ഷിയു മാക്കിത്തീർക്കുന്നുവെന്ന് തനിക്കറിയില്ലേ?"

ഗ്രുഷ്നീത്സ്കി ആത്മസംതൃപ്തിയോടെ പുഞ്ചിരിച്ചു.

"എന്തൊരസംബന്ധം!" അയാൾ പറഞ്ഞു.

"പ്രഭുകുമാരി തന്നിൽ പ്രേമബദ്ധയാണെന്ന് എനിക്ക് തീർച്ചയു ണ്ട്." ഞാൻ പറഞ്ഞു.

അയാൾ ലജ്ജകൊണ്ട് ആകെ തുടുക്കുകയും പരിഭവം ഭാവിക്കു കയും ചെയ്തു.

ഹാ, വൃഥാഭിമാനമേ! ആർകിമെഡീസ് ഭൂഗോളത്തെ പൊക്കിയെ ടുക്കാൻ അന്വേഷിച്ച ഉത്തോലകം നീയാകുന്നു!...

"തനിക്കെപ്പോഴും കളിയാണ്," കോപം നടിച്ചുകൊണ്ട് അയാൾ പറഞ്ഞു."ഒന്നാമതായി അവൾക്കെന്നെ പരിചയമില്ല..."

"സ്ത്രീകൾ പരിചയമില്ലാത്ത പുരുഷന്മാരെ മാത്രമേ സ്നേഹിക്കു ന്നുള്ളൂ."

"പക്ഷേ, അവളെ പ്രീതിപ്പെടുത്താൻ എനിക്ക് പ്രത്യേകിച്ച് താൽപര്യമൊന്നുമില്ല. ഒരു നല്ല കുടുംബവുമായി പരിചയപ്പെടണ മെന്ന ആഗ്രഹം മാത്രമേ എനിക്കുള്ളൂ. മറ്റെന്തെങ്കിലും തരത്തിലുള്ള പ്രതീക്ഷ വച്ചുപുലർത്തുന്നത് വിഡ്ഢിത്തമായിരിക്കുമെന്ന് എനിക്കറി യാം... പീറ്റേഴ്സ്ബർഗ്കാരായ തന്നെപ്പോലുള്ള സ്ത്രീലമ്പടന്മാരുടെ കാര്യം അങ്ങനെയല്ല. നിങ്ങൾ ഒന്നു നോക്കിയാൽ മതി ഏതു സ്ത്രീയും അലിയാൻ... അതിരിക്കട്ടെ, പെച്ചോറിൻ തന്നെപ്പറ്റി പ്രഭുകുമാരി പറഞ്ഞതെന്താണെന്ന് അറിയാമോ?"

"എന്ത്? അവൾ ഇതിനകംതന്നെ എന്നെപ്പറ്റി തന്നോട് സംസാ രിച്ചെന്നോ?"

"പക്ഷേ, തനിക്ക് സന്തോഷിക്കാൻ കാര്യമൊന്നുമില്ല. ഒരിക്കൽ യാദൃച്ഛികമായി ഉറവയുടെയടുത്തുവച്ച് അവളോട് സംസാരിക്കാൻ ഇടയായി. അവൾ പറഞ്ഞ മൂന്നാമത്തെ വാചകം ഇതാണ്: 'അപ്രീതി ജനിപ്പിക്കുംവണ്ണം രൂക്ഷമായി നോക്കുന്ന ആ മാന്യൻ ആരാണ്? നിങ്ങളോടൊപ്പം അന്ന്...' തന്റെ അന്നത്തെ വീരകൃ ത്യത്തെപ്പറ്റി ഓർത്തപ്പോൾ ലജ്ജാവിവശയായിത്തീർന്ന അവൾ കൂടുതൽ പറയാൻ മടിച്ചു. 'വേണ്ട, ഭവതി അതേതുദിവസമാണെന്ന്

പറയേണ്ടതില്ല' ഞാൻ മറുപടി പറഞ്ഞു. 'ആ ദിവസം എന്നെന്നും എന്റെ സ്മരണയിൽ പതിഞ്ഞുകിടക്കും.' പെച്ചോറിൻ, എനിക്ക് തന്നെ അഭിനന്ദിക്കാൻ സാധിക്കാത്തതിൽ ഖേദമുണ്ട്. പ്രഭുകുമാരിക്ക് തന്നെപ്പറ്റി നല്ല അഭിപ്രായമല്ല .. മേരി അതിസുന്ദരിയായ ഒരു യുവതിയായതിനാൽ അത് വലിയ കഷ്ടമായിപ്പോയി!"

തങ്ങളെ ആകർഷിച്ച ഒരു സ്ത്രീയെപ്പറ്റി സസാരിക്കുമ്പോൾ അവളെ തങ്ങൾക്ക് അടുത്ത പരിചയമില്ലെങ്കിൽപോലും "എന്റെ മേരി" അല്ലെങ്കിൽ "എന്റെ സോഫി" എന്ന് പറയാൻ മടിക്കാത്ത ആളുകളിലൊരാളാണ് ഗ്രൂഷ്നീത്സ്കിയെന്ന കാര്യം ശ്രദ്ധേയമാണ്.

ഗൗരവം നടിച്ചുകൊണ്ട് ഞാൻ മറുപടി പറഞ്ഞു:

"അതെ, അവളെ കാണാൻ തരക്കേടില്ല... പക്ഷേ, ഗ്രൂഷ്നീത്സ്കി, താൻ സൂക്ഷിച്ചോളൂ! റഷ്യൻ യുവതികൾ പൊതുവെ പ്ലാറ്റോണിക് പ്രേമത്തിന് മാത്രമേ മുതിരുകയുള്ളൂ. വിവാഹം കഴിക്കാൻ അവർക്ക് യാതൊരു ഉദ്ദേശവും ഉണ്ടായിരിക്കയില്ല. ഈ പ്ലാറ്റോണിക് പ്രേമം വലിയ ശല്യമാണ്, കേട്ടോ, തന്നെ എപ്പോഴും മറ്റുള്ളവർ രസിപ്പിക്കണമെന്ന പക്ഷക്കാരിയാണ് ഈ പ്രഭുകുമാരിയെന്ന് എനിക്ക് തോന്നുന്നു. തന്റെ കൂടെയിരിക്കുമ്പോൾ അവൾക്ക് രണ്ടു നിമിഷം മുഷിവ് തോന്നിയാൽ തന്റെ കഥ കഴിഞ്ഞു. തന്റെ മൗനം അവളുടെ ജിജ്ഞാസ ഉണർത്തണം, തന്റെ സംഭാഷണം ഒരിക്കലും അവളെ പൂർണ്ണമായും തൃപ്തിപ്പെടുത്തരുത്. അവളെ എപ്പോഴും ആകാംക്ഷാഭരിതമായ അവസ്ഥയിൽ നിർത്തണം. അവൾ പത്തു തവണ പൊതുജനാഭിപ്രായത്തെ തനിക്കുവേണ്ടി ധിക്കരിക്കുകയും അതിനെ ത്യാഗമെന്ന് വിളിക്കുകയും ചെയ്യും. അതിനു പകരമെന്നോണം തന്നെ അവൾ പീഡിപ്പിച്ചു തുടങ്ങുകയും ഒടുവിൽ തന്നെ അവൾക്ക് തീരെ സഹിക്കാനാവില്ലെന്ന് പറഞ്ഞ് അതവസാനിപ്പിക്കുകയും ചെയ്യും. തനിക്ക് അവളുടെ മേൽ ആധിപത്യം സ്ഥാപിക്കാൻ കഴിഞ്ഞില്ലെങ്കിൽ അവളുടെ ആദ്യത്തെ ചുംബനംപോലും രണ്ടാമതൊന്നിനുള്ള അവകാശം തനിക്കു തരികയില്ല. അവൾ തന്നോട് മതിയാവോളം ശൃംഗരിച്ചിട്ട് ഒന്നോ രണ്ടോ വർഷം കഴിയുമ്പോൾ അവളുടെ അമ്മയുടെ ആഗ്രഹപ്രകാരം ഏതെങ്കിലും ഒരു വിരൂപനെ കല്യാണം കഴിക്കും. പിന്നീട് അവൾ അസന്തുഷ്ടയാണെന്ന് തന്നെ ധരിപ്പിക്കാനായിരിക്കും അവളുടെ ശ്രമം. അവൾ ജീവിതത്തിൽ ഒരാളെ-അതായത് തന്നെ- മാത്രമേ സ്നേഹിച്ചിട്ടുള്ളെന്നും എന്നാൽ വിധി അയാളുമായി സന്ധിക്കാൻ അവളെ അനുവദിച്ചില്ലെന്നും അവൾ പറയും. അയാൾ ഒരു സാധാരണ ഭടന്റെ ഓവർക്കോട്ട്

ധരിച്ചനടക്കുന്നതാണ് അതിന്റെ കാരണമെന്നും ആ തടിച്ച ഓവർ ക്കോട്ടിനടിയിൽ ഊഷ്മളവും ഉൽകൃഷ്ടവുമായ ഒരു ഹൃദയമുണ്ടെന്ന് തനിക്കറിയാമെന്നും അവൾ പറയാതിരിക്കില്ല... "

ഗ്രുഷ്നീത്സ്കി മുഷ്ടിചുരുട്ടി മേശമേൽ ഇടിച്ചിട്ട് മുറിയിലൂടെ ഉലാത്തിത്തുടങ്ങി.

ഞാൻ ഉള്ളിൽ ചിരിച്ചു. ഒന്നുരണ്ടു തവണ ഞാൻ പുഞ്ചിരിക്കുക പോലും ചെയ്തു. എന്നാൽ ഭാഗ്യത്തിന് അതയാൾ കണ്ടില്ല. അയാൾ അനുരാഗബദ്ധനാണെന്ന് സ്പഷ്ടമായിരുന്നു, കാരണം അയാൾ മുമ്പെ ന്നത്തേക്കാളും കൂടുതൽ ശ്രദ്ധഗതിക്കാരനായിത്തീർന്നു. അന്നാട്ടിൽ പണിതീർത്ത ഒരു പുതിയ വെള്ളിമോതിരം അയാൾ അണിഞ്ഞു സൊണ്ട് നടക്കുകപോലും ചെയ്തു. എനിക്ക് അതുകണ്ടപ്പോൾ ഒരു സംശയം തോന്നി. അത് കൂടുതൽ സൂക്ഷ്മമായി പരിശോധിച്ചപ്പോൾ ഞാൻ എന്താണ് കണ്ടതെന്നോ? ചെറിയ അക്ഷരത്തിൽ മേരി എന്ന പേരും അവൾ ആ സുപ്രസിദ്ധമായ തമ്പ്ളർ നിലത്തുനിന്ന് എടുത്തുകൊടുത്ത തിയ്യതിയും അതിന്റെ ഉൾവശത്ത് കൊത്തിയി രുന്നു! ഞാൻ അതുകണ്ടുപിടിച്ചകാര്യം അയാളോട് പറഞ്ഞില്ല. അയാളെക്കൊണ്ട് എല്ലാം ഏറ്റുപറയിക്കാൻ എനിക്കാഗ്രഹമില്ലായി രുന്നു. അയാൾ സ്വമനസ്സാലെ എന്നെ അയാളുടെ വിശ്വാസത്തിന് പാത്രമാക്കുന്നതാണ് എനക്കിഷ്ടം - അപ്പോഴാണ് ഞാൻ സ്വയം രസിക്കാൻ പോകുന്നത്.

ഇന്നു ഞാൻ താമസിച്ചാണ് ഉറക്കമുണർന്നത്. ഞാൻ ഉറവയുടെ യടുത്തെത്തിയപ്പോൾ അവിടെ ആരും ഉണ്ടായിരുന്നില്ല. ചൂട് കൂടി ക്കൊണ്ടിരുന്നു. പഞ്ഞിക്കെട്ടുകൾ പോലുള്ള വെളുത്ത മേഘങ്ങൾ, ഹിമമകുടം ചാർത്തിയ കൊടുമുടികളിൽനിന്ന് അകന്നകന്ന് പോയ്ക്കൊണ്ടിരുന്നു. അത് ഇടിയും മിന്നലും ഉണ്ടാകാൻ പോകു ന്നുവെന്നതിന്റെ സൂചനയാണ്. കെടുത്തിയ ഒരു പന്തം പോലെ മഷുക്കിന്റെ കൊടുമുടി പുകയുതിർക്കുന്നുണ്ട്. അതിനു ചുറ്റുമായി ചാരനിറമാർന്ന മേഘശകലങ്ങൾ മുൾച്ചെടികൾക്കിടയിൽ കുടുങ്ങി ഗതിമുട്ടിയ സർപ്പങ്ങളെപ്പോലെ വളഞ്ഞുപുളഞ്ഞ് ഇഴഞ്ഞ്പോ യ്ക്കൊണ്ടിരുന്നു. അന്തരീക്ഷം ആലക്തികമായിരുന്നു. മുന്തിരിവ ള്ളികൾക്കിടയിലൂടെ മണ്ഡപത്തിലേക്ക് നയിക്കുന്ന നടക്കാവിലൂടെ ഞാൻ നടന്നു. എനിക്ക് കടുത്ത വിഷാദം അനുഭവപ്പെട്ടു. ഡോക്ടർ പറഞ്ഞ, കവിളിൽ മറുകുള്ള ചെറുപ്പക്കാരിയെക്കുറിച്ചായിരുന്നു എന്റെ ചിന്ത. അവൾ ഇവിടെ എന്തു ചെയ്യുകയാണ്? അതവൾ തന്നെയാണോ? അതവളാണെന്ന് ഞാൻ എങ്ങനെ തീരുമാനിച്ചു? ഇത്ര തീർച്ച തോന്നാൻ എന്താണ് കാരണം? കവിളിൽ മറുകുള്ള

ഒരൊറ്റ സ്ത്രീയേ ലോകത്തിലുള്ളോ? ഇങ്ങനെ ഓരോന്നാലോചിച്ചു കൊണ്ട് ഞാൻ മണ്ഡപത്തിനടുത്തെത്തി. അതിന്റെ മേൽക്കൂരയുടെ തണുത്ത നിഴൽപറ്റി ഒരു ബെഞ്ചിൽ ഒരു സ്ത്രീ ഇരുന്നിരുന്നു. അവൾ ഒരു വൈക്കോൽത്തൊപ്പി ധരിച്ചിരുന്നു. കറുത്ത ഒരു ഷാൾ തോളിൽ ചുറ്റിയിട്ടുണ്ട്. തലകുനിച്ചുപിടിച്ചിരുന്നതിനാൽ തൊപ്പി അവളുടെ മുഖം മറച്ചിരുന്നു. അവളുടെ ഏകാന്തതയെ ഭഞ്ജിക്കേണ്ടെന്ന് കരുതി ഞാൻ തിരിഞ്ഞുനടക്കാൻ ഒരുങ്ങിയതാണ്. പെട്ടെന്ന് അവൾ തലയുയർത്തി എന്നെ നോക്കി.

"വേ!" അറിയാതെ ഞാൻ വിളിച്ചുപോയി.

അവൾ ഞെട്ടുകയും വിളറുകയും ചെയ്തു.

"നിങ്ങൾ ഇവിടെയുണ്ടെന്ന് എനിക്കറിയാമായിരുന്നു." അവൾ പറഞ്ഞു. ഞാൻ അവളുടെ അടുത്തു ചെന്നിരുന്ന് അവളുടെ കരം ഗ്രഹിച്ചു. കുയിൽനാദംപോലെ മധുരമായ അവളുടെ ശബ്ദം കേട്ടപ്പോൾ വളരെക്കാലമായി മറന്നുകിടന്നിരുന്ന ഒരു തരിപ്പ് എന്റെ സിരകളിൽ വ്യാപിച്ചു. അവളുടെ ആഴമുള്ള ശാന്തമായ കണ്ണുകൾ എന്റെ കണ്ണുകളിലേക്ക് ഉറ്റുനോക്കി. അവയിൽ ദുഃഖവും ശകാരത്തോട് സാമ്യമുള്ള എന്തോ ഒരു ഭാവവിശേഷവും ഞാൻ കണ്ടു.

"വളരെക്കാലമായി നമ്മൾ തമ്മിൽ കണ്ടിട്ട്" ഞാൻ പറഞ്ഞു

"അതെ, നമ്മൾ രണ്ടുപേരും വളരെ മാറിയിട്ടുണ്ട്."

"നീ എന്നെ ഇപ്പോൾ സ്നേഹിക്കുന്നില്ലെന്നാണോ അതിന്റെയർഥം!"

"ഞാൻ വിവാഹിതയാണ്!" അവൾ പറഞ്ഞു

"വീണ്ടും? കുറേ വർഷങ്ങൾക്കുമുമ്പും ഇതേ കാരണംതന്നെ ഉണ്ടായിരുന്നല്ലോ. എന്നിട്ടും..."

അവൾ കൈ വലിച്ചെടുത്തു. അവളുടെ കവിളുകൾ ചുവന്നു.

"നിനക്ക് നിന്റെ രണ്ടാം ഭർത്താവിനോട് പ്രേമമാണോ?"

അവൾ മറുപടി പറയാതെ മുഖം തിരിച്ചു.

"അയാൾ അസൂയക്കാരനാണോ?"

മൗനം

"വലിയ പണക്കാരനായ ഒരു യുവസുഭഗനായിരിക്കും അയാൾ. നിന്റെ പേടി അയാൾ..." ഞാൻ അവളുടെ മുഖത്തേക്ക് നോക്കിയപ്പോൾ ഞെട്ടിപ്പോയി. കഠിനമായ ദുഃഖം ആ മുഖത്ത് പ്രകടമായിരുന്നു. കണ്ണുകൾ കണ്ണീർ നിറഞ്ഞ് തിളങ്ങി.

"എന്നെ വേദനിപ്പിക്കുന്നത് നിങ്ങൾക്ക് ഇത്ര വലിയ

ആനന്ദമാണോ?" അവൾ മെല്ലെ ചോദിച്ചു. "ഞാൻ നിങ്ങളെ വെറുക്കേണ്ടതാണ്. നാം പരസ്പരം കണ്ടുമുട്ടിയ ദിവസം മുതൽ നിങ്ങൾ എനിക്ക് വേദന മാത്രമേ..." അവളുടെ ശബ്ദം ഇടറി. അവൾ എന്റെ നെഞ്ചിൽ തല ചായ്ച്ചു.

"ഒരുപക്ഷേ അതുകൊണ്ടായിരിക്കും നീ എന്നെ സ്നേഹിക്കുന്നത്." ഞാൻ മനസ്സിൽ പറഞ്ഞു. "ആനന്ദം മറക്കപ്പെടും പക്ഷേ ദുഃഖം അങ്ങനെയല്ല..." ഞാൻ അവളെ ചേർത്തുപിടിച്ചു. വളരെ നേരം ഞങ്ങൾ അങ്ങനെ ഇരുന്നു. ഒടുവിൽ ഞങ്ങളുടെ അധരങ്ങൾ ഒരു ചുടുചുംബനത്തിൽ അലിഞ്ഞുചേർന്നു. അവളുടെ കൈപ്പടങ്ങൾ ഐസുപോലെ തണുത്തിരുന്നു. ജ്വരബാധയാലെന്നവണ്ണം തല ചൂടുപിടിച്ചിരുന്നു. കടലാസിൽ പകർത്താനോ ആവർത്തിച്ച് പറയാനോ അനുസ്മരിക്കാൻപോലുമോ സാധ്യമല്ലാത്ത ഒരു സംഭാഷണത്തിന്റെ തുടക്കമായിരുന്നു അത്. അവിടെ വാക്കുകളുടെ അർഥത്തെ ശബ്ദത്തിന്റെ അർഥം ആദേശം ചെയ്യുകയും സംപുഷ്ടമാക്കുകയും ചെയ്യുന്നു. - ഇറ്റാലിയൻ ഓപ്പറകളിലേതുപോലെ.

ഞാൻ അവളുടെ ഭർത്താവിനെ പരിചയപ്പെടാൻ പാടില്ലെന്ന് അവൾ തീരുമാനിച്ചു. നടക്കാവിൽവച്ച് ഞാൻ ദൂരെനിന്ന് ഒരിക്കൽ കണ്ട മുടന്തനായ വൃദ്ധനായിരുന്നു അവളുടെ ഭർത്താവ്. തന്റെ പുത്രന്റെ നന്മയെ ഉദ്ദേശിച്ച് മാത്രമാണ് അവൾ അയാളെ വിവാഹം ചെയ്തത്. അയാൾ ധനികനും വാതരോഗിയുമാണ്. അയാളെപ്പറ്റി ആക്ഷേപകരമായ ഒരൊറ്റവാക്കുപോലും പറയാൻ ഞാൻ മുതിർന്നില്ല., കാരണം അവൾ ഒരു പിതാവിനെപ്പോലെ അയാളെ സ്നേഹിച്ചിരുന്നു. - ഭർത്താവെന്ന നിലയിൽ വഞ്ചിക്കുകയും ചെയ്തിരുന്നു... മനുഷ്യഹൃദയം അതിവിചിത്രമായ ഒരു വസ്തുവാണ്, പ്രത്യേകിച്ച് ഒരു സ്ത്രീഹൃദയം!

വേറയുടെ ഭർത്താവായ സിമ്യോൺ വാസീല്യെവിച്ച് ലിഗൊവ്സ്കായ പ്രഭ്വിയുടെ ഒരു അകന്ന ബന്ധുവാണ്. അവർ ഇവിടെ തൊട്ടടുത്ത വീടുകളിലാണ് താമസം. വേറ മിക്കപ്പോഴും പ്രഭ്വിയുടെ വീട്ടിലുണ്ടായിരിക്കും. പ്രഭ്വിയുമായി പരിചയപ്പെടാമെന്നും വേറയെപ്പറ്റി ആർക്കും സംശയം തോന്നാതിരിക്കാൻവേണ്ടി പ്രഭുകുമാരി മേരിയുടെ പിന്നാലെ കൂടാമെന്നും ഞാൻ അവളോട് വാഗ്ദാനം ചെയ്തു. അത് എന്റെ പദ്ധതിയെ ഒരു തരത്തിലും തടസ്സപ്പെടുത്തുകയില്ല, എനിക്ക് വേണ്ടത്ര രസിക്കുകയും ചെയ്യാം...

അതെ, രസിക്കാം! ആളുകൾ സന്തുഷ്ടിയൊന്നുകൊണ്ട് മാത്രം തൃപ്തിപ്പെടുകയും ഹൃദയം ആരെയെങ്കിലും ആവേശപൂർവം സ്നേഹിക്കാൻ വെമ്പൽകൊള്ളുകയും ചെയ്യുന്ന മാനസികാവസ്ഥയുടെ

കാലഘട്ടം ഞാൻ പണ്ടേ പിന്നിട്ട് കഴിഞ്ഞു. ഇപ്പോൾ ഞാൻ സ്നേഹിക്കപ്പെടണമെന്ന് മാത്രമേ എനിക്കാഗ്രഹമുള്ളൂ. അതും ചുരുക്കം ചില ആളുകളാൽമാത്രം. നേരുപറഞ്ഞാൽ സ്ഥിരമായ ഒരൊറ്റ ബന്ധം മാത്രം മതി എനിക്ക് - ഹൃദയത്തിന്റെ വ്യസനകരമായ ഒരു ശീലം!...

ഞാൻ ഒരിക്കലും എന്റെ പ്രേമത്തിന് പാത്രമാകുന്ന സ്ത്രീകളുടെ അടിമയായിട്ടില്ല എന്ന വസ്തുത വളരെ വിചിത്രമായി എനിക്ക് തോന്നുന്നുണ്ട്. നേരെമറിച്ച് മനപ്പൂർവം ശ്രമിക്കാതെ തന്നെ അവരുടെ മനസ്സന്റെയും ബുദ്ധിയുടെയും മേൽ അജയ്യമായ ആധിപത്യം സ്ഥാപിക്കാൻ എനിക്ക് കഴിയാറുണ്ട്. അതിന്റെ കാരണമെന്താണ്? ഞാൻ ഒരിക്കലും ഒന്നിനും പ്രത്യേകിച്ച് വില കൽപ്പിക്കാത്തതു കൊണ്ടാണോ? ഞാൻ പിടിയിൽനിന്ന് വഴുതിപ്പോകുമെന്ന് അവർ ഭയന്നിട്ടായിരിക്കുമോ? കരുത്തുറ്റ ദേഹത്തിന്റെ കാന്തശക്തിയാണോ അതിന് കാരണം? അതോ വേണ്ടത്ര സ്വഭാവബലമുള്ള ഒരു സ്ത്രീയെ ഞാൻ ഇതേവരെ കണ്ടുമുട്ടിയിട്ടില്ലെന്നതാണോ? സ്വഭാവബലമുള്ള സ്ത്രീകളെ എനിക്ക് തീരെ ഇഷ്ടമില്ലെന്നുകൂടി പറയട്ടെ - അതവർക്ക് ചേർന്നതല്ല!

എങ്കിലും ഒരിക്കൽ, ഒരിക്കൽ മാത്രം, എനിക്ക് കീഴടക്കാൻ കഴിയാത്തത്ര സ്വഭാവബലമുള്ള ഒരു സ്ത്രീയെ ഞാൻ പ്രേമിച്ചതായി ഞാൻ ഓർക്കുന്നു... ഞങ്ങൾ ശത്രുക്കളായാണ് പിരിഞ്ഞത്. എങ്കിലും അഞ്ചു വർഷങ്ങൾക്കുശേഷമാണ് ഞാൻ അവളെ കണ്ടുമുട്ടിയിരുന്നതെങ്കിൽ ഞങ്ങൾ പിരിയുന്നത് മറ്റൊരു തരത്തിലാകുമായിരുന്നു...

വേറയ്ക്ക് സുഖമില്ല, തീരെ സുഖമില്ല. പക്ഷേ അക്കാര്യം അവൾ സമ്മതിക്കയില്ല. അവൾക്ക് ജ്വരമോ fievrelente എന്നറിയപ്പെടുന്ന രോഗമോ ആണെന്നാണ് എന്റെ സംശയം. അതൊരു റഷ്യൻ രോഗമല്ലാത്തതിനാൽ അതിന് റഷ്യൻഭാഷയിൽ പേരില്ല.

ഞങ്ങൾ മണ്ഡപത്തിലിരിക്കുമ്പോൾ ഇടി മുഴങ്ങിത്തുടങ്ങി. അതിനാൽ അരമണിക്കൂറോളം അവിടെയിരിക്കാൻ ഞങ്ങൾ നിർബന്ധിതരായി. ഞാൻ അവളോട് വിശ്വസ്തത പുലർത്തണമെന്ന് അവൾ എന്നെക്കൊണ്ട് പ്രതിജ്ഞ ചെയ്യിച്ചില്ല. ഞങ്ങൾ വേർപിരിഞ്ഞതിനുശേഷം ഞാൻ ആരെയെങ്കിലും പ്രേമിച്ചിട്ടുണ്ടോ എന്ന് എന്നോട് അന്വേഷിച്ചുമില്ല... അവൾ മുമ്പത്തെപോലെ തന്നെ സർവ്വാത്മനാ എന്നെ വിശ്വസിച്ചു - ഞാൻ അവളെ വഞ്ചിക്കുകയില്ലതാനും. ഈ ലോകത്തിൽ എനിക്ക് വഞ്ചിക്കാൻ സാധ്യമല്ലാത്ത ഒരേയൊരു സ്ത്രീ അവളാണ്. ഞങ്ങൾ താമസിയാതെ വേർപിരിയുമെന്നും ഒരു പക്ഷേ അതെന്നെന്നേയ്ക്കുമായിരിക്കുമെന്നും എനിക്കറിയാം. ഞങ്ങൾ ഇരുവരും വിഭിന്നങ്ങളായ പാതകളിലൂടെയായിരിക്കും

അന്ത്യവിശ്രമസ്ഥാനത്തെത്തുന്നത്. എങ്കിലും ഞാൻ അവളുടെ സ്മരണ എന്നെന്നും നിധിപോലെ കാത്തുസൂക്ഷിക്കും. ഞാൻ അക്കാര്യം അവളോട് പലപ്പോഴും പറയാറുണ്ടായിരുന്നു. താനതുവിശ്വസിക്കുന്നില്ലെന്ന് പറയുമെങ്കിലും അവൾ അത് വിശ്വസിച്ചിരുന്നു.

ഒടുവിൽ ഞങ്ങൾ പിരിഞ്ഞു. അവളുടെ തൊപ്പി കുറ്റിക്കാടുകൾക്കും പാറകൾക്കും പിന്നിൽ മറയുന്നതുവരെ എന്റെ കണ്ണുകൾ അവളെ പിന്തുടർന്നു. ഞങ്ങൾ ആദ്യമായി വേർപിരിഞ്ഞ ദിവസത്തെപ്പോലെ തന്നെ എന്റെ ഹൃദയം വേദനകൊണ്ട് വലിഞ്ഞുമുറുകി. ഹാ, ഈ വികാരം എന്നെ എത്ര സന്തുഷ്ടനാക്കുന്നു.! യുവത്വം അതിന്റെ ഹിതകരമായ കൊടുങ്കാറ്റുകളുടെ അകമ്പടിയോടെ തിരിച്ചുവരികയാണോ? അതോ വിടപറയുംമുമ്പുള്ള അതിന്റെ അവസാനത്തെ കടാക്ഷമാണോ ഇത്? - ഒരന്തിമോപഹാരം? കാഴ്ചയിൽ ഞാൻ ഇപ്പോഴും ഒരുപയ്യനെപ്പോലെയാണിരിക്കുന്ന തെന്നോർക്കുമ്പോൾ ചിരിവരുന്നു! മുഖം വിളറിയതാണെങ്കിലും പ്രസരിപ്പുള്ളതാണ്. അവയവങ്ങളുടെ കൊഴുപ്പും വടിവും നഷ്ടപ്പെട്ടിട്ടില്ല. മുടി ഇടതൂർന്നതും ചുരണ്ടതുമാണ്, കണ്ണ്കൾക്ക് തിളക്കമുണ്ട്, സിരകളിലൂടെ രക്തം ഇരമ്പിപ്പായുന്നു.

വീട്ടിൽ തിരിച്ചെത്തിയശേഷം ഞാൻ എന്റ കുതരിപ്പുറത്തുകയറി പുൽമേട്ടിലേക്കു പോയി. സ്റ്റെപ്പിയിലെ കാറ്റ് മുഖത്തേറ്റുകൊണ്ട് ഒരുശിരൻ കുതിരയെ ഉയരമുള്ള പുല്ലിനിടയിലൂടെ ഓടിക്കുന്നതും അവിടത്തെ സുരഭിലമായ വായു ആർത്തിയോടെ നുകരുന്നതും നീലനിറമാർന്ന വിദൂരതയിൽ അനുനിമിഷം തെളിഞ്ഞുതെളിഞ്ഞു വരുന്ന വസ്തുക്കളുടെ അവ്യക്തമായ ബാഹ്യരേഖകൾ കണ്ടുപിടിക്കാൻ ശ്രമിക്കുന്നതും എനിക്ക് വളരെ ഇഷ്ടമാണ്. ശാരീരികമായ ക്ഷീണം മാനസീകാസ്വാസ്ഥ്യത്തെ പിൻതള്ളുന്ന നിമിഷങ്ങളിൽ ഹൃദയത്തിൽ ഘനീഭവിച്ചുകിടക്കുന്ന ദുഃഖവും മനസ്സിനെ അലട്ടുന്ന ഉൽക്കണ്ഠയും ഇല്ലാതാവുകയും ആത്മാവ് ശാന്തമായിത്തീരുകയും ചെയ്യുന്നു. തെക്കൻ പ്രദേശത്തെ ഉജ്ജ്വലമായ സൂര്യപ്രകാശത്തിൽ മുങ്ങിക്കിടക്കുന്ന വനനിബിഡമായ മലമുകളിലേക്ക് നോക്കിയിരിക്കുമ്പോഴോ ആകാശത്തിന്റെ അനന്തനീലിമയിൽ കണ്ണും നട്ടിരിക്കുമ്പോഴോ ഒരു പാറയിൽനിന്ന് മറ്റൊന്നിലേക്ക് കുതിച്ചുചാടുന്ന ജലപ്രവാഹത്തിന്റെ ഗർജ്ജനം ശ്രദ്ധിച്ചുകൊണ്ടിരിക്കുമ്പോഴോ എനിക്ക് മറക്കാൻ കഴിയാത്ത കണ്ണുകൾ ഒരൊറ്റ സ്ത്രീയ്ക്ക്പോലുമില്ല.

ഞാൻ ഉദ്ദേശരഹിതമായി ഒറ്റയ്ക്ക് കുതിരപ്പുറത്ത് കുതിച്ചുപായുന്നത് കാവൽഗോപുരങ്ങളിൽ ഉറക്കം തൂങ്ങിക്കൊണ്ട് കാവൽ നിൽക്കുന്ന കൊസാക്ക് ഭടന്മാരെ വല്ലാതെ അത്ഭുതപ്പെടുത്തിയിരിക്കണം. കാരണം, ഞാൻ ഒരു ചെർക്കീസുകാരന്റെ വേഷമാണ്

ധരിച്ചിരിക്കുന്നത്. ചെർക്കീസ് വേഷം ധരിച്ച ഞാൻ കുതിരപ്പുറത്തിരിക്കുമ്പോൾ എനിക്ക് പല കബർദീയക്കാരെക്കാളും കൂടുതൽ കബർദീയൻ ഛായയുണ്ടെന്ന് പലരും പറഞ്ഞിട്ടുണ്ട്. ഈ മാന്യമായ വൃദ്ധവേഷം അതീവശ്രദ്ധയോടെയാണ് ഞാൻ അണിയുന്നത്. അനാവശ്യമായ ഒരൊറ്റ തൊങ്ങൽ കാണുകയില്ല. ലളിതമായി നിർമിക്കപ്പെട്ട വിലപിടിച്ച ആയുധങ്ങൾ മാത്രമേ ഞാൻ കൊണ്ടുനടക്കാറുള്ളൂ. തൊപ്പിയിലെ രോമം നീണ്ടതാവാനോ തീരെ നീളം കുറഞ്ഞതാവാനോ ഞാൻ അനുവദിക്കില്ല. കാലുറകളും മാർദ്ദവമുള്ള തോൽബൂട്ടുകളും കാലിന് ഇണങ്ങുന്നവയായിരിക്കണമെന്ന് എനിക്ക് നിർബന്ധമുണ്ട്. വെളുത്ത ജാക്കറ്റും കടുംതവിട്ട് ചെർക്കീസ് കോട്ടുമാണ് ഞാൻ ധരിക്കുന്നത്. പർവ്വതപ്രദേശത്ത് താമസിക്കുന്നവരെപ്പോലെ കുതിരപ്പുറത്തിരിക്കാൻ ഞാൻ അഭ്യസിച്ചിട്ടുണ്ട്. കോക്കസസ്സുകാരനായ ഒരാളെപ്പോലെ കുതിരപ്പുറത്ത് സവാരി ചെയ്യാനുള്ള എന്റെ കഴിവിനെപ്പറ്റി ആളുകൾ പ്രശംസിക്കുന്നത് കേൾക്കുന്നതിൽപ്പരം സന്തോഷം എനിക്ക് വേറൊന്നുമില്ല. അതെന്റെ അഭിമാനത്തെ വിജൃംഭിതമാക്കുന്നു. ഞാൻ നാലു കുതിരകളെ സൂക്ഷിക്കാറുണ്ട്. ഒന്നെനിക്കുവേണ്ടിയും മറ്റുള്ളവ എന്റെ സ്നേഹിതന്മാർക്കുവേണ്ടിയും. വയലുകളിലൂടെ ഒറ്റയ്ക്ക് കുതിരപ്പുറത്ത് സഞ്ചരിക്കുന്നതിന്റെ വിരസതയിൽനിന്ന് രക്ഷപ്പെടാനാണ് ഞാൻ മറ്റുള്ളവർക്കുവേണ്ടി കുതിരകളെ കരുതുന്നത്. എന്നാൽ എന്റെ കുതിരകളുടെ പുറത്ത് സവാരിചെയ്യാൻ അവർക്കിഷ്ടമാണെങ്കിലും എന്നോടൊപ്പം സവാരിക്കുവരാൻ അവരിൽ ആരും ഇഷ്ടപ്പെടുന്നില്ല. വൈകുന്നേരം ആറു മണിയായപ്പോൾ ഭക്ഷണം കഴിക്കുന്നകാര്യം എനിക്കോർമ്മവന്നു. പോരെങ്കിൽ എന്റെ കുതിര വല്ലാതെ ക്ഷീണിക്കുകയും ചെയ്തിരുന്നു. ഞാൻ പ്യത്തിഗോർസ്കിൽനിന്ന് ജർമ്മൻ കോളനിയിലേക്ക് പോകുന്ന വഴിയിലേയ്ക്ക് കടന്നു. ചികിത്സാകേന്ദ്രത്തിലെ താമസക്കാർ പലപ്പോഴും വിനോദയാത്രയ്ക്ക് പോകുന്നത് അങ്ങോട്ടാണ്. കുറ്റിക്കാടുകൾക്കിടയിലൂടെ തിരിഞ്ഞും വളഞ്ഞും പോകുന്ന ആ പാത ചിലയിടങ്ങളിൽ, ഉയരത്തിൽ വളർന്നുനിൽക്കുന്ന പുല്ലിന്റെ തണലിലൂടെ കളകളാരവം മുഴക്കിക്കൊണ്ട് ഒഴുകുന്ന കൊച്ചരുവികളുള്ള മലയിടുക്കലേക്കിറങ്ങും. ചുറ്റും ബെഷാതാവു, സ്മെയീനിയ, ഷെലേസ്നയ, ലീസയ എന്നീ മലകൾ നീലനിറത്തിൽ ഉയർന്നുനിൽക്കുന്നു. കുതിരയ്ക്ക് വെള്ളം കൊടുക്കാനായി ഞാൻ മലയിടുക്കിൽ കുറച്ചുനേരം തങ്ങി. അപ്പോൾ റോഡിന് താഴെയായി വർണ്ണശബളവും ശബ്ദായമാനവുമായ ഒരു കുതിരസ്സവാരിസംഘം പ്രത്യക്ഷപ്പെട്ടു. കറുപ്പും നീലയും നിറമുള്ള സവാരിവേഷമണിഞ്ഞ സ്ത്രീകളും ചെർക്കീസുകാരുടേയും നീഷ്നി-നോവ് ഗൊറൊദ്കാരുടെയും വസ്ത്രധാരണ

രീതി കൂട്ടിക്കുഴച്ച് വേഷമണിഞ്ഞ പുരുഷന്മാരുമടങ്ങിയ ഒരു സംഘ മായിരുന്നു അത്. ഗ്രൂഷ്നീത്സ്കിയും പ്രഭുകുമാരിയുമാണ് മുമ്പിൽ.

ചെർക്കീസുകാർ പട്ടാപ്പകൽ കൊള്ളയടിക്കാനിറങ്ങുന്നതിനെപ്പറ്റിയുള്ള കെട്ടുകഥകൾ ചികിത്സാകേന്ദ്രത്തിലെത്തുന്ന സ്ത്രീകൾ ഇപ്പോഴും വിശ്വസിക്കുന്നുണ്ട്. അതുകൊണ്ടാവാം ഗ്രൂഷ്നീത്സ്കി തന്റെ പട്ടാളക്കോട്ടിന്റെ ബൽറ്റിൽ ഒരു വാളും രണ്ട് കൈത്തോക്കുകളും തിരുകിയിരുന്നത്. വീരോചിതമായ ഈ വേഷത്തിൽ അയാൾ തികച്ചും പരിഹാസ്യനായിക്കാണപ്പെട്ടു. പൊക്കമുള്ള ഒരു കുറ്റിച്ചെടിയുടെ മറവിലാണ് ഞാൻ നിന്നിരുന്നത്. അതിനാൽ അവർക്ക് എന്നെ കാണാൻ കഴിയുമായിരുന്നില്ല. എനിക്കാണെങ്കിൽ ഇലകളുടെ ഇടയിലൂടെ അവരെ ഭംഗിയായിക്കാണാം. വികാരപ്രധാനമായ എന്തിനെപ്പറ്റിയോ ആണ് അവർ സംസാരിക്കുന്നതെന്ന് അവരുടെ മുഖഭാവം വെളിപ്പെടുത്തി. ഒടുവിൽ അവർ റോഡിലെ ഇറക്കത്തിനടുത്തെത്തി. ഗ്രൂഷ്നീത്സ്കി പ്രഭുകുമാരിയുടെ കുതിരയുടെ കടിഞ്ഞാണിൽ പിടിച്ചു. അവരുടെ സംഭാഷണത്തിന്റെ അവസാനഭാഗം എനിക്ക് കേൾക്കാൻ കഴിഞ്ഞു:

"ജീവിതകാലം മുഴുവൻ കോക്കസെസ്സിൽതന്നെ നിൽക്കാനാണോ നിങ്ങൾ ആഗ്രഹിക്കുന്നത്? പ്രഭുകുമാരി ചോദിച്ചു.

"റഷ്യയിൽ എനിക്കെന്തു കാര്യം?" അയാൾ മറുപടി പറഞ്ഞു. "അവിടെ എന്നേക്കാൾ ധനവാന്മാരായ ആയിരക്കണക്കിനാളുകൾ എന്നെ നിന്ദിക്കും. എന്നാൽ ഇവിടെ - ഇവിടെ ഭവതിയുമായി പരിചയപ്പെടാൻപോലും ഈ പട്ടാളക്കോട്ട് ഒരു തടസ്സമാകുന്നില്ല..."

"നേരെ മറിച്ച്..." പ്രഭുകുമാരി പറഞ്ഞു. ലജ്ജകൊണ്ട് അവളുടെ മുഖം തുടുത്തു.

ഗ്രൂഷ്നിത്സ്കിക്ക് സന്തോഷമായെന്ന് തോന്നി. അയാൾ തുടർന്നു:

"ഇവിടെ കിരാതന്മാരുടെ വെടിയുണ്ടകൾക്കു കീഴിൽ എന്റെ ജിവിതം അതിവേഗം പ്രവഹിച്ചുകൊണ്ടിരിക്കും. ദൈവം ഓരോ വർഷവും ഒരു കോമളാംഗിയുടെ ഉജ്ജ്വലമായ ഒരു കടാക്ഷം എനിക്ക് നൽകിയാൽ മതി, അന്ന് ഭവതി എനിക്ക് നൽകിയത്... "

ഇത്രയുമായപ്പോൾ അവർ ഞാൻ നിന്നിരുന്നതിനടുത്തെത്തി. പെട്ടെന്ന് എന്റെ കുതിരയെ ചാട്ടകൊണ്ടടിച്ച് ഞാൻ കുറ്റിച്ചെടിയുടെ പിന്നിൽനിന്ന് പുറത്തുവന്നു.

"ദൈവമെ, ഒരു ചെർക്കീസുകാരൻ!" ഭയചകിതയായിത്തീർന്ന പ്രഭുകുമാരി ഫ്രഞ്ചിൽ പറഞ്ഞു.

അവളുടെ സംശയം ദൂരീകരിക്കാനായി ഞാൻ ഫ്രഞ്ചിൽതന്നെ മറുപടി പറഞ്ഞു:

"ഭയപ്പെടേണ്ട. ഞാൻ ഭവതിയുടെ സഹചരനേക്കാൾ ഒട്ടും കൂടുതൽ അപകടകാരിയല്ല."

അവൾ വല്ലാതെ പരിഭ്രമിക്കുന്നത് കണ്ടു. - എന്തിനെന്ന് മനസ്സിലായില്ല. അവൾക്ക് തെറ്റ്പറ്റിയതുകൊണ്ടാണോ അതോ എന്റെ മറുപടി ധിക്കാരം നിറഞ്ഞതാണെന്ന് അവൾക്ക് തോന്നിയതുകൊണ്ടാണോ? രണ്ടാമതു പറഞ്ഞ കാരണത്താലായിരിക്കണമെന്നാണ് എന്റെ ആഗ്രഹം. ഗ്രൂഷ്നീത്സ്കി അപ്രീതിയോടെ എന്നെ നോക്കി

അന്നു രാത്രി കുറേ വൈകിയശേഷം, അതായത് പതിനൊന്ന് മണിക്ക്, ഞാൻ ലിൻഡൻമരങ്ങൾക്കിടയിലൂടെ നടക്കാവിലൂടെ നടക്കാനിറങ്ങി. പട്ടണം ഗാഢനിദ്രയിലാണ്ടുകിടക്കുകയായിരുന്നു. രണ്ടോ മൂന്നോ ജനാലകളിൽ മാത്രം വെളിച്ചമുണ്ട്. മൂന്നുവശത്തും മഷൂക് പർവ്വതനിര ഉയർന്നുനിന്നു. മഷൂകിന്റെ മുകളിൽ ദുഃശകുനം പോലെ ഒരു മേഘം തങ്ങിനിന്നിരുന്നു. കിഴക്ക് നിലാവുദിച്ചുതുടങ്ങി. മഞ്ഞണിഞ്ഞ കൊടുമുടികൾ അങ്ങകലെ വെള്ളിത്തൊങ്ങൽപോലെ വെട്ടിത്തിളങ്ങിക്കൊണ്ടിരുന്നു. പാറാവുകാരുടെ ശബ്ദം ചൂടുള്ള ഉറവകളുടെ ശബ്ദവുമായി ഇടകലർന്ന് നിശാന്തരീക്ഷത്തിന്റെ നിശ്ശബ്ദതയെ ഭഞ്ജിച്ചു. വല്ലപ്പോഴുമൊരിക്കൽ കുളമ്പടി ശബ്ദം തെരുവിൽ മുഴങ്ങിക്കേട്ടു. മൂടിക്കെട്ടിയ ഒരു കാളവണ്ടിയുടെ ചക്രങ്ങൾ ഞരങ്ങുന്ന ശബ്ദവും ടാട്ടാർ ഭാഷയിലുള്ള ശോകഗാനത്തിന്റെ ഈരടികളും അതിനെ പിന്തുടർന്നു. ഞാൻ ഒരു ബെഞ്ചിലിരുന്ന് ചിന്തയിൽ മുഴുകി. മനസ്സുതുറന്ന് ആരോടെങ്കിലും സംസാരിച്ച് എന്റെ ഹൃദയഭാരം ഇറക്കിവയ്ക്കാൻ ഞാൻ കൊതിച്ചു... പക്ഷേ ആരോട് സംസാരിക്കാനാണ്? ഇപ്പോൾ വേറ എന്തുചെയ്യുകയായിരിക്കും? അവളുടെ കൈ ഇപ്പോൾ ഒന്ന് പിടിച്ചമർത്താൻ കഴിഞ്ഞെങ്കിൽ!

പെട്ടെന്ന് ദ്രുതഗതിയിലുള്ള അസമമായ പാദവിന്യാസം കേട്ടുതുടങ്ങി. ഗ്രൂഷ്നീത്സ്കിയായിരിക്കണം .. അതേ അയാൾ തന്നെ.

"എവിടെ പോയിരുന്നു ?"

"ലിഗൊവ്സ്കായ പ്രഭ്വിയുടെ വീട്ടിൽ." പ്രമാണിത്തം നടിച്ചുകൊണ്ട് അയാൾ പറഞ്ഞു. "മേരി എത്ര മധുരമായി പാടുമെന്നോ!"

"തനിക്കൊരു കാര്യമറിയാമോ?" ഞാൻ പറഞ്ഞു. "താൻ ഒരു കേഡറ്റാണെന്നകാര്യം അവൾക്കറിഞ്ഞുകൂടെന്ന് ഞാൻ വാതുവയ്ക്കാം. തരംതാഴ്ത്തപ്പെട്ട ഒരോഫീസറാണ് താനെന്നാണ് അവളുടെ വിചാരം."

"ആയിരിക്കാം. അതിന് എനിക്കെന്താ?'' അയാൾ

അന്യമനസ്കനായി പറഞ്ഞു.

"അല്ല, ഞാൻ പറഞ്ഞെന്നുമാത്രം..."

"അവളെ താൻ വല്ലാതെ ദേഷ്യപ്പെടുത്തിയെന്ന് തനിക്കറിയാമോ? താൻ വലിയ ധിക്കാരമാണ് കാണിച്ചത്. അവൾ വിചാരിക്കുന്നു, താൻ നല്ല രീതിയിൽ വളർത്തപ്പെട്ടവനും പെരുമാറാൻ അറിയാവുന്നവനുമാണെന്ന്. തീർച്ചയായും അവളെ അവഹേളിക്കാൻ തനിക്കുദ്ദേശമില്ലായിരുന്നെന്നും അവളെ ബോധ്യപ്പെടുത്താൻ ഞാൻ വളരെ പാടുപെട്ടു. തനിക്ക് ഒരു ധിക്കാരിയുടെ മട്ടാണെന്നും താൻ ഒരഹംഭാവിയാണെന്നുമാണ് അവളുടെ അഭിപ്രായം,"

"അവൾ പറഞ്ഞത് ശരിയാണ്... താനും അവളുടെ ഭാഗത്താണെന്ന് തോന്നുന്നു, ശരിയല്ലേ?"

"നിർഭാഗ്യവശാൽ എനിക്കിനിയും അതിനുള്ള അവകാശം കിട്ടിയിട്ടില്ല."

"ഓഹോ! ഇയാൾക്ക് ഇതിനകംതന്നെ പ്രതീക്ഷയുണ്ടെന്ന് തോന്നുന്നു." ഞാൻ മനസ്സിൽ പറഞ്ഞു.

"താനാണ് അതുകൊണ്ട് ബുദ്ധിമുട്ടാൻ പോകുന്നത്," ഗ്രൂഷ്നീത്സ്കി തുടർന്നു "ഇനി തനിക്ക് അവരുമായി പരിചയപ്പെടാൻ വളരെ പ്രയാസമായിരിക്കും. ഞാൻ കണ്ടുവച്ചിട്ടുള്ളതിൽവച്ച് ഏറ്റവും സുഖകരമായ വീടുകളിലൊന്നാണ് അവരുടേത്."

ഞാൻ മനസ്സിൽ വിചാരിച്ചു.

"എന്നെ സംബന്ധിച്ചിടത്തോളം ഇപ്പോൾ ഏറ്റവും സുഖകരമായ വീട് എന്റേതാണ്." കോട്ടുവായിട്ടുകൊണ്ട് ഞാൻ പറഞ്ഞു. ഞാൻ പോകാൻ എണീറ്റു.

"എങ്കിലും തനിക്ക് അക്കാര്യത്തിൽ ഖേദമുണ്ടെന്ന് താൻ സമ്മതിക്കുമല്ലോ, ഇല്ലേ?"

"അസംബന്ധം! വേണമെങ്കിൽ എനിക്ക് നാളെ വൈകീട്ട് പ്രഭ്വിയുടെ വീട് സന്ദർശിക്കാൻ കഴിയും."

"അക്കാര്യം കണ്ടറിയണം."

"തന്നെ സന്തോഷിപ്പിക്കാനായി വേണമെങ്കിൽ ഞാൻ പ്രഭ്വികുമാരിയോട് സല്ലപിക്കുകപോലും ചെയ്യാം."

"അതായത് അവൾ തന്നോട് സംസാരിക്കാൻ കൂട്ടാക്കിയാൽ..."

"അവൾക്ക് തന്റെ സംസാരം കേട്ട് മടുക്കുന്നതുവരെ ഞാൻ കാത്തിരിക്കാം... ശുഭരാത്രി!"

"ഞാൻ കുറച്ച് നടക്കാൻ പോവുകയാണ്. എനിക്ക് ഇന്ന് തീരെ

ഉറക്കം വരുന്നില്ല. നമുക്ക് വേണമെങ്കിൽ റസ്റ്റോറണ്ടിൽ പോയിരുന്ന് ചീട്ടുകളിക്കാം. താൻ വരുന്നോ?... ഇന്നു രാത്രി എനിക്ക് ശക്തമായ അനുഭൂതികളാണ് ആവശ്യം."

"താൻ തോൽക്കുമെന്ന് പ്രതീക്ഷിക്കുന്നു." എന്ന് പറഞ്ഞിട്ട് ഞാൻ വീട്ടിലേക്ക് മടങ്ങി.

മേയ് 21

ഏകദേശം ഒരാഴ്ച കഴിഞ്ഞു. എന്നിട്ടും ഞാൻ ലീഗൊവ്സ്കായ പ്രഭ്വിയുടെ കുടുംബവുമായി പരിചയപ്പെട്ടില്ല. ഞാൻ നല്ലൊരവസരം കാത്തിരിക്കയാണ്. ഗ്രൂഷ്നീത്സ്കി മേരിയെ നിഴൽപോലെ സദാ അനുഗമിച്ചുകൊണ്ടിരുന്നു. അവർ നിർത്താതെ സംസാരിച്ചു കൊണ്ടിരിക്കും. അവൾക്ക് അയാളെ ഇതേവരെ മടുക്കാത്തതാണ് എനിക്കുള്ളുതം. അയാൾ "അർഹനായ യുവാവല്ല." എന്ന കാരണ ത്താൽ അമ്മ ഇക്കാര്യം ശ്രദ്ധിക്കുന്നതേയില്ല. അമ്മമാരുടെ യുക്തി പോകുന്നത് എങ്ങനെയെന്ന് നോക്കൂ! ഒന്നു രണ്ടുതവണ മാരിയുടെ സ്നിഗ്ദ്ധമായ കടാക്ഷങ്ങൾ അയാളിൽ പതിയുന്നത് ഞാൻ കണ്ടു - ഇത് അവസാനിപ്പിച്ചേ തീരൂ.

ഇന്നലെ വേറ ആദ്യമായി ഉറവയുടെ അടുത്തുവന്നു. ഞങ്ങൾ മണ്ഡ പത്തിൽ കണ്ടുമുട്ടിയതിനുശേഷം അവൾ വീടുവിട്ടിറങ്ങിയിട്ടേയില്ല. ഞങ്ങൾ ഒരേ സമയത്താണ് തമ്പ്ളാർ വെള്ളത്തിൽ മുക്കിയത്. കുനിഞ്ഞ് വെള്ളമെടുക്കുന്നതിനിടയിൽ അവൾ മന്ത്രിച്ചു.

"ലിഗൊവ്സ്കായ പ്രഭ്വിയുടെ വീട്ടിൽ വരാൻ നിങ്ങൾക്കിഷ്ടമി ല്ലേ! നമുക്ക് കണ്ടുമുട്ടാൻ സാധ്യമായ ഒരേയൊരു സ്ഥലം അതാണ്."

ഒരു കുറ്റപ്പെടുത്തൽ - എത്ര വിരസമാണത്! പക്ഷേ, ഞാനതി നർഹനാണ്.

റസ്റ്റോറണ്ടിലെ ഹാളിൽ നാളെ ഒരു നൃത്തവിരുന്ന് നടക്കാൻ പോകുന്നു. പ്രഭുകുമാരിയോടൊപ്പം മസൂർക്ക നൃത്തം ചെയ്യാൻ എനി ക്കുദ്ദേശമുണ്ട്.

മേയ് 22

റസ്റ്റോറണ്ട് ഹാൾ കുലീനരുടെ ഒരു ക്ലബ്ഹാളായി മാറിയിരുന്നു. ഒമ്പത് മണിയായപ്പോഴേക്കും എല്ലാവരും അവിടെ എത്തിക്കഴിഞ്ഞു. ലിഗൊവ്സ്കായ പ്രഭ്വിയും മകളുമാണ് അവസാനം എത്തിയത്. മേരി നല്ല കലാബോധത്തോടെ അണിഞ്ഞൊരുങ്ങിയിരുന്നതിനാൽ പല സ്ത്രീകളും അവളെ അസൂയയോടും ദ്രോഹബുദ്ധിയോടും കൂടി നോക്കി. സ്ഥലത്തെ കുലീനരെന്ന് സ്വയം കരുതുന്നവർ തങ്ങളുടെ അസൂയ മറച്ചുവച്ച് അവളോട് അടുപ്പം കാട്ടി. മറ്റെന്ത് പ്രതീക്ഷിക്കാനാണ്?

സ്ത്രീകൾ ഒത്തുന്നിടത്തെല്ലാം അവർ ഉയർന്ന ചേരിയും താണ ചേരിയുമായി തിരിയും. ഗ്രൂഷ്നീത്സ്കി ജനലിനു പുറത്തുള്ള ആൾക്കൂട്ടത്തിൽ നിന്നിരുന്നു. അയൾ ജനാലച്ചില്ലിൽ മുഖമമർത്തി തന്റെ ദേവിയെ കണ്ണുകളാൽ വിഴുങ്ങിക്കൊണ്ടിരുന്നു. കടന്നുപോകു ന്ന വഴി അവൾ അയാളെനോക്കി മെല്ലെ ഒന്ന് തലയാട്ടി. അയാൾ സൂര്യനെപ്പോലെ ജ്വലിച്ചു. ആദ്യം ഒരു പോളീഷ് നൃത്തമായിരുന്നു. പിന്നീട് വാൾട്ട്സിനുള്ള സംഗീതം മുഴങ്ങി. കുതിമുള്ളുകൾ കിലുങ്ങി. കോട്ടിന്റെ വാലുകൾ വട്ടംകറങ്ങി.

റോസ്നിറത്തിലുള്ള ഉവൽത്തൊപ്പി ധരിച്ച ഒരു തടിച്ച സ്ത്രീയുടെ പിന്നിലാണ് ഞാൻ നിന്നിരുന്നത്. അവരുടെ ഗൗണിന്റെ തിളക്കം വളയം പിടിപ്പിച്ച അടിപ്പാവാടകൾ പരിഷ്കാരമായിത്തീരുന്ന കാലത്തെയും, അവരുടെ പരുപരുത്ത തൊലിയിലെ കറുത്ത പാടുകൾ കറുത്ത ടാഫെറ്റാകൊണ്ടുള്ള ബ്യൂട്ടി സ്പോട്ടുകളുടെ യുഗത്തെ[5]യും അനുസ്മരിപ്പിച്ചു. കഴുത്തിലെ മറുകുകളിൽ ഏറ്റവും വലുത് അവർ ഒരു റിബൺ കൊണ്ട് മറച്ചിരുന്നു. അവർ തന്റെ പങ്കാളിയായ അശ്വസേനാ ക്യാപ്റ്റനോട് പറഞ്ഞു:

"ആ പ്രഭുകുമാരിക്ക് വല്ലാത്ത തണ്ടാണ്. അവൾ എന്റെ ദേഹത്തു വന്നുമുട്ടിയിട്ട് ക്ഷമ ചോദിക്കുകപോലും ചെയ്തില്ല. തിരിഞ്ഞുനിന്ന് ഭ്രൂതകണ്ണാടിയിലൂടെ എന്നെ നോക്കാനുള്ള ധിക്കാരംപോലും അവൾ കാണിച്ചു... എന്തൊരഹന്ത! ഇത്ര ഭാവം കാണിക്കാൻ എന്താണ് അവൾക്കുള്ളത്. അവളെ ഒരു പാഠം പഠിപ്പിക്കേണ്ടതാണ്... "

"അക്കാര്യം ഞാനേറ്റ!" എന്നു പറഞ്ഞിട്ട് സഹായസന്നദ്ധനായ ക്യാപ്റ്റൻ അടുത്ത മുറിയിലേക്ക് പോയി.

ഞാൻ തൽക്ഷണം തന്നെ പ്രഭുകുമാരിയുടെ അടുത്തു ചെന്ന്, അപരിചിതരുമായി നൃത്തം ചെയ്യാൻ അനുവദിക്കുന്ന ഇവിടുത്തെ നാട്ടുനടപ്പ് നൽകിയ സ്വാതന്ത്ര്യമുപയോഗിച്ച് അവളെ വാൾട്ട്സ് നൃത്തത്തിന് ക്ഷണിച്ചു. താൻ വിജയിച്ചു എന്ന ഭാവത്തിലുള്ള ഒരു പുഞ്ചിരി അടക്കാൻ അവൾക്കു കഴിഞ്ഞില്ല. എന്നാൽ അടുത്തക്ഷണ ത്തിൽ തന്നെ അവൾ ഉദാസീനഭാവവും ഗൗരവവും കൈക്കൊണ്ടു. അവൾ അശ്രദ്ധയായി ഒരു കൈ എന്റെ ചുമലിൽവച്ചുകൊണ്ട് തല ഒരു വശത്തേക്ക് അൽപം ചരിച്ചുപിടിച്ച് തയ്യാറായി. ഞങ്ങൾ നൃത്തം തുടങ്ങി. ഇത്രയേറെ വികാരോദ്ദീപകമായ, ഇത്രയേറെ ഒതുക്കമുള്ള, അരക്കെട്ട് ഞാൻ കണ്ടിട്ടില്ല. അവളുടെ മധുരമായ ഉച്ഛ്വാസം എന്റെ മുഖത്തെ തഴുകിക്കൊണ്ടിരുന്നു. വട്ടം കറങ്ങി

5 18ാം നൂറ്റാണ്ടിൽ കറുത്ത പൊട്ടുകൾ മറുകുപോലെ മുഖത്തെവിടെയെങ്കിലും ഒട്ടിച്ചുവയ്ക്കുന്നത് ഒരു പരിഷ്കാരമായിരുന്നു.

നൃത്തം ചെയ്യുന്നതിനിടയിൽ കൂട്ടംപിരിഞ്ഞ ഒരു മുടിച്ചുരുൾ എന്റെ ചൂടുപിടിച്ച കവിളിൽ ഉരുമ്മിക്കൊണ്ടിരുന്നു... ഞാൻ മൂന്നുതവണ മുറിയിൽ പ്രദക്ഷിണംവച്ചു. (അവൾ ഒന്നാന്തരമായി വാൾട്ട്സ് ചെയ്യും.) അവൾ കിതച്ചു. അവളുടെ കണ്ണുകൾ കലങ്ങി, അവളുടെ പാതിവിടർന്ന ചുണ്ടുകൾക്ക് പതിവനുസരിച്ച് "മേഴ്സി, മെസ്യേ"[6] എന്ന് മന്ത്രിക്കാൻപോലും ശക്തിയില്ലെന്ന് തോന്നി.

ഏതാനും നിമിഷത്തെ മൗനത്തിനുശേഷം വിനീതഭാവത്തിൽ ഞാൻ പറഞ്ഞു:

"പ്രഭുകുമാരീ, ഭവതിയുമായി പരിചയപ്പെടുന്നതിന് മുമ്പുതന്നെ ഭവതിയുടെ അതൃപ്തിക്ക് പാത്രമായിത്തീരാനുള്ള ദൗർഭാഗ്യം എനിക്കുണ്ടായെന്ന് ഞാൻ അറിഞ്ഞു. ഞാൻ ഒരു ധിക്കാരിയാണെന്ന് വാസ്തവത്തിൽ ഭവതി കരുതുന്നുണ്ടോ?"

"ആ അഭിപ്രായം ശക്തിപ്പെടുത്താനാണോ ഇപ്പോൾ ഭാവം?" പരിഹാസദ്യോതകമായി മുഖം അൽപം കോട്ടിക്കൊണ്ട് അവൾ പറഞ്ഞു - ആ ചേഷ്ട അവളുടെ പ്രസരിപ്പാർന്ന മുഖത്തെ കൂടുതൽ ആകർഷകമാക്കിയെന്നുകൂടി കൂട്ടത്തിൽ പറയട്ടെ.

" ഭവതിയെ അലോസരപ്പെടുത്താനുള്ള ധിക്കാരം ഞാൻ കാണിച്ചിട്ടുണ്ടെങ്കിൽ അതിന് മാപ്പുചോദിക്കുന്നത് കൂടുതൽ ധിക്കാരമായി ഭവതി കരുതുമോ? എന്നെപ്പറ്റിയുള്ള ഭവതിയുടെ അഭിപ്രായം ശരിയല്ലെന്ന് തെളിയിക്കാൻ എനിക്ക് അതിയായ ആഗ്രഹമുണ്ട്..."

"അത് താങ്കൾക്ക് അത്ര എളുപ്പമായിരിക്കുമെന്ന് തോന്നുന്നില്ല."

"എന്തുകൊണ്ട് ?"

"കാരണം താങ്കൾ ഞങ്ങളുടെ വീട്ടിൽ വരികയില്ല. ഇതുപോലുള്ള നൃത്തവിരുന്നുകൾ വിരളമായേ ആവർത്തിക്കപ്പെടുകയുള്ളൂ."

അതിന്റെ അർഥം അവരുടെ വാതിൽ എന്റെ മുമ്പിൽ എന്നെന്നും അടഞ്ഞുകിടക്കുമെന്നാണ്. ഞാൻ വിചാരിച്ചു.

"പ്രഭുകുമാരീ." തെല്ലൊരു കുണ്ഠിതത്തോടെ ഞാൻ പറഞ്ഞു. "പശ്ചാത്താപം പ്രകടിപ്പിക്കുന്ന ഒരു പാപിയെ ഒരിക്കലും നിരാകരിക്കരുതെന്ന് ഭവതിക്കറിയാമോ? അങ്ങനെ ചെയ്താൽ അയാൾ നിരാശകൊണ്ട് കൂടുതൽ പാപം ചെയ്യും.. പിന്നെ..."

പൊട്ടിച്ചിരികളും അടക്കിപ്പിടിച്ച സംസാരവും തൊട്ടടുത്തുനിന്ന് കേട്ടപ്പോൾ പറഞ്ഞുവന്ന വാചകം പൂർത്തിയാക്കാതെ ഞാൻ തിരിഞ്ഞുനോക്കി. ഏതാനും ചുവടകലെ കുറേ പുരുഷന്മാർ കൂട്ടംകൂടി നിന്നിരുന്നു. സുന്ദരിയായ പ്രഭുകുമാരിയോട് പകരംവീട്ടാൻ

6 നന്ദി, ശ്രീമാൻ (ഫ്രഞ്ച്)-എ.ഡി

ഉദ്ദേശിക്കുന്നവെന്ന് നേരത്തെ പറഞ്ഞ ക്യാപ്റ്റനും അക്കൂട്ടത്തിലുണ്ടായിരുന്നു. എന്തോ കാരണവശാൽ അതീവസന്തുഷ്ടനായി കാണപ്പെട്ട ആ മനുഷ്യൻ കൈകൾ കൂട്ടിത്തിരുമ്മുകയും ഉറക്കെ ചിരിക്കുകയും കൂടെയുള്ളവരെ നോക്കി കണ്ണിറുക്കുകയും ചെയ്തുകൊണ്ടിരുന്നു. പെട്ടെന്ന് ടെയിൽകോട്ട് ധരിച്ച ഒരു മാന്യൻ അവരുടെയിടയിൽനിന്ന് പുറത്തുകടന്ന് പ്രഭുകുമാരിയുടെ അടുത്തേക്ക് ആടിയാടി നടന്നുവന്നു. അയാളുടെ മുഖം ചുവന്നിരുന്നു. കുടിച്ച് ലക്കുവിട്ട നിലയിലാണെന്ന് ഒറ്റ നോട്ടത്തിൽതന്നെ അറിയാം. പ്രഭുകുമാരിയുടെ മുമ്പിലെത്തി പിന്നിൽ കൈകെട്ടി അയാൾ നിന്നു, പരിഭ്രമിച്ചുപോയ അവളുടെ മുഖത്ത് കലങ്ങിയ ചാരക്കണ്ണുകൾ നട്ടുകൊണ്ട് അയാൾ തുളച്ചുകയറുന്ന ശബ്ദത്തിൽ കിതപ്പോടെ പറഞ്ഞു:

"എനിക്ക് ഒരു മസൂർക്ക നൃത്തംചെയ്യണം..."

"എന്തുവേണം നിങ്ങൾക്ക്?" കാതരയായി ചുറ്റും നോക്കിക്കൊണ്ട് വിറയാർന്ന സ്വരത്തിൽ പ്രഭുകുമാരി ചോദിച്ചു. എന്നാൽ കഷ്ടകാലത്തിന് അവളുടെ അമ്മയോ അവൾക്ക് പരിചയമുള്ള പുരുഷന്മാരോ അടുത്തെങ്ങും ഉണ്ടായിരുന്നില്ല. അവൾക്കറിയാവുന്ന ഒരു അഡ്ജ്യൂട്ടന്റ് മാത്രം അടുത്തൊരിടത്തുനിന്നിരുന്നു. എന്നാൽ അസുഖകരമായ ഒരു സംഭവത്തിൽ ഇടപെടേണ്ടെന്ന് കരുതിയാവാം അയാൾ ഈ രംഗം കാണാത്ത ഭാവത്തിൽ ആളുകളുടെ പിന്നിൽ മറഞ്ഞുനിൽക്കുകയാണ്.

"ശരി, ശരി!" കയ്യും കലാശവും കാട്ടി തന്നെ പ്രോത്സാഹിപ്പിക്കുന്ന അശ്വസേനാക്യാപ്റ്റനെ നോക്കി കണ്ണുചിമ്മിക്കൊണ്ട് കുടിയൻ പറഞ്ഞു: "സമ്മതമില്ല, അല്ലേ? ഒരിക്കൽക്കൂടി ഭവതിയെ മസൂർക്കക്ക് ക്ഷണിക്കുകയാണ്... ഞാൻ കുടിച്ചിട്ടുണ്ടെന്നാണോ? അതുകൊണ്ട് കുഴപ്പമൊന്നുമില്ല. എനിക്ക് കൂടുതൽ നന്നായി നൃത്തം ചെയ്യാൻ കഴിയും..."

ഭയവും അപമാനഭാരവും താങ്ങാനാവാതെ അവൾ ബോധംകെട്ട് വീഴുമെന്ന് എനിക്ക് മനസ്സിലായി.

ഞാൻ കുടിയന്റെ അടുത്തേക്ക് നീങ്ങിനിന്ന് അയാളുടെ കൈത്തണ്ടയിൽ ബലമായി പിടിച്ചു. പ്രഭുകുമാരി മസൂർക്കനൃത്തം എനിക്ക് വാഗ്ദാനം ചെയ്തുകഴിഞ്ഞെന്നും അതിനാൽ സ്ഥലം വിടണമെന്നും അയാളുടെ കണ്ണുകളിൽ തറപ്പിച്ചുനോക്കിക്കൊണ്ട് ഞാൻ പറഞ്ഞു.

"ഓ, അങ്ങനെയാണോ! എന്നാൽ പിന്നീടൊരിക്കലാവാം!" എന്നു പറഞ്ഞിട്ട് ഉറക്കെ ചിരിച്ചുകൊണ്ട് അയാൾ തന്റെ പിണിയാളുകളുടെ അടുത്തേക്ക് പോയി. നിരുന്മേഷരായിത്തീർന്ന അവർ അയാളെ മുറിയിൽനിന്ന് പുറത്തേക്ക് കൊണ്ടുപോയി.

മുഗ്ധമായ ഒരു കടാക്ഷം അതിന് പാരിതോഷികമായി എനിക്ക്

ലഭിച്ചു. പ്രഭുകുമാരി അമ്മയുടെ അടുത്തുചെന്ന് നടന്ന കാര്യങ്ങളെല്ലാം പറഞ്ഞു. പ്രഭ്വി ആൾക്കൂട്ടത്തിനിടയിൽനിന്ന് എന്നെ കണ്ടുപിടിച്ച് കൃതജ്ഞത പ്രകടിപ്പിച്ചു. എന്റെ അമ്മയെ പരിചയമുണ്ടായിരുന്നെന്നും എന്റെ അരഡ,നോളം അമ്മായിമാർ തന്റെ സ്നേഹിതകളാണെന്നും പ്രഭ്വി പറഞ്ഞു.

"നമ്മൾ ഇതിനുമുമ്പ് പരിചയപ്പെടാതിരുന്നതെങ്ങിനെയെന്നാണ് എനിക്കത്ഭുതം." പ്രഭ്വി പറഞ്ഞു. "അത് നിങ്ങളുടെ കുറ്റംകൊണ്ടാണെന്ന് നിങ്ങൾ സമ്മതിക്കുമല്ലോ. നിങ്ങൾ എപ്പോഴും അകന്നുനിൽക്കാൻ ഇഷ്ടപ്പെടുന്നു. ഞങ്ങളുടെ സൽക്കാരമുറിയിലെ അന്തരീക്ഷം നിങ്ങളുടെ അലസതയെ അകറ്റുമെന്ന് പ്രതീക്ഷിക്കുന്നു... എന്താണ് നിങ്ങളുടെ അഭിപ്രായം?"

ഇത്തരം സന്ദർഭങ്ങളിൽ പ്രയോഗിക്കാൻ എല്ലാവരും കരുതിവയ്ക്കാറുള്ള ഭംഗിവാക്കുകളിൽ ചിലത് അതിന് മറുപടിയായി ഞാനും പ്രയോഗിച്ചു.

ക്വാഡ്രിൽ നൃത്തത്തിന്റെ ഇഴഞ്ഞ വാദ്യമേളം ഒരിക്കലും അവസാനിക്കയില്ലെന്ന് തോന്നി.

ഒടുവിൽ മസൂർക്ക നൃത്തം തുടങ്ങി. ഞാൻ പ്രഭുകുമാരിയുടെ അടുത്തുചെന്നിരുന്നു. മദ്യപാനിയായ മാന്യനെക്കുറിച്ചോ എന്റെ മുൻപെരുമാറ്റത്തെക്കുറിച്ചോ ഞാൻ ഒരക്ഷരം മിണ്ടിയില്ല. എന്തിന് ഗ്രുഷ്നീത്സ്കിയെപ്പറ്റിപ്പോലും ഞാൻ മൗനം ഭജിച്ചു. അൽപം മുമ്പുണ്ടായ അസുഖകരമായ സംഭവംഉളവാക്കിയമ്ലാനതയിൽനിന്ന് പ്രഭുകുമാരി ക്രമേണ വിമുക്തയായി. അവളുടെ മുഖം വീണ്ടും പ്രസന്നമായി. അവൾ ഉല്ലാസപൂർവ്വം എന്നോട് സംസാരിച്ചുതുടങ്ങി. അവളുടെ സംസാരം മൂർച്ചയുള്ളതായിരുന്നു. അതേസമയം ഞാൻ കുശാഗ്രതയോടെ സംസാരിക്കയാണെന്ന ഭാവം അവൾക്ക് ലേശംപോലുമില്ലായിരുന്നു. നല്ല ഒഴുക്കുള്ള സ്വതന്ത്രമായ സംസാരരീതിയായിരുന്നു അവളുടേത്. കഴമ്പുള്ള ചില അഭിപ്രായ പ്രകടനങ്ങൾ അവൾ നടത്തി... അവളിൽ ഞാൻ വളരെക്കാലമായി ആകൃഷ്ടനാണെന്ന് പരിഭ്രമം കലർന്ന സ്വരത്തിൽ ഏറെക്കുറെ അസ്പഷ്ടമായി ഞാൻ അവളെ ധരിപ്പിച്ചു. അവൾ തല കുനിക്കുകയും ലജ്ജകൊണ്ട് തെല്ലൊന്ന് തുടുക്കുകയും ചെയ്തു.

"താങ്കൾ ഒരു വിചിത്രമനുഷ്യനാണ്." അമർത്തിപ്പിടിച്ച ഒരു പുഞ്ചിരിയോടെ അവൾ തന്റെ മൃദുല നേത്രങ്ങൾ ഉയർത്തിക്കൊണ്ട് പറഞ്ഞു.

"ഭവതിയുടെ ചുറ്റും എപ്പോഴും ആരാധകരുടെ വലിയൊരു സംഘം ഉള്ളതുകൊണ്ടാണ് ഞാൻ ഭവതിയെ സമീപിക്കാൻ മടിച്ചത്." ഞാൻ പറഞ്ഞു. "അവർക്കിടയിൽ ഞാൻ പൂർണ്ണമായും മറഞ്ഞുപോകുമോ എന്നായിരുന്നു എന്റെ ഭയം."

"താങ്കൾ ഭയപ്പെടേണ്ടതില്ല. അവരെല്ലാവരും തനി വിരസന്മാരാണ്. "

"എല്ലാവരുമോ? അങ്ങനെയാവാൻ വഴിയില്ല."

അവൾ എന്തോ ഓർക്കാൻ ശ്രമിക്കുന്നതുപോലെ എന്നെ സൂക്ഷിച്ചുനോക്കി. ലജ്ജകൊണ്ട് വീണ്ടും ആ മുഖം അൽപം തുടുത്തു. ഒടുവിൽ ദൃഢമായസ്വരത്തിൽ പറഞ്ഞു:

"എല്ലാവരും!"

"എന്റെ സ്നേഹിതൻ ഗ്രൂഷ്നീത്സ്കിപോലും ?"

"അയാൾ താങ്കളുടെ സ്നേഹിതനാണോ?"

"അതെ."

"അയാളെ മുഷിപ്പന്മാരുടെ കൂട്ടത്തിൽ പെടുത്താനാവില്ലെന്ന് സമ്മതിച്ചു."

"നിർഭാഗ്യവാനെന്ന് വേണമെങ്കിൽ, പറയാം, അല്ലേ?" ഞാൻ ചിരിച്ചുകൊണ്ട് പറഞ്ഞു.

"ശരിയാണ്! പക്ഷേ, താങ്കൾ ചിരിക്കുന്നതെന്തിനാണ്? താങ്കൾ അയാളുടെ സ്ഥാനത്തായിരുന്നെങ്കിൽ എന്ന് ഞാൻ ആഗ്രഹിക്കുന്നു."

"അതെന്തിന്? ഒരിക്കൽ ഞാനും അയാളെപ്പോലെ ഒരു കേഡറ്റായിരുന്നു. വിശ്വസിക്കൂ. എന്റെ ജീവിതത്തിലെ ഏറ്റവും നല്ല സമയം അതായിരുന്നു!"

"അയാളൊരു കേഡറ്റാണോ?" അവൾ ചോദിച്ചു. ഒരു നിമിഷം കഴിഞ്ഞ് അവൾ പറഞ്ഞു "ഞാൻ വിചാരിച്ചത് അയാൾ... "

"എന്താണ് വിചാരിച്ചത് ?"

"ഇല്ല, ഒന്നുമില്ല... ആരാണ് ആ മഹിള?"

സംസാരം മറ്റൊരു വഴിക്ക് തിരിഞ്ഞു. ആ വിഷയത്തിലേക്ക് പിന്നെ ഞങ്ങൾ തിരിച്ചുവന്നില്ല.

മസൂർക്ക അവസാനിച്ചു. ഞങ്ങൾ പിരിഞ്ഞു - ഇനി കാണാൻ കഴിയുന്നതുവരെ. സ്ത്രീകൾ സ്വവസതികളിലേക്ക് മടങ്ങി. അത്താഴം കഴിക്കാൻ ചെന്നപ്പോൾ വേർണറെ ഞാൻ കണ്ടുമുട്ടി.

"കൊള്ളാം! " അദ്ദേഹം പറഞ്ഞു. "കാര്യങ്ങൾ ഇങ്ങനെയാണ്, അല്ലേ? പ്രഭുകുമാരിയെ മരണത്തിൽനിന്ന് രക്ഷപ്പെടുത്തി മാത്രമേ നിങ്ങൾ അവളുമായി പരിചയപ്പെടുകയുള്ളൂ എന്നല്ലേ എന്നോട് പറഞ്ഞിരുന്നത്?"

"ഞാൻ അതിലും വലിയ ധീരകൃത്യമാണ് ചെയ്തത്." ഞാൻ പറഞ്ഞു. "ആ നൃത്തശാലയിൽ മോഹാലസ്യപ്പെട്ട് വീഴാതെ അവളെ ഞാൻ രക്ഷപ്പെടുത്തി."

"എന്താണുണ്ടായത് ? പറയൂ!"

" വേണ്ട നിങ്ങൾ ഊഹിച്ചെടുത്തോളൂ. സൂര്യനുകീഴിലുള്ള സർവ്വതും

മണത്തറിയാൻ നിങ്ങൾക്ക് കഴിയുമല്ലോ?"

മേയ് 23

വൈകിട്ട് ഏഴുമണിക്ക് ഞാൻ നടക്കാനിറങ്ങി. ദൂരേനിന്നേ എന്നെക്കണ്ട ഗ്രുഷ്നീത്സ്കി എന്റെയടുത്തേക്ക് വന്നു. അയാളുടെ കണ്ണുകൾ പരിഹാസ്യമായ ആനന്ദപ്രകർഷത്തോടെ തിളങ്ങിക്കൊണ്ടിരുന്നു. അയാൾ എന്റെ കൈ പിടിച്ചമർത്തിക്കൊണ്ട് ശോകനിർഭരമായ സ്വരത്തിൽ പറഞ്ഞു.

"പെച്ചോറിൻ, ഞാൻ നന്ദി പറയുന്നു... എന്തിനെന്ന് മനസ്സിലായല്ലോ, ഇല്ലേ?"

"ഇല്ല, മനസ്സിലായില്ല. എന്നോട് നന്ദി പറയാൻ കാരണമൊന്നുമില്ല."ഞാൻ പറഞ്ഞു. സത്യം പറഞ്ഞാൽ ഞാൻ എന്തെങ്കിലും നല്ല കാര്യം ചെയ്തതായി എന്റെ മനസ്സാക്ഷിക്ക് ബോധ്യപ്പെട്ടുരുന്നില്ല,

"ഇന്നലത്തെ കാര്യമോ? താൻ അത് മറന്നുപോയോ? മേരി നടന്നതെല്ലാം എന്നോട് പറഞ്ഞു... "

"ഓഹോ! കൃതജ്ഞതയുൾപ്പെടെ എല്ലാം നിങ്ങൾ പങ്കിട്ടു തുടങ്ങിയോ?"

"ഇതു കേൾക്കു," ഗ്രുഷ്നീത്സ്കി സഗൗരവം പറഞ്ഞു. "തനിക്ക് എന്റെ സ്നേഹിതനായി തുടരണമെന്നാഗ്രഹമുണ്ടെങ്കിൽ എന്റെ പ്രേമത്തെ പരിഹസിക്കരുത്... എനിക്ക് അവളോട് കലശലായ പ്രേമമുണ്ടെന്ന് തനിക്കറിയാമല്ലോ... അവൾക്ക് എന്നോടും പ്രേമമുണ്ടെന്നാണ് എന്റെ വിശ്വാസം, എന്റെ പ്രതീക്ഷ. എനിക്ക് തന്നോട് ഒരപേക്ഷയുണ്ട്. ഇന്ന് വൈകിട്ട് താൻ അവരെ സന്ദർശിക്കുമല്ലോ. അപ്പോൾ എല്ലാ കാര്യങ്ങളും നിരീക്ഷിക്കാമെന്ന് എനിക്ക് ഉറപ്പുതരു. തനിക്ക് ഈവക കാര്യങ്ങളിൽ നല്ല അനുഭവജ്ഞാനമുണ്ടല്ലോ. എന്നെക്കാൾ നന്നായി തനിക്ക് സ്ത്രീകളെ അറിയുകയും ചെയ്യും. ഹാ, സ്ത്രീകൾ സ്ത്രീകൾ! അവരെ ശരിക്കറിഞ്ഞിട്ടുള്ളവർ ആരെങ്കിലുമുണ്ടോ? അവരുടെ മന്ദഹാസം അവരുടെ കടാക്ഷത്തിന് നേർ വിപരീതമായിരിക്കും. അവരുടെ വാക്കുകൾ വാഗ്ദാനം തരികയും പ്രലോഭിപ്പിക്കുകയും ചെയ്യും. പക്ഷേ, അവരുടെ സ്വരം അകറ്റിനിർത്തും. ചിലപ്പോൾ അവർ നമ്മുടെ മനസ്സിനുള്ളിൽ ഒളിച്ചുവച്ചിരിക്കുന്ന രഹസ്യം ഒറ്റനോട്ടത്തിൽ മനസ്സിലാക്കും. ചിലപ്പോൾ അങ്ങേയറ്റം സ്പഷ്ടമായ സൂചനപോലും അവർ മനസ്സിലാക്കുകയില്ല... പ്രഭുകമാരിയുടെ കാര്യം തന്നെ എടുക്കാം. ഇന്നലെ എന്നെ നോക്കുമ്പോൾ അവളുടെ കണ്ണുകൾ വികാരാവേശംകൊണ്ട് തിളങ്ങിയിരുന്നു. ഇന്നാകട്ടെ അവ ചൈതന്യമറ്റ് തണുത്തിരിക്കുന്നു..."

"അത് ധാതുജലം കുടിക്കുന്നതുകൊണ്ടാവാം." ഞാൻ പറഞ്ഞു.

"താൻ എപ്പോഴും അധമമായതേ കാണുകയുള്ളൂ... താൻ ഒരു

കാര്യമാത്രപ്രസക്തനാണല്ലോ!" അയാൾ പുച്ഛസ്വരത്തിൽ പറഞ്ഞു. "പക്ഷേ, നമുക്ക് മറ്റുകാര്യങ്ങളിലേക്ക് കടക്കാം" തന്റെ ആ അർഥ ശൂന്യമായ ദ്വയാർഥപ്രയോഗത്തിൽ സ്വയം സംതൃപ്തി കണ്ടെത്തി അയാൾ ഉന്മേഷം വീണ്ടെടുത്തു.

ഒമ്പതുമണിയോടുകൂടി ഞങ്ങൾ ഒരുമിച്ച് പ്രഭ്വിയുടെ വീട്ടിലേക്ക് തിരിച്ചു.

വേറയുടെ വീടിനുമുമ്പിലൂടെ കടന്നുപോകുമ്പോൾ അവൾ പുറ ത്തേക്ക് നോക്കുന്നതു കണ്ടു. ഒരു നിമിഷനേരത്തേക്ക് ഞങ്ങളുടെ കണ്ണുകൾ ഇടഞ്ഞു. ഞാനും ഗ്രുഷ്നീത്സ്കിയും ചെന്ന് അൽപം കഴിഞ്ഞപ്പോൾ അവളും ലിഗോവ്സ്കായ പ്രഭ്വിയുടെ വീട്ടിലെത്തി. തന്റെ ഒരു ചാർച്ചക്കാരിയായി പ്രഭ്വി അവളെ എനിക്ക് പരിചയ പ്പെടുത്തിത്തന്നു. ഞങ്ങൾ ചായ കുടിച്ചു. അതിഥികൾ അനേകം പേരുണ്ടായിരുന്നു. എല്ലാവരും ഒരുമിച്ചിരുന്ന് സംസാരിച്ചു. പ്രഭ്വിയെ സന്തോഷിപ്പിക്കാൻ ഞാൻ പരമാവധി ശ്രമിച്ചുകൊണ്ടിരുന്നു. ഞാൻ പറഞ്ഞ തമാശകൾ കേട്ട് അവർ പലതവണ പൊട്ടിച്ചിരിച്ചു. അവളുടെ മകൾക്കും ചിരിക്കണമെന്നുണ്ടായിരുന്നു. എന്നാൽ അവൾ അത് കടിച്ചമർത്തി, താൻ കൈക്കൊണ്ട ഭാവം കൈവെടിയാൻ അവൾ തയ്യാറില്ലായിരുന്നു. - മ്ലാനതയാണ് തനിക്ക് ചേരുന്ന ഭാവമെന്ന് അവൾ ധരിച്ചിരുന്നു. അത് ശരിയാണെന്ന് എനിക്കും തോന്നുന്നു. എന്റെ ആഹ്ലാദം അവളിലേക്ക് പകരുന്നില്ലെന്ന് കണ്ട് ഗ്രുഷ്നീ ത്സ്കി വളരെയേറെ സന്തുഷ്ടനായെന്ന് എനിക്ക് തീർച്ചയുണ്ട്.

ചായകുടി കഴിഞ്ഞ ഞങ്ങൾ സ്വീകരണമുറിയിലേക്ക് പോയി.

"എന്റെ അനുസരണ നിന്നെ സന്തോഷിപ്പിക്കുന്നുണ്ടോ വേറ?" അവളുടെ അടുത്തുകൂടി കടന്നുപോകുന്നതിനിടയിൽ ഞാൻ ചോദിച്ചു.

സ്നേഹവും കൃതജ്ഞതയും വഴിഞ്ഞൊഴുകുന്ന ഒരു നോട്ടം അവൾ എനിക്ക് സമ്മാനിച്ചു. ഈ നോട്ടം എനിക്ക് സുപരിചിതമായിക്കഴി ഞ്ഞിരുന്നു. എന്നാൽ ഒരു കാലത്ത് ഈ കടാക്ഷം എന്റെ ഹൃദയത്തെ ആനന്ദോന്മത്തമാക്കിയിരുന്നു. ലിഗൊവ്സ്കായ പ്രഭ്വി മകളെ പിയാനൊയുടെ മുമ്പിൽ പിടിച്ചിരുത്തി. അതിഥികൾ അവളെ പാട്ടു പാടാൻ നിർബന്ധിച്ചുതുടങ്ങി. ഞാൻ ഒന്നും പറയാതെ ആ തക്കം നോക്കി വോറയോടൊപ്പം ഒരു ജനലിനടുത്തേക്ക് മാറിനിന്നു. വളരെ പ്രധാനപ്പെട്ട എന്തോ ഒരു കാര്യം എന്നെ അറിയിക്കാനുണ്ടെന്ന് വേറ സൂചിപ്പിച്ചിരുന്നു. എന്നാൽ അതിൽ കഴമ്പൊന്നുമില്ലെന്ന് തെളിഞ്ഞു.

പ്രഭ്വികുമാരിക്ക് എന്റെ ഉദാസീനത തീരെ ഇഷ്ടപ്പെട്ടില്ലെന്ന് രോഷാകുലമായ അവളുടെ ഒരു നോട്ടത്തിൽനിന്ന് എനിക്ക് മനസ്സി ലായി... ഹ്രസ്വമെങ്കിലും ശക്തവും നിശ്ശബ്ദമെങ്കിലും വാചാലവുമായ

ഈ സംഭാഷണശൈലി എനിക്ക് എത്ര ഭംഗിയായി മനസ്സിലാക്കാൻ കഴിയുമെന്നോ!

അവൾ പാടിത്തുടങ്ങി. അവളുടെ ശബ്ദം ഇമ്പമുള്ളതാണ്. പക്ഷേ, പാടുന്നത് അത്ര നന്നായിട്ടല്ല... സത്യംപറഞ്ഞാൽ ഞാൻ അത് ശ്രദ്ധിച്ചതേയില്ല. എന്നാൽ പിയാനോയിൽ കൈകളൂന്നി അവൾക്കഭിമുഖായി ഇരുന്നിരുന്ന ഗ്രുഷ്നീത്സ്കി കണ്ണുകളാൽ അവളെ വിഴുങ്ങിക്കൊണ്ട് "എത്ര മധുരം! എത്ര സുന്ദരം!" എന്നൊക്കെ പലതവണ പിറുപിറുക്കുന്നത് ഞാൻ കേട്ടു.

"നിങ്ങൾ എന്റെ ഭർത്താവിനെ പരിചയപ്പെടാൻ പാടില്ല എന്നാണ് എന്റെ ആഗ്രഹം." വേറ പറഞ്ഞു. "എന്നാൽ പ്രഭ്വിയുടെ പ്രീതി നേടാൻ നിങ്ങൾ ശ്രമിക്കണം. നിങ്ങൾക്ക് അതിന് ഒരു പ്രയാസവുമില്ലെന്ന് എനിക്കറിയാം. വേണമെന്ന് വിചാരിച്ചാൽ എന്തും ചെയ്യാൻ നിങ്ങൾക്ക് കഴിയും. നമുക്ക് ഇവിടെവച്ച് മാത്രമേ തമ്മിൽ കാണാൻ കഴിയുകയുള്ളൂ..."

"മറ്റെങ്ങും പറ്റില്ലേ?"

അവളുടെ മുഖം തുടുത്തു. അവൾ പറഞ്ഞു:

"ഞാൻ നിങ്ങളുടെ അടിമയാണെന്ന് നിങ്ങൾക്കറിയാമല്ലോ. എനിക്ക് ഒരിക്കലും നിങ്ങളുടെ ആകർഷണത്തെ ചെറുത്തുനിൽക്കാൻ കഴിയുകയില്ല. അതിന്റെ ശിക്ഷ എനിക്ക് കിട്ടുമെന്നും എനിക്കറിയാം. കാരണം നിങ്ങൾക്ക് എന്നോടുള്ള പ്രേമം ഇല്ലാതാകും! ചുരുങ്ങിയ പക്ഷം എന്റെ സൽപ്പേരെങ്കിലും നിലനിർത്തണമെന്നാണ് എന്റെ ആഗ്രഹം... അതെനിക്കുവേണ്ടിയല്ലെന്ന് നിങ്ങൾക്ക് നന്നായിട്ടറിയാം. ദയവുചെയ്ത് അർത്ഥശൂന്യമായ സംശയങ്ങൾകൊണ്ടും അവഗണന നടിച്ചും എന്നെ മുമ്പത്തെപ്പോലെ വേദനിപ്പിക്കരുതേ. അധികം താമസിയാതെ ഞാൻ മണ്ണടിയും. ദിവസംപ്രതി എന്റെ ശക്തി ക്ഷയിച്ചുവരികയാണ്... എങ്കിലും എനിക്ക് മരണാനന്തരജീവിതത്തെപ്പറ്റി ചിന്തിക്കാൻ കഴിയുന്നില്ല. എനിക്ക് നിങ്ങളെപ്പറ്റി മാത്രമേ ചിന്തിക്കാൻ കഴിയുന്നുള്ളൂ. ഒരു നോട്ടമോ, ഒരു കരസ്പർശനമോ നൽകുന്ന ആനന്ദപ്രകർഷത്തെപ്പറ്റി പുരുഷന്മാർക്ക് ഒന്നുമറിയില്ല. എങ്കിലും ഞാൻ പറയുന്നത് വിശ്വസിക്കു; വികാരാവേശം നിറഞ്ഞ ഒരു ചുംബനത്തിനു പകർന്നുതരാൻ കഴിയാത്തത്ര ആഴമുള്ള വിചിത്രമായ ഒരുതരം ആനന്ദനിർവൃതി നിങ്ങളുടെ ശബ്ദം കേൾക്കുന്ന മാത്രയിൽ എനിക്കനുഭവപ്പെടുന്നു."

ഇതിനിടെ മേരി പാട്ടവസാനിപ്പിക്കുന്നു. ചുറ്റുമുള്ളവരെല്ലാം അവളെ പ്രശംസാവചനങ്ങൾകൊണ്ട് മൂടി. ഏറ്റവും ഒടുവിലായി ഞാൻ അവളുടെയടുത്തുചെന്ന് അവളുടെ ശബ്ദത്തെപ്പറ്റി തികച്ചും സാധാരണമട്ടിൽ എന്തോ പറഞ്ഞു.

അവൾ ചുണ്ടുകടിച്ചുകൊണ്ട് കളിമട്ടിൽ തലകുനിച്ച് വണങ്ങിയിട്ട് പറഞ്ഞു:

"എന്റെ പാട്ട് തീരെ ശ്രദ്ധിക്കാത്ത ഒരാളിൽനിന്ന് ഇങ്ങനെയൊരു പ്രശംസ ലഭിക്കുന്നത് എന്നെ സംബന്ധിച്ചിടത്തോളം വലിയൊരു നേട്ടമാണ്. താങ്കൾക്ക് സംഗീതത്തിൽ തീരെ താൽപര്യമില്ലായിരിക്കാം."

"നേരെമറിച്ചാണ്, എനിക്ക് സംഗീതം ഇഷ്ടമാണ്. പ്രത്യേകിച്ചും ഉച്ചഭക്ഷണത്തിനുശേഷം."

"താങ്കളുടെ അഭിരുചികൾ വളരെ ശുഷ്കമാണെന്ന് ഗ്രുഷ്നിത്സ്കി പറഞ്ഞത് ശരിയാണ്. ഒരു ഭോജനപ്രിയന്റെ വീക്ഷണകോണത്തിൽനിന്നാണ് താങ്കൾ സംഗീതം ആസ്വദിക്കുന്നതെന്ന് മനസ്സിലായി."

"ഭവതിക്ക് വീണ്ടും തെറ്റുപറ്റി. ഞാൻ ഭോജനപ്രിയനല്ല. എനിക്ക് വിശപ്പ് തീരെ കുറവാണ്. എങ്കിലും ഉച്ചഭക്ഷണത്തിനുശേഷം സംഗീതം കേൾക്കുന്നത് നല്ലതാണ്. അത് കേൾക്കുമ്പോൾ ഉറക്കം വരും. ഉച്ചഭക്ഷണത്തിനുശേഷം അൽപം ഉറങ്ങുന്നത് ആരോഗ്യത്തിന് നല്ലതാണ്. ഈ ആരോഗ്യപരമായ കാരണത്താലാണ് എനിക്ക് സംഗീതം ഇഷ്ടമാണെന്ന് പറഞ്ഞത്. എന്നാൽ വൈകീട്ട് സംഗീതം എന്റെ നാഡികളെ ക്രമത്തിലേറെ ഉത്തേജിപ്പിക്കുന്നു. അതിന്റെ ഫലമായി ഞാൻ ഒന്നുകിൽ വിഷാദഭരിതനോ അല്ലെങ്കിൽ ആഹ്ലാദഭരിതനോ ആയിത്തീരുന്നു. സങ്കടപ്പെടാനോ സന്തോഷിക്കാനോ കാരണമൊന്നുമില്ലാത്തപ്പോൾ അതു രണ്ടും അസ്ഥാനത്താണ്. പോരെങ്കിൽ മറ്റുള്ളവരോടൊപ്പമിരിക്കുമ്പോൾ മുഖം വീർപ്പിച്ചിരിക്കുന്നത് പരിഹാസ്യമാണ്. ആവശ്യത്തിലേറെ ഉല്ലാസവാനാകുന്നത് മോശവുമാണ്..."

ഞാൻ പറഞ്ഞുതീരുന്നതുവരെ കാത്തുനിൽക്കാതെ അവൾ ഗ്രൂഷ്നീത്സ്കി ഇരിക്കുന്നിടത്തേക്ക് നടന്നു. അവൾ അയാളുടെ സമീപം ഇരുന്നു. രണ്ടുപേരും വികാരനിർഭരമായ സംഭാഷണത്തിലേർപ്പെട്ടു. പ്രഭുകുമാരി അയാൾ പറയുന്നത് ശ്രദ്ധിച്ചുകേൾക്കുന്നുണ്ടെന്ന് ഭാവിച്ചിരുന്നെങ്കിലും അയാളുടെ വിവേകപൂർണ്ണമായ അഭിപ്രായ പ്രകടനങ്ങൾക്ക് അന്യമനസ്കതയോടും അസമർത്ഥമായുമാണ് മറുപടി പറഞ്ഞത്. അതിനാൽ അവളുടെ അസ്വസ്ഥമായ കണ്ണുകളിൽ പ്രതിഫലിച്ചുകാണുന്ന ആന്തരികസംക്ഷോഭത്തിന്റെ കാരണം കണ്ടുപിടിക്കാനെന്നവണ്ണം ഗ്രൂഷ്നീത്സ്കി ഇടയ്ക്കിടെ അവളെ അത്ഭുതഭാവത്തിൽ നോക്കുന്നുണ്ടായിരുന്നു.

സുന്ദരിയായ പ്രഭുകുമാരീ, സൂക്ഷിച്ചോളൂ! ഞാൻ ഭവതിയുടെ രഹസ്യം കണ്ടുപിടിച്ചുകഴിഞ്ഞു! എന്റെ അഭിമാനത്തെ വ്രണപ്പെടുത്തി

എന്നോട് പകരംവീട്ടാനാണ് ഉദ്ദേശം. പക്ഷേ ഭവതി വിജയിക്കാൻ പോകുന്നില്ല. എന്നോട് യുദ്ധം പ്രഖ്യാപിച്ചാൽ ഞാൻ നിർദ്ദയനായിരിക്കും.

ആ സൽക്കാരവേളയിൽ പലതവണ ഞാൻ അവളുമായി സംഭാഷണത്തിലേർപ്പെടാൻ ശ്രമിച്ചു. എന്നാൽ അവൾ ഞാൻ പറഞ്ഞതിനെല്ലാം ശുഷ്ക്കമായ രീതിയിൽ തർക്കുത്തരം പറയുകയാണുണ്ടായത്. ഒടുവിൽ ഞാൻ നീരസം നടിച്ചുകൊണ്ട് പിന്തിരിഞ്ഞു. പ്രഭുകുമാരിയുടെ മുഖത്ത് വിജയഭാവം പ്രകടമായി. ഗ്രൂഷ്നീത്സ്കിയുടെയും മുഖം തെളിഞ്ഞു. സുഹൃത്തുക്കളും സമയം കളയാതെ വിജയഭേരി മുഴക്കിക്കോളൂ, കാരണം നിങ്ങൾക്ക് അതിന് അധികസമയം ലഭിക്കയില്ല. സംഭവിക്കാൻ പോകുന്നതെന്താണെന്നോ? എനിക്ക് ഒരു ഉൾവിളിയുണ്ട്... ഒരു സ്ത്രീയെ കണ്ടുമുട്ടുമ്പോൾ അവൾ എന്നിൽ അനുരക്തയാകുമോ ഇല്ലയോയെന്ന് തെറ്റാതെ പ്രവചിക്കാൻ എനിക്ക് കഴിയും...

ബാക്കി സമയം മുഴുവനും ഞാൻ വേറയോടൊപ്പം ചെലവഴിച്ചു. ഞങ്ങൾ ഭൂതകാലത്തെപ്പറ്റി മതിയാവോളം സംസാരിച്ചു. വേറ എന്നെ എന്തുകൊണ്ട് സ്നേഹിക്കുന്നുവെന്ന് വാസ്തവത്തിൽ എനിക്കറിഞ്ഞുകൂടാ. ക്ഷുദ്രമായ ചാപല്യങ്ങളും ദുഷ്യമായ വികാരാവേശങ്ങളും ഉള്ള എന്നെ പൂർണ്ണമായും മനസ്സിലാക്കിയിട്ടുള്ള ഒരേ ഒരു സ്ത്രീ അവളായിരിക്കെ അവൾക്ക് എങ്ങനെ എന്നെ സ്നേഹിക്കാൻ കഴിയുന്നു? ദുഷ്ടത ഇത്രയേറെ ആകർഷകമാണോ?

ഞാൻ ഗ്രൂഷ്നീത്സ്കിയോടൊപ്പം അവിടുന്നിറങ്ങി. പുറത്തുകടന്നയുടൻ അയാൾ എന്റെ കരം ഗ്രഹിച്ചു. നീണ്ട മൗനത്തിനുശേഷം. അയാൾ ചോദിച്ചു.

"തനിക്ക് എന്ത് തോന്നുന്നു.?"

"താനൊരു വിഡ്ഢിയാണ്." എന്നയാളോട് പറയാൻ എനിക്കാഗ്രഹമുണ്ടായിരുന്നെങ്കിലും ഞാൻ വെറുതെ തോൾ കുലുക്കിയതേയുള്ളൂ.

മേയ് 29

ഈ ദിവസങ്ങളിലൊന്നും ഞാൻ എന്റെ ചിട്ട ഒരിക്കൽപോലും തെറ്റിച്ചിട്ടില്ല. എന്റെ സംഭാഷണം പ്രഭുകുമാരിക്ക് ഇഷ്ടപ്പെട്ടുതുടങ്ങി. എന്റെ ജീവിതത്തിലെ വിചിത്രങ്ങളായ ചില സംഭവങ്ങളെപ്പറ്റി ഞാൻ അവളോടു പറഞ്ഞു. അവൾ എന്നെ ഒരസാധാരണമനുഷ്യനായി കണ്ടുതുടങ്ങി. സൂര്യന് കീഴിലുള്ള സകലതിനേയും, വികാരങ്ങളെ പ്രത്യേകിച്ചും ഞാൻ പുച്ഛിക്കും. അതവളെ ഭയപ്പെടുത്തി. ഞാനടുത്തുള്ളപ്പോൾ ഗ്രൂഷ്നീത്സ്കിയുമായി വികാരപരമായ സംവാദത്തിലേർപ്പെടാൻ അവൾക്ക് ധൈര്യമില്ലായിരുന്നു. ഇതിനകംതന്നെ പലപ്പോഴും അവൾ പരിഹാസം നിറഞ്ഞ മന്ദഹാസത്തോടെ

അയാൾക്ക് മറുപടികൊടുക്കുന്നത് ഞാൻ കണ്ടിട്ടുണ്ട്. എങ്കിലും ഗ്രൂഷ്നീത്സ്കി അവളുടെയടുത്തേക്ക് വരുന്നത് കണ്ടാലുടൻ ഞാൻ വിനീതഭാവം അവലംബിച്ചുകൊണ്ട് അവിടെനിന്ന് മാറിപ്പോകും. ആദ്യം ഞാൻ അങ്ങനെ ചെയ്തപ്പോൾ അവൾ അതിൽ സന്തോഷിച്ചു. ചുരുങ്ങിയപക്ഷം അതവളെ സന്തോഷിപ്പിച്ചെന്ന് ഭാവിച്ചു. രണ്ടാമത്തെ തവണ അവൾക്ക് എന്നോട് ദേഷ്യം തോന്നി. മൂന്നാം തവണ അവൾക്ക് ഗ്രൂഷ്നീത്സ്കിയോട് അമർഷം തോന്നി.

"താങ്കൾക്ക് ആത്മാഭിമാനം കുറവാണ്!" ഇന്നലെ അവൾ എന്നോട് പറഞ്ഞു. "എനിക്ക് ഗ്രൂഷ്നീത്സ്കിയുടെ സഹവാസമാണ് കൂടുതൽ ഇഷ്ടമെന്ന് താങ്കൾ വിചാരിക്കാൻ കാരണമെന്താണ്?"

എന്റെ സുഹൃത്തിന്റെ സൗഭാഗ്യത്തിനുവേണ്ടി എന്റെ സ്വന്തം സന്തോഷം ബലികഴിക്കുകയാണെന്ന് ഞാൻ അവളോട് പറഞ്ഞു.

"കൂട്ടത്തിൽ എന്റേയും..." അവൾ പറഞ്ഞു.

ഞാൻ അവളെ ഉറ്റുനോക്കിക്കൊണ്ട് ഗൗരവത്തിൽ ഇരുന്നു. അതിന് ശേഷം അന്നത്തെ ദിവസം ഞാൻ അവളോട് സംസാരിച്ചതേയില്ല. ഇന്നലെ രാത്രി അവൾ ചിന്താഗ്രസ്തയായിരുന്നു. ഇന്ന് രാവിലെ ഉറവയുടെ അടുത്തുവെച്ച് അവൾ കൂടുതൽ ചിന്താക്രാന്തയായി കാണപ്പെട്ടു. ഗ്രൂഷ്നീത്സ്കി അവളോട് പ്രകൃതിയുടെ സൗന്ദര്യാതിരേകത്തെപ്പറ്റിയോ മറ്റോ സംസാരിച്ചുകൊണ്ടിരിക്കുമ്പോഴാണ് ഞാൻ അവരുടെയടുത്തേക്ക് ചെന്നത്. അവൾ അന്യമനസ്കയായി കേട്ടുകൊണ്ട് നിൽക്കുകയായിരുന്നു. എന്നാൽ ഞാൻ അടുത്തുചെന്ന മാത്രയിൽ അവൾ എന്നെ കണ്ടതായി ഭാവിക്കാതെ തികച്ചും അകാരണമായി ഉറക്കെ ചിരിച്ചുതുടങ്ങി. ഞാൻ അൽപം അകലെ മാറിനിന്ന് അവളെ കടക്കണ്ണിലൂടെ വീക്ഷിച്ചുകൊണ്ടിരുന്നു. അവൾ ഗ്രൂഷ്നീത്സ്കിയ്ക്ക് പുറംതിരിഞ്ഞുനിന്ന് രണ്ടുതവണ കോട്ടുവായിടുന്നത് ഞാൻ കണ്ടു. ഒരു കാര്യം തീർച്ചയായി. അവൾക്ക് ഗ്രൂഷ്നീത്സ്കിയെ മടുത്തുകഴിഞ്ഞു. പക്ഷേ, ഞാൻ രണ്ടുദിവസത്തേക്ക് അവളോട് സംസാരിക്കാൻ ഉദ്ദേശിക്കുന്നില്ല.

ജൂൺ 3

പ്രഭുകുമാരിയെ വിവാഹം ചെയ്യാനോ അവളെ കാമപൂരണത്തിന് ഇരയാക്കാനോ യാതൊരുദ്ദേശവുമില്ലെന്നിരിക്കെ ആ പെൺകിടാവിന്റെ സ്നേഹം പിടിച്ചുപറ്റാൻ ഞാൻ ഇത്ര തീവ്രമായി യത്നിക്കുന്നതെന്തിനെന്ന് പലപ്പോഴും ഞാൻ സ്വയം ചോദിക്കാറുണ്ട്. പെണ്ണുങ്ങളെപ്പോലെ ഞാൻ കുഴഞ്ഞാടുന്നതെന്തിന് ? വേറയെപ്പോലെ എന്നെ സ്നേഹിക്കാൻ ഈ പ്രഭുകുമാരിക്ക് ഒരിക്കലും കഴിയുകയില്ല. ഇവൾ കീഴടക്കാനാവാത്ത ഒരു സൗന്ദര്യധാമമായിരുന്നെങ്കിൽ സാഹസികമായ ഒരു സംരംഭത്തിലേർപ്പെടാനുള്ള ആവേശമെങ്കിലും

അതിനൊരു പ്രചോദനമായിരുന്നേനെ... എന്നാൽ ഇത് അങ്ങനെയേയല്ല. നമ്മെ തീരെ സഹിക്കാനാവാത്ത ഒരു സ്ത്രീയെ കണ്ടുമുട്ടുന്നതുവരെ ഒരു സ്ത്രീയുടെ അടുത്തുനിന്ന് മറ്റൊരുവളുടെയടുത്തേക്ക് നമ്മെ തള്ളിവിട്ടുകൊണ്ട് യൗവ്വനാരംഭത്തിൽ വല്ലാതെ ദണ്ഡിപ്പിക്കുന്ന ഒടുങ്ങാത്ത പ്രേമദാഹമല്ല ഇത്. ഇത് നമ്മുടെ സ്ഥിരതയുടെ തുടക്കമാണ്. - യഥാർത്ഥത്തിലുള്ള അനന്തമായ അഭിനിവേശമാണ്. ഗണിതശാസ്ത്രപ്രകാരം ഒരു ബിന്ദുവിൽനിന്ന് ശൂന്യതയിലേക്ക് നീണ്ടുപോകുന്ന ഒരു രേഖയായി ഈ അഭിനിവേശത്തെ ചിത്രീകരിക്കാം. - ലക്ഷ്യത്തിൽ, അതായത് അവസാനത്തിൽ, എത്തിച്ചേരാൻ സാധ്യമല്ല എന്നത് മാത്രമാണ് ഇതിന്റെ അനന്തതയുടെ രഹസ്യം.

എന്നെ തള്ളിവിടുന്നത് എന്താണ് ? ഗ്രൂഷ്നീത്സ്കിയോടുള്ള അസൂയയാണോ? പാവം പയ്യൻ! അയാൾ അതർഹിക്കുന്നില്ല. ഒരു സഹജീവിയുടെ സുന്ദരമായ വ്യാമോഹത്തെ തച്ചുടയ്ക്കാനുള്ള ദുഷ്ടമെങ്കിലും അപ്രതിഹതമായ നൈമിഷികാവേശത്തിന്റെ ഫലമാണോ ഇത്? നിരാശനായി ആ മനുഷ്യൻ നമ്മെ സമീപിക്കുമ്പോൾ ഇങ്ങനെ പറഞ്ഞ് ക്ഷുദ്രമായ സംതൃപ്തി കണ്ടെത്താനുള്ള ആഗ്രഹമാണോ ഇതിന് പിന്നിലുള്ളത്: "സ്നേഹിതാ, എനിക്കും ഇങ്ങനെതന്നെ സംഭവിച്ചിട്ടുണ്ട്. എന്നിട്ടും ഞാൻ സുഖമായി ഭക്ഷണം കഴിക്കുകയും ഉറങ്ങുകയും ചെയ്യുന്നു. കരച്ചിലോ ബഹളമോ ഒന്നും കൂടാതെ എനിക്ക് മരിക്കാൻ കഴിയുമെന്നാണ് എന്റെ പ്രതീക്ഷ!"

എങ്കിലും ഇനിയും വിടർന്നുകഴിഞ്ഞിട്ടില്ലാത്ത ഒരു യുവഹൃദയത്തെ സ്വന്തമാക്കുന്നത് അളവറ്റ സന്തോഷം പ്രദാനം ചെയ്യുന്നു. വിലമതിക്കാനാവാത്ത തന്റെ സൗരഭ്യം സൂര്യന്റെ ആദ്യകിരണങ്ങൾക്ക് വച്ചുനീട്ടുന്ന ഒരു നവകുസുമംപോലെയാണത്. ആ നിമിഷത്തിൽതന്നെ അത് നുള്ളിയെടുത്ത് അതിന്റെ സൗരഭ്യം മതിയാവോളം നുകർന്നിട്ട് മറ്റാരെങ്കിലും പൊക്കിയെടുത്തുകൊള്ളും എന്ന പ്രതീക്ഷയോടെ അത് വലിച്ചെറിയണം. വഴിക്കുകാണുന്ന സകലതും വെട്ടിവിഴുങ്ങുന്ന ഒടുങ്ങാത്ത അത്യാർത്തി എനിക്ക് സ്വയം അനുഭവപ്പെടുന്നു. മറ്റുള്ളവരുടെ സുഖദുഃഖങ്ങൾ ഞാൻ കാണുന്നത് ഞാനുമായി ബന്ധപ്പെടുത്തിയാണ്. എന്റെ ആത്മീയ ശക്തിയെ പോഷിപ്പിക്കുന്ന ആഹാരമായിട്ടാണ്. വികാരാവേശത്തിന് ഇപ്പോൾ എന്റെ സുബോധം നശിപ്പിക്കാൻ സാധ്യമല്ല. എന്റെ ഉൽക്കർഷേച്ഛ ചുറ്റുപാടുകളുടെ സമ്മർദ്ദംകൊണ്ട് തകർന്നുപോയെങ്കിലും മറ്റൊരു രൂപത്തിൽ സ്വയം പ്രകടമാകുന്നു. ഉൽക്കർഷേച്ഛ അധികാരമോഹമല്ലാതെ മറ്റൊന്നുമല്ലല്ലോ. ചുറ്റുമുള്ള സകലതിനേയും എന്റെ ഇച്ഛാശക്തിയുടെ വരുതിയിൽ നിർത്തുക എന്നതാണ് എന്റെ ഏറ്റവും വലിയ സന്തോഷം. മറ്റുള്ളവരിൽ സ്നേഹവും ഭക്തിയും ഭയവും ഉളവാക്കാൻ

കഴിയുക എന്നത് അധികാരശക്തിയുടെ തുടക്കവും അതിന്റെ പരിപൂർണ്ണ വിജയവുമല്ലേ കാണിക്കുന്നത്? നാം ആവശ്യപ്പെടാതെ തന്നെ മറ്റൊരാളുടെ സുഖദുഃഖങ്ങൾക്ക് കാരണമായിത്തീരുന്നത് നമ്മുടെ ദുരഭിമാനത്തെ പോഷിപ്പിക്കാനുള്ള ഏറ്റവും മധുരമുള്ള ആഹാരമല്ലേ? സന്തുഷ്ടിയെന്ന് പറഞ്ഞാൽ എന്താണ്? സംതൃപ്തമായ അഭിമാനബോധമല്ലാതെ മറ്റൊന്നുമല്ല. ലോകത്തിലുള്ള മറ്റാരേക്കാളും ശക്തനും മെച്ചപ്പെട്ടവനുമാണ് ഞാനെന്ന് എനിക്ക് തോന്നിയാൽ ഞാൻ സന്തുഷ്ടനായി. എല്ലാവരും എന്നെ സ്നേഹിക്കയാണെങ്കിൽ എന്റെയുള്ളിൽ ഒരിക്കലും വറ്റാത്ത സ്നേഹത്തിന്റെ ഉറവ ഞാൻ കണ്ടെത്തും. തിന്മ തിന്മയെ ജനിപ്പിക്കുന്നു. നാം അനുഭവിക്കുന്ന ആദ്യത്തെ ദുഃഖം മറ്റുള്ളവരെ പീഡിപ്പിക്കുന്നതിൽ സന്തോഷം കണ്ടെത്തുന്നതിലേക്കുള്ള ആദ്യത്തെ പടിയാണ്. തിന്മ എന്ന ആശയം അവന്റെ മനസ്സിൽ മുളയ്ക്കുണമെങ്കിൽ അത് പ്രായോഗികമാക്കാനുള്ള ആഗ്രഹം അയാൾക്കുണ്ടായിരിക്കണം ആശയങ്ങൾ ജൈവവസ്തുക്കളാണെന്ന് ആരോ പറഞ്ഞിട്ടുണ്ട്. അവയുടെ ജനനംതന്നെ അവയ്ക്ക് ഒരു രൂപം നൽകുന്നു. ഈ രൂപമാണ് പ്രവൃത്തി. കൂടുതൽ ആശയങ്ങൾക്ക് ജന്മം കൊടുക്കുന്ന മസ്തിഷ്ക്കത്തിന്റെ ഉടമസ്ഥൻ തീർച്ചയായും മറ്റുള്ളവരേക്കാൾ കൂടുതൽ കർമോന്മുഖനായിരിക്കും. അക്കാരണത്താലാണ് ഒരു ഓഫീസ് മേശയിൽ തളച്ചിടപ്പെടുന്ന ഒരു പ്രതിഭാശാലി ഒന്നുകിൽ മരിക്കുകയോ അല്ലെങ്കിൽ ഭ്രാന്തനായിത്തീരുകയോ ചെയ്യുന്നത്. അലസജീവിതം നയിക്കുന്ന കരുത്തനായ ഒരു മനുഷ്യൻ മസ്തിഷ്കത്തിൽ രക്തസ്രാവമുണ്ടായി മരിക്കുന്നതുപോലെയാണത്.

വികാരാവേശങ്ങൾ ആശയങ്ങളുടെ വികാസത്തിന്റെ ആദ്യഘട്ടമല്ലാതെ മറ്റൊന്നുമല്ല. അവ ഹൃദയത്തിന്റെ യുവത്വത്തിന് അവകാശപ്പെട്ടതാണ്. അവ ജീവിതകാലം മുഴുവൻ കൂടെയുണ്ടായിരിക്കുമെന്ന് വിശ്വസിക്കുന്നവൻ വിഡ്ഢിയാണ്. പ്രശാന്തമായൊഴുകുന്ന നദികളിലധികവും ഉത്ഭവിക്കുന്നത് ആർത്തിരമ്പി കുതിച്ചചാടുന്ന വെള്ളച്ചാട്ടങ്ങളായിട്ടാണ്. എന്നാൽ ഒരൊറ്റ നദിപോലും കടലിലെത്തുന്നതുവരെയുള്ള ദൂരം മുഴുവൻ നുരകുത്തി കുതിച്ചൊഴുകുന്നില്ല. ഈ പ്രശാന്തത ഒളിഞ്ഞുകിടക്കുന്നുണ്ടെങ്കിലും വമ്പിച്ച ശക്തിയെയാണ് വെളിപ്പെടുത്തുന്നത്. വികാരങ്ങളുടെയും വിചാരങ്ങളുടെയും പൂർണ്ണതയും ആഴവും, ലക്കുകെട്ട നൈമിഷികാവേശങ്ങൾക്ക് കടിഞ്ഞാണിടുന്നു. കാരണം, ആത്മാവ് സന്തോഷിക്കുകയോ ദുഃഖിക്കുകയോ ചെയ്യുന്നത് താനനുഭവിക്കുന്നതെന്താണെന്ന് ശരിക്കറിഞ്ഞുകൊണ്ടും അതങ്ങിനെതന്നെ നടക്കേണ്ടതാണെന്ന ബോധ്യത്തോടുകൂടിയുമാണ്. കൊടുങ്കാറ്റില്ലെങ്കിൽ സൂര്യന്റെ നിരന്തരമായ ചൂടിൽ താൻ വാടിക്കരിഞ്ഞുപോകുമെന്ന് അതിനറിയാം. അത് സ്വന്തം

ജീവിതത്തെ ഉൾക്കൊണ്ട്, ഒരമ്മ വത്സലസന്താനത്തെയെന്നവണ്ണം തന്നെത്തന്നെ രക്ഷിക്കുകയും ശിക്ഷിക്കുകയും ചെയ്യുന്നു. ആത്മജ്ഞാനത്തിന്റെ ഈ പാരമ്യാവസ്ഥ പ്രാപിച്ചാൽ മാത്രമേ മനുഷ്യന് ദൈവത്തിന്റെ വിധിന്യായം മനസ്സിലാക്കാൻ കഴിയുകയുള്ളൂ.

ഞാൻ വിഷയത്തിൽനിന്ന് വളരെ അകന്നുപോയെന്ന് ഈ പേജ് ആവർത്തിച്ച് വായിച്ചപ്പോൾ എനിക്ക് മനസ്സിലായി. എന്നാൽ അതുകൊണ്ടെന്താണ് ? ഞാൻ ഈ കുറിപ്പുകൾ എഴുതുന്നത് എനിക്കുവേണ്ടിയാണ്. അതിനാൽ ഞാനിവിടെ കുറിച്ചുവയ്ക്കുന്ന സർവ്വതും കാലം കടന്നുപോകുമ്പോൾ എന്നെ സംബന്ധിച്ചിടത്തോളം വിലമതിക്കാനാവാത്ത സ്മരണകളായി അവശേഷിക്കും.

ഗ്രുഷ്നീത്സ്കി എന്റെ മുറിയിൽ കയറിവന്ന് എന്റെ കഴുത്തിൽ കെട്ടിപ്പിടിച്ചു - അയാൾക്ക് ഓഫീസറായി കയറ്റം കിട്ടി. ഞങ്ങൾ അതാഘോഷിക്കാൻ കുറച്ച് ഷാംപെയിൻ കുടിച്ചു. ആ സമയത്ത് ഡോക്ടർ വെർനറും കയറിവന്നു.

"ഞാൻ നിങ്ങളെ അനുമോദിക്കുന്നില്ല." അദ്ദേഹം ഗ്രുഷ്നീത്സ്കിയോട് പറഞ്ഞു

"കാരണം ?"

"സാധാരണ ഭടന്റെ കോട്ട് നിങ്ങൾക്ക് നന്നായിചേരും. ഇവിടെ, ഈ ധാതുജല ചികിത്സാകേന്ദ്രത്തിൽ തുന്നപ്പെട്ട ഒരു കാലാൾപ്പട ഓഫീസറുടെ യൂണിഫോറം ധരിക്കുന്നത്കൊണ്ട് നിങ്ങൾക്ക് എന്താണ് മെച്ചം ? ഇതേവരെ നിങ്ങൾ മറ്റുള്ളവരിൽനിന്ന് വ്യത്യസ്തനായിരുന്നു. ഇനി നിങ്ങളും മറ്റുള്ളവരെപ്പോലെതന്നെ ഒരു സാധാരണക്കാരനായിരിക്കും. "

"ഡോക്ടർ താങ്കൾ എന്തുപറഞ്ഞാലും എനിക്ക് സന്തോഷിക്കാതിരിക്കാൻ കഴിയില്ല." പിന്നീട് അയാൾ എന്റെ ചെവിയിൽ മന്ത്രിച്ചു: "ഞാൻ ഈ സൈനികപദവിചിഹ്നത്തിൽ എന്തെല്ലാം പ്രതീക്ഷകൾ കെട്ടിപ്പടുത്തിട്ടുണ്ടെന്ന് അദ്ദേഹത്തിനറിയില്ല. ഹേ, ബഹുമതിചിഹ്നമേ! നിന്റെ നക്ഷത്രങ്ങൾ മാർഗദർശനം നൽകുന്ന ചെറു നക്ഷത്രങ്ങളാണ്...ഇല്ല! ഞാൻ ഇപ്പോൾ തികച്ചും സന്തുഷ്ടനാണ്."

"താൻ ഞങ്ങളോടൊപ്പം ഇട്ടുക്കിനട്ടുത്തേക്ക് നടക്കാൻ വരുന്നോ? ഞാൻ ചോദിച്ചു.

"ഇല്ല! എന്റെ പുതിയ പുതിയ യൂനിഫോറം തയ്യാറാകുന്നതുവരെ ഞാൻ പ്രഭുകുമാരിയുടെ മുമ്പിൽ പ്രത്യക്ഷപ്പെടുകയില്ല."

"തനിക്ക് ഭാഗ്യം കൈവന്നകാര്യം ഞാൻ അവളോട് പറയണോ?"

"വേണ്ട, വേണ്ട. അവളെ അത്ഭുതപ്പെടുത്തണമെന്നാണ് എന്റെ ആഗ്രഹം."

"അതിരിക്കട്ടെ. അവളുമായുള്ള തന്റെ ചങ്ങാത്തം എത്രടമായി?"

അയാൾക്ക് ജാള്യത തോന്നി. അയാൾ അൽപനേരം ആലോചിച്ചുനിന്നു. അക്കാര്യത്തെപ്പറ്റി നുണ പറയാനും വീമ്പടിക്കാനും അയാൾക്ക് അതിയായ ആഗ്രഹമുണ്ടായിരുന്നു. എന്നാൽ മനഃസാക്ഷി അയാളെ തടഞ്ഞു. അതേസമയംതന്നെ സത്യം തുറന്നുപറയുന്നത് അയാൾക്ക് നാണക്കേടായിരുന്നു.

"അവൾ തന്നെ സ്നേഹിക്കുന്നുണ്ടോ?"

"നല്ല ചോദ്യം! പെച്ചോറിൻ. എന്തെക്കെ ആശയങ്ങളാണ് തന്റെ തലയിൽ വരുന്നത്? ഇത്രവേഗം അതെങ്ങിനെ സംഭവിക്കും? ഇനി അങ്ങനെയാണെങ്കിൽ തന്നെ മാന്യയായ ഒരു യുവതി അത് പറയുകയില്ല..."

"കൊള്ളാം. മാന്യനായ ഒരു പുരുഷനും തന്റെ വികാരങ്ങൾ മറച്ചു പിടിക്കണമെന്നായിരിക്കും തന്റെ അഭിപ്രായം. അല്ലേ?"

"സ്നേഹിതാ, എന്തുകാര്യവും ശരിയായ രീതിയിൽ ചെയ്യണം. പലകാര്യങ്ങളും പറയപ്പെടുന്നില്ല. ഊഹിക്കപ്പെടുകയാണ്..."

"അത് സമ്മതിച്ചു... പക്ഷേ, ഒരു കാര്യം ഓർക്കണം. ഒരു സ്ത്രീയുടെ കണ്ണുകളിൽ കാണുന്ന സ്നേഹം ഒന്നും തെളിച്ചുപറയുന്നില്ല. എന്നാൽ വാക്കുകൾ... സൂക്ഷിച്ചോളൂ. ഗ്രൂഷ്നീത്സ്കി അവൾ തന്നെ വഞ്ചിക്കയാണ്...

"അവളോ!" ആത്മസംതൃപ്തിയോടെ പുഞ്ചിരിച്ചുകൊണ്ട് ആകാശത്തിലേക്ക് കണ്ണുകളുയർത്തി അയാൾ പറഞ്ഞു: "എനിക്ക് തന്നോട് അനുകമ്പതോന്നുന്നു പെച്ചോറിൻ!"

അയാൾ പോയി.

വൈകുന്നേരം ഒരു വലിയസംഘം ആളുകൾ കാൽനടയായി ഇടുക്കിലേയ്ക്ക് പുറപ്പെട്ടു. ഈ ഇടുക്ക് പണ്ടെന്നോ ഒരഗ്നിപർവ്വതം പോട്ടിയുണ്ടായതാണെന്നാണ് സ്ഥലവാസികളായ ഭൃത്യന്മാരുടെ അഭിപ്രായം. പട്ടണത്തിൽനിന്ന് ഒരു വേഴ്സ്റ്റ് അകലെ മഷുക് മലയുടെ ചെരിവിലാണ് ഈ ഇടുക്ക് സ്ഥിതിചെയ്യുന്നത്. കുറ്റിക്കാട്ടുകളുടേയും പാറകളുടേയും ഇടയിലൂടെ വളഞ്ഞുപോകുന്ന ഒരിടുങ്ങിയ പാതയിലൂടെ നടന്നുവേണം അവിടെയെത്താൻ ഞങ്ങൾ മലഞ്ചെരിവിലൂടെ മുകളിലേക്ക് കയറിത്തുടങ്ങിയപ്പോൾ പ്രിൻസസ്സ് മേരിക്ക് താങ്ങാൻ ഞാൻ കൈനീട്ടിക്കൊടുത്തു. അവൾ ശേഷിച്ച വഴി മുഴുവൻ എന്റെ കൈയിൽനിന്ന് പിടിവിടാതെയാണ് നടന്നത്.

ഞങ്ങളുടെ സംഭാഷണം ആരംഭിച്ചത് പരദൂഷണത്തോടെയാണ്. ഞാൻ അപ്പോൾ ഞങ്ങളുടെ എല്ലാ പരിചയക്കാരുടേയും പരിഹാസ്യമായ വശങ്ങളെപ്പറ്റിയും അവരുടെ ദുശ്ശീലങ്ങളെപ്പറ്റിയും പറഞ്ഞുതുടങ്ങി. എന്റെ കോപം ആളിക്കത്തി. ആദ്യം ഞാൻ തമാശയായിട്ടാണ് അത് തുടങ്ങിയതെങ്കിലും പിന്നീട് ഞാൻ തികഞ്ഞ ഗൗരവത്തോടോ

അവരെ ഭർത്സിച്ചുതുടങ്ങി. പ്രഭുകുമാരിക്ക് ആദ്യം രസം തോന്നിയെങ്കിലും പിന്നീട് അതവളെ ഭയപ്പെടുത്തി.

"താങ്കൾ അപകടകാരിയായ ഒരു മനുഷ്യനാണ് !" അവൾ പറഞ്ഞു. "കാട്ടിൽവച്ച് ഒരു കൊലപാതകിയുടെ കത്തിയുടെകീഴിൽ അകപ്പെടുന്നതാണ് താങ്കളുടെ മൂർച്ചയേറിയ നാവിനാൽ തൊലിയുരിക്കപ്പെടുന്നതിനേക്കാൾ ഭേദമെന്ന് എനിക്ക് തോന്നുന്നു. ഞാൻ താങ്കളോട് ആത്മാർഥമായി ഒരു കാര്യം അപേക്ഷിക്കുന്നു - എന്നെപ്പറ്റി മോശമായി എന്തെങ്കിലും പറയാൻ താങ്കൾക്ക് എന്നെങ്കിലും തോന്നുകയാണെങ്കിൽ ദയവുചെയ്ത് അതിനുപകരം ഒരു കത്തിയെടുത്ത് എന്നെ കൊന്നോളൂ. അത് ചെയ്യാൻ താങ്കൾക്ക് വലിയ ബുദ്ധിമുട്ടുണ്ടെന്ന് തോന്നുന്നില്ല.

"ഞാൻ ഒരു കൊലപാതകിയാണെന്ന് തോന്നുന്നുണ്ടോ? "

"താങ്കൾ അതിലും ഭയങ്കരനാണ് .."

ഞാൻ ഒരു നിമിഷം ആലോചനാമഗ്നനായി നിന്നിട്ട് വേദന നിഴലിക്കുന്ന മുഖഭാവത്തോടെ പറഞ്ഞു:

"ശരിയാണ്, കുട്ടിക്കാലം മുതൽക്കേ എന്റെ തലവിധി അതായിരുന്നു. എന്നെ കാണുന്നവരെല്ലാം എന്റെ മുഖത്ത് എനിക്കില്ലാത്ത ദുർഗുണങ്ങളുടെ ലക്ഷണങ്ങൾ കണ്ടുപിടിച്ചു. എല്ലാവരും പ്രതീക്ഷിച്ചതിനാൽ അവ അവിടെ സ്ഥാനം പിടിച്ചു. മിതഭാഷിയായിരുന്നതിനാൽ എല്ലാവരും എന്നെ കൗശലക്കാരനെന്ന് വിളിച്ചുതുടങ്ങി. അക്കാരണത്താൽ ഞാൻ മൗനിയായിത്തീർന്നു. നല്ലതും ചീത്തയും എപ്പോഴും ഞാൻ വേർതിരിച്ചുകണ്ടിരുന്നു. എന്നാൽ ലാളനയ്ക്കു പകരം എനിക്ക് ലഭിച്ചത് അവഹേളനമായിരുന്നു. അതിനാൽ ഞാൻ പകയുള്ളവനായിത്തീർന്നു. മറ്റുകുട്ടികൾ ഉല്ലാസഭരിതരും സംസാരപ്രിയരുമായിരുന്നു. ഞാനോ വിഷണ്ണനും. അവരെക്കാൾ മുന്തിയവനാണ് ഞാനെന്ന് എനിക്ക് തോന്നിയിരുന്നെങ്കിലും മറ്റുള്ളവർ എന്നെ മോശക്കാരനായി കണക്കാക്കി. അതിനാൽ ഞാൻ അസൂയാലുവായിത്തീർന്നു. ലോകത്തെ മുഴുവൻ സ്നേഹിക്കാൻ ഞാൻ കൊതിച്ചിരുന്നു. എന്നാൽ ആരും എന്നെ മനസ്സിലാക്കിയില്ല. അതിനാൽ ഞാൻ വെറുക്കാൻ പഠിച്ചു. എന്റെ ഉന്മേഷരഹിതമായ യൗവ്വനം എന്നോട്തന്നെയും സമൂഹത്തോടുമുള്ള സംഘട്ടനത്തിൽ കടന്നുപോയി. പരിഹാസം ഭയന്ന് ഞാൻ എന്റെ മൃദുല വികാരങ്ങൾ ഹൃദയാന്തർഭാഗത്ത് കുഴിച്ചിട്ടു. അവ അവിടെക്കിടന്ന് മരിച്ചു. ഞാൻ സത്യം പറഞ്ഞപ്പോൾ ആരും വിശ്വസിച്ചില്ല.- ഞാൻ നുണ പറഞ്ഞുതുടങ്ങി. ഉന്നതസമുദായത്തേയും അതിന്റെ സ്രോതസ്സുകളേയും ശരിക്ക് മനസ്സിലാക്കിയ ഞാൻ ജീവിതകലയിൽ പ്രാവീണ്യം നേടി. എന്നാൽ മറ്റുള്ളവർ അതൊന്നും കൈമുതലില്ലാതെതന്നെ

സന്തോഷമായി ജീവിക്കുകയും ഞാൻ കഠിനാദ്ധ്വാനം ചെയ്ത് നേടിയതെല്ലാം സൗജന്യമായി അനുഭവിക്കുകയും ചെയ്യുന്നത് ഞാൻ കണ്ടു. അപ്പോഴാണ് നിരാശ എന്റെ ഹൃദയത്തിൽ അങ്കുരിച്ചത്. ഒരു കൈത്തോക്കുകൊണ്ട് വിരാമമിടാവുന്ന തരത്തിലുള്ള നിരാശയല്ല, സദ്ഭാവം സ്ഫുരിക്കുന്ന ഒരു പുഞ്ചിരിയുടേയും, ഉദാരമായ പെരുമാറ്റത്തിന്റെയും പിന്നിൽ മറഞ്ഞിരിക്കുന്ന തണുത്തതും നിഷ്ക്രിയവുമായ നിരാശ. ധാർമ്മികമായി ഞാൻ ഒരു അംഗഹീനനായിത്തീർന്നു. ആത്മാവിന്റെ പകുതി എനിക്ക് നഷ്ടപ്പെട്ടു. കാരണം, അത് ഒരു നീരുവറ്റി ഉണങ്ങിക്കരിഞ്ഞ് മൂതിയടഞ്ഞതിനാൽ ഞാനത് മുറിച്ചുമാറ്റിയിരുന്നു. മറ്റേപ്പകുതി കർമനിരതമാവുകയും ജീവിക്കുകയും ഏത് ചുറ്റുപാടുമായും ഇണങ്ങിച്ചേരാൻ പഠിക്കുകയും ചെയ്തു. മരിച്ചുപോയ ഒരു പകുതിയുണ്ടായിരുന്നെന്ന് ആർക്കും അറിയില്ലായിരുന്നു. അതിനാൽ ഇക്കാര്യം ആരുടേയും ശ്രദ്ധയിൽപെട്ടിരുന്നില്ല. എന്നാൽ ഇപ്പോൾ ഭവതി അതിനെപ്പറ്റിയുള്ള സ്മരണകൾ എന്നിൽ ഉണർത്തി. അതിനാൽ ഞാൻ ഭവതിയെ അതിന്റെ സ്മാരകലേഖനം വായിച്ചു കേൾപ്പിക്കുകയാണ് ചെയ്തത്.. സ്മാരകലേഖനങ്ങളോട് പലർക്കും പുച്ഛമാണ്. എന്നാൽ ഞാൻ അവയെ പുച്ഛിക്കയില്ല. അവയ്ക്കടിയിൽ കിടക്കുന്നതെന്താണെന്നോർക്കുമ്പോൾ എനിക്കവയെ പുച്ഛിക്കാൻ സാദ്ധ്യമല്ല. ഭവതി എന്റെ അഭിപ്രായത്തോട് യോജിക്കണമെന്നില്ല. ഞാൻ പറഞ്ഞത് പരിഹാസ്യമായി തോന്നുന്നുണ്ടെങ്കിൽ ഉറക്കെ ചിരിച്ചോളൂ. എന്നെ അത് അൽപംപോലും അസഹ്യപ്പെടുത്തുകയില്ലെന്ന് ഞാൻ ഭവതിക്ക് മുന്നറിയിപ്പ് തരുന്നു."

ആ നിമിഷത്തിൽ ഞങ്ങളുടെ കണ്ണുകൾ ഇടഞ്ഞു. അവളുടെ കണ്ണു നിറഞ്ഞിരിക്കുന്നത് ഞാൻ കണ്ടു. എന്റെ കൈത്തണ്ടയിൽ വിശ്രമിച്ചിരുന്ന അവളുടെ കൈ വിറച്ചു. കവിളുകൾ ജ്വലിച്ചു. അവൾക്ക് എന്നോട് അനുകമ്പയായിരുന്നു. സ്ത്രീകളെ നിഷ്പ്രയാസം കീഴടക്കാൻ കഴിയുന്ന അനുകമ്പ എന്ന വികാരം അതിന്റെ കൂർത്തുമൂർത്ത നഖം അവളുടെ പിഞ്ചുഹൃദയത്തിലേയ്ക്ക് കുത്തിയിറക്കിക്കഴിഞ്ഞു. അന്ന് മുഴുവൻ അവൾ അന്യമനസ്കയായി കാണപ്പെട്ടു. ആരോടും അവൾ കുഴഞ്ഞാടാൻ പോയില്ല. അതൊരു നല്ല ശകുനമാണ്.!

ഞങ്ങൾ ഇടുക്കിനടുത്തെത്തി. മറ്റു സ്ത്രീകൾ അവരെ സഹായിച്ചിരുന്ന പുരുഷന്മാരിൽനിന്ന് അകന്നുമാറി. എന്നാൽ അവൾ എന്റെ കൈത്തണ്ടയിൽനിന്ന് പിടിവിട്ടില്ല. സ്ഥലത്തെ കോമാളികളുടെ തമാശകൾ അവളെ രസിപ്പിച്ചില്ല. ഇടുക്കിന്റെ ചെങ്കുത്തായ വക്കിൽ ചെന്ന് നിന്നിട്ടും അവൾ ഭയന്നില്ല. എന്നാൽ മറ്റു സ്ത്രീകളെല്ലാവരും പേടിച്ചു നിലവിളിക്കുകയും കണ്ണടയ്ക്കുകയും ചെയ്തു.

തിരിച്ചുപോരുമ്പോൾ വിഷാദലിപ്തമായ മുമ്പത്തെ സംഭാഷണം

ഞാൻ തുടർന്നില്ല. എന്നാൽ എന്റെ കഴമ്പില്ലാത്ത ചോദ്യങ്ങൾക്കും തമാശകൾക്കും അവൾ ഹ്രസ്വമായും അന്യമനസ്കയായുമാണ് മറുപടി പറഞ്ഞത്.

"ഭവതി എപ്പോഴെങ്കിലും പ്രേമബദ്ധയായിട്ടുണ്ടോ? ഒടുവിൽ ഞാൻ ചോദിച്ചു.

അവൾ എന്നെ തറപ്പിച്ച് നോക്കുകയും തലയാട്ടുകയും ചെയ്തിട്ട് വീണ്ടും ചിന്തയിൽ മുഴുകി. അവൾക്ക് എന്തോ പറയാൻ ആഗ്രഹമുണ്ടെന്ന് സ്പഷ്ടമായിരുന്നു. എന്നാൽ എവിടെ തുടങ്ങണമെന്ന് അവൾക്ക് നിശ്ചയമില്ലായിരുന്നു. അവളുടെ മാറിടം ഉയർന്നുതാഴുന്നത് ഞാൻ കണ്ടു... ഒരു മസ്ലിൻ കുപ്പായക്കൈയ്ക്ക് കാര്യമായ സംരക്ഷണമൊന്നും നൽകാൻ കഴിയില്ല. - ഒരു ആലക്തിക തരംഗം എന്റെ കൈയിൽനിന്ന് അവളുടെ കൈയിലേക്ക് പ്രവഹിച്ചു. അഭിനവേശങ്ങൾ ഏറിയ പങ്കും തുടങ്ങുന്നത് ഇങ്ങനെയാണ്. നമ്മുടെ കായികമോ ധാർമികമോ ആയ ഗുണങ്ങൾ നോക്കിയാണ് ഒരു സ്ത്രീ നമ്മെ സ്നേഹിക്കുന്നതെന്ന് പറഞ്ഞ് പലപ്പോഴും നാം സ്വയം വഞ്ചിക്കാറുണ്ട്. അവ അതിനുവേണ്ടി കളമൊരുക്കുകയും ആ പരിപാവനമായ തീജ്വാലയെ സ്വീകരിക്കാൻ അവളുടെ ഹൃദയത്തെ തയ്യാറാക്കുകയും ചെയ്യുമെന്നത് ശരിയാണ്. എങ്കിലും യഥാർഥത്തിൽ സംഗതി തീരുമാനിക്കുന്നത് പ്രഥമസ്പർശനമാണ്.

"ഇന്നു ഞാൻ വളരെ സൗമ്യമായിരുന്നെന്ന് തോന്നുന്നില്ലേ?" നടപ്പുകഴിഞ്ഞ് തിരിച്ചെത്തിയപ്പോൾ, ക്ഷണിച്ചുവരുത്തിയ ഒരു പുഞ്ചിരിയോടെ പ്രഭുകുമാരി ചോദിച്ചു.

ഞങ്ങൾ പിരിഞ്ഞു.

അവൾക്ക് തന്നോട്തന്നെ അതൃപ്തി തോന്നുന്നു. താൻ വികാരശൂന്യയാണെന്ന് അവൾ സ്വയം കുറ്റപ്പെടുത്തുന്നു. ഹാ! ഇതാണ് പ്രഥമവും പ്രധാനവുമായ വിജയം! നാളെ അവൾ എന്നെ സന്തോഷിപ്പിക്കാൻ ശ്രമിക്കും. എനിക്കിതെല്ലാം ആദ്യന്തം അറിയാം - എല്ലാം ഇത്രവിരസമാണെന്നു തോന്നാൻ കാരണം അതാണ്

ജൂൺ 4

ഇപ്പോൾ ഞാൻ വേറയെ കണ്ടതേയുള്ളൂ. അവൾ അസൂയകൊണ്ട് എന്നെ വല്ലാതെ അലട്ടി. പ്രഭുകുമാരി തന്റെ ആത്മരഹസ്യങ്ങളെല്ലാം വേറയോട് പറഞ്ഞെന്ന് തോന്നുന്നു. പറ്റിയ ആളെയാണ് പ്രഭുകുമാരി അതിനു കണ്ടുപിടിച്ചത്!

"ഇതെല്ലാം എവിടെ ചെന്നവസാനിക്കുമെന്ന് എനിക്കറിയാം" വേറ പറഞ്ഞു. "നിങ്ങൾ അവളെ സ്നേഹിക്കുന്നുണ്ടെന്ന് ഇപ്പോൾതന്നെ എന്നോട് തുറന്നുപറയുന്നതാണ് നല്ലത്."

"പക്ഷേ, ഞാൻ അവളെ സ്നേഹിക്കുന്നില്ലെങ്കിലോ?"

"എങ്കിൽ പിന്നെ അവളുടെ പിന്നാലെ നടക്കുന്നതും അവളുടെ ശാന്തത നശിപ്പിക്കുന്നതും അവളുടെ ഭാവനയെ തൊട്ടുണർത്തുന്ന തും എന്തിനാണ്? ഹാ! എനിക്ക് നിങ്ങളെ ശരിക്കറിയാം! ഞാൻ നിങ്ങളെ വിശ്വസിക്കണമെങ്കിൽ ഒരാഴ്ച കഴിഞ്ഞ് നിങ്ങൾ കിസ്‌ലോവോദ്സ്കിലേക്ക് പോകണം. ഞങ്ങൾ മറ്റന്നാൾ അങ്ങോട്ട് താമസം മാറ്റുകയാണ്. ലിഗൊവ്സ്കായ പ്രഭ്വി കുറെ ദിവസംകൂടി ഇവിടം താമസിക്കും. ഞങ്ങൾ താമസിക്കാൻ പോകുന്ന കെട്ടിടത്തിന്റെ തൊട്ടടുത്തവീട് വാടകയ്ക്കെടുക്കൂ. ഫൗണ്ടനടുത്തുള്ള ഏറ്റവും വലിയ വീടിന്റെ മുകളിലത്തെ നിലയാണ് ഞങ്ങൾ എടുത്തിരിക്കുന്നത്. താഴത്തെ നില പ്രഭ്വി വാടകയ്ക്കെടുത്തു. തൊട്ടടുത്തുതന്നെ അതേ ഉടമസ്ഥന്റെ വക മറ്റൊരു വീടുണ്ട്. അതിതേവരെ ആരും എടുത്തിട്ടില്ല... നിങ്ങൾ വരുമോ ?"

ഞാൻ അവൾക്ക് വാക്കുകൊടുത്തു. അന്നുതന്നെ ആ വീട് ഏർപ്പാട്ചെയ്യാൻ ഒരാളെ അങ്ങോട്ടയയ്ക്കുകയും ചെയ്തു.

വൈകുന്നേരം ആറുമണിക്ക് ഗ്രൂഷ്നീത്സ്കി എന്റെ മുറിയിൽ വന്നു. നൃത്തവിരുന്നിന് പോകാൻ പാകത്തിൽ പിറ്റേദിവസംതന്നെ തന്റെ പുതിയ യൂണിഫോറം തയ്യാറാകുമെന്ന് അയാൾ പ്രഖ്യാപിച്ചു.

"ഒടുവിൽ അവളോടൊപ്പം സായാഹ്നം മുഴുവൻ നൃത്തം ചെയ്യാനും മതിയാവോളം സംസാരിക്കാനുമുള്ള സന്ദർഭം കൈവന്നിരിക്കുന്നു." അയാൾ തുടർന്ന് പറഞ്ഞു.

"എന്നാണ് നൃത്തവിരുന്ന്?"

"നാളെ. താനറിഞ്ഞില്ലേ? അത് വലിയൊരു സംഭവമാണ്. പ്രാദേശിക അധികൃതരാണ് നടത്തുന്നത്."

"നമുക്ക് നടക്കാവിലേക്ക് പോകാം"

"ദൈവമെ! ഞാനില്ല. ഈ വൃത്തികെട്ട പട്ടാളക്കോട്ടും ധരിച്ചുകൊണ്ട്...?"

"എന്ത്? തനിക്ക് ഇതിനോട് ഇപ്പോൾ ഇത്ര വിരോധമാണോ?"

ഞാൻ ഒറ്റയ്ക്ക് നടക്കാനിറങ്ങി. മേരിയെ കണ്ടുമുട്ടിയപ്പോൾ അവളുമായി പിറ്റേന്ന് മസൂർക്ക നൃത്തം ചെയ്യാനുള്ള അനുവാദം ചോദിച്ചു. സന്തോഷവും അത്ഭുതവും അവളുടെ മുഖത്ത് പ്രകടമായി.

"ഒഴിച്ചുകൂടാനാവാത്ത സന്ദർഭങ്ങളിൽ മാത്രമേ താങ്കൾ നൃത്തം ചെയ്യുകയുള്ളെന്നാണ് ഞാൻ വിചാരിച്ചത്. - കഴിഞ്ഞപ്രാവശ്യത്തെപ്പോലെ." മനോഹരമായ ഒരു പുഞ്ചിരിയോടെ അവൾ പറഞ്ഞു.

ഗ്രൂഷ്നീത്സ്കിയുടെ അസാന്നിദ്ധ്യം അവൾ അറിഞ്ഞതേയില്ലെന്ന് തോന്നി.

"നാളെ ഭവതിയെ സന്തോഷകരമായ ഒരത്ഭുതം കാത്തിരിക്കുന്നു." ഞാൻ പറഞ്ഞു.

"എന്താണ്?"

"അത് രഹസ്യമാണ്... നാളെ നൃത്തശാലയിൽവച്ച് നേരിൽ കാണാം."

അന്നത്തെ സായാഹ്നം ഞാൻ ലിഗൊവ്സ്കായ പ്രഭ്വിയുടെ വസതിയിലാണ് ചെലവഴിച്ചത്. വേറയും സരസനായ ഒരു വദ്ധന മല്ലാതെ വേറെ അതിഥികളാരും അവിടെ ഉണ്ടായിരുന്നില്ല. എനിക്ക് നല്ല ഉന്മേഷം തോന്നി. ഞാൻ പലതരത്തിലുള്ള വിചിത്രകഥകളും കണ്ടുപിടിച്ചു. എന്റെ സംസാരം ശ്രദ്ധിച്ചുകൊണ്ട് എനിക്ക് അഭി മുഖമായി ഇരുന്നിരുന്ന പ്രഭുകുമാരിയുടെ മുഖത്തെ ഏകാഗ്രതയും ആർദ്രതയും കണ്ടപ്പോൾ എനിക്ക് പശ്ചാത്താപം തോന്നി. അവളുടെ പ്രസരിപ്പും കുഴഞ്ഞാട്ടവും, ചാപല്യവും, ഗർവ്വും, പുച്ഛം നിറഞ്ഞ പുഞ്ചിരിയും അന്യമനസ്കമായ നോട്ടവും എവിടെപ്പോയി?

വേറ ഇതെല്ലാം ശ്രദ്ധിച്ചുകൊണ്ടിരുന്നു. അവളുടെ വിളറിയ മുഖത്ത് അഗാധമായ ദുഃഖം നിഴലിച്ചു. ജനലിനടുത്ത് നിഴലിൽ കിട ന്നിരുന്ന ഒരു വലിയ ചാരുകസേരയിൽ ചാരിക്കിടക്കുകയായിരുന്നു അവൾ. എനിക്ക് അവളോട് അനുകമ്പ തോന്നി...

ഞങ്ങൾ തമ്മിലുള്ള മൈത്രിയുടേയും പ്രേമത്തിന്റെയും നാട കീയമായ ചരിത്രം മുഴുവൻ വ്യാജനാമങ്ങൾ ഉപയോഗിച്ച് ഞാൻ വർണിച്ചത് അപ്പോഴാണ്.

എനിക്ക് വേറയോടുള്ള സ്നേഹവായ്പിനെക്കുറിച്ചും അവളെപ്പറ്റി യുള്ള ഉൽക്കണ്ഠയെക്കുറിച്ചും അവൾ എനിക്ക് നൽകുന്ന ആനന്ദാ തിരേകത്തെക്കുറിച്ചും ഹൃദയസ്പർശിയാം വണ്ണം സംസാരിക്കുകയും അവളുടെ പ്രകൃതത്തിന്റെയും പ്രവൃത്തികളുടേയും അതിസുന്ദരമായ ഒരു ചിത്രം വാക്കുകളിലൂടെ വരച്ചു കാട്ടുകയും ചെയ്തപ്പോൾ പ്രഭുകുമാ രിയുമായി ഞാൻ ശൃംഗരിച്ചതിന് മാപ്പുതരാതിരിക്കാൻ അവൾക്ക് കഴിഞ്ഞില്ല.

അവൾ എണീറ്റ് ഞങ്ങൾ ഇരുന്നിരുന്നതിനടുത്തുള്ള ഒരു കസേരയിൽ വന്നിരുന്നു. അവൾ ഉന്മേഷം വീണ്ടെടുത്തു...

പതിനൊന്നുമണിക്ക് എല്ലാവരും ഉറങ്ങണമെന്ന ഡോക്ടറുടെ നിർദ്ദേശം ഞങ്ങൾക്ക് ഓർമവന്നത് വെളുപ്പിന് രണ്ടുമണിക്കാണ്.

ജൂൺ 5

ഒരു കാലാൾപ്പട ഓഫീസറുടെ യൂണിഫോറത്തിന്റെ ധാടിയും മോടിയും മുഴുവൻ പ്രദർശിപ്പിച്ചുകൊണ്ട് നൃത്തത്തിന് അരമണിക്കൂർ മുമ്പ് ഗ്രൂഷ്നീത്സ്കി എന്റെ വസതിയിൽ കയറിവന്നു. ഇരട്ട ചില്ലുള്ള ഭൂതക്കണ്ണാടി ഘടിപ്പിച്ച ഒരു ഓട്ടുചങ്ങല അയാളുടെ മൂന്നാമത്തെ ബട്ടണിൽനിന്ന് തൂങ്ങിക്കിടന്നിരുന്നു. കാമദേവന്റെ ചിറകുകൾ പോലെ ചുരുങ്ങിയിരിക്കുന്ന അവിശ്വസനീയമാംവണ്ണം വലിയ

സൈനികപദവി ചിഹ്നമാണ് അയാൾ ധരിച്ചിരുന്നത്. അയാളുടെ ബൂട്ടുകൾ ഞരങ്ങിക്കൊണ്ടിരുന്നു. ഇടത്തുകയ്യിൽ തവിട്ടുനിറമുള്ള ഒരു ജോടി കയ്യുറകളും ഹാറ്റും പിടിച്ചിട്ടുണ്ട്. അയാൾ വലത്തുകൈകൊണ്ട് മുൻവശത്ത് എഴുന്നുനിന്നിരുന്ന മുടി ചെറിയ ചെറിയ അളകങ്ങളായി ചുരുട്ടിക്കൊണ്ടിരുന്നു. സംതൃപ്തിയും തെല്ലൊരാശങ്കയും അയാളുടെ മുഖത്ത് തെളിഞ്ഞുകണ്ടു. അയാളുടെ ഉത്സവപ്രതീതിയുളവാക്കുന്ന വേഷവും അന്തസ്സുറ്റ നിൽപ്പും കണ്ടപ്പോൾ എനിക്ക് പൊട്ടിച്ചിരിക്കണമെന്ന്തോന്നി. എന്നാൽ എന്റെ ലക്ഷ്യവുമായി അത് പൊരുത്തപ്പെടാത്തതിനാൽ ഞാൻ അതടക്കി.

അയാൾ തൊപ്പിയും കയ്യുറകളും മേശപ്പുറത്തേക്കിട്ടുകയും കോട്ടിന്റെ പിൻവശം വലിച്ചിട്ടുകയും ചെയ്തിട്ട് കണ്ണാടിയുടെ മുമ്പിൽ ചെന്നുനിന്ന് സ്വന്തം വേഷം പരിശോധിച്ചുതുടങ്ങി. കഴുത്തിൽ കെട്ടിയിരുന്ന കറുപ്പ് നിറമുള്ള വലിയ തുവാല കോളറിന്റെ മുകളിൽ അരയിഞ്ചോളം ഉയർന്ന് നിന്നിരുന്നു. അതുപോരെന്ന് അയാൾക്കുതോന്നി. അതയാൾ ചെവിയിൽമുട്ടുന്നതുവരെ ഉയർത്തിവച്ചു. കോട്ടിന്റെ കോളറിന് വല്ലാത്തമുറുക്കമായിരുന്നതിനാൽ ആ അദ്ധ്വാനംകൊണ്ട് അയാളുടെ മുഖം ചുവന്നു.

"താൻ ഈയിടെയായി എന്റെ പ്രഭുകുമാരിയുടെ പിന്നാലെ കൂടിയിരിക്കയാണെന്ന് കേൾക്കുന്നു." അയാൾ എന്റെ നേരെ നോക്കാതെ നിർവ്വികാരനായി പറഞ്ഞു.

"അതൊന്നും നമ്മെപ്പോലുള്ളവർക്ക് ചേർന്നതല്ല."

പണ്ട് വളരെ പ്രചാരമുണ്ടായിരുന്നതും ഒരിക്കൽ പുഷ്കിൻ ഉപയോഗിച്ചിട്ടുള്ളതുമായ ഒരു പഴഞ്ചൊല്ല് ആവർത്തിച്ചുകൊണ്ട് ഞാൻ മറുപടി പറഞ്ഞു.

"നോക്കൂ, ഇതിന്റെ തയ്യൽ ശരിയായിട്ടുണ്ടോ? നശിച്ച ജൂതൻ! കക്ഷത്തിൽ വല്ലാതെ ഇറുക്കം തോന്നുന്നു! തന്റെ കയ്യിൽ സെന്റ് വല്ലതും ഉണ്ടോ?"

"ഇനിയും സെന്റ് വേണമോ? എന്തിന്? ഇപ്പോൾതന്നെ തന്റെ തലയിൽ പുരട്ടിയിരിക്കുന്ന അത്തറിന്റെ മണംകൊണ്ട് അടുത്തുനിൽക്കാൻ വയ്യ."

"സാരമില്ല. കുറച്ചു തരൂ..."

അരക്കുപ്പി സെന്റ് അയാൾ കണ്ഠവസ്ത്രത്തിലും കൈലേസിലും കുപ്പായക്കയ്യിലുമായി പുരട്ടി.

"താൻ നൃത്തം ചെയ്യുന്നുണ്ടോ ?"

"ഇല്ല."

"എനിക്ക് പ്രഭുകുമാരിയോടൊപ്പം മസൂർക്കനൃത്തം ചെയ്യേണ്ടിവരുമെന്ന് തോന്നുന്നു. പക്ഷേ, എനിക്ക് അത് വലിയ നിശ്ചയമില്ല..."

"താൻ അവളെ മസുർക്ക നൃത്തത്തിന് ക്ഷണിച്ചുകഴിഞ്ഞോ?"

"ഇല്ല."

"മറ്റാരെങ്കിലും തന്നെക്കാൾ മുമ്പ് അവളെ ക്ഷണിക്കാതെ നോക്കിക്കോളൂ..."

"ദൈവമേ! താൻ പറഞ്ഞത് ശരിയാണ്." നെറ്റിയിൽ അടിച്ചു കൊണ്ട് അയാൾ പറഞ്ഞു. "ഞാൻ വാതിൽക്കൽതന്നെ അവളെ കാത്തുനിൽക്കുന്നതാണ് നല്ലത്. ശരി, പിന്നെക്കാണാം.." അയാൾ തൊപ്പിയുമെടുത്തുകൊണ്ട് പുറത്തേക്കോടി.

അരമണിക്കൂർ കഴിഞ്ഞ് ഞാനും പുറത്തിറങ്ങി. തെരുവ് ഇരുൾമൂടി വിജനമായി കിടന്നു. ക്ലബ്ബിനുചുറ്റും അഥവാ സത്രത്തിനു ചുറ്റും - അതിനെ എങ്ങനെ വേണമെങ്കിലും വിളിക്കാം - ആളുകൾ കൂട്ടംകൂടിത്തുടങ്ങി. ജനലുകളിൽ വെളിച്ചമുണ്ടായിരുന്നു. പട്ടാളബാൻഡിന്റെ നാദം സായാഹ്നസമീരണൻ എന്റെ ചെവിയിലെത്തിച്ചു. മറ്റുള്ളവരുടെ പ്രതീക്ഷകൾ തകർക്കുക എന്ന ഏകലക്ഷ്യത്തോടെയാണോ ഞാൻ ഭൂജാതനായത്. ? ഞാൻ സ്വയം ചോദിച്ചു. ഞാൻ ജീവിക്കാനും പ്രവൃത്തിക്കാനും തുടങ്ങിയ നാൾമുതൽക്കേ വിധി എന്നെ മറ്റുള്ളവരുടെ ദുരന്തങ്ങളുടെ സമാപ്തിയുമായി എങ്ങനെയോ ബന്ധപ്പെടുത്തിത്തുടങ്ങി. - എന്റെ സഹായമില്ലാതെ ആർക്കും മരിക്കാനോ നിരാശക്കടിപ്പെടാനോ കഴിയുകയില്ലെന്ന മട്ടിൽ! അഞ്ചാമങ്കത്തിലെ ഒഴിച്ചുകൂടാനാവാത്ത കഥാപാത്രമാണ് ഞാൻ, സ്വാഭീഷ്ടപ്രകാരമല്ലാതെ ആരാച്ചാരുടെയോ വഞ്ചകന്റെയോ ഭാഗമഭിനയിക്കാൻ വിധിക്കപ്പെട്ടവൻ. ഇതുകൊണ്ട് വിധി എന്താണുദ്ദേശിക്കുന്നത് ? ഇടത്തരക്കാരുടെ ദുരന്തങ്ങളുടെയും കുടുംബനാടകങ്ങളുടെയും രചയിതാവാക്കാനോ "വായനക്കാരുടെ ഗ്രന്ഥശാല" [7] പോലുള്ള വല്ല മാസികയ്ക്കും കഥകൾ സമ്പാദിക്കാനോ വേണ്ടി വിധി എന്നെ സൃഷ്ടിച്ചതാണെന്ന് വരുമോ ? ആർക്കറിയാം. മഹാനായ അലക്സാണ്ടറെപ്പോലെയോ ബൈറണെപ്പോലെയോ ജീവിതം അവസാനപ്പിക്കണമെന്ന മോഹത്തോടെ ജീവിതമാരംഭിക്കുമെങ്കിലും കേവലം ഒരു സർക്കാർ ജീവനക്കാരനായി ജീവിതകാലം മുഴുവൻ ചെലവഴിക്കേണ്ടിവരുന്ന എത്രയോപേരുണ്ട്.!

ഹാളിൽ പ്രവേശിച്ചയുടൻ ഞാൻ പുരുഷന്മാരുടെ സംഘത്തിൽ ലയിച്ചുചേർന്നു. അവിടെ നിന്നുകൊണ്ട് ഞാൻ മറ്റുള്ളവരെ നിരീക്ഷിച്ചുതുടങ്ങി. ഗ്രുഷ്നീത്സ്കി പ്രഭുകുമാരുയുടെയടുത്ത് ആവേശപൂർവ്വം സംസാരിച്ചുകൊണ്ട് നിൽക്കുകയായിരുന്നു. അവൾ വിശറി ചുണ്ടിൽ അമർത്തിപ്പിടിച്ച് അന്യമനസ്കയായി ചുറ്റും നോക്കിക്കൊണ്ട്

---

7 സെന്റ് പീറ്റേഴ്സ്ബർഗിൽനിന്ന് പ്രസിദ്ധീകരിച്ചുപോന്ന ഒരു സാഹിത്യ മാസിക.

അതുകേട്ടുനിന്നു. അവളുടെ മുഖത്ത് അക്ഷമ നിഴലിച്ചിരുന്നു. ആ കണ്ണുകൾ ആരെയോ തെരയുകയായിരുന്നു. അവരുടെ സംഭാഷണം കേൾക്കാൻവേണ്ടി ഞാൻ ശബ്ദമുണ്ടാക്കാതെ അവരുടെ പിന്നിൽ ചെന്ന്നിന്നു.

"പ്രഭുകുമാരി, ഭവതി എന്നെ ദണ്ഡിപ്പിക്കുകയാണ്." ഗ്രൂഷ്നീത്സ്കി പറഞ്ഞു. "ഞാൻ ഒടുവിൽ കണ്ടതിനുശേഷം ഭവതി വളരെയേറെ മാറിപ്പോയി."

"നിങ്ങളും മാറിയിട്ടുണ്ട്." അയാളെ നിമിഷനേരം ഒന്ന് നോക്കിയിട്ട് അവൾ പറഞ്ഞു. ആ നോട്ടത്തിൽ ഒളിഞ്ഞിരുന്ന പരിഹാസഭാവം കാണാൻ അയാൾക്ക് കഴിഞ്ഞില്ല.

"ഞാൻ മാറിയിട്ടുണ്ടോന്നോ? ഒരിക്കലുമില്ല! അത് അസാധ്യമാണെന്ന് ഭവതിക്കറിയാമല്ലോ! ഭവതിയെ ഒരിക്കൽ കണ്ടിട്ടുള്ള ആരും ഭവതിയുടെ ദിവ്യവിഗ്രഹം മരണംവരെ ഹൃദയത്തിൽ പ്രതിഷ്ഠിച്ചിരിക്കും."

"നിർത്തു..."

"കുറച്ചുദിവസങ്ങൾക്കുമുമ്പ് പല തവണ സന്തോഷത്തോടെ കേട്ടുകൊണ്ടിരുന്ന കാര്യങ്ങൾ ഇപ്പോൾ കേൾക്കാൻ ഭവതി ഇഷ്ടപ്പെടാത്തത് എന്തുകൊണ്ടാണ്?"

"എനിക്ക് ആവർത്തനം ഇഷ്ടമല്ല." അവൾ ചിരിച്ചുകൊണ്ട് മറുപടി പറഞ്ഞു.

"ഹാ! എനിക്ക് ഭയങ്കരമായ തെറ്റുപറ്റി! ഈ സൈനികപദവിചിഹ്നമെങ്കിലും എനിക്ക് ആശിക്കാനുള്ള അവകാശം നേടിത്തരുമെന്ന് വിഡ്ഢിയായ ഞാൻ വിചാരിച്ചു. അതേ, ആ വൃത്തികെട്ട പട്ടാളക്കോട്ടുമിട്ടുകൊണ്ട് വെറും ഒരു ഭടനായി ജീവിതകാലം മുഴുവൻ കഴിയുന്നതായിരുന്നു ഇതിലും ഭേദം. ഒരുപക്ഷേ ഭവതിയുടെ ശ്രദ്ധ ആകർഷിച്ചത് ആ പട്ടാളക്കോട്ടായിരുന്നിരിക്കാം..."

"വാസ്തവത്തിൽ നിങ്ങൾക്ക് അതാണ് കൂടുതൽ യോജിക്കുന്നത്..."

ആ നിമിഷം ഞാൻ പ്രഭുകുമാരിയുടെ മുമ്പിൽ ചെന്നുനിന്ന് തല കുനിച്ച് അവളെ അഭിവാദ്യം ചെയ്തു. ലജ്ജകൊണ്ട് അവളുടെ മുഖം അൽപം തുടുത്തു. ധൃതിയിൽ അവൾ പറഞ്ഞു:

"മിസ്റ്റർ പെച്ചോറിൻ, മിസ്റ്റർ ഗ്രൂഷിനീത്സ്കിക്ക് പട്ടാളക്കോട്ടല്ലെ കൂടുതൽ ചേരുന്നത്?"

"എനിക്കാ അഭിപ്രായമല്ല," ഞാൻ പറഞ്ഞു "ഈ യൂണിഫോറം ഇട്ടപ്പോൾ അയാൾക്ക് ഉള്ള പ്രായംപോലും തോന്നിക്കുന്നില്ല."

ഗ്രൂഷ്നീത്സ്കിക്ക് ആ കോട്ട് സഹിക്കാൻ കഴിഞ്ഞില്ല. കാരണം, മറ്റെല്ലാ പയ്യന്മാരേയും പോലെ താൻ ഒരു തലമുതിർന്ന മനുഷ്യനാണെന്ന് കാണിക്കാൻ അയാൾക്കും ഇഷ്ടമായിരുന്നു. തന്റെ മുഖത്ത്

വികാരാവേശം ഉളവാക്കിയ ആഴമുള്ള രേഖകൾ പ്രായം കൊണ്ടു ണ്ടായ ചുളിവുകളാണെന്ന് മറ്റുള്ളവർ ധരിക്കുമെന്നാണ് അയാളുടെ വിശ്വാസം. അയാൾ രോഷാകുലനായി എന്നെ ഒന്നു നോക്കി. കാൽ നിലത്ത് ആഞ്ഞുചവിട്ടിയിട്ട് അയാൾ നടന്നകന്നു.

"ഭവതി ഒരു കാര്യം സമ്മതിക്കണം."ഞാൻ പറഞ്ഞു. "അതായത് അയാൾ എപ്പോഴും പരിഹാസ്യനായിരുന്നെങ്കിലും അൽപം മുമ്പുവരെ അയാൾക്ക് ഭവതിയുടെ താൽപര്യം നേടാൻ കഴിഞ്ഞിരുന്നു... പട്ടാ ളക്കോട്ടിട്ടിരുന്നപ്പോൾ"

അവൾ മറുപടി പറയാതെ നിലത്തുനോക്കി നിന്നതേയുള്ളൂ.

അവളോടൊപ്പം നൃത്തം ചെയ്യുകയോ അവൾക്കഭിമുഖം നിൽക്കു കയോ ചെയ്തുകൊണ്ട് അന്ന് മുഴുവൻ ഗ്രൂഷ്നീത്സ്കി പ്രഭുകുമാരിയെ പിന്തുടർന്നു. അയാളുടെ കണ്ണുകൾ അവളെ വിഴുങ്ങിക്കൊണ്ടിരുന്നു. അയാൾ നെടുവീർപ്പിടുകയും യാചനയും ശാസനയുംകൊണ്ട് പ്രഭു കുമാരിയെ മടുപ്പിക്കുകയും ചെയ്തു. മൂന്നാമത്തേ ക്വാഡ്രില്ലെയുടെ അവസാനമായപ്പോഴേക്കും അവൾക്ക് അയാളെ കണ്ടുകൂടന്നായി

"തന്നിൽനിന്ന് ഇത് ഞാൻ പ്രതീക്ഷിച്ചില്ല." അടുത്തുവന്ന് എന്റെ കയ്യിൽ പിടിച്ചുകൊണ്ട് അയാൾ പറഞ്ഞു.

"കാര്യം എന്താണ്?"

"താൻ പ്രഭുകുമാരിയോടൊപ്പം മസൂർക്ക നൃത്തം ചെയ്യാൻ പോവുകയാണ് അല്ലേ? ഗൗരവത്തിൽ അയാൾ എന്നോട് ചോദിച്ചു.

"അവൾ അക്കാര്യം എന്നോട് പറഞ്ഞു..."

"അതിനെന്താ? അത് രഹസ്യമാണോ?"

"ഞാൻ... ആ കൊള്ളരുതാത്തവളിൽനിന്ന്, ആ കുഴഞ്ഞാടിയിൽ നിന്ന് ഇത് പ്രതീക്ഷിക്കേണ്ടതായിരുന്നു... പക്ഷേ, സാരമില്ല, ഞാൻ ഇതിന് പകരംവീട്ടിക്കോളും.!"

"താൻ തന്റെ പട്ടാളക്കോട്ടിനെയോ പുതിയ പദവിചിഹ്നത്തെയോ കുറ്റപ്പെടുത്തിക്കോളൂ. പക്ഷേ അവളെ പഴിക്കുന്നതെന്തിന്? അവൾക്ക് തന്നോട് ഇപ്പോൾ ഇഷ്ടം തോന്നുന്നില്ലെങ്കിൽ അത് അവളുടെ കുറ്റമാണോ?"

"അവൾ എനിക്ക് ആശിക്കാൻ വക തന്നതെന്തിനാണ്?"

"ഞാൻ ആശിച്ചതെന്തിനാണ്? ഒരു സംഗതി വേണമെന്നാഗ്രഹി ക്കുന്നതും അത് ലഭിക്കാൻവേണ്ടി ശ്രമിക്കുന്നതും എനിക്ക് മനസ്സി ലാക്കാൻ കഴിയും. പക്ഷേ, ആരെങ്കിലും ആശ വച്ചുപുലർത്തുമോ?"

"താൻ ജയിച്ചു. പക്ഷേ, അത് പൂർണ്ണമായിട്ടല്ല." പരിഹാസപൂർവ്വം അയാൾ പറഞ്ഞു.

മസൂർക്ക തുടങ്ങി. ഗ്രൂഷ്നീത്സ്കി പ്രഭുകുമാരിയെയല്ലാതെ മറ്റാരേയും നൃത്തത്തിന് ക്ഷണിച്ചില്ല. മറ്റു പുരുഷന്മാരും അവളെത്തന്നെ

ക്ഷണിച്ചുകൊണ്ടിരുന്നു. എനിക്കെതിരായ ഒരു ഗൂഢാലോചനയാണ് അതെന്ന് സ്പഷ്ടമായിരുന്നു. - പക്ഷേ, അതെനിക്ക് കൂടുതൽ നല്ലതാണ്. അവൾക്ക് എന്നോട് സംസാരിക്കണമെന്ന് ആഗ്രഹമുണ്ടായിരുന്നു. എന്നാൽ മറ്റുള്ളവർ അതു സമ്മതിക്കുന്നില്ല - വളരെ നല്ലത്! അപ്പോൾ എന്നോട് സംസാരിക്കാനുള്ള അവളുടെ ആഗ്രഹം കൂടും.

ഒന്നുരണ്ടു തവണ ഞാൻ അവളുടെ കൈ പിടിച്ചമർത്തി. രണ്ടാമത്തെ തവണ ഒരക്ഷരം പറയാതെ അവൾ കൈ വലിച്ചെടുത്തു.

"ഇന്ന് രാത്രി ഞാൻ ശരിക്കുറങ്ങുകയില്ല." മസൂർക്ക അവസാനിച്ചപ്പോൾ അവൾ പറഞ്ഞു.

"ഗ്രൂഷ്നീത്സ്കിയെയാണ് അതിനു കുറ്റപ്പെടുത്തേണ്ടത്.

"അല്ല" അതു പറയുമ്പോൾ അവളുടെ മുഖം ചിന്താഗ്രസ്തവും വിഷാദഭരിതവുമായിത്തീർന്നു. ഇന്ന് രാത്രി അവളുടെ കൈയിൽ ചുംബിക്കണമെന്ന് അതു കണ്ടപ്പോൾ ഞാൻ തീരുമാനിച്ചു.

എല്ലാവരും പിരിഞ്ഞുതുടങ്ങി. പ്രഭുകുമാരിയെ കുതിരവണ്ടിയിൽ കയറിയിരിക്കാൻ സഹായിച്ചിട്ട് പൊടുന്നനെ ഞാൻ അവളുടെ കൊച്ചു കൈപ്പടത്തിൽ ചുംബിച്ചു. നല്ല ഇരുട്ടായതിനാൽ ആരും കാണുകയില്ലെന്ന് എനിക്ക് തീർച്ചയുണ്ടായിരുന്നു.

ആത്മസംതൃപ്തിയോടെ ഞാൻ ഹാളിലേക്ക് മടങ്ങി.

ഒരു വലിയ മേശയ്ക്കുചുറ്റുമിരുന്ന് ചെറുപ്പക്കാർ ആഹാരം കഴിക്കുകയായിരുന്നു. ഗ്രൂഷ്നീത്സ്കിയും അക്കൂട്ടത്തിലുണ്ട്. ഞാൻ കടന്നുചെന്നയുടൻ അവർ നിശ്ശബ്ദരായി. അവർ എന്നെപ്പറ്റി സംസാരിക്കുകയായിരുന്നെന്ന് ഞാൻ ഊഹിച്ചു. ആദ്യത്തെ നൃത്തവിരുന്നിനുശേഷം പലർക്കും പ്രത്യേകിച്ച് അശ്വസേനയിലെ ക്യാപ്റ്റന്, എന്നോട് വിരോധമായിരുന്നു. ഇപ്പോൾ ഗ്രൂഷ്നീത്സ്കിയുടെ നേതൃത്വത്തിൽ എന്നോട് വൈരാഗ്യമുള്ളവർ സംഘംചേർന്നിരിക്കുകയാണെന്ന് തോന്നി. അയാളുടെ മുഖത്ത് അത്രയേറെ വീര്യവും ശൗര്യവും കളിയാടിയിരുന്നു.

അതെന്നെ സന്തുഷ്ടനാക്കി. കാരണം ഞാൻ ശത്രുക്കളെ സ്നേഹിക്കുന്നു. - എന്നാൽ ഒരു ക്രിസ്ത്യാനിക്ക് ചേർന്ന സ്നേഹമാണെന്ന് തെറ്റദ്ധരിക്കേണ്ട. അവർ എന്നെ രസിപ്പിക്കുകയും എന്റെ നാഡിമിടിപ്പ് വർദ്ധിപ്പിക്കുകയും ചെയ്യുന്നു. എപ്പോഴും കരുതലോടെ ഇരിക്കുക. ഓരോ നോട്ടത്തിന്റെയും ഓരോ വാക്കിന്റേയും നിഗൂഢാർത്ഥം മനസ്സിലാക്കുക. ശത്രുവിന്റെ ഉദ്ദേശം ഊഹിച്ചറിയുക, അവന്റെ ഗൂഢാലോചന തകർക്കുക. വഞ്ചിക്കപ്പെട്ടെന്ന് ഭാവിച്ചുകൊണ്ട് അനേകം കൗശലപ്പണികളോട്ടും തന്ത്രങ്ങളോട്ടുംകൂടി ശത്രു പാടുപെട്ട് പടുത്തുയർത്തുന്ന വൻ സൗധം ഒരൊറ്റ തട്ടിന്

നിലംപരിശാക്കുക - ഇതിനെയാണ് ഞാൻ ജീവിതമെന്ന് വിളിക്കുന്നത്.

ഭക്ഷണവേളയിൽ ആദ്യന്തം ഗ്രൂഷ്നീത്സ്കി അടക്കിയ ശബ്ദത്തിൽ സംസാരിക്കുകയും അശ്വസേനാ ക്യാപ്റ്റനെ കണ്ണിറുക്കിക്കാണിക്കുകയും ചെയ്തുകൊണ്ടിരുന്നു.

ജൂൺ 6

ഇന്നു രാവിലെ വേറ അവളുടെ ഭർത്താവിനോടൊപ്പം കിസ്ലൊവോദ്സ്കിലേക്കു പോയി. ഞാൻ ലിഗോവ്സ്കായ പ്രഭ്വിയുടെ വീട്ടിലേക്ക് പോകുമ്പോഴാണ് അവളുടെ വണ്ടി എന്നെ കടന്നുപോയത്. അവൾ എന്നെ കണ്ട് തലയാട്ടി. അവളുടെ കണ്ണുകളിൽ ശകാരം ഒളിഞ്ഞിരിക്കുന്നുണ്ടായിരുന്നു.

ആരെയാണ് കുറ്റപ്പെടുത്തേണ്ടത്? ഒറ്റയ്ക്ക് അവളെ കാണാൻ അവൾ എനിക്ക് ഒരവസരമുണ്ടാക്കിത്തരാത്തതെന്തുകൊണ്ടാണ്? തീ പോലെതന്നെ പ്രേമവും ഇന്ധനമില്ലെങ്കിൽ അണഞ്ഞുപോകും. എന്റെ അപേക്ഷകൾ പരാജയപ്പെട്ടിടത്ത് ഒരുപക്ഷേ, അസൂയ വിജയിച്ചെന്നുവരാം.

ഞാൻ പ്രഭ്വിയുടെ വീട്ടിൽ ഒരു മണിക്കൂർ മുഴുവൻ ഇരുന്നു. മേരി താഴത്തേക്ക് വന്നില്ല. അവൾക്ക് സുഖമില്ലായിരുന്നു. അന്നുവൈകിട്ട് അവൾ നടക്കാവിലും പ്രത്യക്ഷപ്പെട്ടില്ല. പുതുതായി രൂപംകൊണ്ട

സംഘം ഭൂതക്കണ്ണാടികളുമായിട്ടാണ് നടന്നത്. അവർ ഭയങ്കരന്മാരാണെന്ന് തോന്നിച്ചു. പ്രഭുകുമാരിക്ക് സുഖമില്ലാത്തതിൽ ഞാൻ സന്തോഷിച്ചു. അവൾ പുറത്തു വന്നിരുന്നെങ്കിൽ ഏതെങ്കിലും രീതിയിൽ അവർ അവളെ അപമാനിക്കുമായിരുന്നു. ഗ്രൂഷ്നീത്സ്കിയുടെ മുടി പാറിപ്പറന്നുകിടന്നു. അയാൾ തികച്ചും നിരാശനായി കാണപ്പെട്ടു. വാസ്തവത്തിൽ അയാൾക്ക് കഠിനമായ ദുഃഖമുണ്ടായിരുന്നു. അയാളുടെ അഭിമാനത്തിനാണ് ക്ഷതമേറ്റത്. പക്ഷേ, മോഹഭംഗത്തിൽപെട്ടുഴലുമ്പോൾ പോലും വലിയഭാവം നടിക്കുന്ന ചിലരുണ്ട്.!

വീട്ടിൽ തിരിച്ചെത്തിയപ്പോൾ എനിക്ക് എന്തെന്നില്ലാത്ത വല്ലായ്മ തോന്നി. ഞാൻ അവളെ കണ്ടില്ല.! അവൾക്കു സുഖമില്ല! വാസ്തവത്തിൽ പ്രേമം എന്നെ പിടികൂടിയോ? ഛീ, എന്തൊരു വിഡ്ഢിത്തം!

രാവിലെ പതിനൊന്നു മണിക്ക് ലിഗൊവ്സ്കായ പ്രഭ്വിയെർമോലൊവ് കുളിപ്പുരയിൽ പതിവായി ആവിക്കുളി നടത്തുന്ന സമയത്ത് ഞാൻ അവരുടെ വീടിനുമുമ്പിലൂടെ നടന്നു. പ്രഭുകുമാരി ചിന്താഭരിതയായി ജനലിനടുത്ത് ഇരിക്കുന്നുണ്ടായിരുന്നു. എന്നെ കണ്ടയുടൻ അവൾ ചാടിയെണീറ്റു.

ഞാൻ പൂമുഖത്തേക്ക് കയറി. അവിടെ ആരും ഉണ്ടായിരുന്നില്ല. ആ പ്രദേശത്തെ നാട്ടുനടപ്പ് അനുവദിച്ച സ്വാതന്ത്ര്യമുപയോഗിച്ച്

ഞാൻ നേരെ സൽക്കാരമുറിയിലേക്ക് കടന്നു. പ്രഭുകുമാരിയുടെ ഓമനത്തമുള്ള മുഖത്ത് നേരിയ വിളർച്ച വ്യാപിച്ചു. ഒരു കസേരയുടെ പിന്നിൽ പിടിച്ചുകൊണ്ട് അവൾ പിയാനോയുടെയടുത്ത് നിൽക്കുക യായിരുന്നു. അവളുടെ കൈ വിറയ്ക്കുന്നത് ഞാൻ കണ്ടു. ഞാൻ മെല്ലെ അവളുടെയടുത്തേക്ക് നടന്നുചെന്നിട്ട് ചോദിച്ചു:

"എന്നോട് ദേഷ്യമാണോ ?"

അവൾ ആഴമുള്ള കരിമിഴികളുയർത്തി എന്നെ നോക്കിക്കൊണ്ട് തലയാട്ടി. അവളുടെ ചുണ്ടുകൾക്ക് എന്തോ പറയണമെന്നുണ്ടായിരു ന്നു. പക്ഷേ, അവൾ അതിനശക്തയായിരുന്നു. അവളുടെ കണ്ണുനിറ ഞ്ഞു. അവൾ ഒരു കസേരയിൽ ചെന്നിരുന്ന് മുഖം പൊത്തി.

"എന്തുപറ്റി?" അവളുടെ കൈയിൽപിടിച്ചുകൊണ്ട് ഞാൻ ചോദിച്ചു.

"താങ്കൾ എന്നെ ആദരിക്കുന്നില്ല! ദയവുചെയ്ത് എന്നെ എന്റെപാ ട്ടിനു വിട്ടേക്കു."

ഞാൻ ഏതാനും ചുവട് പിൻവാങ്ങി. അവൾ കസേരയിൽ നിവർ ന്നിരുന്നു. അവളുടെ കണ്ണുകൾ ജ്വലിച്ചു...

ഞാൻ പുറത്തേക്കുള്ള വാതിലിന്റെ പിടിയിൽ കൈവച്ചുകൊണ്ട് ഒരു നിമിഷം നിന്നിട്ട് പറഞ്ഞു:

"പ്രഭുകുമാരീ, ക്ഷമിക്കണം! ഞാൻ അവിവേകമാണ് കാട്ടിയത്... ഇനി അങ്ങനെ സംഭവിക്കയില്ല. അക്കാര്യം ഞാൻ ഉറപ്പുതരാം. എന്റെ ഹൃദയത്തിൽ നടക്കുന്നതെന്താണെന്ന് ഭവതി അറിയേണ്ട കാര്യമില്ല. അതൊരിക്കലും അറിയാതിരിക്കുന്നതാണ് ഭവതിക്കു നല്ലത്. വിടതരൂ!"

ഞാൻ പുറത്തേക്കിറങ്ങിയപ്പോൾ പിന്നിൽനിന്നും ഒരു തേങ്ങൽ കേട്ടതായി തോന്നി.

അന്നു വൈകുന്നതുവരെ ഞാൻ മഷൂക്കിന്റെ അടിവാരത്തിൽ ചുറ്റിനടന്നു. ഒടുവിൽ ക്ഷീണിച്ചവശനായി ഞാൻ വീട്ടിലെത്തി കിട ക്കയിലേക്ക് വീണു.

വെർനർ എന്നെ കാണാൻ വന്നു.

"നിങ്ങൾ പ്രഭുകുമാരിയെ വിവാഹംചെയ്യാൻ പോകുന്നെന്ന് കേട്ടത് ശരിയാണോ?" അദ്ദേഹം ചോദിച്ചു.

"ചോദിക്കാൻ കാരണമെന്താണ്?"

"പട്ടണത്തിൽ അതൊരു സംസാരവിഷയമായിരിക്കുന്നു. എന്റെ രോഗികൾക്ക് ഈ സുപ്രധാനവാർത്തയെപ്പറ്റി മാത്രമേ പറയാനുള്ളൂ. ധാതുജലം കുടിക്കാനെത്തുന്ന സ്ഥലത്തെ ആളുകൾക്ക് സകലതും അറിയാം.!"

"ഇത് ഗ്രൂഷ്നീത്സ്കിയുടെ പണിയാണ്!" ഞാൻ വിചാരിച്ചു.

"ഡോക്ടർ, ഈ കിംവദന്തി അടിസ്ഥാനരഹിതമാണെന്ന് തെളിയിക്കാൻ ഞാൻ നിങ്ങളോട് രഹസ്യമായി ഒരു കാര്യം പറയാം. ഞാൻ നാളെ കിസ്ലൊവോദ്സ്കിലേക്ക് പോവുകയാണ്."

"പ്രഭുകുമാരിയും പോകുന്നുണ്ടോ ?"

"ഇല്ല. അവൾ ഒരാഴ്ചകൂടി ഇവിടെ താമസിക്കും."

"അപ്പോൾ നിങ്ങൾ വിവാഹം കഴിക്കാൻ ഉദ്ദേശിക്കുന്നില്ല, അല്ലേ?"

"ഡോക്ടർ, ഡോക്ടർ ! എന്നെ നോക്കൂ. എനിക്ക് ഒരു വരന്റെ എന്തെങ്കിലും ലക്ഷണമുണ്ടോ ?"

"ഉണ്ടെന്ന് ഞാൻ പറഞ്ഞില്ല... പക്ഷേ, ചിലപ്പോൾ അങ്ങനെ സംഭവിക്കാറുണ്ടെന്ന് നിങ്ങൾക്കറിയാമല്ലോ ."

കൗശലംനിറഞ്ഞ ഒരു പുഞ്ചിരിയോടെ അദ്ദേഹം പറഞ്ഞു: "ഞാനുദ്ദേശിച്ചത് മാന്യനായ ഒരു പുരുഷനെ ചിലപ്പോൾ വിവാഹം കഴിക്കാൻ നിർബന്ധിതനാക്കുന്ന ചുറ്റുപാടുകൾ ഉണ്ടാകാറുണ്ടെന്നാണ്. വാത്സല്യം നിറഞ്ഞ അമ്മമാർ അത്തരം അവസരങ്ങൾ ഉണ്ടാകുന്നതിനെ തടയാറില്ലെന്നും എനിക്കറിയാം... അതുകൊണ്ട് സൂക്ഷിച്ചിരിക്കാൻ ഒരു സ്നേഹിതൻ എന്ന നിലയിൽ ഞാൻ നിങ്ങളെ ഉപദേശിക്കുകയാണ്. ഇവിടത്തെ അന്തരീക്ഷം വളരെ അപകടകരമാണ്. കൂടുതൽ നല്ലൊരു ഭാഗദേഹത്തിനർഹരായ എത്രയെത്ര നല്ല ചെറുപ്പക്കാരാണ് ഇവിടെനിന്ന് നേരെ വിവാഹവേദിയിലേക്ക് പോയിട്ടുള്ളത്! എന്നെയും വിവാഹബന്ധത്തിൽ കുടുക്കാൻ ഒരു ശ്രമം നടന്നിട്ടുണ്ടെന്നു പറഞ്ഞാൽ നിങ്ങൾ വിശ്വസിക്കുമോ? വിളറിവെളുത്ത ഒരു മകളുള്ള ഉൾനാട്ടുകാരിയായ ഒരമ്മയുടെ പണിയായിരുന്നു അത്. ആ പെൺകുട്ടിയുടെ വിവാഹം കഴിയുമ്പോൾ അവളുടെ വിളർച്ച മാറിക്കൊള്ളും എന്നു ഞാൻ പറഞ്ഞതാണ് എനിക്ക് പറ്റിയ അബദ്ധം. ആ അമ്മ കൃതജ്ഞതാനിർഭരമായ നിറകണ്ണുകളോടെ അവരുടെ മകളേയും അവരുടെ മുഴുവൻ സ്വത്തും എനിക്ക് വാഗ്ദാനം ചെയ്തു. - അമ്പത് അടിയാളന്മാരായിരുന്നു അവർക്കുണ്ടായിരുന്നതെന്നാണ് എന്റെ ഓർമ. എന്നാൽ ഞാൻ വിവാഹം കഴിക്കാൻ അപ്രാപ്തനാണെന്ന് പറഞ്ഞ് ഒഴിഞ്ഞുമാറി."

എനിക്ക് തക്കസമയത്ത് താക്കീത് തരാൻ കഴിഞ്ഞു എന്ന സംതൃപ്തിയോടെയാണ് വെർണർ മടങ്ങിയത്.

എന്നേയും പ്രഭുകുമാരിയേയും ചേർത്ത് ദുഷ്ടമായ പലതരം കിംവദന്തികളും പട്ടണത്തിലാകെ പരന്നിട്ടുണ്ടെന്നാണ് ഡോക്ടറുടെ സംസാരത്തിൽനിന്ന് എനിക്ക് മനസ്സിലാക്കാൻ കഴിഞ്ഞത്. ഗ്രുഷ്നീത്സ്കി ഇതിന് തീർച്ചയായും പിഴയൊടുക്കേണ്ടിവരും !

ഞാൻ കിസ്‌ലൊവോദ്‌സ്‌കിയിലെത്തിയിട്ട് മൂന്ന് ദിവസമായി. ഞാൻ വേറയെ ഉറവയ്ക്കടുത്തുവച്ചോ മണ്ഡപത്തിൽവച്ചോ ദിവസവും കാണാറുണ്ട്. രാവിലെ ഞാൻ എണീറ്റാലുടൻ എന്റെ ഭൃതക്കണ്ണാടി വേറയുടെ ബാൽക്കണിക്കുനേരെ തിരിക്കും. നേരത്തെതന്നെ വസ്ത്രം ധരിച്ച് തയ്യാറായിരിക്കുന്ന വേറ ഞങ്ങൾ തമ്മിൽ തീരുമാനിച്ചുവച്ചിട്ടുള്ള അടയാളം കണ്ടാൽ ഉടൻ വീട്ടിൽനിന്നിറങ്ങും. ഞങ്ങളുടെ വീട്ടിൽനിന്ന് ഉറവയുടെ അടുത്തുവരെ നീണ്ടുകിടക്കുന്ന ഉദ്യാനത്തിന്റെ ചെരിവിൽ യാദൃച്ഛികമായിട്ടെന്നവണ്ണം ഞങ്ങൾ കണ്ടുമുട്ടും. മലമ്പ്രദേശത്തെ ഉന്മേഷദായകമായ വായു അവളുടെ കവിളുകളെ വീണ്ടും അരുണാഭമാക്കി. അവൾ ശക്തി വീണ്ടെടുത്തു. നർസാൻ ഉറവ അതികായന്മാരുടെ ഉറവയാണെന്ന് പറയുന്നത് വെറുതെയല്ല. കിസ്‌ലൊവോദ്‌സ്‌കിയിലെ വായു പ്രേമത്തെ പുഷ്ടിപ്പെടുത്തുമെന്നും മഷൂക്കിന്റെ അടിവാരത്തിൽവച്ച് മൊട്ടിടുന്ന പ്രണയം ഇവിടെവച്ച് പരിപാകാമാകുമെന്നും ഇന്നാട്ടുകാർ അവകാശപ്പെടുന്നു. ഇവിടെയുള്ള സകലതിലും ഏകാന്തതയുടെ നിശ്വാസം കേൾക്കാം. ഇവിടെയുള്ള സർവതും നിഗൂഢതയുടെ പര്യായമാണ്. - നരകുത്തി ആർത്തിരമ്പി ഒരു ശിലാതലത്തിൽനിന്ന് മറ്റൊന്നിലേക്ക് കുതിച്ചുചാടി ഹരിതാഭമായ മലയെ പിളർന്നുകീറി മമ്പോട്ട് പായുന്ന ജലപ്രവാഹങ്ങളുടെ കരകളിൽ വളരുന്ന ലിൻഡൻ മരങ്ങളുടെ കനത്ത നിഴലുകൾ, ഇവിടെനിന്ന് നാനാവശത്തേക്കും പിരിഞ്ഞുപോകുന്ന ഇരുണ്ടുമൂകമായ മലയിടുക്കുകൾ, നീണ്ട തെക്കൻ പുല്ലുകളുടെയും വെളുത്ത അക്കേഷ്യയുടെയും സൗരഭ്യം വഹിച്ചുകൊണ്ട് വീശുന്ന സുരഭിലമായ കുളിർകാറ്റ്, പൊദ്കുമൊക്കിന് വെള്ളം പകർന്നുകൊടുക്കാനുള്ള വെമ്പലോടെ അടിവാരത്തിന്റെ അറ്റത്തുവച്ച് ഒത്തുചേർന്ന് പാഞ്ഞൊഴുകുന്ന കുളിരരുവികളുടെ നിലയ്ക്കാത്ത മന്ദവും മധുരവുമായ കളകളാരവം എന്നിങ്ങനെ സർവ്വതും. ഈ വശത്ത് മലയിടുക്കിന് നല്ല വീതിയുണ്ട്. അത് പച്ചനിറമുള്ള ഒരു കുഴിപോലെ പരന്നുകിടക്കുന്നു. അതിന്റെ മധ്യത്തിലൂടെ പൊടിനിറഞ്ഞ ഒരു പാതയുണ്ട്. ഓരോ തവണ ഞാൻ അങ്ങോട്ട് നോക്കുമ്പോഴും ഒരു കുതിരവണ്ടി അതിലൂടെ വരുന്നുണ്ടെന്നും തുടുത്ത കവിളുകളുള്ള ഒരു സുന്ദരമായ മുഖം വണ്ടിയുടെ ജനലിലൂടെ പുറത്തേക്ക് നോക്കുന്നുണ്ടെന്നും എനിക്ക് തോന്നാറുണ്ട്. ആ വഴി അനേകം വണ്ടികൾ കടന്നുപോയി. എന്നിട്ടും ഞാൻ കാത്തിരുന്ന വണ്ടി വന്നില്ല. കോട്ടയ്ക്കപ്പുറമുള്ള സെറ്റിൽമെന്റിൽ ഇപ്പോൾ ആൾക്കാർ തിങ്ങിപ്പാർക്കുന്നു. ഞാൻ താമസിക്കുന്നിടത്തുനിന്ന് ഏതാനും ചുവടകലെ സ്ഥിതിചെയ്യുന്ന കുന്നിന്റെ നിറുകയിൽ പണിതിട്ടുള്ള റെസ്റ്റോറണ്ടിലെ വിളക്കുകളുടെ പ്രകാശം പോപ്ലാർ

മരങ്ങളുടെ ഇടയിലൂടെ കാണാം. ഒച്ചയും ബഹളവും ഗ്ലാസുകൾ കൂട്ടി മുട്ടുന്ന ശബ്ദവും പാതിരാവരെ കേൾക്കാറുണ്ട്.

കഹേത്തിയൻ വീഞ്ഞും ധാതുജലവും ഇത്രയേറെ ചിലവാകുന്ന മറ്റൊരു സ്ഥലമില്ല.

"പലവിധ നേരമ്പോക്കുകൾ
കൂട്ടിക്കലർത്തുന്നവർ ധാരാളമുണ്ട്, പക്ഷേ
ഞാൻ അക്കൂട്ടത്തിലില്ല."[8]

ഗ്രുഷ്നീത്സ്കിയും സംഘവും ദിവസവും സലൂണിൽ വരാറുണ്ട്. അയാൾ ഇപ്പോൾ എന്നെ അഭിവാദ്യം ചെയ്യാറുപോലുമില്ല.

അയാൾ ഇന്നലെ ഇവിടെ എത്തിയതേയുള്ളെങ്കിലും ഇതിനകംതന്നെ മൂന്നു വൃദ്ധന്മാരുമായി വഴക്കുണ്ടാക്കിക്കഴിഞ്ഞു. അയാളേക്കാൾ മുമ്പ് അവർ കുളിക്കാൻ ശ്രമിച്ചതാണത്രെ കാരണം. ഭാഗ്യദോഷം അയാളെ കലഹപ്രിയനാക്കിമാറ്റിയിരിക്കയാണ്.

ജൂൺ 11

ഒടുവിൽ അവർ എത്തി. ഞാൻ ജനലിനടുത്തിരിക്കുമ്പോഴാണ് അവരുടെ വണ്ടി മുറ്റത്തു വന്ന ശബ്ദം കേട്ടത്. എന്റെ ഹൃദയം തുള്ളിച്ചാടി. എന്താണിതിന്റെ അർത്ഥം? ഞാൻ പ്രേമിക്കുന്നുണ്ടോ?. തികച്ചും വിവേകശൂന്യമായാണ് ഞാൻ സൃഷ്ടിക്കപ്പെട്ടിരിക്കുന്നത്. അക്കാരണത്താൽ എന്നിൽനിന്നും അതും പ്രതീക്ഷിക്കാം.

ഞാൻ അവരോടൊപ്പമാണ് ഉച്ചഭക്ഷണം കഴിച്ചത്. ലിഗൊവ്സ്കായ പ്രഭ്വി എന്നെ വാത്സല്യപൂർവം നോക്കിക്കൊണ്ടിരുന്നു. അവർ നിമിഷനേരത്തേക്കുപോലും മകളുടെയടുത്തുനിന്ന് മാറിയില്ല - ഒരു ചീത്ത ലക്ഷണമാണത്.! എന്നാൽ വേറയ്ക്ക് പ്രഭുകുമാരിയോട് അസൂയയാണ്. കൊള്ളാം ! ആ ശുഭകരമായ അവസ്ഥ നേടിയെടുക്കുന്നതിൽ ഞാൻ വിജയിച്ചിരിക്കുന്നു.! തന്റെ എതിരാളിയെ വേദനിപ്പിക്കാൻ വേണ്ടി ഒരു സ്ത്രീ എന്തുതന്നെ ചെയ്യുകയില്ല. ഞാൻ മറ്റൊരു സ്ത്രീയിൽ അനുരക്തനാണെന്നുള്ള ഒരൊറ്റക്കാരണത്താൽ എന്നെ പ്രേമിച്ച ഒരു സ്ത്രീയെ എനിക്കോർമ്മവന്നു. സ്ത്രീ ഹൃദയത്തേക്കാൾ കൂടുതൽ വൈരുദ്ധ്യം നിറഞ്ഞ മറ്റൊരു വസ്തുവില്ല. സ്ത്രീകളെ ഒരു കാര്യവും പറഞ്ഞു ബോധ്യപ്പെടുത്താൻ സാധിക്കയില്ല. അവർക്ക് സ്വയം ബോധ്യംവരുന്ന ഒരു ഘട്ടത്തിലേക്ക് അവരെ നയിക്കുകയാണ് വേണ്ടത്. അവർ തങ്ങളുടെ മുൻവിധികളെ ഉന്മൂലനം ചെയ്യാനുപയോഗിക്കുന്ന തെളിവുകൾ അവരുടെ മുമ്പിൽ ഹാജരാക്കുകയെന്നത് തികച്ചും പുതുമയാർന്ന ഒരു കാര്യമാണ്. അവരുടെ വൈരുദ്ധ്യാത്മകത മനസ്സിലാക്കണമെങ്കിൽ യുക്തിയുടെ എല്ലാ

8 ഗ്രിബയോദൊവിന്റെ 'വിവേകം വരുത്തിവച്ച വിന' എന്ന കോമഡിയിൽ നിന്ന്.

താത്വികനിയമങ്ങളും മറക്കണം. ഉദാഹരണം പറയാം. സാധാരണ ശൈലി ഇതാണ്:

ഈ മനുഷ്യൻ എന്നെ സ്നേഹിക്കുന്നു. പക്ഷേ, ഞാൻ വിവാഹിതയാണ്; അക്കാരണത്താൽ ഞാൻ അയാളെ പ്രേമിക്കാൻ പാടില്ല.

എന്നാൽ സ്ത്രീയുടെ യുക്തി ഇങ്ങനെയായിരിക്കും:

ഞാൻ വിവാഹിതയായതുകൊണ്ട് അയാളെ പ്രേമിക്കാൻ പാടില്ല; പക്ഷേ, അയാൾ എന്നെ പ്രേമിക്കുന്നു. തന്നിമിത്തം..

അതിനുശേഷം അർഥഗർഭമായ മൗനമാണ്. കാരണം യുക്തി ഇവിടെ ഊമയാകുന്നു. തുടർന്നുള്ള സംസാരം മുഴുവൻ നടത്തുന്നത് നാവും കണ്ണുകളുമാണ്. പിന്നീട് ഹൃദയം - അങ്ങനെയൊന്നുണ്ടെങ്കിൽ - അവയെ പിന്തുടരുന്നു.

ഈ കുറിപ്പുകൾ എന്നെങ്കിലും ഒരു സ്ത്രീയുടെ കയ്യിൽ കിട്ടിയാൽ എന്താണുണ്ടാവുക ? "ശുദ്ധനുണ!" അവൾ രോഷാകുലയായി ആക്രോശിക്കും.

കവികൾ കവിതയെഴുതാനും സ്ത്രീകൾ അത് വായിക്കാനും (അതിന് സ്ത്രീകളോട് കൃതജ്ഞത പ്രകടിപ്പിക്കേണ്ടതാണ്) തുടങ്ങിയ കാലം മുതൽ സ്ത്രീകളെ മാലാഖമാരെന്ന് വിളിക്കുക പതിവായിത്തീർന്നു. സ്ത്രീകൾ അവരുടെ ശുദ്ധഗതികൊണ്ട് അത് വിശ്വസിക്കുകയും പണത്തിനുവേണ്ടി ഇതേ കവികൾ റോമാ ചക്രവർത്തിയായിരുന്ന നീറോയെ അർധദൈവമെന്ന് കൊട്ടിഘോഷിച്ചിട്ടുണ്ടെന്ന കാര്യം മറക്കുകയും ചെയ്യുന്നു.

സ്ത്രീകളെയൊഴികെ സൂര്യനുകീഴിലുള്ള മറ്റു യാതൊന്നിനേയും സ്നേഹിച്ചിട്ടില്ലാത്ത ഞാൻ, അവർക്കുവേണ്ടി മനഃസമാധാനവും, അഭിമാനവും, ജീവിതവും പണയപ്പെടുത്താൻ സദാ സന്നദ്ധനായ ഞാൻ, അവരെപ്പറ്റി ഇത്ര ദ്രോഹബുദ്ധിയോടെ സംസാരിക്കുന്നത് തീരെ ഉചിതമല്ലെന്ന് തോന്നിയേക്കാം... എന്നാൽ കണ്ടു പഴക്കമുള്ള കണ്ണുകൾക്കുമാത്രം ഭേദിക്കാൻ കഴിയുന്ന മാന്ത്രികശക്തിയുള്ള ആ മുഖാവരണം വലിച്ചുമാറ്റാൻ ഞാൻ തയ്യാറാവുന്നത് വിഷാദത്തിന്റെ പിടിയിലമർന്നതുകൊണ്ടോ, വ്രണിതമായ അഭിമാനബോധത്തിന്റെ പ്രേരണകൊണ്ടോ അല്ല. ഞാൻ അവരെപ്പറ്റി ഇങ്ങനെയെല്ലാം പറയാൻ കാരണം ഇതാണ്:

"മനസ്സിന്റെ ശൈത്യമാർന്ന നിരീക്ഷണങ്ങളും
ഹൃദയത്തിന്റെ നൊമ്പരമാർന്ന നോട്ടങ്ങളും.. [9]

ഞാൻ സ്ത്രീകളെ മനസ്സിലാക്കിയിട്ടുള്ളത്ര നന്നായി മറ്റു പുരുഷന്മാർ അവരെ മനസ്സിലാക്കണമെന്ന് സ്ത്രീകൾ ആഗ്രഹിക്കേണ്ടതാണ്. കാരണം അവരെപ്പറ്റി എനിക്കുണ്ടായിരുന്ന ഭയം ഇല്ലാതാകുകയും

---

9 പുഷ്കിന്റെ 'യെവ്ഗേനി ഒനേഗിൻ' എന്ന കാവ്യത്തിൽനിന്നുള്ള വരികൾ

അവരുടെ ക്ഷുദ്രമായ ചാപല്യങ്ങൾ എന്തൊക്കെയാണെന്ന് ഞാൻ കണ്ടുപിടിക്കുകയും ചെയ്തതോടെ അവരോടുള്ള എന്റെ സ്നേഹം നൂറ് മടങ്ങ് വർദ്ധിച്ചിട്ടുണ്ട്. കൂട്ടത്തിൽ പറയട്ടെ, ഒരിക്കൽ വേർണർ സ്ത്രീകളെ ടാസ്സോയുടെ10 "യെറൂശലേം വിമുക്തമാക്കപ്പെട്ടു" എന്ന കവിതയിൽ വർണ്ണിച്ചിട്ടുള്ള ശാപംകിട്ടിയ കാടിനോട് ഉപമിച്ചിട്ടുണ്ട്.

അദ്ദേഹം പറഞ്ഞു. "നിങ്ങൾ അതിനെ സമീപിക്കുമ്പോൾത്തന്നെ ആരെയും ഭയപ്പെടുത്താൻപോന്ന ഭീകരസത്വങ്ങൾ നാലുവശത്തുനിന്നും നിങ്ങളുടെ നേരെ തലനീട്ടും - കടമ, അഭിമാനം, അന്തസ്സ്, പൊതുജനാഭിപ്രായം, പരിഹാസം, നിന്ദ... അതൊന്നും ശ്രദ്ധിക്കാതെ മുന്നോട്ടുപോവുക. ക്രമേണ ആ ഭീകരസത്വങ്ങൾ അപ്രത്യക്ഷമാകും. മധ്യത്തിൽ പച്ചനിറമുള്ള കദംബം പൂത്തുലഞ്ഞുനിൽക്കുന്ന വെയിലുള്ള ഒരു വെളിപ്രദേശത്ത് നിങ്ങൾ എത്തിച്ചേരും. എന്നാൽ ആദ്യത്തെ ചുവടുവയ്ക്കുമ്പോൾ നിങ്ങൾ ഭയന്ന് പിൻവാങ്ങിയാൽ പിന്നെ നിങ്ങൾക്ക് രക്ഷയില്ല."

ജൂൺ 12

ഇന്നത്തെ സായാഹ്നം സംഭവബഹുലമായിരുന്നു. ക്സ്ലൊവൊദ്സ്കിൽനിന്ന് ഉദ്ദേശം മൂന്ന് വേഴ്സ്റ്റ് അകലെ പൊദ്ക്കുമോക്ക് നദി ഒഴുകിക്കൊണ്ടിരിക്കുന്ന മലയിടുക്കിലുള്ള ഒരു കുന്നിൻപുറത്ത് പ്രകൃതിദത്തമായ ഒരു വളച്ചുവാതിൽപോലെ നിൽക്കുന്ന ഒരു പാറക്കെട്ടുണ്ട്. "മോതിരം" എന്നറിയപ്പെടുന്ന അതിന്റെ മധ്യത്തിലൂടെ അസ്തമനസൂര്യന്റെ അവസാനത്തെ ചെങ്കതിരുകൾ ഭൂമിയിൽ പതിക്കുന്നു. കല്ലിൽ പ്രകൃതി പണിതീർത്ത ഈ ജാലകത്തിലൂടെ അസ്തമനം കാണാൻ വലിയൊരു അശ്വാരൂഢസംഘം അങ്ങോട്ട് പുറപ്പെട്ടു. എന്നാൽ ഞങ്ങളുടെ കൂട്ടത്തിൽ ആരും അസ്തമനത്തെപ്പറ്റി ചിന്തിച്ചിരുന്നില്ല എന്നതാണ് സത്യം. ഞാൻ പ്രഭുകുമാരിയുടെ തൊട്ടടുത്ത് സവാരിചെയ്തു. തിരിച്ചുവരുന്നവഴി ഞങ്ങൾക്ക് പൊദ്കുമോക്ക് നദി തരണം ചെയ്യേണ്ടിവന്നു. പർവ്വതപ്രദേശത്തെ ഏറ്റവും ആഴംകുറഞ്ഞ അരുവിപോലും അപകടകരമാണ്. കാരണം, അവയുടെ അടിത്തട്ട് ഒഴുക്കിന്റെ ശക്തികൊണ്ട് ഒരു കാലിഡോസ്കോപ്പുപോലെ സദാ മാറിക്കൊണ്ടിരിക്കുന്നു. - ഇന്നലെ ഒരു പാറയുണ്ടായിരുന്നിടത്ത് ഇന്ന് ഒരു കുഴി ഉണ്ടായെന്നുവരാം. ഞാൻ പ്രഭുകുമാരിയുടെ കുതിരയുടെ കടിഞ്ഞാൺ പിടിച്ച് അതിനെ വെള്ളത്തിലേക്ക് നയിച്ചു. അവിടെ മുട്ടറ്റം വെള്ളമേ ഉണ്ടായിരുന്നുള്ളൂ. ഒഴുക്കിന് എതിരായ ദിശയിലേക്ക് ചെരിഞ്ഞ് ഞങ്ങൾ മെല്ലെ പുഴ കടക്കാൻ തുടങ്ങി. ഒഴുക്കുള്ള വെള്ളത്തിലൂടെ കടന്നുപോകുമ്പോൾ ഒഴുക്കിലേക്ക് നോക്കിയാൽ തലചുറ്റുമെന്ന് സുവിദിതമാണ്. എന്നാൽ പ്രഭുകുമാരിക്ക് അതേപ്പറ്റി

10 ടാസ്സോ-ഇറ്റാലിയൻ മഹാകവി (1544-1595)

മുന്നറിയിപ്പ് കൊടുക്കാൻ ഞാൻ മറന്നുപോയി.

പുഴയുടെ മധ്യത്തിൽ ശക്തിയായ ഒഴുക്കുള്ളിടത്ത് ഞങ്ങൾ എത്തിച്ചേർന്നു. പെട്ടെന്ന് പ്രഭുകുമാരി ജീനിപ്പുറത്തുനിന്ന് വീഴാൻ പോകുന്നതുപോലെ തോന്നി. "എനിക്ക് തലകറങ്ങുന്നു." അവൾ മന്ത്രിച്ചു. തൽക്ഷണം ഞാൻ കുനിഞ്ഞ് അവളുടെ ലോലമായ അരക്കെട്ടിൽ കൈചുറ്റി അവളെ താങ്ങിപ്പിടിച്ചു.

"മുകളിലേക്ക് നോക്കു!" ഞാൻ അവളുടെ ചെവിയിൽ മന്ത്രിച്ചു. "പേടിക്കാനൊന്നുമില്ല. ഞാനല്ലേ കൂടെയുള്ളത്."

അവൾക്ക് ആശ്വാസം തോന്നി. എന്റെ കൈ വിടുവിച്ച് സ്വതന്ത്രയാകാൻ അവൾ ആഗ്രഹിച്ചു. എന്നാൽ അവളുടെ മൃദുലകോമളമായ അരക്കെട്ടിനെ കൂടുതൽ അമർത്തി പുണർന്നു. എന്റെ കവിൾ അവളുടെ കവിൾത്തടത്തിൽ തൊട്ടു തൊട്ടില്ല എന്ന നിലയിലായിരുന്നു. അവളുടെ ഊഷ്മളമായ നിശ്വാസം എന്റെ മുഖത്ത് തട്ടി.

"നിങ്ങൾ എന്താണ് ചെയ്യുന്നത്? ദൈവമേ!"

അവളുടെ പരിഭ്രമമോ വിറയലോ വകവെയ്ക്കാതെ ഞാൻ ആ മദുലമായ കവിളിൽ ചുണ്ടമർത്തി. അവൾ ഞെട്ടിയെങ്കിലും ഒന്നും പറഞ്ഞില്ല. ഞങ്ങൾ മറ്റുള്ളവരുടെ പിന്നിലായിരുന്നു. ആരും ഞങ്ങളെ കണ്ടില്ല. അക്കരെയെത്തിയപ്പോൾ എല്ലാവരും കുതിരകളെ വേഗത്തിൽ ഓടിച്ചുപോയി. എന്നാൽ പ്രഭുകുമാരി കുതിരയെ കടിഞ്ഞാൺപിടിച്ചു നിർത്തുകയാണ് ചെയ്തത്. ഞാനും അവളോടൊപ്പം അവിടെ തങ്ങി. എന്റെ മൗനം അവളെ ക്ലേശിപ്പിക്കുന്നുണ്ടെന്ന് തോന്നി. എന്നാൽ ഒരക്ഷരംപോലും പറയുകയില്ലെന്ന് ഞാൻ തീരുമാനിച്ചുകഴിഞ്ഞു. വെറും ജിജ്ഞാസമാത്രമായിരുന്നു അതിന് കാരണം.- ആ അസുഖകരമായ അവസ്ഥയിൽനിന്ന് അവൾ സ്വയം പുറത്ത് കടക്കുന്നതെങ്ങിനെയെന്ന് കാണാൻ ഞാൻ ആഗ്രഹിച്ചു.

"താങ്കൾക്ക് എന്നോട് ഒന്നുകിൽ അവജ്ഞയാണ് അല്ലെങ്കിൽ താങ്കൾ എന്നെ അളവറ്റു സ്നേഹിക്കുന്നു. " ഗദ്ഗദകണ്ഠയായി അവൾ പറഞ്ഞു. "ഒരു പക്ഷേ എന്നെ പരിഹസിക്കാനും എന്റെ വികാരങ്ങളെ ഇക്കിളിപ്പെടുത്തിയിട്ട് എന്നെ ഉപേക്ഷിക്കാനുമായിരിക്കും താങ്കൾ ഉദ്ദേശിക്കുന്നത്... അത് അങ്ങേയറ്റം നീചവും നികൃഷ്ടവുമായതിനാൽ അതേപ്പറ്റി ചിന്തിക്കാൻ പോലും... അല്ല അതല്ല" എന്നിൽ വിശ്വാസമർപ്പിച്ച് മൃദുസ്വരത്തിൽ അവൾ പറഞ്ഞു. "ബഹുമാനം തോന്നാതിരിക്കാൻ തക്ക യാതൊന്നും എന്നിലില്ല, ഉണ്ടോ? താങ്കളുടെ ധിക്കാരം നിറഞ്ഞ പെരുമാറ്റത്തിന് മാപ്പുതരാൻ ഞാൻ ബാധ്യസ്ഥയാണ്, കാരണം ഞാൻ അതിന് താങ്കളെ അനുവദിച്ചു... മറുപടി പറയൂ! എന്തെങ്കിലും പറയൂ, എനിക്ക് താങ്കളുടെ ശബ്ദം കേൾക്കണം!" അവസാനം പറഞ്ഞ വാക്കുകളിൽ ഒളിഞ്ഞിരുന്ന

സ്ത്രീസഹജമായ അസഹിഷ്ണത കണ്ട് ഞാൻ അറിയാതെ പുഞ്ചിരി ച്ചുകിപ്പോയി, എന്നാൽ ഭാഗ്യത്തിന് നേരം ഇരുണ്ട് തുടങ്ങിയിരുന്നു. ഞാൻ മറുപടി പറഞ്ഞില്ല.

"താങ്കൾക്ക് ഒന്നും പറയാനില്ലേ ?" അവൾ തുടർന്നു. "ഞാൻ താങ്കളെ സ്നേഹിക്കുന്നുവെന്ന് ആദ്യം ഞാൻ പറയണമെന്നാണോ താങ്കൾ ആഗഹിക്കുന്നത് ?

അതാണോ താങ്കൾക്കു വേണ്ടത്?" പെട്ടെന്ന് എന്റെ മുഖത്തേക്ക് നോക്കിക്കൊണ്ട് അവൾചോദിച്ചു

ദൃഢനിശ്ചയം സ്ഫുരിക്കുന്ന ആ നോട്ടവും ശബ്ദവും ഭയമുളവാക്കി.

"എന്തിന് ?" തോൾ കുലുക്കിക്കൊണ്ട് ഞാൻ മറുപടി പറഞ്ഞു.

അവൾ കുതിരയെ ചാട്ടകൊണ്ടടിച്ച്, ഇടുങ്ങിയ അപകടകര മായ ആ മലമ്പാതയിലൂടെ അതിവേഗം പാഞ്ഞുപേയി. അതെല്ലാം ഞൊടിയിടകൊണ്ടാണ് സംഭവിച്ചത്. അതിനാൽ എനിക്ക് അവളുടെ മുമ്പിൽ കയറാൻ കഴിഞ്ഞില്ല. അവൾ മറ്റുള്ളവരുടെ കൂട്ട ത്തിൽ എത്തിയശേഷമേ ഞാൻ ഒപ്പമെത്തിയുള്ളൂ. വഴിനീളെ അവൾ നിർത്താതെ സംസാരിക്കുകയും ചിരിക്കുകയും ചെയ്തുകൊണ്ടിരുന്നു. അവളുടെ ചലനങ്ങൾ ജ്വരം ബാധിച്ച ഒരാളുടേതു പോലെയായിരുന്നു. അവൾ ഒരിക്കൽപോലും എന്റെ നേരെ നോക്കിയില്ല. അവളുടെ ഈ അസാധാരണമായ ഉല്ലാസവായ്പ് എല്ലാവരും ശ്രദ്ധിച്ചു. ലിഗൊ വ്സ്കായ പ്രഭ്വി മകളെ നോക്കി ഉള്ളാലെ സന്തോഷിച്ചു. എന്നാൽ അവരുടെ മകൾ കേവലം നാഡീവിഷോഭത്തിന് ഇരയായെന്ന് മാത്ര മേയുള്ളൂ. കണ്ണീരൊഴുക്കിക്കൊണ്ട് അവൾ ഇന്ന് രാത്രി ഉറങ്ങാതെ കിടക്കും. ഈ ചിന്ത എനിക്ക് അളവറ്റ സന്തോഷം പകർന്നുതരുന്നു. ചില നിമിഷങ്ങളിൽ എനിക്ക് രക്തരക്ഷസ്സിനെ മനസ്സിലാക്കാൻ കഴിയും... എന്നിട്ടും ഞാൻ ഒരു നല്ല മനുഷ്യനായാണ് അറിയപ്പെട്ടു ന്നത്. അതിനൊത്ത് ജീവിക്കാൻ ഞാൻ ശ്രമിക്കുന്നു.!

കുതിരപ്പുറത്തുനിന്നിറങ്ങി സ്ത്രീകൾ ലിഗൊവ്സ്കായ പ്രഭ്വി യുടെ വീട്ടിലേക്കുപോയി. എന്റെ മനസ്സ് അസ്വസ്ഥമായിരുന്നു. മനസ്സിലേക്ക് തിക്കിത്തിരക്കി വന്ന ചിന്തകളെ ആട്ടിയകറ്റാനായി ഞാൻ കുതിരപ്പുറത്ത് മലമുകളിലേക്ക് പോയി. മഞ്ഞണിഞ്ഞ സായംസന്ധ്യയുടെ നിശ്വാസത്തിന് സുഖകരമായ കുളിർമയുണ്ടാ യിരുന്നു. ഇരുണ്ട മലകൾക്കു പിന്നിൽനിന്ന് ചന്ദ്രബിംബം ഉയരാൻ തുടങ്ങിയിരുന്നു, ലാടം തറയ്ക്കാത്ത എന്റെ കുതിരയുടെ ഓരോ കുളമ്പടി ശബ്ദവും മലയിടുക്കുകളിലെ നിശ്ശബ്ദതയിൽ മാറ്റൊലികൊണ്ടു. ഒരു വെള്ളച്ചാട്ടത്തിനടുത്ത് കുതിരയെ നിർത്തി ഞാൻ അതിനു വെള്ളം കൊടുത്തു. തെക്കൻ പ്രദേശത്തെ ഉന്മേഷദായകമായ നിശാകാല വായു ആർത്തിയോടെ വലിച്ചുശ്വസിച്ചിട്ട് ഞാൻ തിരിച്ചുപോന്നു.

സെറ്റിൽമെന്റിനടുത്തുകൂടിയാണ് ഞാൻ വന്നത്. ജനാലകളിലെ വെളിച്ചം അപ്രത്യക്ഷമായിക്കൊണ്ടിരുന്നു. കൊത്തളത്തിൽ നിന്നിരുന്ന കാവൽഭടന്മാരും കാവൽമാടങ്ങളിൽ പാറാവ്നിന്നിരുന്ന കൊസാക്കുകളും പരസ്പരം കൂവിവിളിച്ചുകൊണ്ടിരുന്നു.

ഒരു കുഴിയുടെ വക്കിൽ സ്ഥിതിചെയ്തിരുന്ന ഗ്രാമത്തിലെ ഒരു വീട്ടിൽ സാധാരണയിൽ കൂടുതൽ വെളിച്ചം കാണാനുണ്ടായിരുന്നു. ഇടയ്ക്കിടെ ആളുകളുടെ അസ്പഷ്ടമായ സംസാരവും അട്ടഹാസങ്ങളും കേൾക്കുന്നുണ്ട്. - പട്ടാളക്കാരുടെ മദ്യക്കുത്ത് നടക്കുന്നതിന്റെ ലക്ഷണമാണത്. ഞാൻ കുതിരപ്പുറത്തുനിന്നിറങ്ങി ശബ്ദമുണ്ടാക്കാതെ ഒരു ജനലിനടുത്ത് ചെന്നുനിന്നു. ഇളകിക്കിടന്ന ഒരു ജനൽപലക അകത്തുള്ളവരെ കാണാനും അവർ പറയുന്നത് കേൾക്കാനും എന്നെ സഹായിച്ചു. അവർ എന്നെപ്പറ്റിയായിരുന്നു സംസാരിച്ചുകൊണ്ടിരുന്നത്.

മദ്യപിച്ച് ചുവന്ന് തുടുത്ത അശ്വസേനാഓഫീസർ മേശമേൽ മുഷ്ടി ചുരുട്ടി ഇടിച്ച് മറ്റുള്ളവരുടെ ശ്രദ്ധ ക്ഷണിച്ചു.

"മാന്യരേ,!" അയാൾ പറഞ്ഞു. "ഇതു പറ്റില്ല! പെച്ചോറിനെ ഒരു പാഠം പഠിപ്പിച്ചേ തീരൂ. പീറ്റേഴ്സ്ബർഗ്കാരനായ ഈ തണ്ടന്മാരുടെ കാല് തല്ലിയൊടിക്കുന്നതുവരെ അവർ ഭാവം കാണിക്കും! എപ്പോഴും വൃത്തിയുള്ള കയ്യുറയും മിനുക്കിയ ബൂട്ടും ധരിക്കുന്നതുകൊണ്ട് മാന്യനായി താൻ മാത്രമേ ഇവിടെയുള്ളൂന്നാണ് അയാളുടെ വിചാരം. "

"അയാളുടെ ആ ധിക്കാരം നിറഞ്ഞ പുഞ്ചിരി! ഇതൊക്കെയാണെങ്കിലും അയാളൊരു പേടിത്തൊണ്ടനാണ് - പേടിത്തൊണ്ടൻ!"

"എനിക്കും അങ്ങനെയാണ് തോന്നുന്നത്." ഗ്രുഷ്നീത്സ്കി പറഞ്ഞു. "അയാൾ എല്ലാം തമാശയാക്കിമാറ്റും. ഒരിക്കൽ ഞാൻ അയോളോട് ചിലതെല്ലാം പറഞ്ഞു. അയാളുടെ സ്ഥാനത്ത് മറ്റാരായിരുന്നെങ്കിലും അപ്പോൾത്തന്നെ എന്റെ കഴുത്ത് കണ്ടിക്കുമായിരുന്നു. എന്നാൽ പെച്ചോറിൻ ചിരിച്ചതേയുള്ളൂ. ഞാൻ അയാളെ വെല്ലുവിളിച്ചില്ല. കാരണം, വെല്ലുവിളിക്കേണ്ടത് അയാളായിരുന്നു. മാത്രവുമല്ല എനിക്ക് അതിനൊന്നും മിനക്കെടാനിഷ്ടവുമില്ല..."

"പെച്ചോറിൻ പ്രഭുകുമാരിയുടെ കാര്യത്തിൽ ഗ്രൂഷ്നീത്സ്കിയെ കടത്തിവെട്ടിയതുകൊണ്ടാണ് ഗ്രൂഷ്നിത്സ്കിയ്ക്ക് അയാളോട് ഇത്ര വിരോധം." ആരോ ഒരാൾ വിളിച്ചുപറഞ്ഞു.

"അസംബന്ധം. ഞാൻ പ്രഭുകുമാരിയുടെ പിന്നാലെ കുറച്ചുദിവസം നടന്നെന്നുള്ളത് ശരിയാണ്. പക്ഷേ, ഞാൻ വേഗംതന്നെ അത് മതിയാക്കി. കല്യാണം കഴിക്കാൻ ഞാൻ ഉദ്ദേശിക്കുന്നില്ല. ഒരു പെൺകുട്ടിക്ക് ചീത്തപ്പേരുണ്ടാക്കുന്നതിൽ ഞാൻ വിശ്വസിക്കുന്നുമില്ല."

"അയാൾ ശരിക്കും ഒരു പേടിത്തൊണ്ടനാണ്. പെച്ചോറിനെയാണ് ഞാൻ ഉദ്ദേശിച്ചത് ഗ്രൂഷ്നീത്സ്കിയെയല്ല. ഗ്രൂഷ്നീത്സ്കി ഒരു നല്ല ചെറുപ്പക്കാരനാണ്. പോരാത്തതിന് എന്റെ ഉത്തമസുഹൃത്തും." ക്യാപ്റ്റൻ പറഞ്ഞു. "മാന്യരേ, ഇക്കൂട്ടത്തിൽ ആരെങ്കിലും പെച്ചോറിന്റെ ഭാഗം പിടിക്കാനുണ്ടോ? ഇല്ല? വളരെ നല്ലത്! അയാളുടെ ധൈര്യം ഒന്ന് പരീക്ഷിച്ചുനോക്കാൻ നിങ്ങൾക്ക് ആഗ്രഹമുണ്ടോ? അത് വളരെ രസകരമായിരിക്കും..."

"ആഗ്രഹമുണ്ട്. പക്ഷേ, അതെങ്ങനെ സാധിക്കും?"

"പറയാം. ഗ്രൂഷ്നീത്സ്കിയാണ് ഏറ്റവും വലിയ പരാതിക്കാരൻ. അതിനാൽ അയാളായിരിക്കും പ്രധാന കഥാപാത്രം. അയാൾ എന്തെങ്കിലും നിസ്സാരകാര്യത്തിന് പെച്ചോറിനെ ദ്വന്ദയുദ്ധത്തിന് വിളിക്കണം... നിൽക്കൂ. ഞാൻ പറഞ്ഞുകഴിഞ്ഞില്ല.. അയാൾ പെച്ചോറിനെ വെല്ലുവിളിക്കണം. - അയാൾ അത്രയും ചെയ്താൽമതി. ബാക്കി കാര്യങ്ങളെല്ലാം ഞാനേറ്റു. അതിനുള്ള തയ്യാറെടുപ്പുകളും വ്യവസ്ഥകളും ഒക്കെ കണിശമായും ചെയ്യാം. കാരണം, ഞാനായിരിക്കും എന്റെ പാവപ്പെട്ട സ്നേഹിതന്റെ സഹായി! ഇനി കേട്ടോളൂ. സൂത്രം ഇതാണ്. നമ്മൾ ഉണ്ട നിറയ്ക്കാതെയായിരിക്കും കൈത്തോക്കുകൾ വയ്ക്കുന്നത്. പെച്ചോറിൻ ഭയന്നുവിറയ്ക്കും. അവരെ ഇരുവരേയും ആറ് ചുവട് അകലത്തിലായിരിക്കും നിർത്തുന്നത്. നിങ്ങളെല്ലാവരും സമ്മതിച്ചോ?"

"കൊള്ളാം.! ഒന്നാന്തരം ആശയം!" എല്ലാവരും ഉറക്കെ വിളിച്ചു പറഞ്ഞു.

"ഗ്രൂഷ്നീത്സ്കി എന്തുപറയുന്നു?"

ഞാൻ ആകാംക്ഷാഭരിതനായി ഗ്രൂഷ്നീത്സ്കിയുടെ മറുപടി കാത്തിരുന്നു. ഈ വിഡ്ഢികളുടെ കുസൃതികൾക്ക് ഇരയാകാതെ രക്ഷപ്പെടാൻ ഇടവന്നത് കേവലം യാദൃശ്ചികമാണെന്നോർത്തപ്പോൾ ഞാൻ കോപംകൊണ്ട് വിറച്ചു. ഗ്രൂഷ്നീത്സ്കി അതിന് സമ്മതംകൊടുക്കാതിരുന്നിരുന്നെങ്കിൽ ഞാൻ അയാളുടെ കഴുത്തിൽ കെട്ടിപ്പിടിക്കുമായിരുന്നു. എന്നാൽ അൽപനേരത്തെ മൗനത്തിനു ശേഷം അയാൾ എണീറ്റുനിന്ന് ക്യാപ്റ്റന്റെ കൈനീട്ടിക്കൊണ്ട് ഗർവ്വോടെ പറഞ്ഞു: "ശരി, ഞാൻ സമ്മതിച്ചു."

അവിടെ കൂടിയിരുന്ന മാന്യന്മാരുടെ ആഹ്ലാദപ്രകടനം വിവരിക്കാൻ വാക്കുകളില്ല.

രണ്ട് വിരുദ്ധവികാരങ്ങൾക്ക് അടിമയായിട്ടാണ് അന്ന് ഞാൻ വീട്ടിൽ തിരിച്ചെത്തിയത്. വ്യസനമായിരുന്നു അവയിലൊന്ന്. ഇവരെല്ലാവരും എന്നെ വെറുക്കുന്നതെന്തിനാണ്? ഞാൻ അവരിലാരെയെങ്കിലും ദ്രോഹിച്ചിട്ടുണ്ടോ ? എന്റെ ബാഹ്യരൂപം മറ്റുള്ളവരിൽ

വെറുപ്പുളവാക്കാൻ പോന്നതാണോ? പകനിറഞ്ഞ ഒരുതരം രോഷം ക്രമേണ എന്റെ മനസ്സിൽ സ്ഥാനംപിടിച്ചു. കരുതിക്കോളൂ, മിസ്റ്റർ ഗ്രൂഷ്നീത്സ്കി, മുറിയിലൂടെ ഉലാത്തുന്നതിനിടയിൽ ഞാൻ സ്വയം പറഞ്ഞു. താൻ എന്നോട് കളിക്കുന്നത് സൂക്ഷിച്ചുവേണം. തന്റെ ഈ വിഡ്ഢികളായ കൂട്ടുകാരുടെ അംഗീകാരം ലഭിക്കാൻ താൻ വലിയ വില കൊടുക്കേണ്ടിവരും. തനക്ക് കളിക്കാനുള്ള ഒരു കളിക്കോപ്പല്ല ഞാൻ !...

അന്നു രാത്രി എനിക്ക് ഉറങ്ങാൻ കഴിഞ്ഞില്ല. പിറ്റേന്ന് രാവിലെ എന്റെ മുഖം മഞ്ഞളിച്ചിരുന്നു.

അന്ന് പകൽ ഞാൻ പ്രഭുകുമാരിയെ ഉറവയുടെയടുത്തുവച്ച് കണ്ടുമുട്ടി.

"താങ്കൾക്ക് സുഖമില്ലേ?" എന്നെ ഉറ്റുനോക്കിക്കൊണ്ട് അവൾ ചോദിച്ചു.

"ഞാൻ രാത്രിയിൽ ഉറങ്ങിയതേയില്ല."

"ഞാനും ഉറങ്ങിയില്ല... ഞാൻ താങ്കളെ കുറ്റപ്പെടുത്തിയത്... അന്യായമായിപ്പോയോ ? പക്ഷേ താങ്കൾ അതിനൊരു വിശദീകരണം തന്നാൽ ഞാൻ എല്ലാം പൊറുക്കാം. "

"എല്ലാം?"

"അതെ എല്ലാം... പക്ഷേ, താങ്കൾ സത്യം പറയണം. വേഗമാകട്ടെ... ഞാൻ അതേപ്പറ്റി വീണ്ടും വീണ്ടും ആലോചിച്ചു. താങ്കളുടെ പെരുമാറ്റത്തെ ന്യായീകരിക്കുന്ന ഒരു വിശദീകരണം കണ്ടുപിടിക്കാൻ എനിക്ക് കഴിയുന്നില്ല. എന്റെ ബന്ധുക്കൾ എതിർക്കുമെന്ന് താങ്കൾ ഭയപ്പെടുന്നുണ്ടോ? താങ്കൾ അതിനെപ്പറ്റി ഓർത്ത് വിഷമിക്കേണ്ട. അവർ ഇത് കേൾക്കുമ്പോൾ..." (അവളുടെ ശബ്ദം വിറച്ചു) "ഞാൻ അവരെ പറഞ്ഞ് സമ്മതിപ്പിച്ചോളാം. അതോ താങ്കളുടെ സ്ഥിതി മോശമായതുകൊണ്ടാണോ... പക്ഷേ, സ്നേഹിക്കുന്ന പുരുഷനുവേണ്ടി എന്ത് ത്യാഗം സഹിക്കാനും ഞാൻ തയ്യാറാണെന്ന് താങ്കൾ മനസ്സിലാക്കണം... ദയവുചെയ്ത് വേഗം മറുപടി പറയൂ... എന്നോട് ദയ കാണിക്കൂ... എന്നോട് താങ്കൾക്ക് അവജ്ഞയാണോ? പറയൂ!" അവൾ എന്റെ കയ്യിൽ പിടിച്ചു.

പ്രഭ്വി വേറയുടെ ഭർത്താവിനോടൊപ്പം കുറേ മുമ്പിൽ നടക്കുകയായിരുന്നു. അവർ ഇതൊന്നും കണ്ടില്ല. എന്നാൽ ഉലാത്തിക്കൊണ്ടിരുന്ന രോഗികൾ ഞങ്ങളെ നിരീക്ഷിക്കാൻ സാദ്ധ്യതയുണ്ടായിരുന്നു. പരദൂഷണത്തിന്റെ കാര്യത്തിൽ അഗ്രഗണ്യരാണ് അക്കൂട്ടർ. അതിനാൽ ഞാൻ അവളുടെ വികാരവിവശമായ പിടിവിട്ടുവിച്ചു.

"സ്വയം ന്യായീകരിക്കാനോ, എന്റെ പ്രവൃത്തികൾക്കൊരു വിശദീകരണം തരാനോ തുനിയാതെ ഞാൻ സത്യം തുറന്നുപറയാം."

ഞാൻ അവളോട് പറഞ്ഞു. "ഞാൻ ഭവതിയെ സ്നേഹിക്കുന്നില്ല."

അവളുടെ ചുണ്ടുകൾ വിളറി

"എന്റെയടുത്തുനിന്ന് പോകൂ" കഷ്ടിച്ചുമാത്രം കേൾക്കാൻ കഴിയുന്ന ശബ്ദത്തിൽ അവൾ മന്ത്രിച്ചു.

ഞാൻ ചുമൽ കുലുക്കിയിട്ട് തിരിഞ്ഞുനടന്നു.

ജൂൺ 14

ചിലപ്പോൾ എനിക്ക് എന്നോടുതന്നെ അവജ്ഞ തോന്നാറുണ്ട്. അതുകൊണ്ടാണോ എനിക്കു മറ്റുള്ളവരോട് അവജ്ഞ തോന്നുന്നത്. സത് വികാരങ്ങൾ ഇപ്പോൾ എനിക്കുണ്ടാകാറില്ല. എന്റെ സ്വന്തം കണ്ണുകളിൽ ഞാൻ പരിഹാസ്യനായിത്തീരുമോ എന്നാണ് എന്റെ ഭയം. എന്റെ സ്ഥാനത്ത് മറ്റൊരാളായിരുന്നെങ്കിൽ പ്രഭുകുമാരിയോട് തന്നെ വിവാഹം കഴിക്കാൻ അഭ്യർഥിക്കുമായിരുന്നു. എന്നാൽ വിവാഹം എന്ന് പറയുന്നത് ഒരുതരം ശാപമാണെന്നാണ് എനിക്ക് തോന്നിയിട്ടുള്ളത്. ഞാൻ എത്ര വികാരതീവ്രതയോടെ ഒരു സ്ത്രീയെ പ്രേമിക്കുന്നുണ്ടെങ്കിലും വിവാഹത്തെപ്പറ്റി അവൾ സൂചിപ്പിച്ചാൽ അത് പ്രേമത്തോട് വിടപറയുന്നതിന് തുല്യമായിരിക്കും. ആ നിമിഷം എന്റെ ഹൃദയം മരവിച്ച് ഒരു പാറപോലെയായിത്തീരും പിന്നീട് അതിനെ ഊഷ്മളമാക്കാൻ ഒന്നിനും കഴിയുകയില്ല. ഈ ഒരു കാര്യമൊഴിച്ച് മറ്റെന്ത് ത്യാഗത്തിനും ഞാൻ തയ്യാറാണ്. എന്റെ ജീവനും വേണ്ടിവന്നാൽ എന്റെ മാനം പോലും പണയപ്പെടുത്താൻ ഞാൻ നൂറുവട്ടം തയ്യാറാണ്. പക്ഷേ, എന്റെ സ്വാതന്ത്ര്യം ഞാൻ ഒരിക്കലും ബലികഴിക്കയില്ല. ഞാൻ സ്വാതന്ത്ര്യത്തെ ഇത്രയേറെ വിലമതിക്കുന്നത് എന്തുകൊണ്ടാണ്? അതിൽ ഞാൻ എന്താണ് കണ്ടെത്തുന്നത്? എന്റെ ലക്ഷ്യം എന്താണ്? ഭാവിയിൽനിന്ന് ഞാൻ എന്താണ് പ്രതീക്ഷിക്കുന്നത്? ഒന്നുമില്ല, യാതൊന്നുമില്ല! അത് ജന്മസിദ്ധമായ ഒരുതരം ഭയമാണത്. അവ്യാഖ്യേയമായ ഒരു അശുഭപ്രതീക്ഷയാണ്... ചില ആളുകൾക്ക് എട്ടുകാലികൾ, പാറ്റകൾ, എലികൾ മുതലായവയോട് അസാമാന്യമായ ഭയം തോന്നാറുണ്ടല്ലോ... ഞാൻ കുറ്റസമ്മതം നടത്തട്ടേ? ഞാൻ ഒരു കൊച്ചുകുട്ടിയായിരുന്നപ്പോൾ അമ്മ ഒരു സ്ത്രീയെക്കൊണ്ട് എന്റെ ഭാഗ്യം നോക്കിച്ചു. ഞാൻ "ഒരു ദുഷ്ടയായ ഭാര്യ കാരണം മരിക്കാൻ ഇടയാകും."എന്നാണ് അവർ പറഞ്ഞത്. അന്ന് അതെന്റെ മനസ്സിൽ പതിഞ്ഞു. അന്നു മുതൽ വിവാഹത്തോടുള്ള ഒരുതരം വെറുപ്പ് എന്റെയുള്ളിൽ വേരൂന്നി. എന്നിട്ടും ആ സ്ത്രീയുടെ പ്രവചനം വെറുതെയാവുകയില്ലെന്ന് ഏതോ ഒരു ശക്തി എന്റെ അന്തക്കരണത്തോട് പറയുന്നുണ്ട്. പക്ഷേ, ആ ദിവസം കഴിയുന്നതും നീട്ടിവയ്ക്കാൻ ഞാൻ സർവ്വാത്മനാ ശ്രമിച്ചുകൊണ്ടിരിക്കും.

ജൂൺ 15

അപ്ഫെൽബവും എന്ന ജാലവിദ്യക്കാരൻ ഇന്നലെ ഇവിടെ എത്തിയിട്ടുണ്ട്. പൊതുജന ശ്രദ്ധ ക്ഷണിച്ചുകൊണ്ടുള്ള ഒരു നോട്ടീസ് ഇന്ന് റസ്റ്റോറന്റ് വാതിൽക്കൽ ഒട്ടിച്ചുവച്ചിരുന്നു. സുപ്രസിദ്ധ മജീഷ്യനും അക്രോബാറ്റും കെമിസ്റ്റും ഒപ്റ്റീഷ്യനുമായ മേൽപറഞ്ഞ പേരുകാരൻ ഇന്ന് വൈകീട്ട് എട്ടുമണിക്ക് കുലീനരുടെ ക്ലബ്ബ്ഹാളിൽ വച്ച് (അതായത് റസ്റ്റോറന്റിൽ വച്ച്) ഒരു ഗംഭീര പരിപാടി അവതരിപ്പിക്കാൻ പോകുന്നുവെന്നും ടിക്കറ്റിന് രണ്ടര റൂബിളാണ് വിലയെന്നും അതിൽ പറഞ്ഞിരുന്നു.

ആ അസാധാരണ ജാലവിദ്യക്കാരനെ കാണാൻ എല്ലാവരും തീരുമാനിച്ചു. മകൾക്ക് സുഖമില്ലാതിരുന്നിട്ടും ലിഗോവ്സ്കായ പ്രഭ്വി തനിക്കുവേണ്ടി ഒരു ടിക്കറ്റെടുത്തിരുന്നു.

ഇന്ന് ഉച്ചഭക്ഷണം കഴിച്ചശേഷം ഞാൻ വേറയുടെ വീടിന്റെ ജനാലകൾക്കടുത്തുകൂടി നടക്കുമ്പോൾ -- വേറ ബാൽക്കണിയിൽ ഒറ്റയ്ക്കിരിക്കുകയായിരുന്നു- എന്റെ കാൽച്ചുവട്ടിൽ ഒരു കുറിപ്പ് വന്നുവീണു.

“ഇന്നു രാത്രി പത്തുമണിക്ക് പ്രധാനപ്പെട്ട കോണിപ്പടിയിലൂടെ ഇവിടെ വരണം. എന്റെ ഭർത്താവ് പ്യത്തിഗോർസ്കിലേക്ക് പോയിരിക്കയാണ്. നാളെ രാവിലെ മാത്രമേ മടങ്ങിവരികയുള്ളൂ. എന്റെ ഭൃത്യന്മാരും ഭൃത്യകളും ഇവിടെ കാണുകയില്ല. അവർക്കും പ്രഭ്വിയുടെ വേലക്കാർക്കും ഞാൻ മാജിക്കിന് ടിക്കറ്റെടുത്തുകൊടുത്തിട്ടുണ്ട്. ഞാൻ കാത്തിരിക്കും. തീർച്ചയായും വരണം.”

“ഹാ!” ഞാൻ വിചാരിച്ചു “ഒടുവിൽ ഞാൻ ഉദ്ദേശിക്കുന്നതുപോലെ കാര്യങ്ങൾ നീങ്ങിത്തുടങ്ങി.”

എട്ടുമണിക്ക് ഞാൻ മാജിക്ക് കാണാൻ പോയി. ഹാൾ നിറയുകയും പരിപാടി തുടങ്ങുകയും ചെയ്തത് ഒമ്പത് മണിക്കാണ്. പിൻ നിരയിലെ സീറ്റുകളിൽ വേറയുടെയും പ്രഭ്വിയുടെയും ഭൃത്യന്മാരും ഭൃത്യകളും നിരന്നിരിക്കുന്നത് ഞാൻ കണ്ടു. അവർ എല്ലാവരും അവിടെയുണ്ടായിരുന്നു. അവരിൽനിന്ന് ശല്യമുണ്ടാകുകയില്ലെന്ന് തീർച്ചയായി. ഗ്രൂഷ്നീത്സ്കി ഭൂതക്കണ്ണാടിയുമായി ഒന്നാം നിരയിൽ ഇരിക്കുന്നുണ്ട്. മാജിക്കുകാരൻ തനിക്ക് തനിക്ക് ഒരു കൈലേസോ, വാച്ചോ, മോതിരമോ വേണ്ടപ്പോഴൊക്കെ ഗ്രൂഷ്നീത്സ്കിയെയാണ് സമീപിച്ചിരുന്നത്.

ഗ്രൂഷ്നീത്സ്കി കുറേനാളായി എന്നെ കണ്ടാൽ അഭിവാദ്യം ചെയ്യാറില്ലായിരുന്നു. ഇപ്പോൾ ധിക്കാരപൂർവ്വം ഒന്നു രണ്ടു തവണ അയാൾ എന്നെ നോക്കി. കണക്കുതീർക്കാൻ നേരത്ത് അയാൾ ഇതിന് ഖേദിക്കേണ്ടിവരും!

പത്തുമണിയോടടുത്താണ് ഞാൻ എണീറ്റ് പുറത്തുവന്നത്.

പുറത്ത് കുറ്റാക്കുറ്റിരുട്ടായിരുന്നു. ചുറ്റുമുള്ള മലകളുടെ മുകളിൽ

തണുത്ത മേഘങ്ങൾ തങ്ങിനിന്നിരുന്നു. കെട്ടടങ്ങിയ കാറ്റ് വല്ലപ്പോഴുമൊരിക്കൽ മാത്രം റസ്റ്റോറന്റിനടുത്തു നിന്നിരുന്ന പോപ്ലാർ മരങ്ങളുടെ തലപ്പുകളെ ഉലച്ചുകൊണ്ടിരുന്നു. ആളുകൾ ജനലുകളുടെയടുത്ത് കൂടിനിന്നു. ഞാൻ കുന്നിറങ്ങി ഗെയിറ്റിനുള്ളിൽ കടന്നശേഷം നടപ്പിന്റെ വേഗത കൂട്ടി. ആരോ പിന്തുടരുന്നുണ്ടെന്ന് പെട്ടെന്ന് എനിക്ക് തോന്നി. ഞാൻ തിരിഞ്ഞുനിന്ന് ചുറ്റും നോക്കി. ആ ഇരുട്ടിൽ ഒന്നും കാണാൻ കഴിയുമായിരുന്നില്ല. എങ്കിലും മുൻകരുതലെന്നനിലക്ക് ഞാൻ വെറുതെ നടക്കാനിറങ്ങിയമട്ടിൽ വീടിനെ ചുറ്റിനടന്നു. ഞാൻ മേരിയുടെ ജനലിനടുത്തെത്തിയപ്പോൾ പിന്നിൽനിന്ന് വീണ്ടും കാൽപെരുമാറ്റം കേട്ടു. പട്ടാളക്കോട്ടുകൊണ്ട് മൂടിപ്പുതച്ച ഒരു മനുഷ്യൻ എന്നെ കടന്ന് ഓടിപ്പോയി. അതെന്നെ ആശങ്കാകുലനാക്കി. എങ്കിലും ഞാൻ ശബ്ദമുണ്ടാക്കാതെ പൂമുഖത്തെത്തി. ഇരുട്ടിൽ മുങ്ങിക്കിടന്നിരുന്ന കോണിപ്പടികളിലൂടെ ധൃതിയിൽ മുകളിലേക്ക് കയറി. വാതിൽ അൽപംതുറന്ന് മെല്ലിച്ച ഒരു കൈ എന്റെ കയ്യിൽ പിടിച്ചു...

"ആരും കണ്ടില്ലല്ലോ?" എന്നോട് ചേർന്നുനിന്നുകൊണ്ട് വേറ മന്ത്രിച്ചു.

"ഇല്ല!"

"നിങ്ങളെ ഞാൻ സ്നേഹിക്കുന്നുണ്ടെന്ന് ഇപ്പോൾ ബോധ്യമായോ? ഞാൻ ഇത്രകാലം മടിച്ചുനിന്ന് സ്വയം പീഡിപ്പിച്ചു... പക്ഷേ, ഞാൻ നിങ്ങളുടെ കയ്യിൽ വെറും കളിമണ്ണാണ്."

അവളുടെ ഹൃദയം ശക്തിയായി മിടിച്ചു. അവളുടെ കൈ ഐസുപോലെ തണുത്തിരുന്നു. പിന്നീട് കുറ്റപ്പെടുത്തലും അസൂയകലുഷിതമായ പരാതി പറച്ചിലും തുടങ്ങി. അവൾ എന്നിൽനിന്ന് ഒരു കുറ്റസമ്മതം ആവശ്യപ്പെട്ടു. എന്റെ വിശ്വാസവഞ്ചന താൻ നിശ്ശബ്ദം സഹിച്ചോളാമെന്ന് അവൾ വാഗ്ദാനം ചെയ്തു. ഞാൻ സന്തുഷ്ടനായിരിക്കുന്നത് കാണണമെന്ന് മാത്രമേ താൻ ആഗ്രഹിക്കുന്നുള്ളൂവെന്ന് അവൾ പറഞ്ഞു. അതു ഞാൻ മുഴുവനും വിശ്വസിച്ചില്ലെങ്കിലും പ്രതിജ്ഞകളും വാഗ്ദാനങ്ങളുംകൊണ്ട് ഞാനവളെ സമാധാനിപ്പിച്ചു.

"നിങ്ങൾ മേരിയെ വിവാഹം ചെയ്യുകയില്ലേ? അവളെ സ്നേഹിക്കുന്നില്ലേ? അവൾ വിചാരിക്കുന്നത്... അവൾ നിങ്ങളെ പ്രേമിച്ചവശയായിരിക്കയാണെന്ന് നിങ്ങൾക്കറിയാമോ? പാവം പെൺകുട്ടി!"

വെളുപ്പിന് രണ്ടുമണിക്ക് ഞാൻ ജനൽ തുറന്ന്, രണ്ട് ഷാളുകൾ കൂട്ടിക്കെട്ടി ഒരു തൂൺവഴി താഴത്തെ ബാൽക്കണിയിലേക്കിറങ്ങി. മേരിയുടെ മുറിയിൽ അപ്പോഴും വെളിച്ചമുണ്ടായിരുന്നു. എന്തോ ഒന്ന് എന്നെ ആ ജനലിനടുത്തേക്ക് ആകർഷിച്ചു. കർട്ടൻ ശരിക്ക് വലിച്ചിട്ടുണ്ടായിരുന്നില്ല. അതിനാൽ ജിജ്ഞാസയോടെ ഞാൻ ഉള്ളിലേക്ക്

നോക്കി. മടിയിൽ കൈ പിണച്ചുവച്ചുകൊണ്ട് മേരി കട്ടിലിൽ ഇരിക്കുകയായിരുന്നു. ഒരു ലെയിസ് തൊപ്പി അവളുടെ സമൃദ്ധമായ അളകങ്ങളെ മറച്ചിട്ടുണ്ട്. കരിഞ്ചുവപ്പ് നിറമുള്ള ഒരി വലിയ ഷാൾ വെളുത്ത ചുമലുകളെ ആച്ഛാദനം ചെയ്തിരിക്കുന്നു. വർണ്ണശബളമായ പേർഷ്യൻ ചെരിപ്പുകൾ അവളുടെ ചെറുപാദങ്ങളെ അലങ്കരിച്ചിരുന്നു. അവൾ നിശ്ചലയായി തല കുമ്പിട്ട് ഇരിക്കുകയാണ്. അവളുടെ മുമ്പിൽ കിടന്നിരുന്ന മേശപ്പുറത്ത് ഒരു തുറന്ന പുസ്തകം ഇരിപ്പുണ്ടെങ്കിലും അവൾ ഒരേ പേജ് തന്നെ പലതവണ വായിക്കുകയായിരുന്നെന്നും അവളുടെ ചിന്ത മറ്റെവിടെയോ ആണെന്നും അനിർവ്വചനീയമായ ദുഃഖം തളം കെട്ടിനിൽക്കുന്ന ആ നോട്ടം കണ്ടാലറിയാം...

ആ സമയത്ത് ഒരു കുറ്റിച്ചെടിയുടെ പിന്നിൽ ആരോ അനങ്ങുന്ന ശബ്ദം കേട്ടു. ഞാൻ ബാൽക്കണിയിൽനിന്ന് പുൽത്തകിടിയിലേക്ക് ചാടി. അദൃശ്യമായ ഒരു കരം എന്റെ തോളിൽ പിടികൂടി. "ഹാ! കിട്ടിപ്പോയി!" ഒരു പരുക്കൻ ശബ്ദം പറഞ്ഞു. "രാത്രിയിൽ പ്രഭുകുമാരിയുടെ മുറിയിലേക്ക് പതുങ്ങിച്ചെല്ലുന്നതിന് ഞാൻ കാണിച്ചുതരാം. !"

"അയാളെ വിട്ടുകളയരുത്!" എന്ന് അട്ടഹസിച്ചുകൊണ്ട് ഒരു മൂലയ്ക്കുപ്പുറത്തുനിന്ന് മറ്റൊരാൾ ചാടി പുറത്തുവന്നു,

ഗ്രൂഷ്നീത്സ്കിയും അശ്വസേനാ ക്യാപ്റ്റനുമായിരുന്നു അത്.

മുഷ്ടിചുരുട്ട് ക്യാപ്റ്റന്റെ തലക്ക് ഒന്നുകൊടുത്ത് അയാളെ താഴെയിട്ടിട്ട് ഞാൻ കുറ്റിച്ചെടികൾക്കിടയിലേക്കോടി. ഞങ്ങളുടെ വീടുകൾക്ക് എതിർവശത്തുള്ള ചെരിവിലെ ഉദ്യാനത്തിലുള്ള എല്ലാ നടപ്പാതകളും എനിക്ക് സുപരിചിതമായിരുന്നു.

"ഓടിവരണേ! കള്ളന്മാർ!" അവർ വിളിച്ചുപറഞ്ഞു. വെടിമുഴങ്ങി. ജ്വലിക്കുന്ന എന്തോ ഒന്ന് എന്റെ കാൽച്ചുവട്ടിൽ വന്നുവീണു.

ഒരു മിനുട്ടിനുള്ളിൽ ഞാൻ എന്റെ മുറിയിലെത്തി വസ്ത്രം മാറി കിടന്നു. എന്റെ ഭൃത്യൻ വാതിൽ പൂട്ടി. അടുത്തക്ഷണത്തിൽ തന്നെ ഗ്രൂഷ്നീത്സ്കിയും ക്യപ്റ്റനും വാതിലിൽ മുട്ടിത്തുടങ്ങി.

"പെച്ചോറിൻ! ഉറക്കമാണോ? നിങ്ങൾ ഇവിടെ ഉണ്ടോ? " ക്യാപ്റ്റൻ ഉറക്കെ വിളിച്ചുചോദിച്ചു.

"ഞാൻ ഉറങ്ങുകയാണ്." കുപിതനായി ഞാൻ പറഞ്ഞു.

"എഴുന്നേൽക്കൂ! കള്ളന്മാർ ! ചെർക്കീസുകാർ!"

"എനിക്ക് ജലദോഷമാണ്. തണുപ്പടിച്ചാൽ അത് കൂടും." ഞാൻ മറുപടി പറഞ്ഞു.

അവർ പോയി. ഞാൻ മിണ്ടാതിരിക്കയായിരുന്നു വേണ്ടത്. എങ്കിൽ അവർ ഒരു മണിക്കൂർ സമയം കൂടി എന്നെ തോട്ടത്തിൽ തെരയുമായിരുന്നു. ഇതിനിടെ വലിയ ഒച്ചയും ബഹളവും കേട്ടുതുടങ്ങി. കോട്ടയിൽനിന്ന് ഒരു കൊസാക്കുകാരൻ കുതിരപ്പുറത്ത്

പാഞ്ഞുവന്നു. സർവ്വത്ര ബഹളമായി. ചെർക്കീസുകാരെ ഓരോ കുറ്റിച്ചെടികളുപിന്നിലും തെരഞ്ഞുതുടങ്ങി. പക്ഷേ, ആരേയും കിട്ടിയില്ലെന്ന് പറയേണ്ടതില്ലല്ലോ. എന്നാൽ കാവൽഭടന്മാർ കുറേക്കൂടി ധൈര്യവും വേഗതയും കാണിച്ചിരുന്നെങ്കിൽ ചുരുങ്ങിയപക്ഷം രണ്ടു ഡസനോളം ചെർക്കീസ് കൊള്ളക്കാരെയെങ്കിലും നിലം പതിപ്പിക്കാൻ കഴിയുമായിരുന്നെന്ന് പലരും ദൃഢമായി വിശ്വസിച്ചു.

ജൂൺ 16

ഇന്നുരാവിലെ ഉറവയ്ക്കടുത്ത് വന്നവർക്ക് ചെർക്കീസുകാരുടെ നിശാകാലാക്രമണത്തെപ്പറ്റി മാത്രമേ പറയാനുണ്ടായിരുന്നുള്ളൂ. ഞാൻ ഡോക്ടർ നിർദ്ദേശിച്ചിട്ടുള്ളത്ര നർസാൻ ധാതുജലം കുടിക്കുകയും എട്ടുപത്തു തവണ ലിൻഡൻ മരങ്ങൾക്കിടയിലൂടെയുള്ള നീണ്ട നടക്കാവിലൂടെ അങ്ങോട്ടുമിങ്ങോട്ടും നടക്കുകയും ചെയ്തുകഴിഞ്ഞപ്പോൾ വേറയുടെ ഭർത്താവ് അവിടെയെത്തി. അദ്ദേഹം പ്യത്തിഗോർസ്കിൽനിന്ന് അപ്പോൾ മടങ്ങയെത്തിയതേയുള്ളൂ. അദ്ദേഹം എന്നെ കയ്യിൽ പിടിച്ച് റസ്റ്റോറന്റിലേക്ക് കൂട്ടിക്കൊണ്ടുപോയി. അദ്ദേഹം തന്റെ ഭാര്യയുടെ കാര്യത്തിൽ അത്യന്തം ഉൽക്കണ്ഠാകുലനായിരുന്നു. "ഇന്നലെ രാത്രി അവൾ വല്ലാതെ പേടിച്ചുപോയി!" അദ്ദേഹം പറഞ്ഞു. "ഞാൻ വീട്ടിലില്ലാത്ത അവസരത്തിൽതന്നെ ഇങ്ങനെയൊരു സംഭവമുണ്ടായതാണ് കഷ്ടം.!" ഞങ്ങൾ മൂലയ്ക്കുള്ള മുറിയിലേക്കു തുറക്കുന്ന വാതിലിന്നടുത്ത് പ്രാതൽ കഴിക്കാനിരുന്നു. മൂലയ്ക്കുള്ളമുറിയിൽ പത്തുപന്ത്രണ്ട് ചെറുപ്പക്കാർ ഇരുന്നിരുന്നു. ഗ്രൂഷ്നീത്സ്കിയുമുണ്ടായിരുന്നു അക്കൂട്ടത്തിൽ. അയാളുടെ ഭാഗധേയം നിർണയിച്ച ഒരു സംഭാഷണം ഒളിച്ചുകേൾക്കാൻ സ്രഷ്ടാവ് രണ്ടാമതും എനിക്കവസരം തന്നു. അയാൾ എന്നെ കണ്ടിരുന്നില്ല. അതിനാൽ അയാൾ ഞാൻ കേൾക്കാൻവേണ്ടി പറഞ്ഞതാണെന്ന് കരുതാൻ ന്യായമില്ലായിരുന്നു. പക്ഷേ, എന്റെ കണ്ണിൽ അയാളുടെ കുറ്റത്തിന്റെ ആക്കം കൂട്ടാനേ അത് സഹായിച്ചുള്ളൂ.

"അത് വാസ്തവത്തിൽ ചെർക്കീസ്കാരായിരുന്നോ?" ആരോ ചോദിച്ചു. "ആരെങ്കിലും അവരെ കണ്ടോ?"

"ഞാൻ നടന്നതെല്ലാം അതേപടി പറയാം." ഗ്രൂഷ്നീത്സ്കി മറുപടി പറഞ്ഞു. "പക്ഷേ, ഇക്കാര്യം പുറത്തുവിടരുത്. സംഭവം ഇതാണ്. ലിഗോവ്സ്കായ പ്രഭ്വിയുടെ വീട്ടിലേക്ക് രാത്രി പത്തുമണിക്ക് ആരോ പതുങ്ങിപ്പതുങ്ങി കയറിപ്പോകുന്നത് ഞാൻ കണ്ടെന്ന് ഇന്നലെ രാത്രി ഒരാൾ- അയാളുടെ പേര് ഞാൻ വെളിപ്പെടുത്തുന്നില്ല- എന്നോട് പറഞ്ഞു. ആ സമയത്ത് പ്രഭ്വി ഇവിടെയായിരുന്നെന്നും പ്രഭുകുമാരി വീട്ടിൽ ഒറ്റയ്ക്കായിരുന്നെന്നും ഓർക്കണം. അതിനാൽ ഞാൻ അയാളോടൊപ്പം അങ്ങോട്ട് പുറപ്പെട്ടു. ആ ഭാഗ്യവാനേയും

കാത്ത് ഞങ്ങൾ അവളുടെ ജനലിന് താഴെ ഒളിച്ചിരുന്നു."

ഗ്രൂഷ്നീത്സ്കി സത്യം ഊഹിച്ചറിഞ്ഞിട്ടുണ്ടെങ്കിൽ അയാൾ തുടർന്ന് പറയാൻപോകുന്ന കാര്യങ്ങൾ പ്രാതൽ കഴിക്കുന്നതിൽ മാത്രം ശ്രദ്ധിച്ചുകൊണ്ട് എന്റെയടുത്തിരിക്കുന്ന വേറയുടെ ഭർത്താവ് കേൾക്കാനിടവരുമല്ലോ എന്ന ഭയം എന്നെ അൽപം അസ്വസ്ഥനാക്കി. എന്നാൽ അസൂയകൊണ്ട് കാഴ്ചശക്തിനശിച്ച ഗ്രൂഷ്നീത്സ്കി യഥാർഥത്തിൽ സംഭവിച്ചതെന്താണെന്ന് സംശയിച്ചതുപോലുമില്ല.

ഗ്രൂഷ്നീത്സ്കി തുടർന്നു: "ഉണ്ടയില്ലാത്ത ഒരു തോക്കുമായാണ് ഞങ്ങൾ പുറപ്പെട്ടത് - അയാളെ ഒന്ന് വിരട്ടാൻ ഞങ്ങൾ തീരുമാനിച്ചിരുന്നു. വെളുപ്പിന് രണ്ടുമണിവരെ തോട്ടത്തിൽ ഞങ്ങൾ ഒളിച്ചിരുന്നു. ഒടുവിൽ അയാൾ പ്രത്യക്ഷപ്പെട്ടു, എവിടുന്നാണെന്ന് ദൈവത്തിനറിയാം. ജനലിൽക്കൂടിയല്ലെന്നുമാത്രം തീർത്തുപറയാം. കാരണം, ജനൽ അടഞ്ഞുതന്നെ കിടക്കുകയായിരുന്നു. തൂണിന്റെ പിന്നിലുള്ള വല്ല രഹസ്യവാതിലിലൂടെയുമായിരിക്കണം അയാൾ വന്നത്. അതെന്തുമാകട്ടെ ഒരാൾ ബാൽക്കണിയിൽനിന്ന് താഴത്തേക്കിറങ്ങുന്നത് ഞങ്ങൾ കണ്ടു... പ്രഭുകുമാരി മോശക്കാരിയല്ല. ആണോ? ഈ മോസ്കോക്കാരി സ്ത്രീകളെ എനിക്ക് ഒരു തരത്തിലും മനസ്സിലാക്കാൻ പറ്റുന്നില്ല.! ഇതൊക്കെ കണ്ടുകഴിഞ്ഞാൽ എന്തിലെങ്കിലും മനുഷ്യന് വിശ്വസിക്കാൻ സാധിക്കുമോ? ഞങ്ങൾ അയാളെ പിടിച്ചു... പക്ഷേ, അയാൾ കുതറി ഒരു മുയലിനെപ്പോലെ കുറ്റിച്ചെടികൾക്ക് പിന്നിലേക്ക് ഓടി. അപ്പോഴാണ് ഞങ്ങൾ വെടിവെച്ചത്. "

അവിശ്വാസം രേഖപ്പെടുത്തിക്കൊണ്ട് ചുറ്റുമുള്ളവരെല്ലാം ഒരുമിച്ച് ശബ്ദമുയർത്തി.

"നിങ്ങൾ എന്നെ വിശ്വസിക്കുന്നില്ലേ?" ഗ്രൂഷ്നീത്സ്കി തുടർന്നു "ഇതൊക്കെ നേരാണെന്ന് ഞാൻ സത്യം ചെയ്യാം. പോരെങ്കിൽ ആ മനുഷ്യന്റെ പേരും വെളിപ്പെടുത്താം. !"

"ആരാണ് ? ആരാണ് ? " എല്ലാവരും ഒരുമിച്ച് ചോദിച്ചു.

"പെച്ചോറിൻ" ഗ്രൂഷ്നീത്സ്കി മറുപടി പറഞ്ഞു.

ആ നിമിഷം അയാൾ മുഖമുയർത്ത വാതിൽക്കൽ നിന്നിരുന്ന എന്നെ കണ്ടു. അയാളുടെ മുഖം രക്തവർണ്ണം പൂണ്ടു. ഞാൻ അയാളുടെ അടുത്ത് ചെന്ന് അൽപംപോലും തിടുക്കംകൂട്ടാതെ സ്പഷ്ടമായി ഇങ്ങനെ പറഞ്ഞു:

"അതിഭയങ്കരമായ അപവാദം സത്യമാണെന്ന് നിങ്ങൾ ആണയിട്ടുപറയുന്നതിനുമുമ്പ് കടന്നുവരാതിരുന്നതിൽ ഞാൻ ഖേദിക്കുന്നു. അങ്ങനെയൊരു ദുഷ്പ്രവൃത്തികൂടി ചെയ്യുന്നതിൽനിന്ന് ഒരു പക്ഷേ, നിങ്ങളെ തടയാൻ എന്റെ സാന്നിധ്യത്തിന് കഴിയുമായിരുന്നു. "

ഗ്രൂഷ്നീത്സ്കി പൊട്ടിത്തെറിക്കാൻ സന്നദ്ധനായി

ചാടിയെണീററു.

"ഇപ്പോൾ പറഞ്ഞത് പിൻവലിക്കാൻ ഞാൻ നിങ്ങളോട് അഭ്യർഥിക്കുന്നു." ഞാൻ അതേ സ്വരത്തിൽ തുടർന്നു. "അത് ശുദ്ധ നുണയാണെന്ന് നിങ്ങൾക്കുതന്നെ അറിയാം. നിങ്ങളുടെ അപാരമായ കഴിവുകളെ ഒരു സ്ത്രീ അവഗണിച്ചു എന്ന ഏക കാരണത്താൽ അവൾ ഇത്ര നീചമായ ഒരു തിരിച്ചടി അർഹിക്കുന്നില്ല. ശരിക്ക് ആലോചിച്ചിട്ട് മറുപടിപറഞ്ഞാൽ മതി. പറഞ്ഞ അഭിപ്രായത്തിൽ ഉറച്ചുനിൽക്കാനാണ് ഉദ്ദേശിക്കുന്നതെങ്കിൽ സത്യസന്ധനായ ഒരു മനുഷ്യനെന്ന സൽപ്പേരും ജീവനും നിങ്ങൾക്ക് നഷ്ടപ്പെടാനിടയുണ്ട്."

ശക്തിയായ മാനസികക്ഷോഭത്തിനടിപെട്ട് ഗ്രൂഷ്നീത്സ്കി നിലത്തുനോക്കിനിന്നു. എന്നാൽ മനഃസാക്ഷിയും ദുരഭിമാനവും തമ്മിലുള്ള വടംവലി അധികനേരം നീണ്ടുനിന്നില്ല. അയാളുടെ തൊട്ടടുത്ത് ഇരുന്നിരുന്ന ക്യാപ്റ്റൻ അയാളെ കൈമുട്ടുകൊണ്ട് തള്ളി. അയാൾ ഒന്ന് ഞെട്ടിയിട്ട് ദൃഷ്ടികളുയർത്താതെ എന്നോട് മറുപടി പറഞ്ഞു:

"മാന്യ സുഹൃത്തേ, ഞാൻ പറയുന്നത് എന്താണെന്ന് എനിക്ക് നല്ലവണ്ണം അറിയാം. അതാവർത്തിച്ചുപറയാൻ ഒരുക്കമാണ്... നിങ്ങളുടെ ഭീഷണി എന്നെ ഭയപ്പെടുത്തുന്നില്ല. എന്തിനും ഞാൻ തയ്യാറാണ്."

"അവസാനം പറഞ്ഞ കാര്യം നിങ്ങൾ തെളിയിച്ചുകഴിഞ്ഞു.!" ഞാൻ നിർവ്വികാരനായി പറഞ്ഞു. അനന്തരം ഞാൻ അശ്വസേനാ ക്യാപ്റ്റനെ കൈയിൽപിടിച്ച് അടുത്ത മുറിയിലേക്ക് കൂട്ടിക്കൊണ്ടുപോയി.

"എന്താണ് നിങ്ങൾക്ക് വേണ്ടത്?" അയാൾ ചോദിച്ചു.

"നിങ്ങൾ ഗ്രൂഷ്നീത്സ്കിയുടെ സ്നേഹിതനാണല്ലോ? നിങ്ങളായിരിക്കയില്ലേ അയാളുടെ സഹായി?" ക്യാപ്റ്റൻ ഗംഭീരഭാവത്തിൽ തലകുനിച്ചു.

"നിങ്ങളുടെ ഊഹം ശരിയാണ്, പോരാത്തതിന് നിങ്ങളുടെ അവഹേളനം എന്നെയും ബാധിക്കുന്ന പ്രശ്നമാണ്. അതിനാൽ അയാളുടെ സഹായിയായിരിക്കാൻ ഞാൻ ബാദ്ധ്യസ്ഥനുമാണ്... ഇന്നലെ രാത്രി ഞാനും അയാളോടൊപ്പമുണ്ടായിരുന്നു." കൂനിയ ചുമലുകൾ വിരിച്ചുപിടിച്ചുകൊണ്ട് ക്യാപ്റ്റൻ പറഞ്ഞു.

"ഒഹോ! അപ്പോൾ നിങ്ങളുടെ തലയ്ക്കിട്ടാണ് ഞാൻ ഇന്നലെ ഒന്ന് തന്നത്. അല്ലേ?"

അയാളുടെ മുഖം ആദ്യം മഞ്ഞളിച്ചു. പിന്നീട് നീലിച്ചു. അടക്കിപ്പിടിച്ച കോപം അയാളുടെ മുഖത്ത് പ്രകടമായിരുന്നു.

"എന്റെ സഹായിയെ ഞാൻ അധികം താമസിയാതെ നിങ്ങളുടെ

അടുത്തേക്ക് അയയ്ക്കാം." അയാളുടെ കോപം കണ്ടതായിഭാവിക്കാതെ ഞാൻ സവിനയം തലകുനിച്ചുകൊണ്ട് പറഞ്ഞു. റസ്റ്റോറന്റിന്റെ നടയിൽവച്ച് ഞാൻ വേറയുടെ ഭർത്താവിനെ കണ്ടുമുട്ടി. അദ്ദേഹം എന്നെ കാത്തുനിൽക്കുകയായിരുന്നെന്നു തോന്നി.

ആനന്ദ പാരവശ്യത്തോടടുത്ത ഒരുതരം വികാരത്തോടെ അദ്ദേഹം എന്റെ കരം ഗ്രഹിച്ചു.

"ഉദാരമനസ്കനായ യുവാവേ!" നിറഞ്ഞ കണ്ണുകളോടെ അദ്ദേഹം പറഞ്ഞു. "ഞാൻ എല്ലാം കേട്ടു. എന്തൊരു തെമ്മാടിയാണയാൾ! നന്ദികെട്ടവൻ! മാനം മര്യാദയായികഴിയുന്ന തറവാട്ടുകളിൽ ഇത്തരക്കാരെ എങ്ങനെ കയറ്റും! എനിക്ക് പെൺമക്കളില്ലാത്തതു ഭാഗ്യം! പക്ഷേ, നിങ്ങൾ ആർക്കുവേണ്ടിയാണോ ജീവൻ പറയപ്പെടുത്താൻ പോകുന്നത് അവൾ തീർച്ചയായും നിങ്ങൾക്ക് ഇതിന് സമ്മാനം തരും. ഇക്കാര്യത്തിൽ ഞാൻ ഔചിത്യം ദീക്ഷിക്കുമെന്ന് നിങ്ങൾക്കുറപ്പിക്കാം...ഞാൻതന്നെ ഒരിക്കൽ സൈനികസേവനം അനുഷ്ഠിക്കുന്ന ഒരു ചെറുപ്പക്കാരനായിരുന്നു. ഇത്തരം കാര്യങ്ങളിൽ മറ്റാരും ഇടപെടരുതെന്ന് എനിക്കറിയാം. ശരി, പിന്നെ കാണാം!"

സാധു മനുഷ്യൻ! തനിക്ക് പെൺകുട്ടികളില്ലാത്തതിൽ സന്തോഷിക്കുന്നു...

ഞാൻ നേരെ വേർനെറുടെ അടുത്തേക്കാണ് പോയത്. അദ്ദേഹം വീട്ടിൽതന്നെ ഉണ്ടായിരുന്നു. ഞാൻ അദ്ദേഹത്തോട് എല്ലാം പറഞ്ഞു. - എനിക്ക് വേറയോട്ടും പ്രഭുകുമാരിയോടുമുള്ള ബന്ധങ്ങൾ, ഉണ്ടയിടാത്ത തോക്കുകൊണ്ട് വെടിവെച്ച് എന്നെ പരിഹാസപാത്രമാക്കാനുള്ള അവരുടെ പദ്ധതി ഞാൻ ഒളിച്ചുനിന്ന് കേട്ടത്, എന്നിങ്ങനെ സകലതും. എന്നാൽ ഇപ്പോൾ ആ സംഗതി ഒരു തമാശയല്ലാതായിക്കഴിഞ്ഞു. അതിങ്ങനെ പരിണമിക്കുമെന്ന് അവർ പ്രതീക്ഷിച്ചരിക്കാനിടയില്ല.

ദ്വന്ദയുദ്ധത്തിൽ എന്റെ സഹായിയാകാമെന്ന് അദ്ദേഹം സമ്മതിച്ചു. അതിന്റ വ്യവസ്ഥകളെപ്പറ്റി ഞാൻ അദ്ദേഹത്തിന് ചില നിർദേശങ്ങൾ കൊടുത്തു. ഇക്കാര്യം അങ്ങേയറ്റം രഹസ്യമാക്കി വയ്ക്കണമെന്ന് അദ്ദേഹം എതിരാളികൾക്ക് കർശനമായ താക്കീതുകൊടുക്കണമെന്നതായിരുന്നു അവയിലൊന്ന്. കാരണം ജിവൻ പണയപ്പെടുത്താൻ ഞാൻ തയ്യാറായിരുന്നെങ്കിലും എന്നെന്നേയ്ക്കുമായി എന്റെ ഭാവി നശിപ്പിക്കാൻ ഞാൻ അശേഷം ആഗ്രഹിച്ചിരുന്നില്ല.

പിന്നീട് ഞാൻ താമസസ്ഥലത്തേക്ക് മടങ്ങി. ഒരു മണിക്കൂർ കഴിഞ്ഞ് ഡോക്ടർ തന്റെ ദൗത്യം നിർവ്വഹിച്ചിട്ട് തിരിച്ചുവന്നു.

"നിങ്ങൾക്കെതിരായി തീർച്ചയായും ഒരു ഗൂഢാലോചന നടക്കുന്നുണ്ട്. അശ്വസേനാക്യാപ്റ്റനും മറ്റൊരു മാന്യനും

ഗ്രൂഷിനീത്സ്കിയുടെ വീട്ടിലുണ്ടായിരുന്നു." അദ്ദേഹം പറഞ്ഞു. "ചെരുപ്പുരാനായി അൽപനേരം ഇടനാഴിയിൽ ഞാൻ നിന്നു. അകത്ത് ഒരു വാഗ്വാദം നടക്കുകയായിരുന്നു. 'ഞാൻ യാതൊരു കാരണവശാലും അതു സമ്മതിക്കയില്ല.' ഗ്രൂഷ്നീത്സ്കി പറയുന്നത് ഞാൻ കേട്ടു. 'അന്ന് സംഗതി വേറെയായിരുന്നു. ഇപ്പോൾ അയാൾ എന്നെ പരസ്യമായി അധിക്ഷേപിച്ചിരിക്കുന്നു...' അതിന് അശ്വസേനാക്യാപ്റ്റൻ മറുപടി പറഞ്ഞു: 'ഇതിൽ താൻ എന്തിനാണ് ഇടപെടുന്നത്? ഞാൻ എല്ലാക്കാര്യവും ചെയ്തോളാം. അഞ്ച് ദ്വന്ദയുദ്ധങ്ങളിൽ സഹായിയായിരുന്ന പരിചയം എനിക്കുണ്ട്. ഇതൊക്കെ എങ്ങനെയാണ് നടത്തേണ്ടതെന്ന് എനിക്കറിയാം. അതിന്റെ എല്ലാ വിശദാംശങ്ങളും ഞാൻ ആലോചിച്ച് തീരുമാനിച്ചിട്ടുണ്ട്. ദയവുചെയ്ത് താൻ എന്നെ തടസ്സപ്പെടുത്താതിരുന്നാൽമതി. അയാളെ ഒന്ന് ഭയപ്പെടുത്തുന്നത് നല്ലതാണ്. പക്ഷേ, വെറുതെ താൻ അപകടത്തിൽ ചെന്നുചാടുന്നതെന്തിനാണ്, പ്രത്യേകിച്ചും അത് ഒഴിവാക്കാമെന്നിരിക്കെ ?' ഇത്രടമായപ്പോൾ ഞാൻ കടന്നുചെന്നു. അവർ തൽക്ഷണം നിശ്ശബ്ദരായി. ഞങ്ങളുടെ കൂടിയാലോചന വളരെ നേരം നീണ്ടുനിന്നു. ഒടുവിൽ ഞങ്ങൾ താഴെപറയുന്ന തീരുമാനത്തിലെത്തിച്ചേർന്നു: ഇവിടെനിന്ന് ഉദ്ദേശം അഞ്ചുവേഴ്സ്റ്റ് അകലെ ഒരു മലയിടുക്കുണ്ട്. അവർ നാളെ വെളുപ്പിനാ നാലുമണിക്ക് അങ്ങോട്ട് പുറപ്പെടും. അരമണിക്കൂർ കഴിഞ്ഞ് നമ്മൾ പുറപ്പെടണം. ആറു ചുവടകലെ നിന്നാണ് വെടിവെയ്ക്കേണ്ടത്. - അക്കാര്യം ഗ്രൂഷ്നീത്സ്കിക്ക് വലിയ നിർബന്ധമാണ്. മരിക്കുന്നയാളെ ചെർക്കീസുകാർ വെടിവെച്ചുവീഴ്ത്തിയതാണെന്നേ പുറത്തുപറയാൻ പാടുള്ളൂ... ഇനി എന്റെ സംശയം എന്താണെന്ന് പറയാം. അവർ അതായത് ഗ്രൂഷ്നീത്സ്കിയുടെ സഹായികൾ, തങ്ങളുടെ ആദ്യത്തെ പദ്ധതി ഭേദഗതി ചെയ്തെന്നാണ് എനിക്ക് തോന്നുന്നത്. ഗ്രൂഷ്നീത്സ്കിയുടെ തോക്കിൽമാത്രം ഉണ്ട നിറയ്ക്കാനാണ് അവർ ഉദ്ദേശിക്കുന്നത്. അത് കൊലപാതകത്തിന് തുല്യമാണ്. പക്ഷേ,യുദ്ധത്തിൽ എന്ത് കൗശലവും പ്രയോഗിക്കാനവകാശമുണ്ട്. പ്രത്യേകിച്ച് ഒരു ഏഷ്യൻ യുദ്ധത്തിൽ. എങ്കിലും ഗ്രൂഷ്നീത്സ്കി അയാളുടെ കൂട്ടുകാരേക്കാൾ അൽപം ഭേദമാണ്. എന്താണ് നിങ്ങളുടെ അഭിപ്രായം? അവരുടെ ഈ ചതിപ്രയോഗം നാം മനസ്സിലാക്കിയെന്ന് അവരെ അറിയിക്കണോ?"

"യാതൊരു കാരണവശാലും പാടില്ല, ഡോക്ടർ! ഞാൻ അവർക്ക് കീഴടങ്ങുകയില്ലെന്ന് വിശ്വസിച്ച് നിങ്ങൾ സമാധാനമായിരുന്നോളൂ."

"എന്തുചെയ്യാനാണ് നിങ്ങൾ ഉദ്ദേശിക്കുന്നത്?"

"അത് രഹസ്യമാണ്."

"അവരുടെ കെണിയിൽ വീഴാതെ സൂക്ഷിച്ചോളൂ... വെറും ആറു ചുവടേ അകലമുള്ളു എന്നോർക്കണം.!"

ഡോക്ടർ, നാളെ നാലുമണിക്ക് നിങ്ങളെ ഞാൻ പ്രതീക്ഷിക്കും. കുതിരകളെ അതിനുമുമ്പ് തയ്യാറാക്കി നിർത്തിയേക്കാം. നമസ്കാരം."

അന്ന് വൈകുന്നേരം വരെ ഞാൻ വാതിൽ തഴുതിട്ട് മുറിയിൽ തന്നെ ഇരുന്നു. ലിഗൊവ്സ്കായ പ്രഭ്വിയുടെ ക്ഷണവുമായി ഒരു ഭൃത്യൻ വന്നു. പക്ഷേ, ഞാൻ സുഖമില്ലെന്ന് പറഞ്ഞ് ഒഴിഞ്ഞുമാറി.

വെളുപ്പിന് മണി രണ്ടടിച്ചു. എന്നിട്ടും എനിക്കുറങ്ങാൻ കഴിയുന്നില്ല. ഉറങ്ങുകയാണ് വേണ്ടതെന്ന് എനിക്കറിയാം. എങ്കിലെ രാവിലെ കൈ വിറയ്ക്കാതിരിക്കയുള്ളൂ. പക്ഷ, ആറുചുടകലെനിന്ന് വെടിവച്ചാൽ ലക്ഷ്യത്തിൽ കൊള്ളാതിരിക്കാൻ സാധ്യതയില്ല. ഹാ! മിസ്റ്റർ ഗ്രൂഷ്നീത്സ്കി! തന്റെ വൻചതി വിജയിക്കാൻ പോകുന്നില്ല.! നമ്മൾ സ്ഥാനം വച്ചുമാറാൻ പോവുകയാണ്. തന്റെ വിളറിയ മുഖത്ത് നിഗൂഢമായ ഭയത്തിന്റെ നിഴലാട്ടം കാണാൻ നോക്കിനിൽക്കുന്നത് ഞാനായിരിക്കും. മാരകമായ ആ ആറുചുവടുകളുടെ കാര്യത്തിൽ താൻ വാശിപിടിച്ചതെന്തിനാണ്? എന്റെ നെറ്റിത്തടം നിന്റെ വെടിയുണ്ടയ്ക്ക് ലക്ഷ്യമാക്കിപ്പിടിച്ചുകൊണ്ട് ഞാൻ വെറുതെ നിൽക്കുമെന്നാ താൻ വിചാരിച്ചത്? ഇല്ല... നമ്മൾ കുറിയിട്ട് നിശ്ചയിക്കും! അപ്പോൾ... അപ്പോൾ... കാണാം. പക്ഷേ ഭാഗ്യം അയാളെ കടാക്ഷിക്കുകയാണെങ്കിലോ? എന്റെ ഭാഗ്യനക്ഷത്രം ഒടുവിൽ എന്നെ ഉപേക്ഷിച്ചെന്ന് വരുമോ? അങ്ങനെ സംഭവിച്ചാൽ എന്തിന് അത്ഭുതപ്പെടണം.? ഭൂമിയിലുള്ളതിനേക്കാൾ കൂടുതൽ സ്ഥിരത ആകാശത്തിലില്ലല്ലോ.

അതുകൊണ്ടെന്താണ്? മരിക്കണമെങ്കിൽ മരിക്കുകതന്നെ! ലോകത്തിന് അതുകൊണ്ട് കാര്യമായ നഷ്ടമൊന്നും ഉണ്ടാകാനില്ല. എനിക്കാണെങ്കിൽ ഇതെല്ലാം പണ്ടേ മടുത്തുകഴിഞ്ഞു. തന്റെ വണ്ടി വരാത്തതുകൊണ്ട് മാത്രം ഉറങ്ങാൻ വീട്ടിലേക്ക് പോകാതെ ഒരു നൃത്തസൽക്കാരവേദിയിൽ കോട്ടുവായിട്ടുകൊണ്ടിരിക്കുന്ന ഒരു മനുഷ്യനെപ്പോലെയാണ് ഞാൻ. പക്ഷേ, ഇതാ വണ്ടിവന്നുകഴിഞ്ഞു- വിടതരൂ!

ഭൂതകാല ജീവിതം മുഴുവൻ എന്റെ മനക്കണ്ണുകൾക്ക് മുമ്പിലൂടെ കടന്നുപോവുകയാണ്. അറിയാതെതന്നെ ഞാൻ എന്നോട് ഒരു ചോദ്യം ചോദിച്ചുപോകുന്നു. ഞാൻ എന്തിന് ജീവിച്ചു.? എന്ത് ഉദ്ദേശത്തിനുവേണ്ടിയാണ് ഞാൻ ജനിച്ചത്? തീർച്ചയായും എന്തെങ്കിലുമൊരുദ്ദേശം ഉണ്ടായിരുന്നിരിക്കണം. വിധി മഹനീയമായ എന്തോ ഒന്ന് എനിക്കുവേണ്ടി കരുതിയിരുന്നെന്ന് ഏതാണ്ട് തീർച്ചയാണ്. കാരണം, എന്റെയുള്ളിൽ ഉപയോഗപ്പെടുത്താത്ത ശക്തികൾ

ഒളിഞ്ഞുകിടപ്പുള്ളതായി എനിക്ക് അനുഭവപ്പെടുന്നു... എന്നാൽ ഞാൻ ഈ ദൈവനിയോഗം ഊഹിച്ചറിഞ്ഞില്ല. കഴമ്പില്ലാത്ത അഭിനിവേശങ്ങളുടെ പ്രലോഭനങ്ങളിൽപെട്ട് ഞാൻ ഉഴലുകയായിരുന്നു. ഇരുമ്പിന്റെ കാഠിന്യവും തണുപ്പും ആർജ്ജിച്ചുകൊണ്ടാണ് ഞാൻ അവയുടെ മൂശയിൽനിന്ന് പുറത്തുവന്നത്. പക്ഷേ ഉൽകൃഷ്ടാഭിലാഷങ്ങളോടുള്ള ആസക്തി എന്ന ജീവിതോദ്യാനത്തിലെ ഏറ്റവും മനോഹരമായ പുഷ്പം എനിക്ക് എന്നെന്നേക്കുമായി നഷ്ടപ്പെട്ടു. അതിനുശേഷം എത്രയോ തവണ എനിക്ക് വിധിയുടെ കൈയിലെ കോടാലിയായി മാറേണ്ടിവന്നിട്ടുണ്ട്. ശിക്ഷ നടപ്പാക്കാനുള്ള ആ ആയുധംപോലെ മരിക്കാൻ വിധിക്കപ്പെട്ടവരുടെ ശിരസ്സിൽ മിക്കപ്പോഴും ദ്രോഹബുദ്ധിയില്ലാതെ, ഒരിക്കലും ഖേദമില്ലാതെ ഞാൻ ആഞ്ഞുപതിച്ചിട്ടുണ്ട്. എന്റെ സ്നേഹം ഒരിക്കലും ആരേയും സന്തുഷ്ടരാക്കിയിട്ടില്ല. കാരണം എന്റെ സ്നേഹഭാജനത്തിനുവേണ്ടി ഞാൻ ഒരിക്കലും ഒന്നും ത്യജിച്ചിട്ടില്ല. എനിക്കുവേണ്ടി എന്റെ സ്വന്തം സന്തോഷത്തിനുവേണ്ടി മാത്രമാണ് ഞാൻ സ്നേഹിക്കുന്നത്. അവരുടെ വികാരങ്ങളും അവരുടെ സ്നേഹവായ്പും, അവരുടെ സന്തോഷവും, ദുഃഖവും എല്ലാം ആർത്തിയോടെ ആഗിരണം ചെയ്ത് എന്റെ ഹൃദയത്തിന്റെ വിചിത്രമായ തൃഷ്ണ ശമിപ്പിക്കാൻ മാത്രമേ ഞാൻ ശ്രമിച്ചിട്ടുള്ളൂ - പക്ഷേ അതിനെ ഒരിക്കലും സംതൃപ്തിപ്പെടുത്താൻ എനിക്ക് കഴിഞ്ഞിട്ടില്ല. പട്ടിണികൊണ്ടുണ്ടായ തളർച്ചകാരണം ഉറങ്ങിപ്പോവുകയും സമൃദ്ധമായ ആഹാരവും മുന്തിയ വീഞ്ഞും സ്വപ്നം കാണുകയും ചെയ്യുന്ന ഒരുവന്റെ അവസ്ഥയാണ് എനിക്ക്. ഭാവനാശക്തി ഒരുക്കുന്ന ഈ വിഭവസമൃദ്ധമായ സദ്യ അയാൾ ആർത്തിയോടെ ഭുജിക്കുകയും തന്റെ വിശപ്പടങ്ങി എന്ന് വിശ്വസിക്കുകയും ചെയ്യും. പക്ഷേ, ഉണരുമ്പോൾ ആ സ്വപ്നം അപ്രത്യക്ഷമാകുന്നു. മുമ്പത്തേക്കാൾ ഇരട്ടി വിശപ്പും നൈരാശ്യവും മാത്രം അവശേഷിക്കുന്നു.!

ഒരുപക്ഷേ ഞാൻ നാളെ മരിച്ചേക്കും. എന്നെ പൂർണ്ണമായും മനസ്സിലാക്കിയിട്ടുള്ള ഒരൊറ്റ ജീവിപോലും ഈ ഭൂമുഖത്തുണ്ടായിരിക്കയില്ല.. ചിലർ എന്നെ ഉള്ളതിൽ കൂടുതൽ ചീത്തയായി കാണുന്നു. ചിലർ ഉള്ളതിൽ കൂടുതൽ നല്ലതായി കാണുന്നു. ചിലർ പറയും: ഒരു നല്ല മനുഷ്യനായിരുന്നു അയാൾ. മറ്റുള്ളവർ പറയും ഒരു തെമ്മാടി! ഇരുകൂട്ടരും പറയുന്നത് തെറ്റാണ്. ഇതിനുശേഷം ജീവിക്കുന്നതിൽ എന്തെങ്കിലും അർഥമുണ്ടോ? എങ്കിലും നാം ജീവിച്ചുകൊണ്ടിരിക്കും-ജിജ്ഞാസകൊണ്ടും പുതി.യതെന്തെങ്കിലും സംഭവിക്കുമെന്ന പ്രതീക്ഷകൊണ്ടും നാം ജീവിക്കും... എത്ര അപഹാസ്യം! എത്ര ദുസ്സഹം!

ഞാൻ എൻ. എന്ന കോട്ടയിൽ എത്തിയിട്ട് ഒന്നരമാസമായി. മക്സീം മക്സീമിച്ച് നായാട്ടിന് പോയിരിക്കുന്നു... ഞാൻ ഒറ്റക്കായി.

ഞാൻ ജനലിനടുത്ത് ഇരിക്കുകയാണ്. പുറത്ത് ചാരനിറത്തിലുള്ള മേഘം പർവ്വതനിരയെ അടിവരെ മൂടിയിരിക്കുന്ന മൂടൽ മഞ്ഞിനിടയിലൂടെ സൂര്യൻ മഞ്ഞനിറമുള്ള ഒരു പാടുപോലെ കാണപ്പെടുന്നു. നല്ല തണുപ്പുണ്ട്. കാറ്റ് ചൂളമടിക്കുകയും ജനൽപ്പാളികളെ കിടുകിടുപ്പിക്കുകയും ചെയ്യുന്നു. ഇതെല്ലാം എത്ര വിരസം! അസാധാരണമായ അനേകം സംഭവങ്ങൾ ഇടയ്ക്കുവച്ച് തടസ്സപ്പെടുത്തിയ എന്റെ ഡയറിയെഴുത്ത് ഞാൻ വീണ്ടും തുടങ്ങാൻ പോവുകയാണ്.

അവസാനത്തെ പേജ് ഞാൻ വീണ്ടും വായിച്ചുനോക്കി. അതൊരു തമാശയായിട്ടാണ് എനിക്ക് ഇപ്പോൾ തോന്നുന്നത്. ഞാൻ മരിക്കുമെന്നാണ് അന്ന് വിചാരിച്ചിരുന്നത്. പക്ഷേ അങ്ങനെയൊരു പ്രശ്നമേ ഉദിച്ചിരുന്നില്ല. കാരണം, ഞാൻ എന്റെ ദുഃഖത്തിന്റെ ചഷകം അടിവരെ ഊറ്റിക്കുടിച്ച് കഴിഞ്ഞിരുന്നില്ല. ഇനിയും വളരെക്കാലം ഞാൻ ജീവിച്ചിരിക്കുമെന്നാണ് ഇപ്പോൾ എനിക്ക് തോന്നുന്നത്.

സംഭവിച്ചതെല്ലാം എത്ര വ്യക്തമായും ആഴത്തിലുമാണ് എന്റെ സ്മരണയിൽ പതിഞ്ഞിരിക്കുന്നത്! അതിലെ ഒരൊറ്റ രേഖയ്ക്കോ നിറത്തിനോ മങ്ങലേൽപിക്കാൻ കാലത്തിന് കഴിഞ്ഞിട്ടില്ല.

ദ്വന്ദയുദ്ധത്തിന്റെ തലേരാത്രി എനിക്ക് ഒരു പോള കണ്ണടയ്ക്കാൻ കഴിഞ്ഞിരുന്നില്ലെന്ന് ഞാൻ ഓർക്കുന്നു. നിഗൂഢമായ മനക്ലേശം എനിക്കനുഭവപ്പെട്ടിരുന്നതിനാൽ അധികസമയം എഴുതിക്കൊണ്ടിരിക്കാൻ കഴിഞ്ഞില്ല. ഏകദേശം ഒരു മണിക്കൂർ നേരം ഞാൻ മുറിയിലൂടെ അങ്ങോട്ടുമിങ്ങോട്ടും നടന്നു. പിന്നീട് കസേരയിൽ ചെന്നിരുന്ന് മേശപ്പുറത്ത് തുറന്നുവച്ചിരുന്ന വാൾട്ടർസ്കോട്ടിന്റെ “Old Morality” എന്ന പുസ്തകം വായിക്കാൻ തുടങ്ങി. ആദ്യം അതിൽ ശ്രദ്ധപതിപ്പിക്കാൻ ഞാൻ കുറേ പാടുപെട്ടു. എന്നാൽ താമസിയാതെ ആ മനോഹരമായ നോവലിൽ ലയിച്ച് ഞാൻ സർവ്വതും മറന്നു. വായനക്കാർക്ക് തന്റെ പുസ്തകം പകർന്നുകൊടുക്കുന്ന ആനന്ദപ്രദമായ ഓരോ നിമിഷത്തിനും ആ സ്കോട്ട്ലാന്റ്കാരന് പരലോകത്ത് പ്രതിഫലം ലഭിക്കുന്നുണ്ടാമോ?

ഒടുവിൽ നേരം വെളുത്തു. എന്റെ ഞരമ്പുകൾ ശാന്തമായി. ഞാൻ കണ്ണാടിയിൽ മുഖം പരിശോധിച്ചു. ക്ലേശപൂർണ്ണമായ ഉറങ്ങാത്ത ഒരു രാത്രിയുടെ അടയാളങ്ങൾ പതിഞ്ഞ് കിടന്നിരുന്ന എന്റെ മുഖത്ത് നേരിയ വിളർച്ചബാധിച്ചിരുന്നു. എന്നാൽ എന്റെ കണ്ണുകളുടെ ചുറ്റും കറുത്ത വലയങ്ങൾ ഉണ്ടായിരുന്നെങ്കിലും അവ പ്രൗഢിയോടും നിർദാക്ഷിണ്യതയോടും കൂടി തിളങ്ങിക്കൊണ്ടിരുന്നു. എനിക്ക് എന്നെപ്പറ്റി മതിപ്പുതോന്നി.

കുതിരകളെ കോപ്പണിയിക്കാൻ കൽപന കൊടുത്തിട്ട് ഞാൻ

വേഷം ധരിച്ച് സ്നാനസ്ഥലത്തേക്ക് പോയി. നർസാനിലെ തണുത്ത വെള്ളത്തിൽ മുങ്ങിക്കുളിച്ചപ്പോൾ മാനസികവും കായികവുമായ ബലം എനിക്ക് വീണ്ടുകിട്ടിയപോലെ തോന്നി. നൃത്തവിരുന്നിന് പോകുന്ന ഒരുവന്റെ ഉന്മേഷത്തോടും ഉത്സാഹത്തോടുംകൂടിയാണ് ഞാൻ കുളിക്കടവിൽനിന്ന് മടങ്ങിയത്. ആത്മാവ് ശരീരത്തെ ആശ്രയിക്കുന്നില്ലെന്ന് ഇനി ആർക്കെങ്കിലും എന്നെ ബോധ്യപ്പെടുത്താന് കഴിയുമോ?

വീട്ടിലെത്തിയപ്പോൾ ഡോക്ടർ കാത്തിരിക്കുന്നുണ്ടായിരുന്നു. ചാരനിറമുള്ള സവാരി കാൽസറായിയും അരയിൽ ചുരുക്കുള്ള കനംകുറഞ്ഞ ജാക്കറ്റും ഒരു ചെർക്കീസ് തൊപ്പിയുമായിരുന്നു അദ്ദേഹത്തിന്റെ വേഷം. രോമനിബിഡമായ വലിയ തൊപ്പിക്ക് കീഴിൽ ഡോക്ടറുടെ മെല്ലിച്ച് പൊക്കംകുറഞ്ഞ ദേഹം കണ്ടപ്പോൾ ഞാൻ പൊട്ടിച്ചിരിച്ചുപോയി. അദ്ദേഹത്തിന്റെ മുഖം ഒരിക്കലും ഒരു പടയാളിയുടേതായിരുന്നില്ല. എന്നാൽ ഇപ്പോൾ അത് പതിവിലും കൂടുതൽ മ്ലാനമായി കാണപ്പെട്ടു.

“ഡോക്ടർ, എന്താണ് ഇത്ര ദുഃഖം?” ഞാൻ പറഞ്ഞു. “എത്രയോ പേർ പരലോകത്തേക്ക് യാത്രയാകുന്നത് നിർവ്വികാരനായി നിങ്ങൾ നോക്കിനിന്നിട്ടുണ്ട്.! എനിക്ക് കഠിനമായ ജ്വരം ബാധിച്ചിരിക്കയാണെന്നും ജീവിക്കാനോ മരിക്കാനോ തുല്യസാധ്യതയുണ്ടെന്നും സങ്കൽപിക്കുക. രണ്ടും സാധാരണ സംഭവിക്കാറുള്ളതാണ്. നിങ്ങൾക്ക് ഇതേവരെ കണ്ടുപിടിക്കാൻ കഴിയാത്ത ഒരു രോഗമാണ് എന്നെ ഗ്രസിച്ചിരിക്കുന്നതെന്ന് വിചാരിക്കു, അപ്പോൾ നിങ്ങളുടെ ജിജ്ഞാസ ശരിക്കും ഉണരും. നിങ്ങൾക്ക് എന്നിൽനിന്ന് ശരീരശാസ്ത്രപരമായ പല പ്രധാന നിരീക്ഷണങ്ങളും നടത്താൻ അവസരം സിദ്ധിക്കും. ഹിംസാത്മകമായ മരണം പ്രതീക്ഷിച്ചിരിക്കുക എന്നതു തന്നെ ഒരു രോഗമല്ലേ?”

ഈ ചിന്താസരണി ഡോക്ടറെ ആകർഷിച്ചു. അദ്ദേഹം ഉന്മേഷം വീണ്ടെടുത്തെന്ന് തോന്നി.

ഞങ്ങൾ കുതിരപ്പുറത്തുകയറി. വേർനെർ രണ്ട് കൈകൊണ്ടും കടിഞ്ഞാണിൽ മുറുകെ പിടിച്ചിരുന്നു. ഞങ്ങൾ പുറപ്പെട്ടു. നിമിഷങ്ങൾക്കുള്ളിൽ സെറ്റിൽമെന്റിലൂടെ കുതിരകളെ ഓടിച്ച് കോട്ട കടന്ന് ഞങ്ങൾ ഇടുക്കിലെത്തി. വളഞ്ഞ ഒരു പാത ഇടുക്കിലൂടെ നീണ്ടുകിടന്നു. പൊക്കമുള്ള പുല്ലുകൊണ്ട് പാതിമൂടിയ ആ പാതയെ തടസ്സപ്പെടുത്തിക്കൊണ്ട് ഒഴുകിയിരുന്ന ഏതാനും കാട്ടരുവികൾ ഞങ്ങൾക്ക് തരണംചെയ്യേണ്ടിവന്നു. അത് ഡോക്ടറെ വല്ലാതെ ക്ലേശിപ്പിച്ചു. കാരണം വെള്ളത്തിലിറങ്ങിയാലുടൻ അദ്ദേഹത്തിന്റെ കുതിര മുമ്പോട്ട് പോകാതെ നിൽക്കുക പതിവാക്കിയിരുന്നു.

അന്നത്തേക്കാൾ കൂടുതൽ നീലിമയോ കുളിർമയോ ഉള്ള ഒരു പ്രഭാതം എനിക്കോർമയില്ല. പച്ചനിറമാർന്ന മലകൾക്ക് പിന്നിൽ നിന്ന് സൂര്യൻ എത്തിനോക്കാൻ തുടങ്ങിയതേയുള്ളൂ. ആദ്യകിരണങ്ങളുടെ ഇളം ചൂടും നിശയുടെ മരിച്ചുകൊണ്ടിരിക്കുന്ന കുളിരും ഒന്ന് ചേർന്ന് മധുരമായ ഒരാലസ്യം ഇന്ദ്രിയങ്ങളിൽ പടർത്തി. പിറന്നുവീണ ദിവസത്തിന്റെ ആനന്ദദായകമായ കിരണം ഇനിയും ഇടുക്കിലേക്ക് കടന്നുവന്നിരുന്നില്ല. ഞങ്ങളുടെ ഇരുവശത്തും ഉയർന്നുനിന്നിരുന്ന ചെങ്കുത്തായ പാറകളുടെ നിറുകയിൽ മാത്രം അത് സ്വർണം പൂശിക്കൊണ്ടിരുന്നു. പാറക്കെട്ടുകളുടെ ഇടയ്ക്കുള്ള ആഴമുള്ള വിള്ളലുകളിൽ തഴച്ചുവളരുന്ന കുറ്റിച്ചെടികൾ കാറ്റ് മെല്ലെ ഒന്ന് നിശ്വസിച്ചാലുടൻ വെള്ളിമഴകൊണ്ട് ഞങ്ങളെ മൂടും. ആ നിമിഷത്തിൽ എനിക്ക് പ്രകൃതിയോട് മുമ്പെന്നത്തേക്കാൾ കൂടുതൽ സ്നേഹം തോന്നിയിരുന്നുവെന്ന് ഞാൻ ഓർക്കുന്നു. എണ്ണമറ്റ മഴവിൽകിരണങ്ങളെ പ്രതിഫലിപ്പിച്ചുകൊണ്ട് വിസ്താരമുള്ള മുന്തിരിയിലകളിൽ നൃത്തം ചെയ്തുകൊണ്ടിരുന്ന ഓരോ മഞ്ഞുതുള്ളിയും എത്ര ജിജ്ഞാസയോടെയാണ് ഞാൻ നോക്കിനിന്നത്.! മൂടൽമഞ്ഞിൽ പൊതിഞ്ഞ വിദൂരതയിലേക്ക് തുളച്ചുകയറാൻ എന്റെ കണ്ണുകൾക്ക് എന്തൊരു വ്യഗ്രതയായിരുന്നു.! അവിടെ പാത കൂടുതൽ കൂടുതൽ ഇടുങ്ങിയതായിത്തീർന്നു. പാറകളുടെ നീലനിറത്തിന് കൂടുതൽ ആഴം വയ്ക്കുകയും അവ കൂടുതൽ ഭയാനകങ്ങളായി കാണപ്പെടുകയും ചെയ്തു. ഒടുവിൽ അവ ഒന്നുചേർന്ന് അഭേദ്യമായ ഒരു കോട്ടമതിലായി തീർന്നെന്ന് തോന്നി. ഞങ്ങൾ നിശ്ശബ്ദരായി സവാരിചെയ്തു.

"നിങ്ങൾ വിൽപ്പത്രം എഴുതിവച്ചോ?" പെട്ടെന്ന് ഡോക്ടർ എന്നോട് ചോദിച്ചു.

"ഇല്ല."

"നിങ്ങൾ കൊല്ലപ്പെട്ടാലോ?"

"അവകാശികൾ സ്വയം മുമ്പോട്ട്വന്നുകൊള്ളും"

"അവസാനമായി വിട പറയാൻ നിങ്ങൾക്ക് സുഹൃത്തുക്കളാരും ഇല്ലേ?"

ഞാൻ നിഷേധാർഥത്തിൽ തലയാട്ടി.

"ഏതെങ്കിലും ഒരു സ്ത്രീക്ക് സ്മരണയ്ക്കായി എന്തെങ്കിലും സമ്മാനിക്കാൻ നിങ്ങൾ ആഗ്രഹിക്കുന്നുണ്ടോ?"

"ഡോക്ടർ, ഞാൻ എന്റെ ആത്മാവ് നിങ്ങളെ തുറന്ന് കാട്ടണമെന്നാണോ നിങ്ങളുടെ ആഗ്രഹം?" ഞാൻ മറുപടി പറഞ്ഞു. "പ്രിയപ്പെട്ടവളുടെ പേര് ഉരുവിട്ടുകൊണ്ട് മരിക്കുകയും കുന്തളതൈലം പുരട്ടിയതോ പുരട്ടാത്തതോ ആയ ഒരു മുടിച്ചുരുൾ ഒരു സുഹൃത്തിന് ഒസ്യത്തായി കൊടുക്കുകയും ചെയ്യുന്ന ആ പ്രായം ഞാൻ പണ്ടേ

പിന്നിട്ടുകഴിഞ്ഞു. അടുത്തുവരുന്ന മരണസാധ്യതയെപ്പറ്റി ഓർക്കുമ്പോൾ ഞാൻ എന്നെപ്പറ്റി മാത്രമേ ചിന്തിക്കാറുള്ളു. ചിലർ അത്പോലും ചെയ്യാറില്ല. നാളെ എന്നെ മറക്കുകയോ അല്ലെങ്കിൽ ഇല്ലാത്ത നുണക്കഥകൾ മെനഞ്ഞെടുക്കുകയോ ചെയ്യുന്ന സുഹൃത്തുക്കൾ, മറ്റൊരാളുടെ കരവലയത്തിൽ അമർന്നുകൊണ്ട് അയാൾക്ക് ആസൂയതോന്നാതിരിക്കാൻ വേണ്ടി എന്നെ പരിഹസിച്ചു ചിരിക്കാൻ മടിക്കാത്ത സ്ത്രീകൾ - ഞാൻ അവരെപ്പറ്റി എന്തിന് ചിന്തിക്കണം? ജീവിതത്തിന്റെ ചുഴലിയിൽനിന്ന് ഏതാനും ആശയങ്ങളല്ലാതെ വികാരങ്ങളൊന്നും ഞാൻ പിടിച്ചെടുത്തിട്ടില്ല. വളരെക്കാലമായി ഞാൻ ഹൃദയംകൊണ്ടല്ല ബുദ്ധികൊണ്ടാണ് ജീവിക്കുന്നത്. എന്റെ വികാരങ്ങളേയും പ്രവൃത്തികളേയും ഞാൻ കർശനമായ ജിജ്ഞാസയോടുകൂടി എന്നാൽ അൽപംപോലും സഹതാപമില്ലാതെ ഉറ്റുനോക്കുകയും അപഗ്രഥിക്കുകയും ചെയ്യുന്നു. എന്നിൽ രണ്ട് മനുഷ്യരുണ്ട്. ഒരാൾ ജീവിക്കുന്നു, ആ വാക്കിന്റെ എല്ലാ അർത്ഥത്തിലും ജീവിക്കുന്നു. മറ്റേയാൾ ഗുണദോഷചിന്തനടത്തുകയും ആദ്യത്തെ ആളുടെമേൽ വിധിയെഴുതുകയും ചെയ്യുന്നു. ആദ്യത്തെയാൾ ഒരു പക്ഷേ, നിങ്ങളേയും ഈ ലോകത്തേയും ഒരു മണിക്കൂറിനുള്ളിൽ എന്നെന്നേക്കുമായി വിട്ടുപിരിഞ്ഞെന്നുവരാം. രണ്ടാമത്തേയാൾ... രണ്ടാമത്തെയാളോ? ഡോക്ടർ, വലതുവശത്തുള്ള പാറപ്പുറത്ത് മൂന്ന് കറുത്ത രൂപങ്ങൾ നിൽക്കുന്നത് നിങ്ങൾ കാണുന്നുണ്ടോ? അവർ നമ്മുടെ പ്രതിയോഗികളാണെന്ന് തോന്നുന്നു..."

ഞങ്ങൾ കുതിരകളെ വേഗത്തിൽ ഓടിച്ചു.

ആ പാറയുടെ താഴെയുള്ള കുറ്റിക്കാട്ടിൽ മൂന്ന് കുതിരകളെ കെട്ടിയിരുന്നു. ഞങ്ങളും കുതിരകളെ അവിടെ കെട്ടിയിട്ട് ഇടുങ്ങിയ ഒരു വഴിയിലൂടെ മുകളിലേക്ക് കയറിത്തുടങ്ങി. ഗ്രൂഷ്നീത്സ്കി ക്യാപ്റ്റനോടും ഇവാൻ ഇഗ്നാത്യെവിച്ച് എന്ന് പേരുള്ള മറ്റൊരു സഹായിയോടൊപ്പം ഒരു തിട്ടയ്ക്കടുത്ത് നിന്നിരുന്നു.

"ഞങ്ങൾ നിങ്ങളെ വളരെ നേരമായി കാത്തുനിൽക്കുകയാണ്," പരിഹാസം നിറഞ്ഞ ഒരു പുഞ്ചിരിയോടെ ക്യാപ്റ്റൻ പറഞ്ഞു.

ഞാൻ എന്റെ വാച്ച് വലിച്ചെടുത്ത് ക്യാപ്റ്റനെ കാണിച്ചു.

തന്റെ വാച്ച് അൽപം മുമ്പിലാണ് എന്ന് പറഞ്ഞ് ക്യാപ്റ്റൻ ക്ഷമാപണം ചെയ്തു.

ഏതാനും മിനുട്ട് നേരത്തേക്ക് അവിടെ അസുഖകരമായ ഒരു നിശ്ശബ്ദത വ്യാപിച്ചു. ഒടുവിൽ ഡോക്ടറാണ് അത് ഭഞ്ജിച്ചത്. അദ്ദേഹം ഗ്രൂഷ്നീത്സ്കിയുടെ നേരെ തിരിഞ്ഞ് ഇങ്ങനെ പറഞ്ഞു.

"മാന്യരെ, നിങ്ങൾ ഇരുവരും ദ്വന്ദയുദ്ധം ചെയ്യാനുള്ള സന്നദ്ധത പ്രകടിപ്പിക്കുകയും അങ്ങനെ നിങ്ങളുടെ അഭിമാനം

കാത്തുസൂക്ഷിക്കുകയും ചെയ്തിരിക്കുന്ന സ്ഥിതിക്ക് നിങ്ങൾ തമ്മിൽ ഒരു ധാരണയിലെത്തുകയും ഈ സംഗതി ഒതുക്കിത്തീർക്കുകയും ചെയ്യണമെന്നാണ് എന്റെ അഭിപ്രായം."

"ഞാൻ അതിന് തയ്യാറാണ്. " ഞാൻ പറഞ്ഞു.

ക്യാപ്റ്റൻ ഗ്രൂഷ്നീത്സ്കിയെ നോക്കി കണ്ണിറുക്കി. ഞാൻ ഭയംകൊണ്ടാണ് അങ്ങനെ ചെയ്യുന്നതെന്ന് ധരിച്ച് ഗ്രൂഷ്നീത്സ്കി ഒന്ന് ഞെളിഞ്ഞുനിന്നു. - അതേവരം അയാളുടെ മുഖം ഇരുണ്ടിരിക്കയായിരുന്നു. ഞങ്ങൾ അവിടെ എത്തിയശേഷം ആദ്യമായി അയാൾ എന്റെ മുഖത്തുനോക്കി. അസ്വസ്ഥമായ ആ നോട്ടം അയാളുടെ ആന്തരികസംഘട്ടനം വെളിപ്പെടുത്തി.

"വ്യവസ്ഥകൾ പറയൂ." അയാൾ പറഞ്ഞു. "നിങ്ങൾക്കുവേണ്ടി ചെയ്യാവുന്നതെല്ലാം ഞാൻ ചെയ്യുമെന്ന് നിങ്ങൾക്കുറപ്പാക്കാം..."

"എന്റെ വ്യവസ്ഥകൾ ഇതാണ്: നിങ്ങൾ ഉന്നയിച്ച ദൂരാരോപണം ഇന്ന് പരസ്യമായി നിങ്ങൾ പിൻവലിക്കണം. എന്നോട് മാപ്പുപറയുകയും വേണം..."

"ഇങ്ങനെ നിർദ്ദേശിക്കാൻ നിങ്ങൾക്ക് ധൈര്യം വന്നത് എന്നെ അത്ഭുതപ്പെടുത്തുന്നു.

"മറ്റെന്താണ് ഞാൻ നിർദ്ദേശിക്കേണ്ടിയിരുന്നത്?"

"നമുക്ക് വെടിവയ്ക്കാം."

ഞാൻ ചുമൽകുലുക്കിക്കൊണ്ട് പറഞ്ഞു.

"ശരി, അങ്ങനെയാകട്ടെ. പക്ഷേ, ഒരു കാര്യം ഓർക്കണം. നമ്മിൽ ഒരാൾ കൊല്ലപ്പെടും."

"അത് നിങ്ങളായിരിക്കുമെന്ന് പ്രതീക്ഷിക്കുന്നു."

"നേരെ മറിച്ചാണ് സംഭവിക്കാൻ പോകുന്നതെന്ന് എനിക്ക് തീർച്ചയുണ്ട്."

അയാൾ ഞെട്ടുകയും ചെമ്പരത്തിപ്പൂപോലെ ചുവക്കുകയും ചെയ്തു. പിന്നീടയാൾ ഒരു ചിരി ക്ഷണിച്ചുവരുത്തി.

ക്യാപ്റ്റൻ അയാളെ കൈയിൽപിടിച്ച് ഒരുവശത്തേക്ക് മാറ്റിനിർത്തി. അവർ കുറേനേരം എന്തോ അടക്കം പറഞ്ഞുകൊണ്ടിരുന്നു. ഞാൻ വളരെ ശാന്തനായാണ് അവിടെ എത്തിയത്. എന്നാൽ അവരുടെ ഈ നടപടി എന്നെ ക്ഷുഭിതനാക്കി.

ഡോക്ടർ എന്റെയടുത്തേക്ക് വന്നു.

"ഞാൻ പറയുന്നത് കേൾക്കു."

അസ്വസ്ഥനായി അദ്ദേഹം പറഞ്ഞു. "അവരുടെ ഗൂഢാലോചനയെപ്പറ്റി നിങ്ങൾ മറന്നുപോയോ? എനിക്ക് ഒരു കൈത്തോക്ക് നിറയ്ക്കാൻ അറിഞ്ഞുകൂടാ - അതാണ് ഉദ്ദേശിക്കുന്നതെങ്കിൽ... നിങ്ങൾ ഒരു വിചിത്രസൃഷ്ടിയാണ്.! അവരുടെ പദ്ധതി നിങ്ങൾക്ക്

മനസ്സിലായിട്ടുണ്ടെന്ന് അവരോട് പറയൂ. പിന്നെ അവർ ധൈര്യപ്പെ ടുകയില്ല. ഇതിൽ എന്തെങ്കിലും അർഥമുണ്ടോ? അവർ ഒരു കാട്ടുപ ക്ഷിയെ വെടിവെച്ചിടുന്നതുപോലെ നിങ്ങളെ വെടിവെച്ചുവീഴ്ത്തും..."

"ഡോക്ടർ ദയവുചെയ്ത് ഭയപ്പെടാതിരിക്കൂ. അൽപസമയംകൂടി ക്ഷമിക്കൂ. അവർക്ക് മെച്ചമൊന്നും ഉണ്ടാകാത്തരീതിയിൽ ഞാൻ ഇത് കൈകാര്യം ചെയ്തോളാം. അവർ എത്ര വേണമെങ്കിൽ അടക്കം പറഞ്ഞോട്ടെ..."

"മാന്യരേ, കാത്തുനിന്ന് മടുത്തു!" ഞാൻ ഉറക്കെ പറഞ്ഞു. "ദ്വന്ദ്വയു ദ്ധം നടത്തണമെന്നാണ് ഉദ്ദേശിക്കുന്നതെങ്കിൽ അതുടൻ തുടങ്ങാം.. ഇന്നലെ ഇതേപ്പറ്റിയെല്ലാം സംസാരിക്കാൻ നിങ്ങൾക്ക് ധാരാളം സമയമുണ്ടായിരുന്നല്ലോ..."

"ഞങ്ങൾ തയ്യാറായിക്കഴിഞ്ഞു." ക്യാപ്റ്റൻ പറഞ്ഞു. മാന്യരേ, നിങ്ങൾ സ്ഥാനത്തുവന്ന് നിൽക്കൂ! ഡോക്ടർ ആറു ചുവട് താങ്കൾ അളന്ന് തിട്ടപ്പെടുത്താമോ?"

"നിങ്ങൾ സ്ഥാനത്തുവന്ന് നിൽക്കൂ ഇവാൻ ഇഗ്നാത്യേവിച്ച് ഞരങ്ങുന്ന ശബ്ദത്തിൽ പറഞ്ഞു.

"ക്ഷമിക്കണം, ഒരു കാര്യം പറയാനുണ്ട്." ഞാൻ പറഞ്ഞു. "ഒരു വ്യവസ്ഥകൂടിയുണ്ട്. നമ്മൾ മരണംവരെ യുദ്ധം ചെയ്യാൻ തീരുമാനി ച്ചസ്ഥിതിക്ക് ഇത് ഒരു രഹസ്യമായി വയ്ക്കുന്നതാണ് നല്ലത്. നമ്മുടെ സഹായികൾ ഇതിന് ഉത്തരം പറയേണ്ടിവരരുത്. ശരിയല്ലേ?"

"ശരിയാണ്."

"എനിക്ക് തോന്നുന്നത് ഇങ്ങനെയാണ്. വലതുവശത്തെ കിഴ ക്കാംതൂക്കായ പാറപ്പുറത്ത് വീതികുറഞ്ഞ ഒരു തിട്ട കാണുന്നില്ലേ? അവിടെനിന്ന് അടിയിലേക്ക് ഏതാണ്ട് മുപ്പത്‌വാരയെങ്കിലും താഴ്ചയു ണ്ട്. താഴെ കൂർത്തകല്ലുകൾ എഴുന്നുനിൽക്കുന്നു. നമ്മൾ ആ തിട്ടയുടെ വക്കിൽ കയറി നിൽക്കണം. അപ്പോൾ നിസ്സാരമായ പരുക്കുകൾ പോലും മാരകമായിത്തീരും. അത് നിങ്ങളുടെ ഉദ്ദേശവുമായി പൊരു ത്തപ്പെടുമെന്ന് തോന്നുന്നു. കാരണം നിങ്ങൾതന്നെയാണല്ലോ ആറു ചുവടകലം മാത്രമേ പാടുള്ളൂവെന്ന് ശഠിച്ചത്. നമ്മളിൽ ഒരാൾക്ക് പരുക്കുപറ്റിയാൽ അയാൾ തീർച്ചയായും അടിയിലേക്ക് വീഴും. താഴെയുള്ള കല്ലുകളിൽ ചെന്നുതട്ടി അയാളുടെ ദേഹം ഛിന്നഭിന്ന മാകും. ഡോക്ടർ വെടിയുണ്ട എടുത്തുമാറ്റിയാൽ അതൊരു സാധാരണ അപകടമരണമാണെന്ന് മറ്റുള്ളവരെ ധരിപ്പിക്കാൻ എളുപ്പമാണ്. ആരാണ് ആദ്യം വെടിവയ്ക്കേണ്ടതെന്ന് നമുക്ക് കുറിയിട്ടെടുക്കാം. ഞാൻ ഈ വ്യവസ്ഥയിലല്ലാതെ ദ്വന്ദയുദ്ധം ചെയ്യാൻ തയ്യാറല്ലെന്നു കൂടി പറയട്ടെ"

"അങ്ങനെയാകട്ടെ," ഗ്രൂഷ്നീത്‌സ്കിയെ അർഥഗർഭമായി

ഒന്നുനോക്കയിട്ട് ക്യാപ്റ്റൻ പറഞ്ഞു. ഗ്രൂഷ്നീത്സ്കി സമ്മതഭാവത്തിൽ തലകുലുക്കി. അയാളുടെ മുഖഭാവം അനുനിമിഷം മാറിക്കൊണ്ടിരുന്നു. ഞാൻ അയാളെ ഒരു വിഷമസന്ധിയിൽ എത്തിച്ചിരിക്കയാണ്. സാധാരണ ചുറ്റുപാടിൽ അയാൾ എന്റെ കാലിനെ ലക്ഷ്യമാക്കി വെടിവെച്ച് എന്നെ ലഘുവായി മുറിവേൽപ്പിക്കുകയും സ്വന്തം മനഃസാക്ഷിയിൽ വലിയ പാപഭാരം വലിച്ചുവയ്ക്കാതെ പ്രതികാരം വീട്ടുകയും ചെയ്യുമായിരുന്നു. എന്നാൽ ഇപ്പോൾ അയാൾ ഒന്നുകിൽ ആകാശത്തിലേക്ക് വെടിവെയ്ക്കണം അല്ലെങ്കിൽ ഒരു കൊലപാതകിയായിത്തീരണം. അതുമല്ലെങ്കിൽ എന്റെ ദുഷ്ടമായ ഉപേക്ഷിച്ച് എന്നെപ്പോലെതന്നെ അപകടത്തെ നേരിടണം. അയാളുടെ അപ്പോഴത്തെ അവസ്ഥ തീരെ അസൂയാവഹമായിരുന്നില്ല. അയാൾ ക്യാപ്റ്റനെ മാറ്റിനിർത്തി അയാളുമായി ചൂടുപിടിച്ച ഒരു വാഗ്വാദത്തിൽ ഏർപ്പെട്ടു. അയാളുടെ നീലിച്ചുതുടങ്ങിയ ചുണ്ടുകൾ വിറയ്ക്കുന്നത് ഞാൻ കണ്ടു. ക്യാപ്റ്റൻ പുച്ഛം നിറഞ്ഞ ഒരു പുഞ്ചിരിയോടെ മുഖം തിരിച്ചുകൊണ്ട് സാമാന്യം ഉറക്കെ ഇങ്ങനെ പറഞ്ഞു: "നിങ്ങൾ ഒരു വിഡ്ഢിയാണ്! നിങ്ങൾക്ക് ഒന്നും മനസ്സിലാകുകയില്ല. മാന്യരേ, നമുക്ക് അങ്ങോട്ട് പോകാം.!"

കുറ്റിക്കാട്ടിലൂടെ ചുറ്റിവളഞ്ഞുപോകുന്ന ഒരു ഇടുങ്ങിയപാത ഞങ്ങളെ കുത്തനെയുള്ള പാറയുടെ മുകളിലേക്ക് നയിച്ചു. പ്രകൃതിദത്തമായ ആ കോണിയുടെ അപകടകരമായ പടവുകൾ പൊട്ടിയ പാറക്കഷ്ണങ്ങളായിരുന്നു. കുറ്റിച്ചെടികളിൽ അള്ളിപ്പിടിച്ച് ഞങ്ങൾ മുകളിലേക്ക് കയറിത്തുടങ്ങി. മുമ്പിൽ ഗ്രൂഷ്നീത്സ്കിയായിരുന്നു, പിന്നീട് അയാളുടെ സഹായികളും അവർക്കുപിന്നിൽ ഡോക്ടറും ഏറ്റവും ഒടുവിൽ ഞാനും.

"നിങ്ങൾ എന്നെ അത്ഭുതപ്പെടുത്തുന്നു." സ്നേഹപൂർവം എന്റെ കൈ പിടിച്ചമർത്തിക്കൊണ്ട് ഡോക്ടർ പറഞ്ഞു. "ഞാൻ നാഡിമിടിപ്പ് പരിശോധിച്ചുനോക്കട്ടെ. ദൈവമേ, അത് ഭയങ്കരമായി വർദ്ധിച്ചിട്ടുണ്ടല്ലോ! എന്നാൽ നിങ്ങളുടെ മുഖം തികച്ചും ശാന്തമാണ്. നിങ്ങളുടെ കണ്ണുകൾക്കുമാത്രം പതിവിൽ കൂടുതൽ തിളക്കമുണ്ട്"

പെട്ടെന്ന് ചെറിയ കല്ലുകൾ ശബ്ദത്തോടെ ഞങ്ങളുടെ കാൽച്ചുവട്ടിൽ പതിച്ചു. എന്തു പറ്റി? ഗ്രൂഷനീത്സ്കി തട്ടിവീണതാണ്. അയാൾ പിടിച്ചിരുന്ന കൊമ്പ് ഒടിഞ്ഞു സഹായികൾ താങ്ങിയില്ലായിരുന്നെങ്കിൽ അയാൾ തീർച്ചയായും അടിയിലേക്ക് ഊർന്ന്‌വീഴുമായിരുന്നു.

"സൂക്ഷിക്കണം!" ഞാൻ അയാളോട് വിളിച്ചുപറഞ്ഞു. "സമയമാകുന്നതിനുമുമ്പ് വീഴരുത്! അതൊരു ദുഃശ്ശകുനമാണ്."

ഒടുവിൽ ഞങ്ങൾ ഉന്തിനിൽക്കുന്ന പാറയുടെ മുകളിലെത്തി. അവിടെയുണ്ടായിരുന്ന തിട്ട പൊടിമണൽകൊണ്ട് മൂടിയതായിരുന്നു.

ആരോ അത് ദ്വന്ദയുദ്ധത്തിനുവേണ്ടി തയ്യാറാക്കിയതാണെന്ന് തോന്നി.. പ്രഭാതത്തിലെ സ്വർണനിറമാർന്ന മൂടൽമഞ്ഞ് പുതച്ച് ചുറ്റിനും കൂട്ടംകൂടി നിന്നിരുന്ന കൊടുമുടികൾ എണ്ണിയാൽ തീരാത്ത ഒരു പറ്റമാണെന്ന് തോന്നി. തെക്കുഭാഗത്ത് ഹിമാവൃതമായ കൊടുമുടികളുടെ ഒരു പരമ്പരയിലെ അവസാനത്തെ നിരയായി എൽബ്രൂസ് ശുഭ്രവെള്ള നിറത്തിൽ ആകാശം മുട്ടെ ഉയർന്നു നിന്നു. കിഴക്കുനിന്ന് പറന്നുവന്ന് വെൺമേഘങ്ങൾ അവയ്ക്കിടയിലൂടെ മെല്ലെ ഒഴുകിക്കൊണ്ടിരുന്നു. ഞാൻ തിട്ടയുടെ വക്കിൽ ചെന്നുനിന്ന് താഴത്തേക്ക് നോക്കി. എനിക്ക് തലചുറ്റുന്നതുപോലെ തോന്നി. അങ്ങു താഴെ, കുഴിമാടംപോലെ ഇരുൾമൂടി തണുത്ത് വിജനമായിക്കിടന്ന് അഗാധമായ കൊക്കയിൽ കാറ്റും കാലവും വലിച്ചെറിഞ്ഞ കൂർത്തുമൂർത്ത കല്ലുകൾ ഇരയെ കാത്തുകിടക്കുന്നുണ്ട്.

ഞങ്ങൾ ദ്വന്ദയുദ്ധത്തിന് തിരഞ്ഞെടുത്ത തിട്ട ഒരു ത്രികോണത്തിന്റെ ആകൃതിയിലായിരുന്നു. കൊക്കയിലേക്ക് ഉന്തിനിൽക്കുന്ന അതിന്റെ മൂലയിൽനിന്ന് ആറ് ചുവടുകൾ അളന്ന് തിട്ടപ്പെടുത്തി. ആദ്യം എതിരാളിയുടെ തോക്കിനെ അഭിമുഖീകരിക്കേണ്ട ആൾ കൊക്കയ്ക്ക് പുറംതിരിഞ്ഞ് തിട്ടയുടെ വക്കിൽത്തന്നെ നിൽക്കണമന്ന് തീരുമാനിക്കപ്പെട്ടു. അയാൾ കൊല്ലപ്പെട്ടില്ലെങ്കിൽ പ്രതിയോഗികൾ പരസ്പരം സ്ഥാനം മാറണം. ഗ്രൂഷ്നീത്സ്കിയ്ക്ക് എല്ലാ ആനുകൂല്യങ്ങളും ചെയ്തുകൊടുക്കണമെന്ന് ഞാൻ നിശ്ചയിച്ചു. അയാളെ ഒന്ന് പരീക്ഷിക്കണമെന്ന് എനിക്ക് ആഗ്രഹമുണ്ടായിരുന്നു. മഹാമനസ്കതയുടെ ഒരു തീപ്പൊരി അയാളുടെ ആത്മാവിൽ ഒളിമിന്നിയിരുന്നെങ്കിൽ എല്ലാം മംഗളമായി കലാശിക്കുമായിരുന്നു. പക്ഷേ, ദുരഭിമാനവും സ്വഭാവദൗർബല്യവുമാണ് വിജയിക്കാൻ പോകുന്നത്... വിധി എന്നെ രക്ഷിക്കുകയാണെങ്കിൽ അയാൾക്ക് മാപ്പുകൊടുക്കാതിരിക്കുന്നതിന് സ്വയം ന്യായീകരണം കണ്ടെത്താൻ ഞാൻ ആഗ്രഹിച്ചു. സ്വന്തം മനഃസാക്ഷിയുമായി ഇങ്ങനെ ഒരു ധാരണയിലെത്താത്തവർ ആരുണ്ട്?

"ഡോക്ടർ, നറുക്കിടാം." ക്യാപ്റ്റൻ പറഞ്ഞു.

ഡോക്ടർ വെള്ളിനാണയം പോക്കറ്റിൽനിന്നെടുത്ത് മറച്ചുപിടിച്ച്. "വാൽ" ആരെ മെല്ലെ തട്ടിയുണർത്തിയിട്ടെന്നപോലെ ഗ്രൂഷ്നീത്സ്കി പറഞ്ഞു.

"തല!" ഞാൻ പറഞ്ഞു

നാണയം വായുവിലുയർന്ന് ഒരു ശബ്ദത്തോടെ നിലത്തുവീണു. അതു നോക്കാൻ ഞങ്ങളെല്ലാവരും ധൃതിയിൽ അതിനടുത്തേക്ക് ചെന്നു.

"നിങ്ങൾ ഭാഗ്യവാനാണ്," ഞാൻ ഗ്രൂഷ്നീത്സ്കിയോട്

പറഞ്ഞു. "നിങ്ങളാണ് ആദ്യം വെടിവയ്ക്കേണ്ടത്. പക്ഷേ, ഒരു കാര്യം ഓർത്തോളൂ. നിങ്ങൾ എന്നെ കൊന്നില്ലെങ്കിൽ ഞാൻ നിങ്ങളെ വെറുതെവിടുകയില്ല - ഞാൻ സത്യം ചെയ്യുന്നു."

അയാളുടെ മുഖം ചുവന്നു. നിരായുധനായ ഒരു മനുഷ്യനെ കൊല്ലുന്ന കാര്യം ആലോചിച്ചപ്പോൾ അയാൾക്ക് ലജ്ജ തോന്നി. ഞാൻ അയാളെ ഉറ്റുനോക്കിക്കൊണ്ട് നിന്നു. അയാൾ എന്റെ കാൽക്കൽ വീണ് മാപ്പുചോദിക്കുമെന്ന് നിമിഷനേരം എനിക്ക് തോന്നാതിരുന്നില്ല. എന്നാൽ ഇത്ര നീചമായ ഒരു പദ്ധതി എങ്ങനെ അയാൾ സ്വയം ഏറ്റുപറയും.? അയാളുടെ മുന്നിൽ ഒരു മാർഗം മാത്രമേ ഉണ്ടായിരുന്നുള്ളൂ. ആകാശത്തിലേക്ക് വെടിവെയ്ക്കുക! അതിൽനിന്നും അയാളെ തടയാൻ ഒരൊറ്റ സംഗതിയേ ഉള്ളൂ. ഞാൻ അയാളെ രണ്ടാമതൊരു യുദ്ധത്തിന് ക്ഷണിക്കുമോ എന്ന ഭയം.

"ഇതാണ് പറ്റിയ സമയം !" എന്റെ കുപ്പായക്കയ്യിൽ പിടിച്ചുവലിച്ചുകൊണ്ട് ഡോക്ടർ മന്ത്രിച്ചു. "അവരുടെ ഉദ്ദേശം നമുക്ക് മനസ്സിലായിട്ടുണ്ടെന്ന് ഇപ്പോൾ അവരെ അറിയിച്ചില്ലെങ്കിൽ എല്ലാം നഷ്ടമാകും. അയാൾ തോക്ക് നിറച്ചുതുടങ്ങി. നിങ്ങൾ പറയുകയില്ലെങ്കിൽ ഞാൻ പറയാം..."

"പാടില്ല, ഡോക്ടർ!" അദ്ദേഹത്തിന്റെ കൈത്തണ്ടയിൽ പിടിച്ചുകൊണ്ട് ഞാൻ പറഞ്ഞു. "നിങ്ങൾ സംഗതികൾ കുഴപ്പമാക്കും, ഇതിൽ തലയിടുകയില്ലെന്ന് നിങ്ങൾ എനിക്ക് വാക്കുതന്നതാണ്... അല്ലെങ്കിൽത്തന്നെ നിങ്ങൾക്കിതിൽ എന്തുകാര്യം? എനിക്ക് മരിക്കാനിഷ്ടമാണെങ്കിലോ?"

അദ്ദേഹം അത്ഭുതസ്തബ്ധനായി എന്നെ നോക്കി.

"അങ്ങനെയാണെങ്കിൽ എനിക്ക് ഒന്നും പറയാനില്ല! പരലോകത്ത് എന്നെ കുറ്റപ്പെടുത്തരുത് എന്ന് മാത്രം..."

ഇതിനിടെ ക്യാപ്റ്റൻ കൈത്തോക്കുകൾ നിറച്ചുകഴിഞ്ഞിരുന്നു. അവയിലൊന്ന് ഗ്രൂഷ്നീത്സ്കിക്ക് കൊടുത്തുകൊണ്ട് അയാൾ പുഞ്ചിരിക്കുകയും ഗ്രൂഷ്നീത്സ്കിയുടെ ചെവിയിൽ എന്തോ മന്ത്രിക്കുകയും ചെയ്തു. മറ്റേതോക്ക് അയാൾ എനിക്ക് തന്നു.

ഞാൻ തിട്ടയുടെ വക്കിൽ ചെന്ന്നിന്നു. ഇടത്തേക്കാൽ പാറയിൽ ശക്തിയായി ഊന്നിക്കൊണ്ട് അൽപം മുന്നോട്ടാഞ്ഞാണ് ഞാൻ നിന്നത്. ലഘുവായി മുറിവുപറ്റിയാൽ പിറകോട്ട് വീഴാതിരിക്കാനുള്ള മുൻകരുതലായിരുന്നു അത്.

ഗ്രൂഷ്നീത്സ്കി എനിക്കുവേണ്ടി നിർദ്ദിഷ്ടസ്ഥാനത്തുനിന്നു. അടയാളം മുഴങ്ങിയപ്പോൾ അയാൾ കൈത്തോക്കുയർത്തി. അയാളുടെ മുട്ടുവിറച്ചു. അയാൾ എന്റെ നെറ്റിയിലേക്കാണ് തോക്ക് ചൂണ്ടിയത്...

വന്യമായ കോപം എന്റെ ഹൃദയത്തിൽ ആളിക്കത്തി.

പെട്ടെന്ന് അയാൾ തോക്കിന്റെ വായ് താഴ്ത്തി. കടലാസുപോലെ വിളറിവെളുത്ത് അയാൾ സഹായിയുടെ നേരെ തിരിഞ്ഞു.

"എനിക്കു വയ്യ.!" അടഞ്ഞ ശബ്ദത്തിൽ അയാൾ

"ഭീരു!" ക്യാപ്റ്റൻ പറഞ്ഞു.

വെടി പൊട്ടി. ഉണ്ട എന്റെ മുട്ടിൽ ഉരസി. വക്കിൽനിന്ന് വേഗം അകന്ന് മാറാനായി അറിയാതെ തന്നെ ഞാൻ ഏതാനും ചുവടുകൾ മുന്നോട്ടുവച്ചു.

"സഹോദരാ, ഗ്രൂഷ്നീത്സ്കി, നിങ്ങൾക്ക് ഉന്നം പിഴച്ചത് കഷ്ട മായിപ്പോയി.!" ക്യാപ്റ്റൻ പറഞ്ഞു. "ഇനി നിങ്ങളുടെ ഊഴമാണ്, സ്ഥാനത്ത് പോയി നിൽക്കൂ! അതിനുമുമ്പ് എന്നെ ആലിംഗനം ചെയ്യൂ. നമ്മൾ ഇനി കണ്ടുമുട്ടുകയില്ല.!" അവർ പരസ്പരം ആലിംഗനം ചെയ്തു. ക്യാപ്റ്റൻ ചിരിയടക്കാൻ നന്നെ പാടുപെടുന്നുണ്ടെന്ന് എനിക്ക് മനസ്സിലായി. ഗ്രൂഷ്നീത്സ്കിയെ കൗശലപൂർവം ഒന്ന് നോക്കിയിട്ട് അയാൾ തുടർന്നു. "ഭയപ്പെടരുത്, ഈ ലോകത്തിൽ സർവ്വതും ശുദ്ധ അസംബന്ധമാണ്. പ്രകൃതിയും വിധിയും ജീവിതം തന്നെയും നിസ്സാരമാണ്!"

ദുഃഖകരമായ പ്രഖ്യാപനത്തിനുശേഷം ക്യാപ്റ്റൻ തന്റെ സ്ഥാ നത്തേക്ക് പോയി. നിറകണ്ണുകളോടെ ഇവാൻ ഇഗ്നാത്യെവിച്ചും ഗ്രൂഷ്നീത്സ്കിയെ കെട്ടിപ്പിടിച്ചു. ഇപ്പോൾ ഗ്രൂഷ്നീത്സ്കി ഒറ്റയ്ക്ക് എന്റെ മുമ്പിൽ നിൽക്കുകയാണ്. ആ സമയത്ത് എന്റെ ഹൃദയത്തിൽ നിറഞ്ഞുനിന്ന വികാരം എന്തെന്ന് സ്വയം വിശദീകരിക്കാൻ ഞാൻ ഇന്നും ശ്രമിച്ചുകൊണ്ടിരിക്കയാണ്. അത് വ്രണിതമായ അഭിമാന ത്തിന്റെ അമർഷമായിരുന്നു. ശാന്തമായ അഹന്തയോടെ എന്നെ നിർവ്വികാരനായി നോക്കിനിൽക്കുന്ന ഈ മനുഷ്യൻ അൽപം മുമ്പ് സ്വന്തം ജീവൻ ഒരു തരത്തിലും അപകടപ്പെടുത്താതെ എന്നെ ഒരു പട്ടിയെപ്പോലെ കൊല്ലാൻ ഒരുങ്ങിയതാണ് എന്നോർത്തപ്പോൾ ഉണ്ടായ വെറുപ്പും രോഷവുമായിരുന്നു അത്. എന്റെ കാലിലെ മുറിവ് അൽപംകൂടി ഗുരുതരമായിരുന്നെങ്കിൽ ഞാൻ പാറയിൽനിന്ന് കൊക്കയിലേക്ക് വീഴുമായിരുന്നുവെന്ന് തീർച്ചയാണ്.

പശ്ചാത്താപത്തിന്റെ ലാഞ്ചനയെങ്കിലും അയാളുടെ മുഖത്ത് കാണാനുണ്ടോ എന്നറിയാൻ ഞാൻ കുറേനേരം അയാളെ സൂക്ഷി ച്ചുനോക്കി. എന്നാൽ ഒരു പുഞ്ചിരി അടക്കാൻ അയാൾ ശ്രമിക്കുന്നത് കണ്ടതായി എനിക്ക് തോന്നി.

"മരിക്കുന്നതിനുമുമ്പ് പ്രാർഥിച്ചോളൂ." ഞാൻ അയാളോട് പറഞ്ഞു.

"നിങ്ങൾ എന്റെ ആത്മാവിനെ ഓർത്ത് വിഷമിക്കേണ്ട. സ്വന്തം ആത്മാവിനെപ്പറ്റി വിചാരിച്ചാൽ മതി. പക്ഷേ, ദയവുചെയ്ത് വേഗം

വെടിവയ്ക്കണം."

"അപവാദം പിൻവലിക്കാനും എന്നോട് മാപ്പ് ചോദിക്കാനും നിങ്ങൾ തയ്യാറല്ലെന്ന് തീർച്ചയാണോ? ശരിക്ക് ആലോചിച്ച്നോക്കൂ. നിങ്ങളുടെ മനഃസാക്ഷി നിങ്ങളോട് ഒന്നും പറയുന്നില്ലേ?"

"പെച്ചോറിൻ!" ക്യാപ്റ്റൻ വിളിച്ചുപറഞ്ഞു. "നിങ്ങൾ ഇവിടെ വന്നിരിക്കുന്നത് ഉപദേശപ്രസംഗം നടത്താനല്ലെന്ന് ഓർമ്മപ്പെടുത്തുന്നു. നമുക്ക് കഴിയുന്നതും വേഗം ഈ സംഗതി അവസാനിപ്പിക്കാം. ആരെങ്കിലും ഇടുക്കിലൂടെ കുതിരപ്പുറത്തുവരാനും നമ്മെ കാണാനും ഇടയുണ്ട്."

"ശരി, ഡോക്ടർ ഒരു നിമിഷം ഇവിടെ വരാമോ?"

ഡോക്ടർ എന്റെയടുത്ത് വന്നു. പാവം ഡോക്ടർ! പത്തുമിനുട്ട് മുമ്പ് ഗ്രുഷ്നീത്സ്കിക്കുണ്ടായിരുന്നതിനെക്കാൾ വിളർച്ച ഇപ്പോൾ അദ്ദേഹത്തിനുണ്ട്.

താഴെപറയുന്ന വാക്കുകൾ ഞാൻ അവധാനപൂർവ്വം ഉറക്കെയും സ്പഷ്ടമായും പറഞ്ഞു, മരണശിക്ഷയ്ക്ക് വിധി പറയുന്നതുപോലെ.

"ഡോക്ടർ, ഈ മനുഷ്യർ ധൃതിക്കൂടുതൽകൊണ്ട് എന്റെ തോക്കിൽ ഉണ്ട നിറയ്ക്കാൻ മറന്നുപോയി. അത് ശരിക്ക് വീണ്ടും നിറയ്ക്കാൻ അപേക്ഷിക്കുന്നു!"

"അങ്ങനെ വരാൻ വഴിയില്ല!" ക്യാപ്റ്റൻ വിളിച്ചുപറഞ്ഞു. "ഞാൻ രണ്ട് കൈത്തോക്കുകളും നിറച്ചു; നിങ്ങളുടെ തോക്കിൽനിന്ന് വെടിയുണ്ട ഊർന്നുപോയതാവും... അതെന്റെ കുറ്റമല്ല.! നിങ്ങൾക്ക് അത് വീണ്ടും നിറയ്ക്കാൻ അവകാശമില്ല... യാതൊരവകാശവുമില്ല... അത് ചട്ടങ്ങൾക്ക് വിരുദ്ധമാണ്. ഞാനത് സമ്മതിക്കയില്ല..."

"ശരി!" ഞാൻ ക്യാപ്റ്റനോട് പറഞ്ഞു. "എങ്കിൽ നിങ്ങളും ഞാനും ഇതേവ്യവസ്ഥയിൽ വെടിവെച്ച് കാര്യങ്ങൾ തീരുമാനിക്കാം."

എന്തു പറയണമെന്നറിയാതെ അയാൾ കുഴങ്ങി.

ഗ്രൂഷ്നീത്സ്കി ജാള്യതയും വിഷാദവും കൊണ്ട് മുഖം കുനിച്ചു നിന്നു.

"അവർ ഇഷ്ടംപോലെ ചെയ്യട്ടെ!" ഒടുവിൽ അയാൾ ക്യാപ്റ്റനോട് പറഞ്ഞു. ക്യാപ്റ്റൻ ഡോക്ടറുടെ കൈയിൽനിന്ന് എന്റെ കൈത്തോക്ക് പിടിച്ചുവാങ്ങാൻ ശ്രമിക്കുകയായിരുന്നു. "അവർ പറയുന്നത് ശരിയാണെന്ന് നിങ്ങൾക്കുതന്നെ അറിയാമല്ലോ."

ക്യാപ്റ്റൻ അയാളുടെനേരെ ചില അടയാളങ്ങൾ കാണിച്ചെങ്കിലും അതുകൊണ്ട് ഫലമുണ്ടായില്ല. ഗ്രൂഷ്നിത്സ്കി തലയുയർത്തി നോക്കിയതുപോലുമില്ല.

ഇതിനിടെ ഡോക്ടർ തോക്കുനിറച്ച് എന്റെ കൈയിൽ തന്നു.

ഇതു കണ്ടപ്പോൾ ക്യാപ്റ്റൻ കാർക്കിച്ച് തുപ്പുകയും നിലത്ത് കാൽ

ആഞ്ഞുചിവിട്ടുകയും ചെയ്തു. "സ്നേഹിതാ, നിങ്ങളൊരു വിഡ്ഢിയാണ്." അയാൾ ഗ്രൂഷ്നീത്സ്കിയോട് പറഞ്ഞു. "ഒരു പമ്പരവിഡ്ഢി! എന്നെ വിശ്വസിച്ച സ്ഥിതിക്ക് അവസാനംവരെ വിശ്വസിക്കണമായിരുന്നു. നിങ്ങൾ അർഹിക്കുന്നത് നിങ്ങൾക്ക് കിട്ടും. അതുകൊണ്ട് വേഗം ചെന്ന് ഒരു ഈച്ചയെപ്പോലെ ചത്തോളൂ!" അയാൾ തിരിഞ്ഞുനിന്നു കൊണ്ട് പിറുപിറുത്തു.:"എന്തായാലും ഇത് ചട്ടങ്ങൾക്ക് കടകവിരുദ്ധമാണ്!"

"ഗ്രൂഷ്നീത്സ്കീ!" ഞാൻ പറഞ്ഞു: "ഇപ്പോഴും സമയമുണ്ട്. നിങ്ങൾ അപവാദം പിൻവലിച്ചാൽ ഞാൻ എല്ലാം ക്ഷമിക്കാൻ തയ്യാറാണ്. എന്നെ ഒരു വിഡ്ഢിയാക്കാനുള്ള തന്റെ ശ്രമം പരാജയപ്പെട്ടു. എന്റെ മാനം ഞാൻ വീണ്ടെടുത്തു. ഒരിക്കൽ നമ്മൾ സുഹൃത്തുക്കളായിരുന്നെന്നോർക്കണം..."

അയാളുടെ മുഖം ക്ഷോഭംകൊണ്ട് പിടഞ്ഞു. അയാളുടെ കണ്ണുകൾ തിളങ്ങി.

"വെടിവെയ്ക്കൂ!" അയാൾ പറഞ്ഞു."ഞാൻ എന്നെത്തന്നെ നിന്ദിക്കുകയും നിങ്ങളെ വെറുക്കുകയും ചെയ്യുന്നു. ഇപ്പോൾ എന്നെ കൊല്ലുന്നില്ലെങ്കിൽ ഞാൻ എന്നെങ്കിലും ഒരു രാത്രിയിൽ നിങ്ങളെ പിന്നിൽനിന്ന് കുത്തും. ഈ ലോകത്തിൽ നമുക്ക് രണ്ടുപേർക്കും കൂടി സ്ഥലമില്ല..."

ഞാൻ വെടിവച്ചു.

അതിന്റെ പുകയടങ്ങിയപ്പോൾ തിട്ടിൽ ഗ്രൂഷ്നീത്സ്കി ഉണ്ടായിരുന്നില്ല. കൊക്കയുടെ വക്കിൽനിന്ന് പൊടിയുടെ ഒരു നേർത്ത സ്തൂപം മുകളിലേക്കുയർന്നു.

എല്ലാവരും ഒരുമിച്ച് ശബ്ദിച്ചു.

"കോമഡി അവസാനിച്ചു!" ഞാൻ ഡോക്ടറോട് പറഞ്ഞു.

അദ്ദേഹം മറുപടിയൊന്നും പറയാതെ ഭയവിഹ്വലനായി തിരിഞ്ഞു നിന്നു.

ഞാൻ ചുമൽ കുലുക്കിയിട്ട് ഗ്രൂഷ്നീത്സ്കിയുടെ സഹായികളോട് വിട പറഞ്ഞു.

താഴെയിറങ്ങിയപ്പോൾ ഗ്രൂഷ്നീത്സ്കിയുടെ മൃതശരീരം പാറകളുടെ ഇടയിലുള്ള വിടവിൽ തങ്ങിനിൽക്കുന്നത് കണ്ട് അറിയാതെ ഞാൻ കണ്ണടച്ചു.

എന്റെ കുതിരയെ അഴിച്ച് അതിന്റെ പുറത്തുകയറി സാവധാനം ഞാൻ വീട്ടിലേക്ക് പുറപ്പെട്ടു. എന്റെ ഹൃദയത്തിൽ വല്ലാത്ത ഭാരം അനുഭവപ്പെട്ടു. സൂര്യന് അതിന്റെ ഉജ്ജ്വലത നഷ്ടപ്പെട്ടെന്ന് തോന്നി. അതിന്റെ കിരണങ്ങൾ ഇപ്പോൾ എനിക്ക് ചൂട് പകർന്നുതന്നില്ല.

സെറ്റിൽമെന്റിലെത്തുന്നതിനുമുമ്പ് ഞാൻ വലത്തുവശത്തുള്ള ഒരു

മലയിടുക്കിലേക്ക് തിരിഞ്ഞു ആ സമയത്ത് ഒരൊറ്റ മനുഷ്യനേയും കാണാൻ ഞാൻ ആഗ്രഹിച്ചില്ല. എനിക്ക് ഏകാന്തതയായിരുന്നു ആവശ്യം കടിഞ്ഞാൺ അഴിച്ചിട്ടുകൊണ്ട് തല കുനിച്ച് ഞാൻ കുതിര പ്പുറത്തിരുന്നു. വളരെനേരം ഞാൻ അങ്ങനെ സവാരിചെയ്തു. ഒടുവിൽ എനിക്ക് യാതൊരു പരിചയവുമില്ലാത്ത ഒരു സ്ഥലത്തെത്തിച്ചേർന്നു. ഞാൻ കുതിരയെ തിരിച്ചുവിട്ടു. വഴി കണ്ടുപിടിച്ചു ഞാൻ വീട്ടിലേക്ക് മടങ്ങി. സൂര്യൻ അസ്തമിക്കാറായപ്പോഴാണ് ഞാൻ കിസ്‌ലൊവോ ദ്സ്കിൽ തിരിച്ചെത്തിയത്. ഞാനും കുതിരയും ഒരുപോലെ തളർ ന്നിരുന്നു.

വേർനെർ വീട്ടിൽ വന്ന് രണ്ട് കുറിപ്പുകൾ ഏൽപിച്ചിട്ടു പോയെന്ന് എന്റെ ഭൃത്യൻ പറഞ്ഞു. ഒന്ന് ഡോക്ടർതന്നെ എഴുതിയതും മറ്റേത് വേറയുടേതുമായിരുന്നു.

ഞാൻ ആദ്യത്തെ കുറിപ്പ് വായിച്ചു. അതിങ്ങനെയായിരുന്നു:

"കാര്യങ്ങളെല്ലാം കഴിയുന്നതും തൃപ്തികരമായി ചെയ്തു തീർത്തു, ചതഞ്ഞ് വികൃതമായ മൃതദേഹം വീണ്ടെടുത്ത് അതിലെ വെടിയുണ്ട നീക്കം ചെയ്തു. അയാൾ യാദൃശ്ചികമായി കൊക്കയിൽവീണ് മൃതിയട ഞ്ഞതാണെന്നാണ് എല്ലാവരും വിശ്വസിക്കുന്നത്. എന്നാൽ നിങ്ങൾ തമ്മിലുള്ള വഴക്കിനെപ്പറ്റി അറിഞ്ഞിരുന്ന കമാണ്ടന്റ് മാത്രം തല കുലുക്കി. പക്ഷേ, അയാളും ഒന്നും പറഞ്ഞില്ല. നിങ്ങൾക്കെതിരായി യാതൊരു തെളിവുകളുമില്ല. നിങ്ങൾക്ക് സമാധാനമായിരിക്കാം... അതായത് അതു കഴിയുമെങ്കിൽ. നമസ്കാരം..."

രണ്ടാമത്തെ കുറിപ്പ് തുറന്നു നോക്കാതെ ഞാൻ വളരെനരം ശങ്കിച്ചുനിന്നു. അവൾ എന്തായിരിക്കും എഴുതിയിരിക്കുന്നത്? ഒരു തരം അശുഭചിന്ത എന്റെ ഹൃദയത്തെ പിടികൂടി.

ആ കത്തിലെ ഓരോ വാക്കും മാച്ചുകളയാനാവാത്തവണ്ണം എന്റെ സ്മരണയിൽ പതിഞ്ഞു. അത് ഞാനിവിടെ പകർത്തുന്നു.

"ഇനിയൊരിക്കലും നാം തമ്മിൽ കാണുകയില്ലെന്ന പൂർണ്ണബോ ധ്യത്തോടെയാണ് ഞാനിതെഴുതുന്നത്. ഏതാനും വർഷങ്ങൾക്കുമുമ്പ് നാം വേർപിരിഞ്ഞപ്പോഴും ഞാൻ ഇങ്ങനെതന്നെ വിചാരിച്ചിരുന്നു. എന്നാൽ എന്നെ രണ്ടാമതൊരിക്കൽക്കൂടി പരീക്ഷിക്കാൻ വിധി നിശ്ചയിച്ചു. ഞാൻ ആ പരീക്ഷണത്തിൽ പരാജിതയായി. എന്റെ ദുർബ്ബലമായ ഹൃദയത്തെ ആ സുപരിചിതമായ ശബ്ദം വീണ്ടും കീഴടക്കി... പക്ഷേ, അതിന് നിങ്ങൾക്ക് എന്നോട് അവജ്ഞ തോന്നുകയില്ല, ഉവ്വോ? ഈ കത്ത് ഒരേ സമയം ഒരു വിടവാങ്ങലും കുറ്റസമ്മതവുമാണ്. നിങ്ങളെ സ്നേഹിക്കാൻ പഠിച്ചനാൾ മുതൽ എന്റെ ഹൃദയത്തിൽ സൂക്ഷിച്ചുവച്ചിട്ടുള്ള സർവ്വവും നിങ്ങളോട് പറയാൻ ഞാൻ ആഗ്രഹിക്കുന്നു. ഞാൻ നിങ്ങളെ കുറ്റപ്പെടുത്തുന്നില്ല.

-നിങ്ങളുടെ സ്ഥാനത്ത് മറ്റേതൊരു പുരുഷനും പെരുമാറുമായിരുന്നതെങ്ങിനെയോ അതുപോലെ മാത്രമേ നിങ്ങൾ എന്നോട് പെരുമാറിയിട്ടുള്ളൂ. നിങ്ങൾ എന്നെ നിങ്ങളുടെ സ്വകാര്യസ്വത്ത് എന്ന നിലയിൽ സ്നേഹിച്ചു. - അവയില്ലെങ്കിൽ ജീവിതം വിരസവും ഏകതാനവുമായിരിക്കുമല്ലോ. എനിക്ക് അത് തുടക്കത്തിൽതന്നെ മനസ്സിലായി...എന്നാൽ നിങ്ങൾ ദുഃഖിതനായിരുന്നു. അതിനാൽ ഞാൻ നിങ്ങൾക്കുവേണ്ടി എന്നെത്തന്നെ ബലിയർപ്പിച്ചു. എന്നെങ്കിലുമൊരിക്കൽ നിങ്ങൾ എന്റെ ഈ ത്യാഗത്തെ വിലമതിക്കുമെന്ന പ്രതീക്ഷ എനിക്കുണ്ടായിരുന്നു. എനിക്ക് നിങ്ങളോടുള്ള അളവറ്റ സ്നേഹവായ്പ്, ഒന്നിനും മങ്ങലേൽപിക്കാനാവാത്ത ആർദ്രമായ സ്നേഹം, നിങ്ങൾ എന്നെങ്കിലും മനസ്സിലാക്കുമെന്നും ഞാൻ പ്രതീക്ഷിച്ചു. അതിനുശേഷം കാലം കുറേയേറെ കടന്നുപോയി. ഞാൻ നിങ്ങളുടെ ആത്മാവിലെ എല്ലാ രഹസ്യങ്ങളിലേക്കും ചൂഴ്ന്നിറങ്ങിയിട്ടുണ്ട്... എന്റെ പ്രതീക്ഷ വ്യർത്ഥമായിരുന്നെന്ന് എനിക്ക് മനസ്സിലായി. ഹാ, കഷ്ടം! അതെത്രയാണ് എന്നെ വേദനിപ്പിച്ചത്! പക്ഷേ, എന്റെ പ്രേമവും എന്റെ ആത്മാവും ഉരുകി ഒന്നായിക്കഴിഞ്ഞു. ആ അഗ്നി ഇപ്പോൾ ആളിക്കത്തുന്നില്ലെങ്കിലും അണഞ്ഞുപോയിട്ടില്ല.

നാം എന്നെന്നേക്കുമായി വേർപിരിയുകയാണ്: എങ്കിലും ഞാൻ മറ്റൊരാളെ ഒരിക്കലും സ്നേഹിക്കയില്ലെന്ന് നിങ്ങൾക്ക് വിശ്വസിക്കാം. നിങ്ങളെ പ്രേമിച്ചിട്ടുള്ള ഒരു സ്ത്രീക്ക് മറ്റുപുരുഷന്മാരെ തെല്ലൊരവജ്ഞയോടെ മാത്രമേ കാണാൻ കഴിയൂ. നിങ്ങൾ അവരെക്കാൾ മികച്ചവനായതുകൊണ്ടല്ല, അല്ലേയല്ല; അനിതരസാധാരണമായ എന്തോ ഒന്ന് നിങ്ങളുടെ പ്രകൃതത്തിലുള്ളതാണ് അതിനു കാരണം - അന്തസ്സുറ്റതും നിഗൂഢവുമായ എന്തോ ഒരു സവിശേഷത നിങ്ങൾക്കുണ്ട്. നിങ്ങൾ പറയുന്നതെന്തായാലും നിങ്ങളുടെ ശബ്ദത്തിൽ അജയ്യമായ ഒരു ശക്തി അടങ്ങിയിട്ടുണ്ട്. സ്നേഹിക്കപ്പെടാനുള്ള അഭിലാഷം ഇത്ര നിരന്തരമായി വച്ചുപുലർത്താൻ നിങ്ങളെപ്പോലെ മറ്റാർക്കും കഴിയുകയില്ല. തിന്മ മറ്റാരിലും ഇത്രയേറെ ആകർഷകമായി മാറുകയില്ല; ആനന്ദ നിർവൃതി വാഗ്ദാനം ചെയ്യാൻ ഇത്രയേറെ കഴിവുള്ള കടാക്ഷം മറ്റാർക്കുമില്ല. തനിക്ക് ലഭിച്ചിട്ടുള്ള ആനുകൂല്യങ്ങൾ ഇത്രയേറെ ഫലപ്രദമായി ഉപയോഗപ്പെടുത്താൻ കഴിവുള്ള മറ്റൊരാളില്ല. നിങ്ങളെപ്പോലെ നിർവ്യാജമായി ദുഃഖിക്കാൻ മറ്റാർക്കും കഴിയുകയില്ല. കാരണം, താൻ ദുഃഖിക്കുന്നില്ലെന്ന് സ്വയം ബോധ്യപ്പെടുത്താൻ നിങ്ങളെപ്പോലെ മറ്റാരും ഇത്ര കഠിനമായി യത്നിക്കാറില്ല.

ഞാൻ ഇത്ര ധൃതിയിൽ ഇവിടംവിടാനുള്ള കാരണം കൂടി അറിയിക്കട്ടെ - അത് എന്നെ മാത്രം ബാധിക്കുന്ന സംഗതിയായതിനാൽ

നിങ്ങൾക്ക് അത് അപ്രധാനമായി തോന്നിയേക്കാം.

ഇന്നു രാവിലെ നിങ്ങളും ഗ്രൂഷ്നീത്സ്കിയും തമ്മിലുണ്ടായ വഴക്കിനെപ്പറ്റി എന്റെ ഭർത്താവ് എന്നോട് പറഞ്ഞു. അതു കേട്ടപ്പോൾ എന്റെ മുഖഭാവം പെട്ടെന്ന് മാറിയതുകൊണ്ടാവണം, എന്റെ ഭർത്താവ് എന്തോ തിരയുന്നതുപോലെ വളരെനേരം എന്റെ കണ്ണുകളിലേക്ക് നോക്കിനിന്നത്. നിങ്ങൾ ഒരു ദ്വന്ദയുദ്ധം നടത്തേണ്ടിവരുമെന്നും അതിന് കാരണക്കാരി ഞാനാണെന്നുമുള്ള ചിന്തകൊണ്ട് ഞാൻ ബോധം കെട്ട് വീഴാൻ തുടങ്ങി. സുബോധം നശിക്കുമോ എന്ന് ഞാൻ ഭയന്നു... എന്നാൽ എനിക്ക് കുറേക്കൂടി യുക്തിപൂർവ്വം ചിന്തിക്കാൻ കഴിഞ്ഞപ്പോൾ നിങ്ങൾ ജീവിക്കുമെന്ന് എനിക്ക് ബോധ്യമായി. എന്നെക്കൂടാതെ നിങ്ങൾക്ക് മരിക്കാൻ സാധ്യമല്ല, ഒരിക്കലും സാധ്യമല്ല! എന്റെ ഭർത്താവ് വളരെനേരം മുറിയിൽ അങ്ങോട്ടുമിങ്ങോട്ടും നടന്നു. അദ്ദേഹം എന്നോട് എന്താണ് ചോദിച്ചതെന്നോ ഞാൻ എന്താണ് മറുപടി പറഞ്ഞതെന്നോ എനിക്കോർമ്മയില്ല...നിങ്ങളെ സ്നേഹിക്കുന്നുണ്ടെന്ന് ഞാൻ പറഞ്ഞെന്ന് തോന്നുന്നു... ഞങ്ങളുടെ സംഭാഷണം അവസാനിച്ചപ്പോൾ എനിക്ക് അങ്ങേയറ്റം അപമാനകരമായ ഒരു വാക്ക് അദ്ദേഹം ഉപയോഗിക്കുകയും മുറിവിട്ടിറങ്ങിപ്പോവുകയും ചെയ്തെന്നുമാത്രം ഞാൻ ഓർക്കുന്നു. വണ്ടി സജ്ജമാക്കാൻ അദ്ദേഹം കൽപിക്കുന്നത് ഞാൻ കേട്ടു... കഴിഞ്ഞ മൂന്നു മണിക്കൂറായി നിങ്ങൾ തിരിച്ചുവരുന്നതും കാത്ത് ഞാൻ ഈ ജനലിനടുത്തിരിക്കുന്നു... പക്ഷേ, നിങ്ങൾമരിച്ചിട്ടില്ല... നിങ്ങൾക്ക് മരിക്കാൻ സാധ്യമല്ല! വണ്ടി തയ്യാറായിക്കഴിഞ്ഞു. വിട തരൂ! എനിക്ക് വിട തരൂ! എനിക്കിനി ആശിക്കാനൊന്നുമില്ല... പക്ഷേ, അതുകൊണ്ടെന്താ? നിങ്ങൾ എന്നെ എന്നെന്നും ഓർക്കുമെന്ന്. - സ്നേഹിക്കുന്നതിനെപ്പറ്റി ഞാൻ ഒന്നും പറയുന്നില്ല് - വെറുതെ ഓർക്കുമെന്ന് മാത്രം എനിക്കുറപ്പുണ്ടായിരുന്നെങ്കിൽ... വിട തരൂ, ആരോ വരുന്നുണ്ട് .. ഈ കത്ത് ഞാൻ ഒളിക്കട്ടെ..

നിങ്ങൾ മേരിയെ സ്നേഹിക്കുന്നില്ലല്ലോ? നിങ്ങൾ അവളെ വിവാഹം ചെയ്യുകയില്ല, ഉവ്വോ? ഹാ! എനിക്കുവേണ്ടി നിങ്ങൾ ആ ത്യാഗം സഹിക്കാൻ തയ്യാറാകുമെന്ന് വിശ്വസിക്കുന്നു. ഞാൻ ഈ ലോകത്തലുള്ള സർവ്വതും നിങ്ങൾക്കുവേണ്ടി ത്യജിച്ചവളാണ്... "

ഒരു ഭ്രാന്തനെപ്പോലെ ഞാൻ പുറത്തേക്കോടി. ആ സമയത്ത് ഭൃത്യൻ എന്റെ കുതിരയെ മുറ്റത്തുകൂടി ലായത്തിലേക്ക് കൊണ്ടുപോവുകയായിരുന്നു. ഞാൻ ജീനിപ്പുറത്തേക്ക് ചാടിക്കയറി പുത്തിഗോർസ്കിനെ ലക്ഷ്യമാക്കി അതിനെ കുതിച്ചോടിച്ചു. ആ തളർന്ന കുതിരയെ ഞാൻ നിർദ്ദയം കുതിമുള്ളുകൾകൊണ്ട് കുത്തി പ്രോത്സാഹിപ്പിച്ചുകൊണ്ടിരുന്നു. നരയും പതയും ഒഴുക്കുകയും

ശക്തിയായി കിതയ്ക്കുകയും ചെയ്തുകൊണ്ട് ആ സാധുമൃഗം കല്ലുനിറഞ്ഞ പാതയിലൂടെ അതിവേഗം ഓടി.

പശ്ചിമദിക്കിലെ പർവ്വതനിരയ്ക്കുമീതെ തങ്ങിനിന്നിരുന്ന ഒരു കറുത്ത മേഘത്തിനുള്ളിൽ സൂര്യൻ മറഞ്ഞു. മലയിടുക്കിൽ ഇരുട്ടും ഈർപ്പവും വ്യാപിച്ചു. പാറകൾക്കിടയിലൂടെയുള്ള വിരസവും ഏകതാനവുമായ ഒരു പാതയാണ് പൊദ്ക്കുമൊക്ക് തിരഞ്ഞെടുത്തിരുന്നത്. അക്ഷമകൊണ്ട് വീർപ്പുമുട്ടി ഞാൻ കുതിരയെ കുതിച്ചോടിച്ചുകൊണ്ടിരുന്നു. അവളെ പൃത്തിഗോർസ്കിൽവച്ച് കാണാൻ കഴിഞ്ഞില്ലെങ്കിലോ എന്ന ഭയം ഒരു ചുറ്റികയുടെ പ്രഹരംപോലെ എന്റെ ഹൃദയത്തിൽ പതിച്ചു. ഹാ! അവളെ ഒരു നിമിഷം, ഒരൊറ്റ നിമിഷത്തേക്കുകൂടി മാത്രം കാണാൻ കഴിഞ്ഞെങ്കിൽ! ആ കൈ പിടിച്ചമർത്തി വിട ചോദിക്കാൻ കഴിഞ്ഞെങ്കിൽ... ഞാൻ പ്രാർഥിച്ചു, പ്രാകി, കരഞ്ഞു, ചിരിച്ചു... ഇല്ല, എന്റെ ഉൽക്കണ്ഠയും ഇച്ഛാഭംഗവും വർണിക്കാൻ വാക്കുകൾക്ക് കഴിവില്ല! വേറയെ എന്നെന്നേയ്ക്കുമായി എനിക്ക് നഷ്ടപ്പെടാൻ പോകുന്നുവെന്ന് മനസ്സിലായ ഈ നിമിഷത്തിൽ അവൾ എന്റെ ജീവിതത്തിലെ ഏറ്റവും വിലപ്പെട്ട വസ്തുവായിത്തീർന്നു. – ജീവനെക്കാളും, അഭിമാനത്തെക്കാളും, സന്തുഷ്ടിയെക്കാളും വിലപ്പെട്ട വസ്തു! വിചിത്രങ്ങളായ എന്തെല്ലാം ഭ്രാന്തൻ ആശയങ്ങളാണ് എന്റെ തലയിലേക്ക് തിക്കിത്തിരക്കിവന്നത്... ഈ സമയത്തെല്ലാം കുതിരയെ നിർദ്ദയം കുതിമുള്ളുകൊണ്ട് കുത്തി ഞാൻ മുമ്പോട്ട് നയിച്ചുകൊണ്ടിരുന്നു. ഒടുവിൽ കുതിര ശ്വാസംവിടാൻ കൂടുതൽ ക്ലേശിക്കുന്നുണ്ടെന്ന് എനിക്ക് മനസ്സിലായി. ഒന്നോ രണ്ടോ തവണ അത് നിരപ്പായ റോഡിൽ കാലിടറി വീഴാൻ ഭാവിച്ചു. യെസ്സെൻതുക്കി എന്ന കോസാക്കാ ഗ്രാമത്തിലേക്ക് ഇനിയും അഞ്ച് വേഴ്സ്റ്റ് ദൂരമുണ്ട്. അവിടെയെത്തിയാലേ മറ്റൊരു കുതിരയെകിട്ടാൻ മാർഗമുള്ളൂ.

പത്തു മിനുട്ട്നേരം കൂടി ഓടാൻ എന്റെ കുതിരയ്ക്ക് കഴിഞ്ഞിരുന്നെങ്കിൽ കാര്യങ്ങളെല്ലാം ശരിയാകുമായിരുന്നു. എന്നാൽ കുന്നിറങ്ങി ഒരു കയറ്റത്തിനടുത്തുള്ള വളവിലെത്തിയപ്പോൾ പെട്ടെന്ന് എന്റെ കുതിര നിലംപതിച്ചു. ഞാൻ ജീനിയിൽനിന്ന് ചാടിയിറങ്ങി. എന്നാൽ എത്ര ശ്രമിച്ചിട്ടും കടിഞ്ഞാണിൽ എത്ര ശക്തിയായി വലിച്ചിട്ടും പ്രയോജനമുണ്ടായില്ല. അതിന്റെ കൂട്ടിക്കടിച്ച പല്ലുകൾക്കിടയിലൂടെ ഒരു ചെറിയ ഞരക്കം പുറത്തുവന്നു. ഏതാനും നിമിഷങ്ങൾക്കുള്ളിൽ അത് മരിച്ചു. ഞാൻ സ്റ്റെപ്പിയിൽ ഏകനായി... എന്റെ അവസാനത്തെ ആശയും അസ്തമിച്ചു. കാൽനടയായി യാത്ര തുടരാൻ ഞാൻ ശ്രമിച്ചു, എന്നാൽ എന്റെ കാലുകൾ കുഴഞ്ഞു. തലേരാത്രിയിലെ ഉറക്കമിളപ്പും അന്നത്തെ ക്ലേശങ്ങളും ഉൽക്കണ്ഠയും നിമിത്തം തളർന്നിരുന്ന ഞാൻ

നനഞ്ഞ പുല്ലിൽ വീണ് ഒരു കൊച്ചുകുട്ടിയെപ്പോലെ കരഞ്ഞു.

ഞാൻ മനം നൊന്ത് കരഞ്ഞുകൊണ്ട് ദീർഘനേരം അവിടെ അനങ്ങാതെ കിടന്നു. കണ്ണീരോ തേങ്ങലുകളോ അടക്കാൻ ഞാൻ ശ്രമിച്ചില്ല. എന്റെ നെഞ്ച് പൊട്ടുമെന്ന് തോന്നി. എന്റെ എല്ലാ നിശ്ചയങ്ങളും അക്ഷോഭ്യതയും പുകപോലെ അപ്രത്യക്ഷമായി. എന്റെ ആത്മാവ് നിർവീര്യമായിരുന്നു. എന്റെ സുബോധം തതളർന്നിരുന്നു. ആരെങ്കിലും അപ്പോൾ എന്നെ കണ്ടിരുന്നെങ്കിൽ അവർ വെറുപ്പോടെ തിരിഞ്ഞു നടക്കുമായിരുന്നു.

രാത്രിയിലെ തുഷാരബിന്ദുക്കളും മലങ്കാറ്റും എന്റെ ചൂടുപിടിച്ച തല തണുപ്പിച്ചു. എന്റെ ചിന്തകൾക്ക് വീണ്ടും അടുക്കും ചിട്ടയും വന്നു. നഷ്ടമായ ഒരു സൗഭാഗ്യത്തെ പിന്തുടരാൻ ശ്രമിക്കുന്നത് നിഷ്ഫലവും നിരർഥകവുമാണെന്ന് അപ്പോൾ എനിക്ക് മനസ്സിലായി. എനിക്കിനി എന്താണ് വേണ്ടത്? അവളെ കാണുകയോ? എന്തിന്? ഞങ്ങൾ തമ്മിലുള്ള എല്ലാ ബന്ധവും അവസാനിച്ചു കഴിഞ്ഞില്ലേ? വേദന നിറഞ്ഞ ഒരു അന്ത്യ ചുംബനം എന്റെ ഓർമകളെ കൂടുതൽ മധുരമാക്കുകയില്ല. വേർപാടിനെ അത് കൂടുതൽ ദുസ്സഹമാക്കുക മാത്രമേ ചെയ്യൂ.

എന്നാൽ എനിക്ക് കരയാൻ കഴിയും എന്ന വസ്തുത എന്നെ പ്രീതിപ്പെടുത്തി. അതിന്റെ യഥാർഥ കാരണം ഒരു പക്ഷേ, തളർന്ന ഞരമ്പുകളും ഉറക്കമിളപ്പും, കൈത്തോക്കിന്റെ വായിലേക്ക് നോക്കിക്കൊണ്ട് നിൽക്കേണ്ടിവന്ന രണ്ട് മിനുട്ടുകളും ശൂന്യമായ വയറുമായിരുന്നിരിക്കാമെങ്കിലും.

എല്ലാം നല്ലതിനാണ്. ഈ പുതിയ യാതന, മിലിട്ടറി ഭാഷയിൽ പറഞ്ഞാൽ, ഒരു സന്തോഷകരമായ അട്ടിമറിയായിരുന്നു. കരയുന്നത് ഒരാൾക്ക് ഗുണം ചെയ്യും. അമിതമായി ഓടിച്ചതിനാൽ എന്റെ കുതിര ചത്തുപോവുകയും പതിനഞ്ച് വേഴ്സ്റ്റ് ദൂരം നടന്ന് വീട്ടിൽ തിരിച്ചെത്താൻ ഞാൻ നിർബന്ധിതനാവുകയും ചെയ്തില്ലായിരുന്നെങ്കിൽ ഒരു പക്ഷേ എനിക്ക് അന്നു രാത്രി ഒരു പോള കണ്ണടയ്ക്കാൻ കഴിയുമായിരുന്നില്ല.

രാവിലെ അഞ്ചുമണിക്ക് ഞാൻ കിസ്‌ലൊവോദ്സ്കിൽ തിരിച്ചെത്തി. കട്ടിലിൽ വീണ് വാട്ടർലൂ യുദ്ധം കഴിഞ്ഞെത്തിയ നെപ്പോളിയനെപ്പോലെ ഉറങ്ങി.

ഞാനുണർന്നപ്പോൾ പുറത്തു നല്ല ഇരുട്ടായിരുന്നു. ജാക്കറ്റ് ഊറന്നിട്ടുകൊണ്ട് ഞാൻ തുറന്നുകിടന്ന ഒരു ജനലിനടുത്ത് ചെന്നിരുന്നു. മലയിൽനിന്ന് വീശിയ മന്ദമാരുതൻ ഗാഢമായനിദ്ര ഉളവാക്കിയ ക്ഷീണത്തിനുപോലും ശാന്തമാക്കാൻ കഴിയാതിരുന്ന എന്റെ നെഞ്ച് തണുപ്പിച്ചു. ലിൻഡൻ മരങ്ങളുടെ നിബിഡമായ തലപ്പുകളുടെ

മറയ്ക്കുള്ളിലൂടെ കോട്ടയിലേയും ഗ്രാമത്തിലേയും വിളക്കുകൾ മിന്നിക്കൊണ്ടിരുന്നു. മുറ്റം മരവിച്ചതുപോലെ നിശ്ചലമായിരുന്നു. പ്രിന്‍സിയുടെ വീട് അന്ധകാരത്തിലാണ്ട് കിടന്നു.

ഡോക്ടർ കടന്നുവന്നു. അദ്ദേഹത്തിന്റെ നെറ്റി ചുളിഞ്ഞിരുന്നു. പതിവിന് വിപരീതമായി അദ്ദേഹം എനിക്ക് ഹസ്തദാനം ചെയ്തില്ല.

"ഡോക്ടർ എവിടുന്നാണ് വരുന്നത് ?"

"പ്രിന്‍സിയുടെ വീട്ടിൽനിന്ന്. അവരുടെ മകൾക്ക് സുഖമില്ല - നാഡിക്ഷയം - പക്ഷേ, ഞാൻ വന്നത് അതിനല്ല. അധികാരികൾക്ക് എന്തൊക്കെയോ ചില സംശയങ്ങളുണ്ടായിട്ടുണ്ട്. കൃത്യമായ തെളിവുകളൊന്നുമില്ലെങ്കിലും നിങ്ങൾ കുറേക്കൂടി സൂക്ഷിക്കണമെന്നാണ് എന്റെ ഉപദേശം. നിങ്ങൾ അവരുടെ മകൾക്കുവേണ്ടി ഒരു ദ്വന്ദയുദ്ധത്തിലേർപ്പെട്ടെന്ന് പ്രിന്‍സി അൽപം മുമ്പ് എന്നോട് പറഞ്ഞു. ആ വൃദ്ധൻ - അയാളുടെ പേരെന്താണ്? - അയാളാണ് അവരോട് പറഞ്ഞത്. റസ്റ്റോറണ്ടിൽവച്ച് നിങ്ങളും ഗ്രൂഷ്നീത്സ്കിയും തമ്മിൽ വാക്കുതർക്കം നടക്കുമ്പോൾ അയാൾ അവിടെയുണ്ടായിരുന്നു. നിങ്ങൾക്ക് മുന്നറിയിപ്പു തരാനാണ് ഞാൻ വന്നത്. വിട തരൂ! ഒരു പക്ഷേ, ഇനി ഒരിക്കലും നാം കണ്ടുമുട്ടിയില്ലെന്ന് വരാം - മിക്കവാറും നിങ്ങളെ മറ്റൊരിടത്തേക്ക് സ്ഥലം മാറ്റാൻ സാധ്യതയുണ്ട്."

അദ്ദേഹം വാതിൽക്കൽ അൽപനേരം കാത്തുനിന്നു. അദ്ദേഹത്തിന് എന്റെ കൈപിടിച്ച് കുലുക്കണമെന്നുണ്ടായിരുന്നു. എന്നിൽനിന്ന് നേരിയ പ്രോത്സാഹനം ലഭിച്ചിരുന്നെങ്കിൽ അദ്ദേഹം എന്റെ കഴുത്തിൽ കെട്ടിപ്പിടിക്കുമായിരുന്നെന്ന് തീർച്ച. എന്നാൽ ഞാൻ ശിലപോലെ നിർവ്വികാരനായി ഇരുന്നതേയുള്ളൂ. അദ്ദേഹം തിരിച്ചുപോയി.

ഇതാണ് മനുഷ്യസ്വഭാവം! മനുഷ്യരെല്ലാം ഇങ്ങനെയാണ്. ഒരു പ്രവൃത്തിയുടെ ദോഷവശത്തെപ്പറ്റി മുൻകൂട്ടി അറിയാമെങ്കിലും മറ്റു മാർഗമൊന്നുമില്ലെങ്കിൽ അവർ സഹായിക്കുകയും ഉപദേശം തരികയും മാത്രമല്ല അതിന് അംഗീകാരം നൽകുകപോലും ചെയ്യും. പക്ഷേ, അതു കഴിഞ്ഞ് അവർ കൈ കഴുകുകയും അതിന്റെ മുഴുവൻ ഉത്തരവാദിത്തവും ഏറ്റെടുക്കാൻ ധൈര്യം കാട്ടുന്നയാളുടെ അടുത്തുനിന്ന് എതിർപ്പോടെ തിരിഞ്ഞുനടക്കുകയും ചെയ്യും. എല്ലാവരും അങ്ങനെയാണ് - ഏറ്റവും ഉദാരമതികളും ഏറ്റവും ബുദ്ധിമാന്മാരായ മനുഷ്യർ പോലും!-

പിറ്റേന്ന് രാവിലെ എൻ. എന്ന കോട്ടയിൽ റിപ്പോർട്ട് ചെയ്യണമെന്ന് മേലധികാരികളിൽനിന്ന് എനിക്ക് കൽപന കിട്ടിയപ്പോൾ വിട ചോദിക്കാനായി ഞാൻ പ്രിന്‍സിയുടെ വീട്ടിൽ പോയി. പ്രധാനപ്പെട്ട എന്തെങ്കിലും കാര്യം തന്നെ അറിയിക്കാനുണ്ടോ എന്ന് പ്രിന്‍സി

ചോദിച്ചപ്പോൾ, യാത്രപറയാൻ വന്നതാണ് എന്ന് മാത്രം ഞാൻ മറുപടി പറഞ്ഞു. അത് കേട്ടപ്പോൾ പ്രഭ്വി ഞെട്ടിപ്പോയി.

"എങ്കിലും എനിക്ക് നിങ്ങളോട് കാര്യമായി ചിലതെല്ലാം സംസാരിക്കാനുണ്ട്," പ്രഭ്വി പറഞ്ഞു.

ഒരക്ഷരം മിണ്ടാതെ ഞാൻ കസേരയിലിരുന്നു.

എങ്ങനെ തുടങ്ങണമെന്നറിയാതെ പ്രഭ്വി കുഴങ്ങി. അവരുടെ മുഖം ചുവന്നു. തടിച്ച വിരലുകൾകൊണ്ട് അവർ മേശമേൽ താളം പിടിച്ചു. ഒടുവിൽ അവർ പറഞ്ഞു:

"മിസ്റ്റർ പെച്ചോരിൻ, നിങ്ങൾ ഒരു സത്യസന്ധനായ മനുഷ്യനാണെന്നാണ് എന്റെ വിശ്വാസം"

ഞാൻ തല കുനിച്ചു.

"നിങ്ങളുടെ പെരുമാറ്റം കുറ്റമറ്റതാണെന്ന് പറയാനാവില്ലെങ്കിലും നിങ്ങൾ സത്യസന്ധനാണെന്ന കാര്യത്തിൽ തർക്കമില്ല." അവർ തുടർന്നു. "നിങ്ങൾക്ക് നിങ്ങളുടേതായ കാരണം ഉണ്ടായിരിക്കാം. അങ്ങനെയാണെങ്കിൽ അതെന്താണെന്ന് എന്നെക്കൂടി അറിയിക്കണം. നിങ്ങൾ എന്റെ മകളെ അപവാദത്തിൽനിന്ന് രക്ഷിച്ചു. അവൾക്കുവേണ്ടി ഒരു ദ്വന്ദ്വയുദ്ധം നടത്തുകയും ജീവൻ പണയപ്പെടുത്തുകയും ചെയ്തു... ദയവുചെയ്ത് മറുപടി പറയേണ്ട. ഗ്രൂഷ്നീത്സ്കി മരിച്ചുപോയതുകൊണ്ട് നിങ്ങൾ അക്കാര്യം സമ്മതിക്കയില്ലെന്ന് എനിക്കറിയാം." (അവർ കുരിശുവരച്ചു) "അയാൾക്കും നിങ്ങൾക്കും ദൈവം മാപ്പുതരുമെന്ന് ഞാൻ പ്രതീക്ഷിക്കുന്നു! അത് എന്റെ കാര്യമല്ല... നിങ്ങളെ കുറ്റപ്പെടുത്താനും എനിക്കവകാശമില്ല. എന്തെന്നാൽ നിരപരാധിയാണെങ്കിലും എന്റെ മകളാണല്ലോ ഇതിന് കാരണക്കാരി. അവൾ എല്ലാം എന്നോട് തുറന്നു പറഞ്ഞു... എല്ലാം പറഞ്ഞെന്നാണ് എന്റെ വിശ്വാസം. അവളെ സ്നേഹിക്കുന്നുവെന്ന് നിങ്ങൾ പ്രഖ്യാപിച്ചു കഴിഞ്ഞു. നിങ്ങളെ പ്രേമിക്കുന്നുണ്ടെന്ന് എന്റെ മകളും സമ്മതിച്ചു." (ഇവിടെ പ്രഭ്വി നെടുവീർപ്പിട്ടു). "പക്ഷേ അവൾക്ക് സുഖമില്ല. ഇതൊരു സാധാരണ രോഗമല്ലെന്ന് എനിക്കറിയാം. നിഗൂഢമായ എന്തോ ഒരു ദുഃഖം അവളെ ദണ്ഡിപ്പിക്കുന്നുണ്ട്. അവൾ പറയുന്നില്ലെങ്കിലും അതിന് കാരണം നിങ്ങളാണെന്ന് എനിക്ക് തീർച്ചയുണ്ട്... ഞാൻ പറയുന്നത് ശ്രദ്ധിച്ചുകേൾക്കൂ. ഞാൻ സ്ഥാനമാനങ്ങളും സ്വത്തും മോഹിക്കുന്നുണ്ടെന്ന് നിങ്ങൾ വിചാരിക്കുന്നുണ്ടെങ്കിൽ അതു തെറ്റാണ്. എന്റെ മകളുടെ സന്തുഷ്ടി മാത്രമേ ഞാൻ ആഗ്രഹിക്കുന്നുള്ളൂ. നിങ്ങളുടെ ഇപ്പോഴത്തെ നില അസൂയാവഹമല്ല. പക്ഷേ, അത് മാറും. നിങ്ങൾ ധനികനാണ്.! എന്റെ മകൾ നിങ്ങളെ സ്നേഹിക്കുന്നു. ഭർത്താവിനെ സന്തുഷ്ടനാക്കാൻ അവൾക്കുകഴിയും. - അങ്ങനെയാണ് അവളെ വളർത്തിയിരിക്കുന്നത്. എനിക്ക് സ്വത്ത്

വേണ്ടതുയുണ്ട്. അവൾ എന്റെ ഏക സന്താനമാണ്. നിങ്ങളെ തടഞ്ഞുനിർത്തുന്നത് എന്താണെന്ന് പറയൂ. ഇതൊന്നും ഞാൻ നിങ്ങളോട് പറയാൻ പാടില്ലാത്തതാണ്. പക്ഷേ, നിങ്ങളുടെ ഹൃദയത്തേയും സത്യസന്ധതയേയും ഞാൻ വിശ്വസിക്കുന്നു, എനിക്ക് ഒരു മകളേയുള്ളൂന്ന് ഓർക്കണം... ഒരൊറ്റ മകൾ..."

അവർ തേങ്ങിക്കരഞ്ഞു

"പ്രഭ്വീ, എനിക്ക് ഇതിന് മറുപടിപറയാൻ കഴിയുകയില്ല. പ്രഭുകുമാരിയോട് ഒറ്റയ്ക്ക് സംസാരിക്കാൻ എന്നെ അനുവദിച്ചാലും."

"സാധ്യമല്ല!" പരിഭ്രാന്തയായി കസേരയിൽനിന്ന് എണീറ്റുകൊണ്ട് പ്രഭ്വി പറഞ്ഞു.

"ഇഷ്ടം പോലെ," തിരിച്ചുപോരാൻ ഭാവിച്ചുകൊണ്ട് ഞാൻ പറഞ്ഞു.

അവർ ഒന്നുകൂടി ആലോചിച്ചിട്ട് കാത്തുനിൽക്കാൻ എന്നോട് ആംഗ്യം കാണിച്ചു അവർ മുറിയിൽനിന്ന് പോയി.

അഞ്ചു മിനിട്ടു കഴിഞ്ഞു. എന്റെ ഹൃദയം ശക്തിയായി മിടിച്ചുകൊണ്ടിരുന്നെങ്കിലും എന്റെ മനസ്സും ബുദ്ധിയും സാധാരണഗതിയിൽ പ്രവർത്തിച്ചു. പ്രഭുകുമാരിയോടുള്ള പ്രേമത്തിന്റെ ഒരു ചെറിയ തീപ്പൊരിയെങ്കിലും എന്റെ ഉള്ളിൽ ഉണ്ടോ എന്ന് ഞാൻ ചികഞ്ഞുനോക്കി. പക്ഷേ, അത് നിഷ്ഫലമായിരുന്നു.

വാതിൽ തുറന്ന് അവൾ അകത്തുകടന്നു. ദൈവമേ! അവൾക്ക് എന്തൊരു മാറ്റമാണ്! ഞാനവളെ അവസാനം കണ്ടിട്ട് അധികദിവസമായിരുന്നില്ല. ഈ ഹ്രസ്വമായ കാലയളവിൽ അവൾ എന്തുമാതിരിയായിരിക്കുന്നു.!

മുറിയുടെ മധ്യത്തിലെത്തിയപ്പോൾ അവൾ വേച്ചുവീഴാൻ തുടങ്ങി. ഞാൻ അവളുടെയടുത്തേക്ക് ഓടിച്ചെന്ന് അവളെ താങ്ങി ഒരു ചാരുകസേരയിൽ ഇരുത്തി.

ഞാൻ അവൾക്ക് അഭിമുഖമായി നിന്നു. ഞങ്ങളിരുവരും ഒരക്ഷരം പറഞ്ഞില്ല. ദുഃഖം തളംകെട്ടിനിന്നിരുന്ന അവളുടെ വിശാലനേത്രങ്ങളിൽ ആശയുടെ ഒരു ചെറു സ്ഫുലിംഗം തിളങ്ങിയെന്ന് തോന്നി. അവൾ എന്റെ കണ്ണുകളിലേക്ക് ഉറ്റുനോക്കി. ആ വിളറിയ ചുണ്ടുകൾ പുഞ്ചിരിതൂകാൻ ഒരു വൃഥാശ്രമം നടത്തി. മടിയിൽ വിശ്രമിച്ച മൃദുലമായ ചെറിയ കൈകളുടെ വിളർച്ച കണ്ടപ്പോൾ എനിക്ക് അവളോട് അനുകമ്പ തോന്നി.

"പ്രഭുകുമാരീ," ഞാൻ പറഞ്ഞു."ഞാൻ ഭവതിയെ പരിഹസിക്കുകയായിരുന്നെന്ന് ഭവതിക്കറിയാമല്ലോ? ഭവതി എന്നെ വെറുക്കുന്നുണ്ടാവും."

അവളുടെ കവിളുകൾ തുടുത്തു.

"അതിനാൽ ഭവതിക്ക് എന്നെ സ്നേഹിക്കാൻ കഴിയുകയില്ല..." ഞാൻ തുടർന്നു.

അവൾ മുഖം തിരിച്ചു. മേശപ്പുറത്ത് കൈമുട്ടുകളൂന്നി അവൾ കൈപ്പടങ്ങൾകൊണ്ട് മുഖം മറച്ചു. ആ കണ്ണുകളിൽ കണ്ണീരിന്റെ തിളക്കം ഞാൻ കണ്ടു.

"ദൈവമേ! കഷ്ടിച്ചുമാത്രം കേൾക്കാവുന്ന ശബ്ദത്തിൽ അവൾ പറഞ്ഞു

സ്ഥിതി ദുസ്സഹമായിത്തീർന്നു. ഒരു നിമിഷം കൂടി ഇങ്ങനെ കടന്നുപോയാൽ ഞാൻ അവളുടെ കാൽക്കൽ വീഴുമെന്ന് തോന്നി.

"അതിനാൽ ഭവതിയെ വിവാഹംചെയ്യാൻ എനിക്ക് കഴിയുകയില്ലെന്ന് ഭവതിക്കറിയാമല്ലോ, ഒരു പുഞ്ചിരി വരുത്തിക്കൊണ്ട് കഴിയുന്നതും ദൃഢമായ സ്വരത്തിൽ ഞാൻ പറഞ്ഞു. "അങ്ങനെ ഭവതി ഇപ്പോൾ ആഗ്രഹിക്കുന്നുണ്ടെങ്കിൽതന്നെ ഏറെ താമസിയാതെ ഭവതി പശ്ചാത്തപിക്കാനിടയാകും. ഭവതിയുടെ അമ്മയുമായി ഇപ്പോൾ നടന്ന സംഭാഷണമാണ് ഭവതിയോട് ഇത്ര തുറന്നും നിർദ്ദയമായും സംസാരിക്കാൻ എന്നെ നിർബന്ധിതനാക്കുന്നത്. അവർ തെറ്റിദ്ധരിച്ചിട്ടുണ്ടെന്ന് തോന്നുന്നു. പക്ഷേ, അത് മാറ്റാൻ ഭവതിക്ക് നിഷ്പ്രയാസം കഴിയും. നിന്ദ്യവും ഗർഹണീയവുമായ ഒരു ഭാഗമാണ് ഞാൻ അഭിനയിക്കുന്നതെന്ന് ഭവതിക്ക് തോന്നുന്നുണ്ടാവും. അത് ശരിയാണെന്ന് ഞാൻ സമ്മതിക്കുന്നു. ഭവതിക്കുവേണ്ടി എനിക്ക് ചെയ്യാൻ കഴിയുന്നത് അതുമാത്രമാണ്. എന്നെപ്പറ്റി ഭവതിക്ക് എത്ര മോശമായ അഭിപ്രായമാണ് തോന്നുന്നതെങ്കിലും അത് ഞാൻ സ്വീകരിക്കും. ഭവതിയുടെ മുമ്പിൽ ഞാൻ സ്വയം അധിക്ഷേപിക്കയാണെന്ന് ഭവതിക്ക് കാണാമല്ലോ... ഭവതി എന്നെ സ്നേഹിച്ചിട്ടുണ്ടെങ്കിൽതന്നെ ഈ നിമിഷം മുതൽ ഭവതി എന്നെ വെറുത്തു തുടങ്ങും... ഇല്ലേ?"

"എനിക്ക് താങ്കളെ കണ്ടുകൂടാ," അവൾ പറഞ്ഞു.

ഞാൻ അവളോട് നന്ദി പറയുകയും ബഹുമാനപുരസ്സരം താണ്വണങ്ങുകയും ചെയ്തിട്ട് മുറിവട്ടിറങ്ങിപ്പോയി.

ഒരു മണിക്കൂർ കഴിഞ്ഞ് ഒരു തപാൽവണ്ടിയിൽ ഞാൻ കിസ്‌ലൊവോദ്സ്കിൽനിന്ന് യാത്രതിരിച്ചു. യെസ്സെൻതുക്കിയിൽ നിന്ന് ഏതാനും വേഴ്സ്റ്റ് അകലെ റോഡരികിൽ എന്റെ കുതിരയുടെ ശവശരീരം കിടക്കുന്നത് ഞാൻ കണ്ടു. ജീനി ആരോ എടുത്തുകൊണ്ട് പോയിരുന്നു. - ആവഴി കടന്നുപോയ വല്ല കൊസാക്കുകാരുമായിരിക്കും - അതിന്റെ സ്ഥാനത്ത് ഇപ്പോൾ രണ്ട് മലങ്കാക്കകൾ ഇരിക്കുന്നുണ്ട്. ഒരു ദീർഘനിശ്വാസത്തോടെ ഞാൻ മുഖം തിരിച്ചു...

ഇപ്പോൾ ഈ വിരസമായ കോട്ടയിലിരുന്നുകൊണ്ട് ഭൂതകാലസ്മരണകൾ അയവിറക്കുമ്പോൾ, ഞാൻ പലതവണ സ്വയം

ചോദിക്കാറുണ്ട്.: മനഃശ്ശാന്തിയും സ്വച്ഛമായ ആനന്ദവും വാഗ്ദാനം ചെയ്തുകൊണ്ട് വിധി എന്റെ മുമ്പിൽ തുറന്നിട്ട പാതയിൽ കാൽകുത്താൻ ഞാൻ വിമുഖനായത് എന്തുകൊണ്ടാണ്? ഇല്ല അത്തരമൊരു ജീവിതവുമായി പൊരുത്തപ്പെടാൻ എനിക്കൊരിക്കലും കഴിയുകയില്ല. കടൽക്കള്ളന്മാരുടെ ഒരു കപ്പൽത്തട്ടിൽ ജനിച്ചുവളർന്ന ഒരു നാവികനെപ്പോലെയാണ് ഞാൻ; കൊടുങ്കാറ്റും കലഹങ്ങളുമായി ഇടപഴകിയ അയാളെ കരയിലേക്ക് കൊണ്ടുവന്നാൽ അയാൾക്ക് വിരസതയും വിഷാദവും അനുഭവപ്പെടും. തണലുള്ള മരത്തോപ്പുകൾ എത്രതന്നെ ആകർഷകമാണെങ്കിലും സൗമ്യമായ വെയിൽ എത്രതന്നെ ഉജ്ജ്വലമാണെങ്കിലും അതു മറിച്ചാകാൻ സാദ്ധ്യമല്ല. തിരമാലകളുടെ ഏകപ്രകാരമായ ഗർജ്ജനം കേട്ടുകൊണ്ട് മൂടലിലൂടെ വിദൂരതയിലേക്ക് ഉറ്റുനോക്കിക്കൊണ്ട് അയാൾ ദിവസം മുഴുവൻ കടൽതീരത്ത് അലഞ്ഞുതിരിയും; നീലക്കടലിനെ ചാരനിറമാർന്ന മേഘങ്ങളിൽനിന്ന് വേർതിരിക്കുന്ന വിളറിയ രേഖയ്ക്കപ്പുറത്ത്, കാത്തിരുന്ന കപ്പൽപായുടെ ഒളിമിന്നൽ കാണുന്നില്ലേ? ഏകാന്തമായ നങ്കൂരസ്ഥലത്തേക്ക് ക്രമത്തിൽ നീങ്ങിക്കൊണ്ടിരിക്കുന്ന അത് ആദ്യം ഒരു കടൽക്കാക്കയുടെ ചിറകുപോലെ പ്രത്യക്ഷപ്പെടും. ക്രമേണ വെളുത്ത പതയുടെ മീതെ അത് മിഴിവോടെ ഉയർന്നുനിൽക്കുന്നത് കാണാറാവും.

III
വിധിവിഹിതവാദി

ഇടത്പാർശ്വത്തിലുള്ള ഒരു കൊസാക്ക് ഗ്രാമത്തിൽ ഒരിക്കൽ എനിക്ക് ഒരാഴ്ച താമസിക്കേണ്ടിവന്നു. കാലാൾപ്പടയിലെ ഒരു ബറ്റാലിയൻ അവിടെ സ്ഥിരമായി താവളമടിച്ചിരുന്നു. സായാഹ്ന ങ്ങളിൽ അവിടെയുള്ള ഓഫിസർമാർ മാറി മാറി ഓരോരുത്തരുടെ വീടുകളിൽ കൂടി ചീട്ടുകളിക്കാറുണ്ട്.

മേജർ "എസ്സി" ന്റെ ഭവനത്തിൽ അതുപോലെ ഒരു സായാഹ്ന ത്തിൽ ഞങ്ങൾ കൂടിയിരുന്ന് ചീട്ടുകളിച്ചു. ഒടുവിൽ അത് മടുത്ത് ഞങ്ങൾ ചീട്ടുകൾ മേശയ്ക്കടിയിലേക്കിട്ടിട്ട് സംസാരിച്ചുകൊണ്ടിരുന്നു. സംഭാഷണം രസകരമായിരുന്നതിനാൽ സമയം പോയതറിഞ്ഞി ല്ല. മനുഷ്യന്റെ വിധി സ്വർഗത്തിൽ വച്ച് മുൻകൂട്ടി തീരുമാനിക്ക പ്പെടുന്നുവെന്ന മുസ്‌ലിംകളുടെ വിശ്വാസത്തെപ്പറ്റിയാണ് ഞങ്ങൾ ചർച്ചചെയ്തുകൊണ്ടിരുന്നത്. ക്രിസ്ത്യാനികളായ നമ്മുടെയിടയിലും അതിനോട് യോജിക്കുന്ന പലരുമുണ്ടെന്ന് പറയപ്പെടുന്നു. അതിന് അനുകൂലവും പ്രതികൂലവുമായ എന്തെങ്കിലുമൊരു അസാധാരണ സംഭവത്തെപ്പറ്റി ഞങ്ങൾക്ക് ഓരോരുത്തർക്കും പറയാനുണ്ടായി രുന്നു.

"മാന്യരേ, നിങ്ങൾ പറയുന്നതൊന്നും തെളിവുകളാവുന്നില്ല." പ്രായംചെന്ന മേജർ പറഞ്ഞു. "നിങ്ങളുടെ വീക്ഷണത്തിന് ഉപോൽ ബലകമായി നിങ്ങൾ വിവരിച്ച അസാധാരണ സംഭവങ്ങളൊന്നും തന്നെ നിങ്ങളാരും നേരിൽ കണ്ടിട്ടില്ല, ഉണ്ടോ?"

"ഇല്ല, കണ്ടിട്ടില്ല." പലരും ഒരുമിച്ചുപറഞ്ഞു.

"പക്ഷേ, വിശ്വസിക്കാവുന്ന ആളുകൾ ഞങ്ങളോട് പറഞ്ഞിട്ടുണ്ട്.."

"അസംബന്ധം!" ഒരാൾ പറഞ്ഞു. "നമ്മുടെ മരണസമയം കുറിച്ചി ട്ടുള്ള കടലാസ് ചുരുൾ ഈ വിശ്വസിക്കാവുന്ന ആളുകൾ ആരെങ്കിലും കണ്ടിട്ടുണ്ടോ? വിധി എന്നൊന്നുണ്ടെങ്കിൽ പിന്നെ നമുക്ക് ഇച്ഛാശ ക്തിയും വിവേകവുമൊക്കെ തന്നിരിക്കുന്നത് എന്തിനാണ്? നമ്മുടെ പ്രവൃത്തികൾക്ക് നാം ഉത്തരവാദിത്വം വഹിക്കേണ്ടിവരുന്നത് എന്തുകൊണ്ടാണ്?"

ഈ സമയത്ത് ഒരു മൂലയിൽ ഇരുന്നിരുന്ന ഒരു ഓഫീസർ എണീറ്റ് മെല്ലെനടന്ന് മേശയ്ക്കടുത്തുവന്ന് എല്ലാവരേയും ശാന്തവും ഗംഭീരവുമായ ദൃഷ്ടികൾകൊണ്ട് പരിശോധിച്ചു. അയാൾ ജനനം കൊണ്ട് ഒരു സെർബിയക്കാരനാണെന്ന് അയാളുടെ പേരിൽനിന്ന് ഊഹിക്കാം.

ലെഫ്റ്റനന്റ് വലീച്ചിന്റെ രൂപം അയാളുടെ സ്വഭാവത്തിന് ചേർന്നതായിരുന്നു. നല്ല ഉയരമുള്ള ദേഹം, ഇരുണ്ട നിറം, കറുത്ത മുടി, തുളച്ചുകയറുന്ന കണ്ണുകൾ, അയാളുടെ നാട്ടുകാരുടെ പ്രത്യേകതയായ വലുതെങ്കിലും വടിവൊത്ത നാസിക, ചുണ്ടുകളിൽ സദാ തങ്ങിനിന്നിരുന്ന വിഷാദഭരിതമായ തണുത്തപുഞ്ചിരി - ഇവയെല്ലാം വിധി തന്റെ സഖാക്കളാക്കിയിട്ടുള്ള ആളുകളുമായി ചിന്തയോ വികാരങ്ങളോ പങ്കിടാൻ കഴിവില്ലാത്ത അസാധാരണ മനുഷ്യന്റെ ഛായ നൽകാൻ കരുതിക്കൂട്ടി രൂപകൽപന ചെയ്യപ്പെട്ടതാണെന്ന് തോന്നുമായിരുന്നു.

അയാൾ ധൈര്യശാലിയായിരുന്നു. സംസാരം കുറവാണെങ്കിലും കുറിക്കുകൊള്ളുന്ന മാതിരിയാണ്; തന്റെ വ്യക്തിപരമോ കുടുംബപരമോ ആയ രഹസ്യങ്ങളൊന്നും അയാൾ മറ്റാരേയും അറിയിക്കാറില്ല. അയാൾ വീഞ്ഞുകുടിക്കുന്ന സന്ദർഭങ്ങൾ അപൂർവ്വമാണ്. അതിസുന്ദരിമാരായ കൊസാക്ക് യുവതികളോട്- അവരുടെ ചാരുത വർണിക്കാൻ പ്രയാസമാണ്, അത് നേരിൽ കണ്ടാലേ ബോധ്യമാകൂ - അയാൾ ഒരിക്കലും സല്ലപിക്കാൻ തുനിഞ്ഞിട്ടില്ല. എന്നിരുന്നാലും അയാളുടെ ഭാവദ്യോതകമായ കണ്ണുകൾ കേണലിന്റെ ഭാര്യയെ ആകർഷിക്കുകയുണ്ടായെന്ന് കേട്ടിട്ടുണ്ട്. എന്നാൽ അക്കാര്യം ആരെങ്കിലും സൂചിപ്പിച്ചാൽ അയാൾ കോപിക്കും.

അയാൾക്ക് അടക്കാനാവാത്ത ഒരാവേശം മാത്രമുമുണ്ടായിരുന്നു. - ചൂതുകളിയിലുള്ള ഭ്രമം പച്ചനിറമുള്ള ഒരു മേശയ്ക്കടുത്തിരിക്കുമ്പോൾ അയാൾ സർവ്വതും മറക്കും. സാധാരണയായി അയാൾ തോൽക്കുകയാണ് പതിവ്. എന്നാൽ തുടർച്ചയായ ഭാഗ്യദോഷം അയാളുടെ വാശി കൂട്ടുകയാണ് ചെയ്യുന്നത്. അയാളെപ്പറ്റി ഒരു കഥയുണ്ട്. ഒരിക്കൽ ഒരു അന്വേഷണപര്യടനത്തിന്റെ സമയത്ത് രാത്രിയിൽ അയാൾ തലയിണയിൽ ബാങ്ക് സൂക്ഷിക്കുകയായിരുന്നു. ഭാഗ്യം അന്ന് അയാളെ നിർലോഭം അനുഗ്രഹിച്ചിരുന്നു. പെട്ടെന്ന് വെടിപൊട്ടുന്ന ശബ്ദം കേട്ടു. അപകടസൂചന മുഴങ്ങി. എല്ലാവരും ചാടിയെണീറ്റ് ആയുധമെടുക്കാൻ ഓടി. അനങ്ങാതെ ഇരുന്നിടത്തുതന്നെ ഇരുന്നുകൊണ്ട് വൂലിച്ച് മറ്റൊരു ചൂതുകളിഭ്രാന്തനോട് പറഞ്ഞു: "പന്തയം എന്താണ്!" ഓടിപ്പോകുന്നതിനിടയിൽ ആ മനുഷ്യൻ മറുപടി പറഞ്ഞു: "ഏഴ്!" ആ ബഹളത്തിനിടയ്ക്കും വൂലിച്ച് അവസാനംവരെ കാത്തിരുന്നു. ഏഴ്

എന്നു പറഞ്ഞയാൾ ജയിച്ചു.

വൂലിച്ച് സംഘട്ടനം നടക്കുന്നിടത്തെത്തിയപ്പോൾ വെടിയുണ്ടകൾ തലങ്ങും വിലങ്ങും ചീറിപ്പായുകയായിരുന്നു. വെടിയുണ്ടകളോ ചെച്ചെന്മാരുടെ വാളുകളോ അയാൾ ശ്രദ്ധിച്ചില്ല. ചൂതുകളിക്കാരനെ തിരയുകയായിരുന്നു അയാൾ.

ഒടുവിൽ ഒരു മരത്തോപ്പിൽ ശത്രുവിനെ തുരത്തുന്നതിൽ ദത്തശ്രദ്ധരായി നിന്നിരുന്ന ഒരു സംഘം പടയാളികളുടെയിടയിൽ അയാൾ നിൽക്കുന്നത് വൂലിച്ച് കണ്ടു. "നിങ്ങൾ ജയിച്ചു!"എന്ന് വിളിച്ചുപറഞ്ഞുകൊണ്ട് വൂലിച്ച് അയാളെ സമീപിച്ചു തന്റെ പേഴ്സും മടിശ്ശീലയും അയാൾക്ക് നീട്ടി. അനവസരത്തിലുള്ള ആ കണക്കുതീർക്കൽ അയാൾക്കിഷ്ടപ്പെട്ടില്ലെങ്കിലും വൂലിച്ച് അയാളെ അത് കെട്ടിയേൽപ്പിച്ചു. ഈ അസുഖകരമായ കടമ നിർവഹിച്ചശേഷം വൂലിച്ച് പടയാളികളുടെ മുൻനിരയിലേക്ക് പാഞ്ഞുചെന്ന് തികച്ചും ശാന്തനായി ചെച്ചെന്മാരുടെ നേരെ വെടിവച്ചുതുടങ്ങി. സംഘട്ടനം അവസാനിക്കുന്നതുവരെ അയാൾ അത് തുടർന്നു.

ലെഫ്റ്റനന്റ് വൂലിച്ച് മേശയെ സമീപിച്ചപ്പോൾ പതിവുപോലെ പുതുമയുള്ള എന്തെങ്കിലുമൊന്ന് അയാളിൽനിന്ന് പ്രതീക്ഷിച്ചുകൊണ്ട് എല്ലാവരും നിശ്ശബ്ദരായി ഇരുന്നു.

"മാന്യരേ," പതിവുള്ള അക്ഷോഭ്യതയോടെ, എന്നാൽ പതിവിലും താണ ശബ്ദത്തിൽ, അയാൾ പറഞ്ഞു. "മാന്യരേ, ഇങ്ങനെ വെറുതെ തർക്കിക്കുന്നതുകൊണ്ട് എന്താണ് പ്രയോജനം? നിങ്ങൾക്ക് തെളിവാണ് വേണ്ടത്. ഇക്കാര്യം നാം തന്നെ പരീക്ഷിച്ചുനോക്കുന്നതാണ് ഉത്തമം. ഒരു മനുഷ്യന് സ്വന്തം ജീവിതം സ്വയം അവസാനിപ്പിക്കാൻ കഴിയുമോ അതോ തമ്മിൽ ഓരോരുത്തരുടേയും മരണസമയം വിധി മുൻകൂട്ടി തീരുമാനിച്ചിട്ടുണ്ടോ എന്ന് പരീക്ഷിച്ചറിയാൻ ആരെങ്കിലും തയാറുണ്ടോ?"

"ഞാനില്ല, ഞാനില്ല!" എന്ന് നാലുവശത്തുനിന്നും ആളുകൾ വിളിച്ചുപറഞ്ഞു. "എന്തൊരു മനുഷ്യൻ! പരീക്ഷിക്കാൻ കണ്ട ഒരു കാര്യം!"

"ഇക്കാര്യത്തെപ്പറ്റി ഒരു പന്തയം വച്ചാലോ?" ഞാൻ തമാശയായി പറഞ്ഞു.

"എന്താണത്?"

"വിധി എന്നൊന്നില്ല എന്നാണ് എന്റെ അഭിപ്രായം" എന്നു പറഞ്ഞുകൊണ്ട് ഞാൻ എന്റെ പോക്കറ്റിൽനിന്ന് പതിനഞ്ച് സ്വർണനാണയങ്ങൾ മേശപ്പുറത്തുവച്ചു. - എന്റെ കൈവശം അപ്പോൾ ആകെക്കൂടി ഉണ്ടായിരുന്ന പണമായിരുന്നു അത്.

“സമ്മതിച്ചു!” വൂലിച്ച് ശബ്ദം താഴ്ത്തി പറഞ്ഞു. “മേജർ മധ്യസ്ഥംവഹിക്കണം. ഇതാ പതിനഞ്ച് സ്വർണ്ണനാണയങ്ങൾ. നിങ്ങൾ അഞ്ച് എനിക്ക് തരാനുണ്ട്. ദയവുചെയ്ത് അതും കൂടി ചേർത്ത് ഇരുപത് തികയ്ക്കൂ.”

“അങ്ങനെയാകട്ടെ” മേജർ പറഞ്ഞു. “പക്ഷേ, ഇതെന്തിനാണെന്ന് എനിക്ക് തീരെ മനസ്സിലാകുന്നില്ല. നിങ്ങൾ ഇതിനൊരു തീരുമാനമുണ്ടാക്കുന്നതെങ്ങിനെയാണെന്നും പിടികിട്ടുന്നില്ല.”

ഒരൊറ്റ അക്ഷരം പറയാതെ വൂലിച്ച് മേജറുടെ കിടപ്പറയിലേക്ക് പോയി. ഞങ്ങൾ അയാളുടെ പിന്നാലെ ചെന്നു. ആയുധങ്ങൾ തൂക്കിയിട്ടിരുന്ന ഭിത്തിക്കടുത്ത് ചെന്നുനിന്ന് അയാൾ കണ്ണടച്ച് കൈത്തോക്കുകളിലൊന്ന് വലിച്ചെടുത്തു. അവിടെ പലതരം കൈത്തോക്കുകളുണ്ടായിരുന്നു. അയാളുടെ ഉദ്ദേശമെന്താണെന്ന് ആദ്യം ഞങ്ങൾക്ക് മനസ്സിലായില്ല. എന്നാൽ അയാൾ തോക്ക് കൊത്തിവലിക്കുകയും മരുന്ന് നിറയ്ക്കുകയും ചെയ്തപ്പോൾ ഞങ്ങളിൽ പലരും അയാളുടെ കയറി പിടിച്ചു.

“എന്താണ് ചെയ്യാൻ പോകുന്നത് ? നിങ്ങൾക്ക് ഭ്രാന്തുണ്ടോ ?” ഞങ്ങൾ ആക്രോശിച്ചു.

“മാന്യരേ, !” കൈ സ്വതന്ത്രമാക്കിക്കൊണ്ട് അയാൾ സാവധാനം പറഞ്ഞു. “നിങ്ങളിൽ ആരാണ് എനിക്ക് ഇരുപത് സ്വർണ്ണനാണയങ്ങൾ തരാൻ തയ്യാറുള്ളത് ?”

എല്ലാവരും നിശ്ശബ്ദരായി മാറിനിന്നു.

വൂലിച്ച് അടുത്ത മുറിയിലേക്ക് ചെന്ന് - മേശയ്ക്കടുത്ത് ഇരുന്നു. മേശക്ക് ചുറ്റും ഇരിക്കാൻ അയാൾ ഞങ്ങളോട് ആംഗ്യം കാണിച്ചു. ഞങ്ങൾ ഒരക്ഷരം പറയാതെ അയാളെ അനുസരിച്ചു. ആ നിമിഷത്തിൽ അയാൾ ഞങ്ങളെ മന്ത്രശക്തിയാലെന്നവണ്ണം കീഴ്പ്പെടുത്തിയിരുന്നു. ഞാൻ അയാളുടെ കണ്ണുകളിലേക്ക് ഉറ്റുനോക്കി. എന്നാൽ ചൂഴ്ന്നിറങ്ങുന്ന എന്റെ നോട്ടത്തെ അയാൾ ശാന്തമായും പതറാതെയും അഭിമുഖീകരിച്ചു. അയാളുടെ വിളറിയ ചുണ്ടുകൾ പുഞ്ചിരിച്ചു. ഈ അക്ഷോഭ്യതയെല്ലാമുണ്ടെങ്കിലും അയാളുടെ വിളർത്ത മുഖത്ത് മരണത്തിന്റെ മുദ്ര പതിഞ്ഞുകിടക്കുന്നതു കണ്ടതായി എനിക്കു തോന്നി. ഏതാനും മണിക്കൂറുകൾക്കകം മരിക്കാൻപോകുന്ന ഒരു മനുഷ്യന്റെ മുഖത്ത് അനിവാര്യമായ തന്റെ വിധിയുടെ വിചിത്രമായ ചില അടയാളങ്ങൾ കാണാനുണ്ടായിരിക്കുമെന്ന് ഞാൻ മനസ്സിലാക്കിയിരുന്നു. - എന്റെ ഈ നിരീക്ഷണം ശരിയാണെന്ന് പഴക്കമുള്ള പല പോരാളികളും സമ്മതിച്ചിട്ടുണ്ട്. പരിചയസമ്പന്നമായ കണ്ണുകൾക്ക് അത് കാണാതിരിക്കാൻ കഴിയുകയില്ല.

“നിങ്ങൾ ഇന്ന് മരിക്കും” അയാളോട് ഞാൻ പറഞ്ഞു. അയാൾ തല വെട്ടിത്തിരിച്ച് എന്നെ നോക്കി, എങ്കിലും അയാൾ മറുപടി പറഞ്ഞത് തികഞ്ഞ ശാന്തതയോടും അവധാനതയോടുംകൂടിയാണ്.

“മരിച്ചെന്നും ഒരു പക്ഷേ മരിച്ചില്ലെന്നും വരാം...”

പിന്നീട് മേജറുടെ നേരെ തിരിഞ്ഞ് കൈത്തോക്ക് നിറച്ചതാണോ എന്ന് അയാൾ ചോദിച്ചു. പരിഭ്രമം കാരണം മേജർക്ക് അതോർക്കാൻ കഴിഞ്ഞില്ല.

“വൂലിച്ച്! മതി, മതി !” ആരോ പറഞ്ഞു. “കട്ടിലിനു തലയ്ക്കൽ തൂങ്ങിക്കിടന്നതാണെങ്കിൽ തീർച്ചയായും നിറച്ചതായിരിക്കും. ഇത് എന്തുതരം തമാശയാണ്?.

“തനി വിഡ്ഢിത്തം.” മറ്റൊരാൾ അഭിപ്രായപ്പെട്ടു.

“ആ തോക്ക് നിറച്ചതല്ലെങ്കിൽ ഞാൻ അമ്പത് റൂബിൾ തരാം. “ മൂന്നാമതൊരാൾ പറഞ്ഞു.

പലരും വാതുവച്ചു.

ഈ അവസാനിക്കാത്ത ചടങ്ങ് എന്റെ ക്ഷമ നശിപ്പിച്ചുതുടങ്ങി. ഞാൻ പറഞ്ഞു.

“ഒന്നുകിൽ വെടിവയ്ക്കണം അില്ലെങ്കിൽ തോക്ക് യഥാസ്ഥാനത്ത് തൂക്കിയിടണം. നമുക്ക് ഉറങ്ങാൻ സമയമായി.”

“അതു ശരിയാണ്.” പലരും വിളിച്ചുപറഞ്ഞു. “നമുക്ക് പോയി കിടക്കാ”

“മാന്യരേ, നിങ്ങൾ അനങ്ങാതിരിക്കൂ!” എന്നു പറഞ്ഞുകൊണ്ട് വൂലിച്ച് തോക്കിന്റെ വായ് നെറ്റിയിൽ അമർത്തി. ഞങ്ങളെല്ലാവരും സ്തംഭിച്ചിരുന്നുപോയി.

“പെച്ചോറിൻ, ഒരു ചീട്ടെടുത്ത് മേൽപോട്ടെറിയാമോ ? അയാൾ പറഞ്ഞു.

ഒരു ആഡുതൻ ആസെടുത്ത് മേൽപ്പോട്ടെറിഞ്ഞത് ഇപ്പോഴും ഞാനോർക്കുന്നു. ഞങ്ങൾ ശ്വാസമടക്കി കാത്തിരുന്നു. ഭയംകൊണ്ടും അനിർവചനീയമായ ഒരുതരം ജിജ്ഞാസകൊണ്ടും വിടർന്ന ഞങ്ങളുടെ കണ്ണുകൾ മെല്ലെ താണുവരുന്ന വിധിനിർണായകമായ ചീട്ടിലും തോക്കിലും മാറി മാറി പതിച്ചുകൊണ്ടിരുന്നു. ചീട്ട് മേശയിൽവീണനിമിഷത്തിൽ വൂലിച്ച് കാഞ്ചിവലിച്ചു. പക്ഷേ, വെടി പൊട്ടിയില്ല.

“ഭാഗ്യം.” എല്ലാവരും വിളിച്ചുപറഞ്ഞു. “തോക്ക് നിറച്ചിട്ടുണ്ടായിരുന്നില്ല.”...

"നമുക്ക് പരീക്ഷിച്ചുനോക്കാം " വൂലിച്ച് പറഞ്ഞു. അയാൾ തോക്കിന്റെ കൊളുത്ത് മാറ്റി ജനലിനുമീതെ തൂങ്ങിക്കിടന്ന ഒരു തൊപ്പിയുടെ നേർക്ക് ചൂണ്ടി. ഒരു വെടി പൊട്ടി. മുറിയിൽ പുക നിറഞ്ഞു. പുകയടങ്ങിയപ്പോൾ തൊപ്പി പുറത്തെടുത്തുനോക്കി. തൊപ്പിയുടെ ഒത്തനടുക്ക് ഒരു ദ്വാരമുണ്ടാക്കിയിട്ട് വെടിയുണ്ട് ഭിത്തിയുടെ ഉള്ളിലേക്ക് തറച്ചുകയറിയിരുന്നു.

രണ്ടുമൂന്ന് മിനുട്ട് നേരത്തേക്ക് ആർക്കും ഒന്നും പറയാൻ കഴിഞ്ഞില്ല. വൂലിച്ച് ശാന്തമായി എന്റെ പണം അയാളുടെ പേഴ്സിലേക്ക് കുടഞ്ഞിട്ടു.

ആദ്യത്തെതവണ വെടി പൊട്ടാതിരുന്നത് എന്തുകൊണ്ടാണെന്നതിനെപ്പറ്റി പല ഊഹാപോഹങ്ങളും പൊന്തിവന്നു. എന്തോ അടഞ്ഞിരിക്കയായിരുന്നെന്ന് ചിലർ അഭിപ്രായപ്പെട്ടു. ആദ്യം വെടിമരുന്നു നനഞ്ഞിരുന്നിരുന്നെന്നും രണ്ടാമത്തെതവണ വൂലിച്ച് പുതിയ വെടിമരുന്ന് അതിലിടുകയുണ്ടായെന്നും ചിലർ കുശുകുശുത്തു. എന്നാൽ രണ്ടാമത്തെ ആരോപണം തികച്ചും അടിസ്ഥാനരഹിതമാണെന്നും ഞാൻ തോക്കിൽനിന്ന് നിമിഷനേരത്തേക്കുപോലും കണ്ണെടുത്തിരുന്നില്ലെന്നും ഞാനവരെ അറിയിച്ചു.

"നിങ്ങൾക്ക് ചൂതുകളിയിൽ ഭാഗ്യമുണ്ട്!" ഞാൻ വൂലിച്ചിനോട് പറഞ്ഞു.

" ജീവിതത്തിൽ നടാടെയാണത്." പുഞ്ചിരിച്ചുകൊണ്ട് ശാന്തമായ സ്വരത്തിൽ അയാൾ പറഞ്ഞു. "ഇത് ചൂതുകളിയെക്കാളും വീഞ്ഞിനേക്കാളും മെച്ചമാണ്."

"പക്ഷേ, അൽപംകൂടി അപകടകരവുമാണ്."

"ശരി, നിങ്ങൾ വിധിയിൽ വിശ്വസിച്ചു തുടങ്ങിയോ ?"

"ഞാനതിൽ വിശ്വസിക്കുന്നുണ്ട്. പക്ഷേ, നിങ്ങൾ ഇന്ന് മരിക്കുമെന്ന് എനിക്കു തോന്നിയത് എന്തുകൊണ്ടാണെന്ന് മാത്രം എനിക്ക് മനസ്സിലാകുന്നില്ല..."

ഏതാനു മിനുട്ടുകൾക്കുമുമ്പ് യാതൊരു ചാഞ്ചല്യവുമില്ലാതെ തന്റെ നെറ്റിയിലേക്ക് കൈത്തോക്ക് ചൂണ്ടിയ അതേ മനുഷ്യൻ ഇപ്പോൾ ക്ഷോഭിക്കുകയും വിഷണ്ണനാവുകയും ചെയ്തു.

"അതു മതി.! " എന്നു പറഞ്ഞുകൊണ്ട് അയാൾ എണീറ്റു. "നമ്മുടെ പന്തയം അവസാനിച്ചിരിക്കുന്നു. ഇപ്പോൾ നിങ്ങൾ പറഞ്ഞത് അസ്ഥാനത്താണെന്ന് എനിക്കു തോന്നുന്നു." അയാൾ തന്റെ തൊപ്പിയെടുത്തു ധരിച്ചുകൊണ്ട് അവിടെനിന്ന് പോയി. അയാളുടെ പെരുമാറ്റം വളരേ വിചിത്രമായി എനിക്ക് തോന്നി.- അത്

ശരിയായിരുന്നെന്ന് തെളിയുകയും ചെയ്തു.

താമസിയാതെ എല്ലാവരും പിരിഞ്ഞു. തിരിച്ചുപോകുന്ന വഴി ഓരോരുത്തരും വൃലിച്ചിന്റെ തലതിരിഞ്ഞ പെരുമാറ്റത്തിന് സ്വന്തമായ വ്യാഖ്യാനങ്ങൾ സംഭാവനചെയ്യുകാണും. തന്നത്താൻ വെടിവയ്ക്കാൻ ആഗ്രഹിച്ച ഒരു മനുഷ്യനുമായി വാതുവെച്ചതിന് എല്ലാവരും എന്നെ ഒരു സ്വാർഥമതിയെന്ന് മുദ്രയടിച്ചുകാണുമെന്നും തീർച്ച. എന്റെ സഹായമില്ലാതെ അയാൾക്ക് ആത്മഹത്യചെയ്യാൻ അവസരം കിട്ടുകയില്ലെന്നാണോ അവരുടെ വിചാരം.?

വിജനമായ ഇടവഴികളിലൂടെ ഞാൻ വീട്ടിലേക്ക് മടങ്ങി. തീജ്വാലയുടെ ചുവപ്പുനിറമാർന്ന പൂർണചന്ദ്രൻ മേൽക്കൂരകളുടെ മുകളിലുള്ള ദന്തുരമായ ചക്രവാളരേഖയിൽ പ്രത്യക്ഷപ്പെട്ടു. കടും നീലനിറമാർന്ന ആകാശത്തിൽ നക്ഷത്രങ്ങൾ ശാന്തമായി തിളങ്ങിക്കൊണ്ടിരുന്നു. ഒരു തുണ്ട് ഭൂമിയെച്ചൊല്ലിയോ അതുപോലുള്ള മറ്റെന്തെങ്കിലും നിസ്സാര കാര്യങ്ങളെച്ചൊല്ലിയോ ഉള്ള നമ്മുടെ ക്ഷുദ്രമായ കലഹങ്ങളിൽ ഈ ഖഗോളവസ്തുക്കൾ ഒരു പ്രധാന പങ്കുവഹിക്കുന്നുണ്ടെന്ന് വിശ്വസിച്ചിരുന്ന പണ്ഡിതന്മാർ ഒരുകാലത്തുണ്ടായിരുന്നുവെന്ന് ഞാനോർത്തു. തങ്ങളുടെ യുദ്ധങ്ങളേയും വിജയങ്ങളേയും ദീപ്തമാക്കാൻവേണ്ടിമാത്രം കൊളുത്തപ്പെട്ടതെന്ന് അവർ ധരിച്ചിരുന്ന ഈ ദീപങ്ങൾ മങ്ങാത്ത പ്രഭയോടെ ഇപ്പോഴും കത്തിക്കൊണ്ടിരിക്കുന്നു. എന്നാൽ ജാഗ്രതയില്ലാത്ത ഒരു വഴിയാത്രക്കാരൻ കാട്ടുവക്കിൽ കെടുത്താതെ ഉപേക്ഷിച്ചുപോയ ഒരഗ്നികുണ്ഡംപോലെ അവരുടെ ആവേശങ്ങളും ആശകളും അവരോടൊപ്പം പണ്ടേ കെട്ടടങ്ങി.! എങ്കിലും അനന്തവിശാലമായ ആകാശവും അവിടുത്തെ എണ്ണമറ്റ അന്തേവാസികളും നിശ്ശബ്ദമെങ്കിലും നിരന്തരമായ സഹതാപത്തോടെ തങ്ങളെ നോക്കിക്കൊണ്ടിരിക്കുന്നുണ്ടെന്ന വിശ്വാസത്തിൽനിന്ന് എന്തുമാത്രം മനോബലം അവർ ആർജ്ജിച്ചിട്ടുണ്ടാവും ! എന്നാൽ അവരുടെ ഈ ദൈന്യരായ പിൻമുറക്കാർ - അതായത്, വിശ്വാസമോ, അഭിമാനമോ ഇല്ലാതെ, സന്തോഷമില്ലാതെ അനിവാര്യമായ അന്ത്യത്തെക്കുറിച്ച് ചിന്തിക്കുമ്പോൾ ഹൃദയത്തെ ഞെരുക്കുന്ന അജ്ഞാതമായ ഭയമല്ലാതെ മറ്റൊരു ഭയവും അറിയാതെ, ഭൂമിയിൽ അലഞ്ഞുതിരിയുന്ന നമ്മൾ- മനുഷ്യരാശിയുടെ നന്മയ്ക്കുവേണ്ടിയോ നമ്മുടെ സ്വന്തം സന്തുഷ്ടിക്കുവേണ്ടിയോ മഹത്തായ എന്തെങ്കിലും ത്യാഗം സഹിക്കാൻ അശക്തരാണ്. കാരണം, സന്തുഷ്ടി എന്നൊന്ന് നേടാൻ സാധ്യമല്ലെന്ന് നമുക്കറിയാം. നമ്മുടെ പൂർവീകർ ഒരു വ്യാമോഹത്തിൽനിന്ന് മറ്റൊന്നിലേക്ക് ഓടിക്കൊണ്ടിരിക്കുന്നത്പോലെ നാം ഒരു സംശയത്തിൽനിന്ന് മറ്റൊന്നിലേക്ക് ഓടിക്കൊണ്ടിരിക്കുന്നു.

എന്നാൽ അവർക്കുണ്ടായിരുന്ന പ്രതീക്ഷ നമുക്കില്ല, വിധിയോടോ മനുഷ്യരോടോ പൊരുതുന്നതിലൂടെ ആത്മാവ് ആർജ്ജിക്കുന്ന അമൂർത്തമെങ്കിലും ശക്തമായ ആനന്ദംപോലും നമുക്കനുഭവപ്പെടുന്നില്ല.

ഈദൃശങ്ങളായ പല ചിന്തകളും എന്റെ മനസ്സിലൂടെ കടന്നുപോയി. ഞാൻ അവയെ പിടിച്ചുനിർത്താൻ ശ്രമിച്ചില്ല. കാരണം, കേവലമായ ആശയങ്ങളെപ്പറ്റി അധികം ആലോചിക്കാൻ എനിക്കിഷ്ടമില്ല- അവയിൽനിന്ന് എന്തു നേടാനാണ്? യൗവ്വനാരംഭത്തിൽ ഞാൻ ഒരു സ്വപ്നജീവിയായിരുന്നു. എന്റെ അസ്വസ്ഥവും അതൃപ്തുകവുമായ ഭാവന എനിക്കുവേണ്ടി വരച്ച ചിലപ്പോൾ വിഷാദപൂർണവും ചിലപ്പോൾ പ്രസന്നവുമായ രൂപങ്ങളെ പിന്തുടരാൻ എനിക്കിഷ്ടമായിരുന്നു. എന്നാൽ അതിൽനിന്നെല്ലാം ഞാൻ എന്താണ് നേടിയത്? രാത്രിമുഴുവൻ ഒരു പ്രേതവുമായി യുദ്ധംചെയ്തതിന്റെ അനന്തരഫലമായുണ്ടാകുന്നതുപോലുള്ള തളർച്ചയും പശ്ചാത്താപനിർഭരമായ മങ്ങിയ ഓർമകളും മാത്രം.! ആ നിഷ്ഫലമായ സമരത്തിൽ എനിക്ക് ആത്മാവിന്റെ ഊഷ്മളതയും ഇച്ഛാശക്തിയുടെ സ്ഥിരതയും നഷ്ടപ്പെട്ടു- യഥാർഥ ജീവിതത്തിന് അവ രണ്ടും കൂടിയേ കഴിയൂ. ജീവിതത്തിലേക്ക് കാലുകുത്തുന്നതിനുമുമ്പുതന്നെ ഞാൻ ഭാവനയിൽ ജീവിച്ചുകഴിഞ്ഞിരുന്നതിനാൽ സുപരിചിതമായ ഒരു പുസ്തകത്തിന്റെ അസമർഥമായ അനുകരണംപോലെ യഥാർഥ ജീവിതം വിരസവും അരോചകവുമായി എനിക്ക് അനുഭവപ്പെട്ടു.

അന്ന് വൈകിട്ട് നടന്ന സംഭവം എന്റെ മനസ്സിൽ ആഴത്തിൽ പതിഞ്ഞ്കിടന്നു. അതെന്റെ ഞരമ്പുകളെ തളർത്തി. ഇപ്പോൾ വിധിയിൽ ഞാൻ വിശ്വസിക്കുന്നുണ്ടോ ഇല്ലയോ എന്ന് എനിക്ക് തീർച്ചയില്ല. എന്നൽ അന്നുരാത്രി ഞാൻ അതിൽ ഉറച്ച് വിശ്വസിച്ചിരുന്നു. അതിനു പറ്റിയ തെളിവാണ് അന്ന് കിട്ടിയത്. ഞാൻ പൂർവ്വികരേയും അവരുടെ വരുതിയിൽ നിൽക്കുന്ന ജ്യോതിശാസ്ത്രത്തേയും അധിക്ഷേപിച്ചെങ്കിലും ഞാനും അവരെപ്പോലെ തന്നെയാണ് അന്ന് ചിന്തിച്ചത്. എന്നാൽ ആ അപകടകരമായ പാതയിൽ കടന്നയുടൻതന്നെ ഞാൻ സ്വയം നിയന്ത്രിച്ചു. ഒരു കാര്യവും പാടെ നിരസിക്കുകയോ അന്ധമായി വിശ്വസിക്കുകയോ ചെയ്യരുതെന്ന എന്റെ നിഗമനത്തിലെത്തിച്ചേർന്നശേഷം ഞാൻ വേദാന്ത ചിന്ത ഉപേക്ഷിച്ച് നിലത്ത് സൂക്ഷിച്ചുനോക്കി നടന്നുതുടങ്ങി. ആ മുൻകരുതൽ തക്കസമയത്ത് എടുത്തില്ലായിരുന്നെങ്കിൽ നിലത്ത് കിടന്ന കട്ടിയുള്ളതും മാർദ്ദവമുള്ളതും എന്നാൽ ജീവനില്ലാത്തതുമായ എന്തോ ഒന്നിൽ ഞാൻ തട്ടി വീഴുമായിരുന്നു. ഞാൻ കുനിഞ്ഞുനോക്കി.- റോഡിൽ നിലാവ് വീണിരുന്നു- ഒരു പന്നിയെ വാൾകൊണ്ട് ആരോ

രണ്ടായി വെട്ടിപ്പിളർന്നിട്ടിരിക്കുന്നതാണ് ഞാൻ കണ്ടത്. ഞാൻ തല ഉയർത്തുന്നതിനുമുമ്പ്തന്നെ ആരുടേയോ കാൽപെരുമാറ്റം കേട്ടു. ഒരു ഇടവഴിയിൽനിന്ന് രണ്ട് കൊസാക്കുകൾ ഓടിവന്നു. കുടിച്ചു ലക്കു കെട്ട ഒരു കൊസാക്കുകാരൻ ഒരു പന്നിയെ ഓടിക്കുന്നതുകണ്ടോ എന്ന് അവരിലൊരാൾ എന്നോട് ചോദിച്ചു. കൊസാക്കുകാരനെ ഞാൻ കണ്ടില്ലെന്ന് പറഞ്ഞിട്ട് അയാളുടെ ക്രൂരതയ്ക്ക് ഇരയായ സാധു മൃഗത്തെ ഞാൻ അവർക്ക് കാട്ടിക്കൊടുത്തു.

"കൊള്ളക്കാരൻ!" രണ്ടാമൻ പറഞ്ഞു. "അയാൾ വയറുനിറച്ച് കുടിച്ചുകഴിഞ്ഞാലുടൻ കണ്ണിൽക്കാണുന്ന സകലതും വെട്ടിപ്പൊളിക്കാൻ ഒരുമ്പെടും. യെരേമേയിച്ച്, നമുക്ക് അയാളുടെ പിറകെ ചെല്ലാം. അയാളെ കണ്ടുപിടിച്ച് കെട്ടിയിട്ടില്ലെങ്കിൽ അയാൾ..."

അവർ പോയി. ഞാൻ കൂടുതൽ സൂക്ഷിച്ച് മുമ്പോട്ട് നടന്ന് സുരക്ഷിതമായി താമസ സ്ഥലത്തെത്തിച്ചേർന്നു.

കമ്മീഷനില്ലാത്ത ഒരു കൊസാക്ക് ഓഫീസറുടെ വീട്ടിലാണ് ഞാൻ താമസിച്ചത്. അദ്ദേഹത്തിന്റെ സൗമ്യമായ പെരുമാറ്റവും സുന്ദരിയായ മകൾ നാസ്ത്യയുമാണ് എന്നെ അദ്ദേഹത്തോടടുപ്പിച്ചത്.

അദ്ദേഹം പതിവുപോലെ എന്നെക്കാത്ത് ഗെയിറ്റിനടുത്ത് നിന്നിരുന്നു. അവൾ ഒരു ഫർക്കോട്ട് ധരിച്ചിരുന്നു. അവളുടെ സുന്ദരമായ അധരങ്ങൾ രാത്രിയിലെ തണുപ്പ്കൊണ്ട് നീലിച്ചു. എന്നെ കണ്ടയുടൻ അവൾ പുഞ്ചിരി തൂകി. എന്നാൽ എന്റെ മനസ്സ് മറ്റുകാര്യങ്ങളിൽ വ്യാപൃതമായിരുന്നു. "നസ്ത്യ, ശുഭരാത്രി" എന്നു പറഞ്ഞിട്ട് ഞാൻ അവളെ കടന്നുപോയി. അവൾ മറുപടിയായി എന്തോ പറയാനൊരുങ്ങിയെങ്കിലും അത് ഒരു നെടുവീർപ്പിൽ ഒതുക്കിനിർത്തി.

ഞാൻ മുറിയുടെ വാതിൽ തഴുതിട്ടു. മെഴുകുതിരി കത്തിച്ചുവച്ചിട്ട് ഞാൻ കിടക്കയിലേക്ക് വീണു. എന്നാൽ വളരെനേരത്തേക്ക് എനിക്കുറങ്ങാൻ കഴിഞ്ഞില്ല. കിഴക്ക് വെള്ളകീറിത്തുടങ്ങിയപ്പോഴാണ് ഞാൻ ഉറങ്ങിയത്. എന്നാൽ അന്ന് എന്നെ ഉറക്കരുതെന്ന് വിധി തീരുമാനിച്ചിരുന്നു. വെളുപ്പിന് നാലുമണിക്ക് രണ്ട് മുഷ്ടികൾ എന്റെ ജനലിൽ ഇടിച്ചു തുടങ്ങി. ഞാൻ ചാടിയെണീറ്റു. കാര്യമെന്താണ്.? "എണീറ്റ് വസ്ത്രം ധരിക്കൂ!" ആരൊക്കെയോ ഒരുമിച്ച് എന്നോട് പറഞ്ഞു. ഞാൻ ധൃതിയിൽ വേഷംധരിച്ച് പുറത്തിറങ്ങി. "എന്താണുണ്ടായതെന്നറിയാമോ?" വന്ന ഓഫീസർമാർ മൂവരും ഒരേ ശബ്ദത്തിൽ പറഞ്ഞു. അവർ വല്ലാതെ വിളറിയിട്ടുണ്ടായിരുന്നു.

"എന്താണ്!"

"വൂലിച്ച് കൊല്ലപ്പെട്ടു !"

ഞാൻ അന്തംവിട്ട് നിന്നു.

"കൊല്ലപ്പെട്ടു! നമുക്ക് വേഗം അങ്ങോട്ട് പോകാം," അവർ പറഞ്ഞു.

"എങ്ങോട്ട് ?"

"വഴിയിൽവച്ച് പറയാം."

ഞങ്ങൾ പുറപ്പെട്ടു. നടന്നതെല്ലാം അവർ എന്നോട് പറഞ്ഞു. കൂട്ടത്തിൽ വൂലിച്ച് മരിക്കുന്നതിന് ഒരു മണിക്കൂർ മുമ്പ് അയാളെ മരണത്തിൽനിന്ന് രക്ഷിച്ച വിചിത്രമായ വിധിവിഹിതത്തെപ്പറ്റി ചില അഭിപ്രായങ്ങൾ പറയുകയും ചെയ്തു. വൂലിച്ച് ഒറ്റയ്ക്ക് നടന്നുപോകുമ്പോൾ പന്നിയെ വെട്ടിപ്പിളർന്ന കൊസാക്കുകാരൻ അയാളുടെ അടുത്തെത്തി. ആ കുടിയൻ ഒരുപക്ഷേ വൂലിച്ചിനെ ശ്രദ്ധിക്കാതെ കടന്നുപോകുമായിരുന്നു. എന്നാൽ വൂലിച്ച് പെട്ടെന്ന് നിന്ന് അയാളോട് ചോദിച്ചു: "സ്നേഹിതാ, നിങ്ങൾ ആരെയാണ് അന്വേഷിക്കുന്നത്?" "നിന്നെ!" എന്ന് പറഞ്ഞുകൊണ്ട് ആ കൊസാക്കുകാരൻ ഒരൊറ്റ വെട്ടിന് അയാളുടെ തോൾ മുതൽ ഹൃദയംവരെ പിളർന്നു. ഞാൻ വഴിക്കു കണ്ടുമുട്ടിയ രണ്ട് കൊസാക്കുകൾ അവിടെയെത്തി, അയാളെ എടുത്തുപൊക്കിയെങ്കിലും അയാൾ അന്ത്യശ്വാസം വലിച്ചുതുടങ്ങിയിരുന്നു. "അയാൾക്ക് തെറ്റുപറ്റി." എന്നു മാത്രം ആസന്നമരണനായ ആ മനുഷ്യൻ പറഞ്ഞു. ആ വാക്കുകളുടെ അർഥം എനിക്കുമാത്രമേ മനസ്സിലായുള്ളൂ. അയാൾ എന്നെയാണ് ഉദ്ദേശിച്ചത്. ആ സാധുമനുഷ്യന്റെ മരണം ഞാൻ മുൻകൂട്ടി പ്രവചിച്ചിരുന്നു. എന്റെ അന്തർപ്രേരണ എന്നെ വഞ്ചിച്ചില്ല. അയാളുടെ മുഖത്തിന്റെ ഭാവപ്പകർച്ചയിൽ ഞാൻ അടക്കാനാവാത്ത മരണത്തിന്റെ മുദ്ര കണ്ടിരുന്നു.

കൊലപാതകി സെറ്റിൽമെന്റിന്റെ മറ്റേയറ്റത്തുള്ള ആൾപാർപ്പില്ലാത്ത ഒരു കുടിലിൽ കയറി വാതിൽ പൂട്ടി ഇരുന്നു. ഞങ്ങൾ അങ്ങോട്ടാണ് പോയത്. നിലവിളിച്ചുകൊണ്ട് ഒരു വലിയ സംഘം സ്ത്രീകൾ അങ്ങോട്ടുതന്നെ ഓടുന്നത് ഞങ്ങൾ കണ്ടു. ഇടയ്ക്ക് ചില കൊസാക്കുകൾ വീട്ടിൽനിന്നിറങ്ങി ധൃതിയിൽ കഠാര അരയിൽ തിരുകിക്കൊണ്ട്, ബദ്ധപ്പെട്ട് അങ്ങോട്ട് പോകുന്നുണ്ടായിരുന്നു.. സർവ്വതും ബഹളം തന്നെ.

ഒടുവിൽ ഞങ്ങൾ ആ കുടിലിനടുത്തെത്തി. അവിടെ ഒരു വലിയ ആൾക്കൂട്ടം തടിച്ചുകൂടിയിരുന്നു. കുടിലിന്റെ ജനലുകളും വാതിലുകളും ഉള്ളിൽനിന്ന് പൂട്ടിയിരിക്കയാണ്. ഓഫീസർമാരും കൊസാക്കുകളും ചൂടുപിടിച്ച വാദപ്രതിവാദത്തിലേർപ്പെട്ടിരിക്കയായിരുന്നു. പെണ്ണുങ്ങൾ നിലവിളിച്ചുകൊണ്ടിരുന്നു. അക്കൂട്ടത്തിൽ നിന്നിരുന്ന ഒരു വൃദ്ധയുടെ മുഖത്ത് പ്രകടമായിരുന്ന അളവറ്റ ദുഃഖവും കഠിനമായ നിരാശയും ഞാൻ ശ്രദ്ധിച്ചു. കൈമുട്ടുകൾ മടിയിൽ ഊന്നി തല

കൈപ്പടങ്ങൾകൊണ്ട് താങ്ങിപ്പിടിച്ച് അവർ ഒരു വണ്ണമുള്ള തടിയുടെ പുറത്ത് ഇരിക്കുകയായിരുന്നു. കൊലപാകതകിയുടെ അമ്മയായിരുന്നു അവർ. ഇടയ്ക്ക് അവരുടെ ചുണ്ടുകൾ എന്തോ പിറുപിറുക്കുന്നത് ഞാൻ കണ്ടു- അതൊരു പ്രാർഥനയോ ശാപമോ എന്തായിരുന്നെന്ന് ആർക്കറിയാം ?

ഉടനടി ഒരു തീരുമാനമെടുക്കുകയും കുറ്റവാളിയെ പിടിച്ചു പുറത്തു കൊണ്ട് വരികയും ചെയ്യേണ്ടത് അത്യാവശ്യമായിരുന്നു. എന്നാൽ ഉള്ളിൽ കടക്കാൻ ആരും ആഗ്രഹിച്ചില്ല

ഞാൻ ജനലിനടുത്ത് ചെന്നുനിന്ന് പലകയിലുള്ള ഒരു ചെറിയ വിടവിലൂടെ ഉള്ളിലേക്ക് നോക്കി. വലതുകൈയിൽ ഒരു കൈത്തോക്കുമായി അയാൾ നിലത്തു കിടക്കുകയാണ്. ചോരപുരണ്ട ഒരു വാൾ അടുത്തുതന്നെ കിടപ്പുണ്ട്. അയാളുടെ മുഖം വിളറിയിരുന്നു. ഭാവദ്യോതകമായ കണ്ണുകൾ ഭയാനകമാംവണ്ണം ഉരുളുന്നുണ്ട്. തലേ ദിവസത്തെ സംഭവങ്ങൾ അവ്യക്തമായി ഓർമ്മവന്നിട്ടെന്നപോലെ ഇടയ്ക്കിടെ അയാൾ ഞെട്ടുകയും തലമുടിയിൽ അള്ളിപ്പിടിക്കുകയും ചെയ്തുകൊണ്ടിരുന്നു. അയാളുടെ ക്ഷുഭിതമായ നോട്ടത്തിൽ ആശങ്കയാണ് മുന്നിട്ട്നിന്നത്. വാതിൽ തല്ലിപ്പൊളിച്ച് അകത്തുകടക്കാൻ കൽപന കൊടുക്കുന്നതിൽ തെറ്റൊന്നുമില്ലെന്ന് ഞാൻ മേജറോട് പറഞ്ഞു. ആ മനുഷ്യന് സ്വബോധം പൂർണമായി തിരിച്ചുകിട്ടുന്നതിനുമുമ്പ്തന്നെ അത് ചെയ്യുന്നതായിരിക്കും നല്ലതെന്നും ഞാൻ അഭിപ്രായപ്പെട്ടു.

ആ സമയത്ത് ഒരു വൃദ്ധനായ കൊസാക്ക് ക്യാപ്റ്റൻ വാതിലിനടുത്ത് ചെന്നുനിന്ന് അയാളെ പേരെടുത്തുവിളിച്ചു. അയാൾ വിളികേട്ടു.

"സഹോദരാ യെഫീമിച്ച്, താൻ പാപംചെയ്തു." ക്യാപ്റ്റൻ വിളിച്ചു പറഞ്ഞു. "അതുകൊണ്ട് സ്വമേധയാ പിടിതരികയാണ് വേണ്ടത് !"

"അതു പറ്റില്ല!" അകത്തുനിന്ന് മറുപടി പറഞ്ഞു

"ദൈവകോപമുണ്ടാകുമെന്ന് തനിക്ക് ഭയമില്ലേ? താൻ അവിശ്വാസിയായ ഒരു ചെച്ചൻ അല്ല. ഒരു സത്യക്രിസ്ത്യാനിയാണ്. താൻ വഴിപിഴച്ചു. ഇനി ഒന്നും ചെയ്യാനില്ല. വിധിയിൽനിന്ന് രക്ഷപ്പെടാൻ സാധ്യമല്ല."

"ഞാൻ പിടിതരില്ല!" ഉള്ളിൽനിന്ന് കൊസാക്കുകാരൻ ഭീഷണമായി വിളിച്ചുപറഞ്ഞു. അയാൾ തോക്കിന്റെ കൊളുത്തു വലിക്കുന്ന ശബ്ദം ഞങ്ങൾ കേട്ടു.

"ഏയ് അമ്മേ! കൊസാക്ക് ക്യാപ്റ്റൻ വൃദ്ധയോട് പറഞ്ഞു: "നിങ്ങൾ മകനോട് പറഞ്ഞുനോക്കു. അയാൾ കേട്ടേയ്ക്കും... ഇത്

ദൈവത്തെ നിന്ദിക്കുന്നതിന് തുല്യമാണെന്ന് നിങ്ങൾക്കറിയാമല്ലോ. ഇതു നോക്കൂ. ഈ മാന്യന്മാർ രണ്ടു മണിക്കൂറായി ഇവിടെ കാത്തു നിൽക്കുകയാണ്."

വൃദ്ധ അയാളെ തുറിച്ചുനോക്കിക്കൊണ്ട് അൽപനേരം ഇരുന്നിട്ട് തല കുലുക്കി.

"വസീലി പെത്രോവിച്ച്" കൊസാക്ക് ക്യാപ്റ്റൻ മേജറുടെ അടുത്തുചെന്ന് പറഞ്ഞു.: "അയാൾ സ്വയം കീഴടങ്ങുകയില്ല. എനിക്ക് അയാളെ ശരിക്കറിയാം. നമ്മൾ വാതിൽ തുറന്നാൽ അയാൾ പലരേയും കൊലപ്പെടുത്തും. അയാളെ വെടിവയ്ക്കാൻ കൽപന കൊടുക്കുന്നതല്ലേ നല്ല്? ജനൽപലകയിൽ ഒരു വലിയ വിടവുണ്ട്."

ആ സമയത്ത് വിചിത്രമായ ഒരാശയം എന്റെ മനസ്സിലുദിച്ചു. - വൂലിച്ചിനെപ്പോലെ വിധിയെ ഒന്ന് പരീക്ഷിച്ച്നോക്കിയാലെന്താ?

"ഞാനയാളെ ജീവനോടെ പിടിക്കാം" ഞാൻ മേജറോട് പറഞ്ഞു. വാതിലിനടുത്തുനിന്ന് അയാളോട് സംസാരിച്ചുകൊണ്ടിരിക്കാൻ ഞാൻ കൊസാക്ക് ക്യാപ്റ്റന് നിർദ്ദേശം കൊടുത്തു. എന്റെ അടയാളം കിട്ടിയാലുടൻ വാതിൽ തല്ലിപ്പൊളിച്ച് സഹായത്തിന് ഉള്ളിലെത്താൻ മൂന്ന് കൊസാക്കുകളെ തയ്യാറാക്കി നിർത്തി. ഞാൻ കുടിലിന്റെ മറുവശത്തു ചെന്ന് വിധിനിർണായകമായ ജനലിനടുത്തെത്തി. എന്റെ ഹൃദയം ശക്തിയായി തുടിച്ചുകൊണ്ടിരുന്നു.

"ഏയ്, നികൃഷ്ടനായ മനുഷ്യാ" ക്യാപ്റ്റൻ വിളിച്ചുപറഞ്ഞു. "താൻ ഞങ്ങളെ കളിയാക്കുകയാണോ? അതോ ഞങ്ങൾക്ക് തന്നെ പിടിക്കാൻ കഴിയുകയില്ലെന്ന് താൻ വിചാരിക്കുന്നുണ്ടോ? " ക്യാപ്റ്റൻ സർവ്വശക്തിയുമെടുത്ത് വാതിലിൽ ഇടിച്ചുതുടങ്ങി. ഞാൻ ജനലിലെ വിടവിലൂടെ കുറ്റവാളിയെത്തന്നെ നോക്കിക്കൊണ്ട് നിന്നു. അയാൾ ഈ വശത്തുനിന്ന് ആക്രമണം പ്രതീക്ഷിക്കുന്നില്ലെന്ന് തീർച്ചയായിരുന്നു. പെട്ടെന്ന് ഞാൻ ജനൽപ്പലക ഇളക്കിമാറ്റി ഉള്ളിലേക്ക് ചാടാൻ തല അകത്തേക്ക് നീട്ടി. എന്റെ ചെവിയുടെ തൊട്ടടുത്തായി ഒരു വെടിപൊട്ടി. വെടിയുണ്ട എന്റെ ഒരു തോളിലെ പട്ട കീറിക്കളഞ്ഞു. എന്നാൽ അപ്പോൾ മുറിയിൽനിറഞ്ഞ പുക മൂലം കണ്ണുകാണാതായ എന്റെ പ്രതിയോഗിക്ക് തന്റെ വാൾ കണ്ടുപിടിക്കാൻ കഴിഞ്ഞില്ല. ഞാൻ അയാളുടെ കൈത്തണ്ടയിൽ പിടികൂടി. കൊസാക്കുകൾ വാതിൽ പൊളിച്ച് ഉള്ളിൽകടന്നു. മൂന്ന് മിനുട്ടുകൾക്കുള്ളിൽ കുറ്റവാളിയെ ബന്ധനസ്ഥനാക്കി ഞങ്ങൾ പുറത്തേക്കാനയിച്ചു. കാവൽഭടന്മാർ അയാളെ അവിടെനിന്ന് കൊണ്ടുപോയി. ആളുകൾപിരിഞ്ഞു, ഓഫീസർമാർ എന്നെ അഭിനന്ദിച്ചു. തീർച്ചയായും അതിനുതക്കതായ കാരണമുണ്ടായിരുന്നുതാനും.

ഇതൊക്കെ കഴിഞ്ഞ് ഒരാൾക്ക് വിധിവിഹിതവാദിയാകാതിരിക്കാൻ കഴിയുന്നതെങ്ങിനെയെന്ന് തോന്നിയേക്കാം. പക്ഷേ, അയാൾക്ക് എന്തെങ്കിലും വിശ്വാസമായോ ഇല്ലയോ എന്ന് എങ്ങനെ അറിയും ? വികാരങ്ങളുടെ വഞ്ചനയോ ബുദ്ധിയ്ക്ക് പ്രമാദമോ വിശ്വാസമാണെന്ന് നമ്മൾ പലപ്പോഴും തെറ്റിദ്ധരിക്കാറില്ലേ!

എല്ലാകാര്യങ്ങളും സംശയദൃഷ്ടിയോടെ നോക്കാനാണ് എനിക്കിഷ്ടം. അത്തരമൊരു നിലപാട് ഉറച്ച സ്വഭാവദാർഢ്യത്തെ തടസ്സപ്പെടുത്തുന്നില്ല. എന്നെ സംബന്ധിച്ചിടത്തോളം സംഗതി നേരെ മറിച്ചാണ്- എന്നെ കാത്തിരിക്കുന്നത് എന്താണെന്ന് നിശ്ചയമില്ലാത്തപ്പോഴൊക്കെ ഞാൻ കൂടുതൽ ധൈര്യമായി മുമ്പോട്ട് പോകും. മരണത്തേക്കാൾ ഭയങ്കരമായ ഒന്നും സംഭവിക്കാനില്ല - മരണത്തിൽനിന്നാകട്ടെ രക്ഷപ്പെടാനും കഴിയുകയില്ല !

കോട്ടയിൽ മടങ്ങിയെത്തിയശേഷം ഞാൻ മക്സീം മക്സീമിച്ചിനോട് കണ്ടതും അനുഭവിച്ചതുമായ കാര്യങ്ങളെല്ലാം പറഞ്ഞു. വിധിവിഹിതസിദ്ധാന്തത്തെപ്പറ്റി അദ്ദേഹത്തിന്റെ അഭിപ്രായമെന്തെന്നറിയാൻ ഞാൻ താൽപര്യം പ്രകടിപ്പിച്ചു. ആദ്യം അദ്ദേഹത്തിന് അതിന്റെ അർഥം മനസ്സിലായില്ല, എന്നാൽ ഞാൻ എന്നാലാവുംവിധം അത് വിശദീകരിച്ചു. അപ്പോൾ അർഥഗർഭമായി തലയാട്ടിക്കൊണ്ട് അദ്ദേഹം പറഞ്ഞു.

"ശരിയാണ്, അതൊരു അസാധാരണ സംഭവമാണ്! എന്നാൽ വളരെകാലമായി എണ്ണയിടാതിരിക്കുകയോ നല്ല ശക്തിയിൽ അമർത്താതിരിക്കുകയോ ചെയ്താൽ ഈ ഏഷ്യൻ തോക്കുകളുടെ കൊത്തികൾ വെടിവയ്ക്കുകയില്ലെന്നുകൂടി കൂട്ടത്തിൽ പറയട്ടെ. ചെർക്കീസുകാരുടെ തോക്കുകളും എനിക്കിഷ്ടമല്ല. അവ നമ്മെപ്പോലുള്ളവർക്ക് കൊണ്ടുനടക്കാൻ പറ്റിയതല്ല. അവയുടെ വളരെ ചെറുതായതുകൊണ്ട് സൂക്ഷിച്ചില്ലെങ്കിൽ മൂക്കോ മറ്റോ കരിഞ്ഞുപൊകാനിടയുണ്ട്! പക്ഷേ, അവരുടെ വാൾ... അങ്ങനെയല്ല - ഉഗ്രൻ സാധനമാണ്. !"

അൽപനേരം എന്തോ ആലോചിച്ചിരുന്നിട്ട് അദ്ദേഹം തുടർന്നു:

"അതെ, ആ സാധു മനുഷ്യനോട് എനിക്ക് അനുകമ്പ തോന്നുന്നു... ഒരു കുടിയനോട് രാത്രിനേരത്ത് അയാൾ സംസാരിക്കാൻ പോയതെന്തിനാണ് ? ഒരു പക്ഷേ, അയാളുടെ തലയിലെഴുത്ത് അതായിരുന്നിരിക്കാം !"

അദ്ദേഹം അതിൽക്കൂടുതൽ എന്തെങ്കിലും പറയാൻ വിസമ്മതിച്ചു. പൊതുവിൽ അദ്ദേഹത്തിന് വേദാന്ത പ്രസംഗം നടത്താൻ തീരെ താൽപര്യമില്ല.

അവസാനം

www.ingramcontent.com/pod-product-compliance
Lightning Source LLC
LaVergne TN
LVHW102105041026
849558LV00002B/63
9789389804195